ಕಲಿಕೆ ಮತ್ತು ಬೋಧನೆ ಮೌಲ್ಯಮಾಪನ

ರವಿ ಎಸ್ ಎಂ

ISBN 979-888606545-9

ನನ್ನ ಎಲ್ಲಾ ಕುಟುಂಬ ಸದಸ್ಯರಿಗೆ

ಪರಿವಿಡಿಗಳು

ಮುನ್ನುಡಿ

ಉದಯೋನ್ಮುಖ ಭಾರತೀಯ ಸಮಾಜದಲ್ಲಿನ ಪ್ರಮುಖ ಸಮಸ್ಯೆ ಧಾರ್ಮಿಕ ಬೋಧಕರು ನಂಬುವಂತೆ ಧರ್ಮದ ಸಮಸ್ಯೆಯಲ್ಲ; ಇದು ಆಡಳಿತಗಾರರು ನಂಬುವಂತೆ ಕೈಗಾರಿಕೀಕರಣದ ಸಮಸ್ಯೆಯಲ್ಲ; ಫ್ರಾಯ್ಡಿಯನ್ನರು ನಂಬುವಂತೆ ಇದು ಲೈಂಗಿಕತೆಯ ಸಮಸ್ಯೆಯಲ್ಲ; ರಾಜಕಾರಣಿಗಳು ನಂಬುವಂತೆ ಇದು ರಾಜಕೀಯದ ಸಮಸ್ಯೆಯಲ್ಲ; ನಮ್ಮಲ್ಲಿ ಅನೇಕರು ನಂಬುವಂತೆ ಇದು ಭ್ರಷ್ಟಾಚಾರದ ಸಮಸ್ಯೆಯಲ್ಲ. ಇದು ಶಿಕ್ಷಣದ ಸಮಸ್ಯೆಯಾಗಿದ್ದು, ಇದರಿಂದ ಪುರುಷರು ಸಾಮಾನ್ಯ ಮನುಷ್ಯರಂತೆ ಬದುಕಲು ಮತ್ತು ವರ್ತಿಸಲು ಕಲಿಯುತ್ತಾರೆ. ಇಂದಿನ ಮತ್ತು ಮುಂದಿನ ಪೀಳಿಗೆಗೆ ಸರಿಯಾದ ಶಿಕ್ಷಣವನ್ನು ನೀಡಿದರೆ ಶಿಕ್ಷಣದ ಸಮಸ್ಯೆಯನ್ನು ಪರಿಹರಿಸಬಹುದು. ನಮ್ಮ ಸ್ವಾತಂತ್ರ್ಯವನ್ನು ಸಾಧಿಸುವಾಗ ನಾವು ಆನುವಂಶಿಕವಾಗಿ ಪಡೆದಿರುವ ಚಾಲ್ತಿಯಲ್ಲಿರುವ ಶಿಕ್ಷಣ ವ್ಯವಸ್ಥೆಯ ಜನರ ಅಗತ್ಯತೆಗಳು ಮತ್ತು ಹಿತಾಸಕ್ತಿಗಳಿಗೆ ಯಾವುದೇ ಪ್ರಸ್ತುತತೆಯನ್ನು ಹೊಂದಿಲ್ಲ. ಕಾಲಾನಂತರದಲ್ಲಿ, ಶಿಕ್ಷಣ ವ್ಯವಸ್ಥೆಯು ಜೀವನದ ವಾಸ್ತವಗಳಿಂದ ಕ್ರಮೇಣ ದೂರ ಸರಿಯುತ್ತಿದೆ.

ಆದ್ದರಿಂದ, ಇದನ್ನು ಸರಿಯಾದ ಶಿಕ್ಷಣ ಎಂದು ಕರೆಯಲಾಗುವುದಿಲ್ಲ. ನಮ್ಮ ದೇಶದ ಎಲ್ಲಾ ಜನರು ವ್ಯವಸ್ಥೆಯ ಈ ನ್ಯೂನತೆಗಳನ್ನು ಅರಿತುಕೊಂಡರು. ಆರ್ಥಿಕ ಸಮೃದ್ಧಿಯ ಅತ್ಯಂತ ನಿರ್ಣಾಯಕ ಆದರೆ ಅಷ್ಟೇ ಮುಖ್ಯವಾದ ಹಂತದ ಮೂಲಕ ಹಾದುಹೋಗುತ್ತಿರುವ ನಮ್ಮಂತಹ ಸಮಾಜವು, ಈ ದೋಷಪೂರಿತ ಶಿಕ್ಷಣ ವ್ಯವಸ್ಥೆಯನ್ನು ದೀರ್ಘಕಾಲದವರೆಗೆ ಮುಂದುವರಿಸಲು ಕಷ್ಟವಾಗುವುದಿಲ್ಲ.

ಈ ಪರಿಸ್ಥಿತಿಯನ್ನು ಮನಗಂಡ ಭಾರತೀಯ ಶಿಕ್ಷಣ ಆಯೋಗವು (1964-66) ಶಿಕ್ಷಣದ ಹೊಸ ಮಾದರಿಯನ್ನು ಪರಿಚಯಿಸಲು ಶಿಫಾರಸ್ಸು ಮಾಡಿದ್ದು ಶಿಕ್ಷಣವನ್ನು ಉತ್ಪಾದಕತೆಯೊಂದಿಗೆ ಜೋಡಿಸಲು ಮತ್ತು ಶಿಕ್ಷಣದ ಗುಣಮಟ್ಟವನ್ನು ಸುಧಾರಿಸಲು, ಆಯೋಗದ ಶಿಫಾರಸುಗಳು. ಅದೃಷ್ಟವಶಾತ್, ನಮ್ಮ ದೇಶವು ರೂಪುಗೊಂಡ ಶಿಕ್ಷಣ ವ್ಯವಸ್ಥೆಯಿಂದ ಬದಲಾವಣೆಯನ್ನು ವಿನ್ಯಾಸಗೊಳಿಸಿದೆ ಮತ್ತು ಸ್ವೀಕರಿಸಿದೆ ಮತ್ತು ಪ್ರಸ್ತುತ ಹೊಸ ಮಾದರಿಯ ಶಿಕ್ಷಣದ ಅನುಷ್ಠಾನದ ಅನುಷ್ಠಾನದಲ್ಲಿ ತೊಡಗಿದೆ. ಭಾರತ ಸರ್ಕಾರವು 1968 ರಲ್ಲಿ ಹೊರಡಿಸಿದ ತನ್ನ ಹೇಳಿಕೆಯಲ್ಲಿ, "ಶಿಕ್ಷಣ ಆಯೋಗವು ಶಿಫಾರಸ್ಸು ಮಾಡಿದಂತೆ ಶಿಕ್ಷಣದ ಆಮೂಲಾಗ್ರ ಪುನರ್ನಿರ್ಮಾಣವು ದೇಶದ ಆರ್ಥಿಕ ಮತ್ತು ಸಾಂಸ್ಕೃತಿಕ ಅಭಿವೃದ್ಧಿಗೆ, ರಾಷ್ಟ್ರೀಯ ಏಕೀಕರಣಕ್ಕಾಗಿ ಮತ್ತು ಸಾಕ್ಷಾತ್ಕಾರಕ್ಕೆ ಅತ್ಯಗತ್ಯವಾಗಿದೆ. ಸಮಾಜದ ಸಮಾಜವಾದಿ ಮಾದರಿಯ ಆದರ್ಶ. ಇದು ಜನರ ಜೀವನಕ್ಕೆ ಹೆಚ್ಚು ನಿಕಟವಾಗಿ ಸಂಬಂಧಿಸುವ ವ್ಯವಸ್ಥೆಯ ರೂಪಾಂತರವನ್ನು ಒಳಗೊಂಡಿರುತ್ತದೆ.

ಶೈಕ್ಷಣಿಕ ಅವಕಾಶವನ್ನು ವಿಸ್ತರಿಸಲು ನಿರಂತರ ಪ್ರಯತ್ನ, ಎಲ್ಲಾ ಹಂತಗಳಲ್ಲಿ ಶಿಕ್ಷಣದ ಗುಣಮಟ್ಟವನ್ನು ಹೆಚ್ಚಿಸಲು ನಿರಂತರ ಮತ್ತು ತೀವ್ರವಾದ ಪ್ರಯತ್ನ, ವಿಜ್ಞಾನ ಮತ್ತು ತಂತ್ರಜ್ಞಾನದ ಅಭಿವೃದ್ಧಿಗೆ ಒತ್ತು ನೀಡುವುದು ಮತ್ತು ನೈತಿಕ ಮತ್ತು ಸಾಮಾಜಿಕ ಮೌಲ್ಯಗಳನ್ನು ಬೆಳೆಸುವುದು. ಹೀಗಾಗಿ, ಮೇಲೆ ತಿಳಿಸಿದ ಗುರಿಗಳನ್ನು ಸಾಧಿಸುವ ದೃಷ್ಟಿಯಿಂದ ಕೇಂದ್ರೀಯ ಪ್ರೌಢ ಶಿಕ್ಷಣ ಮಂಡಳಿಯು ಹೊಸ ಮಾದರಿಯ ಶಿಕ್ಷಣವನ್ನು ಅಳವಡಿಸಿಕೊಂಡಿದೆ. ಭಾರತೀಯ ಒಕ್ಕೂಟದ ಬಹುತೇಕ ರಾಜ್ಯಗಳು ಈ ವ್ಯವಸ್ಥೆಯನ್ನು ಪರಿಚಯಿಸಿವೆ.

ಬಿ.ಎಡ್ ನ ಅವಶ್ಯಕತೆಗಳನ್ನು ಪೂರೈಸುವ ಪುಸ್ತಕಗಳ ದೊಡ್ಡ ಕೊರತೆಯನ್ನು ಅರಿತುಕೊಳ್ಳುವುದು, ಕೋರ್ಸ್ ಶಿಕ್ಷಣದ ವಿದ್ಯಾರ್ಥಿಗಳಿಗೆ ಹೆಚ್ಚು ಉಪಯುಕ್ತ ಮತ್ತು ಪರಿಣಾಮಕಾರಿ

ಎಂದು ಕಂಡುಬಂದ ಎಲ್ಲಾ ವಸ್ತುಗಳನ್ನು ಸೇರಿಸಿ ಲೇಖಕರು ಈ ಪುಸ್ತಕವನ್ನು ವಿನ್ಯಾಸಗೊಳಿಸಿದ್ದಾರೆ. ಒಂದೇ ಹೊದಿಕೆ ಅನುಕೂಲಕರ ದಿಕ್ಸೂಚೆಯಲ್ಲಿ, ಈ ಪುಸ್ತಕವು ಮೂಲ ಮೂಲಗಳಲ್ಲಿ ಮತ್ತು ಆಧುನಿಕ ಬರಹಗಾರರ ಹಲವಾರು ಮತ್ತು ಸಾಂದರ್ಭಿಕವಾಗಿ ದುಬಾರಿ ಕೃತಿಗಳಲ್ಲಿ ಕಂಡುಬರುವ ಮುಖ್ಯ ಸಂಗತಿಗಳ ಸಮಗ್ರ ದಾಖಿಲೆಯನ್ನು ಒದಗಿಸುತ್ತದೆ. ಪುಸ್ತಕದಲ್ಲಿ ನೀಡಲಾದ ಅಡಿಟಿಪ್ಪಣಿಗಳು ಮತ್ತು ಗ್ರಂಥಸೂಚಿಯ ಕ್ಷೇತ್ರದಲ್ಲಿನ ಹೆಚ್ಚಿನ ತಾಂತ್ರಿಕ ಸಮಸ್ಯೆಗಳ ಜಟಿಲತೆಗಳನ್ನ ಪರಿಶೀಲಿಸಲು ಬಯಸುವ ವಿದ್ಯಾರ್ಥಿಗಳಿಗೆ ಸಹಾಯ ಮಾಡುತ್ತದೆ. ಶೈಕ್ಷಣಿಕ ಮನೋವಿಜ್ಞಾನವು ಅಭಿವೃದ್ಧಿಶೀಲ ನಡವಳಿಕೆಯ ವಿಜ್ಞಾನವಾಗಿದೆ. ಇದರ ವ್ಯಾಪ್ತಿಯು ಎಷ್ಟು ವಿಸ್ತಾರವಾಗಿದೆಯೆಂದರೆ, ಲೇಖಕರಿಗೆ ಈ ಪ್ರಕಾರದ ಒಂದೇ ಪುಸ್ತಕದಲ್ಲಿ ಅಧ್ಯಯನದ ಎಲ್ಲಾ ಕ್ಷೇತ್ರಗಳನ್ನು ನಿಭಾಯಿಸಲು ಕಷ್ಟವಾಗುತ್ತದೆ. ಆದ್ದರಿಂದ ಲೇಖಕನು ತನ್ನ ಪ್ರಸ್ತುತಿಯ ರೀತಿಯಲ್ಲಿ ಆಯ್ದ ಪ್ರವೃತ್ತಿಯನ್ನ ಹೊಂದಿರುತ್ತಾನೆ.

ಈ ಪುಸ್ತಕದ ಹೆಚ್ಚಿನ ಭಾಗವನ್ನು ಲೇಖಕರಿಗೆ ನೇರವಾಗಿ ಅಥವಾ ಪರೋಕ್ಷವಾಗಿ ಸಹಾಯ ಮಾಡಿದ ಅನೇಕ ಪ್ರಸಿದ್ಧ ಬರಹಗಾರರ ಕೊಡುಗೆಗಳ ಆಧಾರದ ಮೇಲೆ ಬರೆಯಲಾಗಿದೆ. ಲೇಖಕರು ಆ ಅಧಿಕಾರಿಗಳಿಗೆ ಹೆಚ್ಚು ಖುಣಿಯಾಗಿದ್ದಾರೆ. ಈ ಪುಸ್ತಕವನ್ನು ಬರೆಯುವ ಮೂಲ ಉದ್ದೇಶವು ಬಿ.ಎಡ್ ವಿದ್ಯಾರ್ಥಿಗಳಿಗೆ ಸಮಗ್ರ ವಿಷಯವನ್ನು ಒದಗಿಸುವುದು ಮತ್ತು ಎಂ.ಎಡ್ ಭಾರತೀಯ ವಿಶ್ವವಿದ್ಯಾಲಯಗಳಲ್ಲಿ ತರಗತಿಗಳು.

ಈ ಪುಸ್ತಕವನ್ನು ಬರೆಯಲು ಪ್ರೋತ್ಸಾಹಿಸಿದ ಸಹೋದ್ಯೋಗಿಗಳು, ಸ್ನೇಹಿತರು ಮತ್ತು ವಿದ್ಯಾರ್ಥಿಗಳಿಗೆ ಲೇಖಕರು ಖುಣಿಯಾಗಿದ್ದಾರೆ.

ಡಾ.ಪ್ರಶಾಂತ ಕುಮಾರ ಟಿ.ಎಂ.
ಸಹಾಯಕ ಪ್ರಾಧ್ಯಾಪಕ
ಶಿಕ್ಷಣದಲ್ಲಿ ಅಧ್ಯಯನ ವಿಭಾಗ,
ವಿಜಯನಗರ ಶ್ರೀ ಕೃಷ್ಣದೇವರಾಯ ವಿಶ್ವವಿದ್ಯಾಲಯ,
ಬಳ್ಳಾರಿ

1

ಘಟಕ 1: ಮಾನವ ಕಲಿಕೆ ಮತ್ತು ಪಠ್ಯಕ್ರಮ

1.1 ಮಾನವಕಲಿಕೆ: ಅರ್ಥ, ವ್ಯಾಖ್ಯಾನಮತ್ತುಪರಿಕಲ್ಪನೆಯರಚನೆ

ಬೋಧನೆಯನ್ನು ಕಲಿಯುವವರೊಂದಿಗೆ ಅವರ ತಿಳುವಳಿಕೆ ಮತ್ತು ಜ್ಞಾನ, ಪರಿಕಲ್ಪನೆಗಳು ಮತ್ತು ಪ್ರಕ್ರಿಯೆಗಳ ಅನ್ವಯವನ್ನು ಸಕ್ರಿಯಗೊಳಿಸಲು ತೊಡಗಿಸಿಕೊಳ್ಳುವಿಕೆ ಎಂದು ವ್ಯಾಖ್ಯಾನಿಸಬಹುದು. ಇದು ವಿನ್ಯಾಸ, ವಿಷಯ ಆಯ್ಕೆ, ವಿತರಣೆ, ಮೌಲ್ಯಮಾಪನ ಮತ್ತು ಪ್ರತಿಬಿಂಬವನ್ನು ಒಳಗೊಂಡಿದೆ. ಕಲಿಸುವುದೆಂದರೆ ವಿದ್ಯಾರ್ಥಿಗಳನ್ನು ಕಲಿಕೆಯಲ್ಲಿ ತೊಡಗಿಸುವುದು; ಹೀಗಾಗಿ ಬೋಧನೆಯು ಜ್ಞಾನದ ಸಕ್ರಿಯ ನಿರ್ಮಾಣದಲ್ಲಿ ವಿದ್ಯಾರ್ಥಿಗಳನ್ನು ತೊಡಗಿಸಿಕೊಳ್ಳುವುದನ್ನು ಒಳಗೊಂಡಿರುತ್ತದೆ. ಶಿಕ್ಷಕರಿಗೆ ವಿಷಯದ ಜ್ಞಾನ ಮಾತ್ರವಲ್ಲ, ವಿದ್ಯಾರ್ಥಿಗಳು ಹೇಗೆ ಕಲಿಯುತ್ತಾರೆ ಮತ್ತು ಅವರನ್ನು ಸಕ್ರಿಯ ಕಲಿಯುವವರನ್ನಾಗಿ ಪರಿವರ್ತಿಸುವುದು ಹೇಗೆ ಎಂಬ ಜ್ಞಾನದ ಅಗತ್ಯವಿರುತ್ತದೆ. ಉತ್ತಮ ಬೋಧನೆಗೆ, ಕಲಿಕೆಯ ವ್ಯವಸ್ಥಿತ ತಿಳುವಳಿಕೆಗೆ ಬದ್ಧತೆಯ ಅಗತ್ಯವಿರುತ್ತದೆ.

ಬೋಧನೆಯ ಗುರಿಯು ಮಾಹಿತಿಯನ್ನು ರವಾನಿಸುವುದು ಮಾತ್ರವಲ್ಲ, ಇತರ ಜನರ ಜ್ಞಾನದ ನಿಷ್ಕ್ರಿಯ ಸ್ವೀಕರಿಸುವವರಿಂದ ವಿದ್ಯಾರ್ಥಿಗಳನ್ನು ತಮ್ಮದೇ ಆದ ಮತ್ತು ಇತರರ ಜ್ಞಾನದ ಸಕ್ರಿಯ ರಚನೆಕಾರರನ್ನಾಗಿ ಪರಿವರ್ತಿಸುವುದು. ಸಹಜವಾಗಿ, ವಿದ್ಯಾರ್ಥಿಯ ಸಕ್ರಿಯ ಭಾಗವಹಿಸುವಿಕೆ ಇಲ್ಲದೆ ಶಿಕ್ಷಕರು ರೂಪಾಂತರಗೊಳ್ಳಲು ಸಾಧ್ಯವಿಲ್ಲ. ಬೋಧನೆಯು ಮೂಲಭೂತವಾಗಿ ಶೈಕ್ಷಣಿಕ, ಸಾಮಾಜಿಕ ಮತ್ತು ನೈತಿಕ ಪರಿಸ್ಥಿತಿಗಳನ್ನು ರಚಿಸುವುದು, ಅದರ ಅಡಿಯಲ್ಲಿ ವಿದ್ಯಾರ್ಥಿಗಳು ತಮ್ಮ ಕಲಿಕೆಯ ಜವಾಬ್ದಾರಿಯನ್ನು ವೈಯಕ್ತಿಕವಾಗಿ ಮತ್ತು ಸಾಮೂಹಿಕವಾಗಿ ತೆಗೆದುಕೊಳ್ಳಲು ಒಪ್ಪಿಕೊಳ್ಳುತ್ತಾರೆ.

[ತೀರ್ಪುಗಾಗಿ ಶಿಕ್ಷಣ: ಚರ್ಚೆಯ ನಾಯಕತ್ವದ ಕಲಾತ್ಮಕತೆ. ಸಿ. ರೋಲ್ಯಾಂಡ್ ಕ್ರಿಸ್ಟೇನ್ಸನ್, ಡೇವಿಡ್ ಎ. ಗಾರ್ವಿನ್ ಮತ್ತು ಆನ್ ಸ್ವೀಟ್ ಅವರಿಂದ ಸಂಪಾದಿಸಲಾಗಿದೆ. ಕೇಂಬ್ರಿಡ್ಜ್, ಎಂ ಎ: ಹಾರ್ವರ್ಡ್ ಬಿಸಿನೆಸ್ ಸ್ಕೂಲ್, 1991.]

ಕಲಿಕೆಯನ್ನು ಯಾವುದನ್ನಾದರೂ ಅಧ್ಯಯನ, ಅಭ್ಯಾಸ, ಕಲಿಸುವ/ಅನುಭವಿಸುವ ಮೂಲಕ ಜ್ಞಾನ/ಕೌಶಲ್ಯವನ್ನು ಪಡೆಯುವ ಚಟುವಟಿಕೆ/ಪ್ರಕ್ರಿಯೆ ಎಂದು ವ್ಯಾಖ್ಯಾನಿಸಬಹುದು (ಮೆರಿಯಮ್-ವೆಬ್‌ಸ್ಟರ್ ನಿಘಂಟು). ಕಲಿಕೆಯು ವಿದ್ಯಾರ್ಥಿಗಳು ಏನು ಮಾಡುತ್ತಾರೆ ಎಂಬುದರ ಬಗ್ಗೆ, ಶಿಕ್ಷಕರಾದ ನಾವು ಏನು ಮಾಡುತ್ತೇವೆ ಎಂಬುದರ ಬಗ್ಗೆ ಅಲ್ಲ.

ಕಲಿಕೆ ಮತ್ತು ಬೋಧನೆಯ ಪರಿಣಾಮವಾಗಿ ನಡೆದ ಕಲಿಕೆಯ ಪ್ರಮಾಣವನ್ನು ನಿರ್ಣಯಿಸುವ ಕ್ರಿಯೆ ಎಂದು ಮೌಲ್ಯಮಾಪನವನ್ನು ವ್ಯಾಖ್ಯಾನಿಸಲಾಗಿದೆ (ಚಿತ್ರ 1). ಆರಂಭದಲ್ಲಿ, ಎಲ್ಲಾ ಕಲಿಕೆಯು ಐದು ಇಂದ್ರಿಯಗಳ ಒಂದು/ಹೆಚ್ಚು ಇಂದ್ರಿಯಗಳಿಂದ ಮೆದುಳಿಗೆ ನಿರ್ದೇಶಿಸಲ್ಪಟ್ಟ ಗ್ರಾಹಿಕೆಗಳಿಂದ ಬರುತ್ತದೆ: ದೃಷ್ಟಿ, ಶ್ರವಣ, ಸ್ಪರ್ಶ, ವಾಸನೆ ಮತ್ತು ರುಚಿ. ಒಂದಕ್ಕಿಂತ ಹೆಚ್ಚು ಇಂದ್ರಿಯಗಳ ಮೂಲಕ ಮಾಹಿತಿಯನ್ನು ಸ್ವೀಕರಿಸಿದಾಗ ಕಲಿಕೆಯು ಅತ್ಯಂತ ವೇಗವಾಗಿ ಸಂಭವಿಸುತ್ತದೆ ಎಂದು ಮನಶ್ಶಾಸ್ತ್ರಜ್ಞರು ಕಂಡುಕೊಂಡಿದ್ದಾರೆ.

ಕಲಿಯುವ ಸಾಮರ್ಥ್ಯವು ಅತ್ಯಂತ ಮಹೋನ್ನತ ಮಾನವ ಗುಣಲಕ್ಷಣಗಳಲ್ಲಿ ಒಂದಾಗಿದೆ. ಕಲಿಕೆಯು ವ್ಯಕ್ತಿಯ ಜೀವನದುದ್ದಕ್ಕೂ ನಿರಂತರವಾಗಿ ಸಂಭವಿಸುತ್ತದೆ. ಕಲಿಕೆಯನ್ನು ವ್ಯಾಖ್ಯಾನಿಸಲು, ವ್ಯಕ್ತಿಗೆ ಏನಾಗುತ್ತದೆ ಎಂಬುದನ್ನು ವಿಶ್ಲೇಷಿಸುವುದು ಅವಶ್ಯಕ. ಉದಾ: ಕಲಿಕೆಯ ಅನುಭವದ ಪರಿಣಾಮವಾಗಿ ವ್ಯಕ್ತಿಯ ಗ್ರಹಿಸುವ, ಯೋಚಿಸುವ, ಅನುಭವಿಸುವ ಮತ್ತು ಮಾಡುವ ವಿಧಾನ ಬದಲಾಗಬಹುದು.

ಹೀಗಾಗಿ, ಕಲಿಕೆಯನ್ನು ಅನುಭವದ ಪರಿಣಾಮವಾಗಿ ನಡವಳಿಕೆಯ ಬದಲಾವಣೆ ಎಂದು ವ್ಯಾಖ್ಯಾನಿಸಬಹುದು. ಇದು ಭೌತಿಕ ಮತ್ತು ಬಹಿರಂಗವಾಗಿರಬಹುದು, ಅಥವಾ ಇದು ಸಂಕೀರ್ಣವಾದ ಬೌದ್ಧಿಕ ಅಥವಾ ವರ್ತನೆಯ ಬದಲಾವಣೆಗಳನ್ನು ಒಳಗೊಳ್ಳಬಹುದು, ಇದು ನಡವಳಿಕೆಯನ್ನು ಹೆಚ್ಚು ಸೂಕ್ಷ್ಮ ರೀತಿಯಲ್ಲಿ ಪರಿಣಾಮ ಬೀರುತ್ತದೆ. ಹಲವಾರು ಸಿದ್ಧಾಂತಗಳು ಮತ್ತು ವ್ಯತಿರಿಕ್ತ ದೃಷ್ಟಿಕೋನಗಳ ಹೊರತಾಗಿಯೂ, ಮನಶ್ಶಾಸ್ತ್ರಜ್ಞರು ಸಾಮಾನ್ಯವಾಗಿ ಕಲಿಕೆಯ ಅನೇಕ ಸಾಮಾನ್ಯ ಗುಣಲಕ್ಷಣಗಳನ್ನು ಒಪ್ಪುತ್ತಾರೆ.

ಗೇಟ್ಸ್- "ಕಲಿಕೆಯ ಅನುಭವಗಳ ಮೂಲಕ ನಡವಳಿಕೆಯ ಮಾರ್ಪಾಡು.

ಕಾಗೆ ಮತ್ತು ಕಾಗೆ- "ಕಲಿಕೆ ಎಂದರೆ ಅಭ್ಯಾಸಗಳು, ಜ್ಞಾನ ಮತ್ತು ವರ್ತನೆಗಳ ಸ್ವಾಧೀನ. ಇದು ಕೆಲಸಗಳನ್ನು ಮಾಡುವ ಹೊಸ ವಿಧಾನಗಳನ್ನು ಒಳಗೊಂಡಿರುತ್ತದೆ ಮತ್ತು ಇದು ಅಡೆತಡೆಗಳನ್ನು ಜಯಿಸಲು ಅಥವಾ ಹೊಸ ಸನ್ನಿವೇಶಗಳಿಗೆ ಹೊಂದಿಕೊಳ್ಳುವ ವ್ಯಕ್ತಿಯ ಪ್ರಯತ್ನಗಳಲ್ಲಿ ಕಾರ್ಯನಿರ್ವಹಿಸುತ್ತದೆ. ಇದು ನಡವಳಿಕೆಯಲ್ಲಿ ಪ್ರಗತಿಶೀಲ ಬದಲಾವಣೆಯನ್ನು ಪ್ರತಿನಿಧಿಸುತ್ತದೆ. ಇದು ಆಸಕ್ತಿಗಳನ್ನು ಪೂರೈಸಲು/ಗುರಿಗಳನ್ನು ಸಾಧಿಸಲು ಶಕ್ತಗೊಳಿಸುತ್ತದೆ".

[Assessment Cycle -- ಮೌಲ್ಯಮಾಪನ ಚಕ್ರ, Write/Revisit Outcomes-- ಫಲಿತಾಂಶಗಳನ್ನು ಬರೆಯಿರಿ/ಮರುಭೇಟಿ ಮಾಡಿ, Identify Evidence (Assignments Surveys) -- ಪುರಾವೆಗಳನ್ನು ಗುರುತಿಸಿ (ನಿಯೋಜನೆ ಸಮೀಕ್ಷೆಗಳು), Collect Evidence -- ಪುರಾವೆಗಳನ್ನು ಸಂಗ್ರಹಿಸಿ, Analyze/Interpret Evidence --ಸಾಕ್ಷ್ಯವನ್ನು ವಿಶ್ಲೇಷಿಸಿ/ವ್ಯಾಖ್ಯಾನಿಸಿ, Draw Conclusions & Write Assessment Report- ತೀರ್ಮಾನಗಳನ್ನು ತೆಗೆದುಕೊಳ್ಳಿ ಮತ್ತು ಮೌಲ್ಯಮಾಪನ ವರದಿಯನ್ನು ಬರೆಯಿರಿ].

ಚಿತ್ರ 2: ಶಾಸ್ತ್ರೀಯ ಸ್ಥಿತಿ ತತ್ವಗಳು

ಚಿತ್ರ 1: ಕಲಿಕೆಯ ಮೌಲ್ಯಮಾಪನ

ಕಲಿಕೆಯ ಸ್ವಭಾವ ಮತ್ತು ಗುಣಲಕ್ಷಣಗಳು:

*ಕಲಿಕೆ ಎಂದರೆ ನಡವಳಿಕೆಯ ಬದಲಾವಣೆ.

*ಕಲಿಕೆಯಿಂದ ಉಂಟಾಗುವ ನಡವಳಿಕೆಯ ಬದಲಾವಣೆಯು ತುಲನಾತ್ಮಕವಾಗಿ ಶಾಶ್ವತವಾಗಿರುತ್ತದೆ.

*ಕಲಿಕೆಯು ನಿರಂತರ ಜೀವನ ಪ್ರಕ್ರಿಯೆ.

*ಕಲಿಕೆ ಒಂದು ಸಾರ್ವತ್ರಿಕ ಪ್ರಕ್ರಿಯೆ.

*ಕಲಿಕೆಯು ಉದ್ದೇಶ ಮತ್ತು ಗುರಿ ನಿರ್ದೇಶನವಾಗಿದೆ.

*ಕಲಿಕೆಯ ಅನುಭವಗಳ ಪುನರ್ನಿರ್ಮಾಣವನ್ನು ಒಳಗೊಂಡಿರುತ್ತದೆ.

*ಕಲಿಕೆಯ ಚಟುವಟಿಕೆ ಮತ್ತು ಪರಿಸರದ ಉತ್ಪನ್ನವಾಗಿದೆ.

*ಕಲಿಕೆಯು ಒಂದು ಸನ್ನಿವೇಶದಿಂದ ಇನ್ನೊಂದಕ್ಕೆ ವರ್ಗಾವಣೆಯಾಗುತ್ತದೆ.

* ಕಲಿಕೆಯ ಸರಿಯಾದ ಬೆಳವಣಿಗೆ ಮತ್ತು ಅಭಿವೃದ್ಧಿಗೆ ಸಹಾಯ ಮಾಡುತ್ತದೆ.

*ಕಲಿಕೆಯು ವ್ಯಕ್ತಿತ್ವದ ಸಮತೋಲಿತ ಬೆಳವಣಿಗೆಗೆ ಸಹಾಯ ಮಾಡುತ್ತದೆ.

*ಕಲಿಕೆಯು ಬೋಧನೆ-ಕಲಿಕೆಯ ಉದ್ದೇಶಗಳನ್ನು ಸಾಧಿಸಲು ಸಹಾಯ ಮಾಡುತ್ತದೆ.

*ಕಲಿಕೆಯ ಸರಿಯಾದ ಹೊಂದಾಣಿಕೆಗೆ ಸಹಾಯ ಮಾಡುತ್ತದೆ.

*ಕಲಿಕೆಯು ಜೀವನದ ಗುರಿಗಳನ್ನು ಸಾಧಿಸಲು ಸಹಾಯ ಮಾಡುತ್ತದೆ.

*ಕಲಿಕೆಯು ಅಗತ್ಯವಾಗಿ ಸುಧಾರಣೆಯನ್ನು ಸೂಚಿಸುವುದಿಲ್ಲ.

* ಕಲಿಕೆಯು ನಡವಳಿಕೆಯಲ್ಲಿ ಅಪೇಕ್ಷಣೀಯ ಬದಲಾವಣೆಗಳನ್ನು ತರಲು ಸಹಾಯ ಮಾಡುತ್ತದೆ.

*ಕಲಿಕೆಯು ಸಾಕಷ್ಟು ವಿಶಾಲ ವ್ಯಾಪ್ತಿಯನ್ನು ಹೊಂದಿರುವ ಅತ್ಯಂತ ಸಮಗ್ರ ಪ್ರಕ್ರಿಯೆಯಾಗಿದೆ.

ಕಲಿಕೆಯ ಮೇಲೆ ಪ್ರಭಾವ ಬೀರುವ ಅಂಶಗಳು:

A. ಕಲಿಯುವವರಿಗೆ ಸಂಬಂಧಿಸಿದ ಅಂಶಗಳು:

1. ಕಲಿಯುವವರ ದೈಹಿಕ ಮತ್ತು ಮಾನಸಿಕ ಆರೋಗ್ಯ.

2. ಕಲಿಯುವವರ ಮೂಲ ಸಾಮರ್ಥ್ಯ

3. ಆಕಾಂಕ್ಷೆ ಮತ್ತು ಸಾಧನೆಯ ಪ್ರೇರಣೆಯ ಮಟ್ಟ

4. ಜೀವನದ ಗುರಿಗಳು

5. ಸಿದ್ಧತೆ ಮತ್ತು ಶಕ್ತಿ.

B. ಶಿಕ್ಷಕರ ಸಂಬಂಧಿತ ಅಂಶಗಳು:

1. ವಿಷಯದ ಮೇಲೆ ಪಾಂಡಿತ್ಯ

2. ಕಲೆ ಮತ್ತು ಬೋಧನೆಯ ಕೌಶಲ್ಯಗಳು

3. ಶಿಕ್ಷಕರ ವ್ಯಕ್ತಿತ್ವದ ಲಕ್ಷಣಗಳು ಮತ್ತು ನಡವಳಿಕೆ

4. ಹೊಂದಾಣಿಕೆಯ ಮಟ್ಟ ಮತ್ತು ಶಿಕ್ಷಕರ ಮಾನಸಿಕ ಆರೋಗ್ಯ

5. ಶಿಕ್ಷಕರಿಂದ ನಿರ್ವಹಿಸಲ್ಪಡುವ ಶಿಸ್ತು ಮತ್ತು ಪರಸ್ಪರ ಕ್ರಿಯೆಯ ಪ್ರಕಾರ.

C. ವಿಷಯ ಸಂಬಂಧಿತ ಅಂಶಗಳು:

1. ಕಲಿಕೆಯ ಅನುಭವದ ವಿಷಯಗಳ ಸ್ವರೂಪ

2. ವಿಷಯಗಳು/ಕಲಿಕೆಯ ಅನುಭವಗಳ ಆಯ್ಕೆ

3. ವಿಷಯಗಳು/ಕಲಿಕೆಯ ಅನುಭವಗಳ ಸಂಘಟನೆ.

D. ಪ್ರಕ್ರಿಯೆಗೆ ಸಂಬಂಧಿಸಿದ ಅಂಶಗಳು:

1. ಕಲಿಕೆಯ ಅನುಭವಗಳನ್ನು ಒದಗಿಸುವ ವಿಧಾನ, ಉದಾಹರಣೆಗೆ- ಹೊಸ ಕಲಿಕೆಯನ್ನು ಹಿಂದಿನದರೊಂದಿಗೆ ಜೋಡಿಸುವುದು, ಒಂದು ಪ್ರದೇಶದಲ್ಲಿನ ಕಲಿಕೆಯನ್ನು ಇನ್ನೊಂದಕ್ಕೆ ಪರಸ್ಪರ ಸಂಬಂಧಿಸುವುದು, ಗರಿಷ್ಠ ಸಂಖ್ಯೆಯ ಇಂದ್ರಿಯಗಳ ಬಳಕೆ, ಪರಿಷ್ಕರಣೆ ಮತ್ತು ಅಭ್ಯಾಸದ ಕೆಲಸವನ್ನು ಒದಗಿಸುವುದು, ಸರಿಯಾದ ಪ್ರತಿಕ್ರಿಯೆ ಮತ್ತು ಬಲವರ್ಧನೆಯನ್ನು ಒದಗಿಸುವುದು, ಮಾನಸಿಕ ವಿಧಾನಗಳು ಮತ್ತು ತಂತ್ರಗಳು.

2. ಬೋಧನೆ-ಕಲಿಕೆ ಪರಿಸರ ಮತ್ತು ಸಂಪನ್ಮೂಲಗಳು, ಉದಾಹರಣೆಗೆ - ಸಾಮಾಜಿಕ-ಭಾವನಾತ್ಮಕ ವಾತಾವರಣ, ಸೂಕ್ತವಾದ ಕಲಿಕಾ ಸಾಮಗ್ರಿ ಮತ್ತು ಸೌಲಭ್ಯಗಳ ಲಭ್ಯತೆ, ಸರಿಯಾದ ವಾಹಕ ಪರಿಸರ ಮತ್ತು ಕಲಿಕೆಯ ಸಂದರ್ಭಗಳು.

<u>ಪರಿಕಲ್ಪನೆ ರಚನೆ:</u>

ಪರಿಕಲ್ಪನೆಯು ಮಾನಸಿಕ ಪ್ರಾತಿನಿಧ್ಯಗಳಂತಿದ್ದು, ಅವುಗಳ ಸರಳ ರೂಪದಲ್ಲಿ, ಪ್ರಾಣಿಗಳ ಸಸ್ಯ, ಜೀವಂತ/ಸತ್ತ, ಮೇಜು/ಕುರ್ಚಿ, ಸೇಬು ಅಥವಾ ಕಿತ್ತಳೆಗಳಂತಹ ಒಂದೇ ಪದದಿಂದ ವ್ಯಕ್ತಪಡಿಸಬಹುದು (ಉದಾ: ಕ್ಯಾರಿ 2000). ಪರಿಕಲ್ಪನೆಯು ಕೆಲವು ಪದಗಳಿಂದ ವಿವರಿಸಬಹುದಾದ ಕಲ್ಪನೆಗಳ ಗುಂಪನ್ನು ಪ್ರತಿನಿಧಿಸಬಹುದು. ಭಾಷೆಯ ಬಳಕೆಯ ಮೂಲಕ ಹೆಚ್ಚು ಸಂಕೀರ್ಣವಾದ ಪ್ರಾತಿನಿಧ್ಯ ರಚನೆಗಳನ್ನು ನಿರ್ಮಿಸಲು ವೈಯಕ್ತಿಕ ಪರಿಕಲ್ಪನೆಗಳನ್ನು ಸಂಪರ್ಕಿಸಬಹುದು.

ಉದಾಹರಣೆಗೆ: " ಶಿಶುಗಳು ತೆವಳುತ್ತವೆ/ ಪಕ್ಷಿಗಳು ಹಾರುತ್ತವೆ

". ಇತರ ಸಮಯಗಳಲ್ಲಿ ಎರಡು ಪರಿಕಲ್ಪನೆಗಳು ಆಗಿರಬಹುದು: 'ಸಾಂದ್ರತೆ'. ಪ್ರತಿ " ಪರಿಮಾಣ " ಗೆ ' ವಿಷಯ' ಯಾವುದು? ಅಂದರೆ ಒಂದು ಪರಿಕಲ್ಪನೆಯು ಸ್ವತಃ ನಿಂತಿದೆ ಆದರೆ ಎರಡು ಇತರ ಪರಿಕಲ್ಪನೆಗಳ ಉತ್ಪನ್ನವಾಗಿದೆ.

ಭಾಷೆಯ ಬಳಕೆಯ ಮೂಲಕ, ನಾವು ಹೊಸ ಪರಿಕಲ್ಪನೆಗಳನ್ನು ರಚಿಸಬಹುದು, ಅದು ಸ್ವತಃ ನಿಲ್ಲುತ್ತದೆ. ಹೆಚ್ಚು ಸಂಕೀರ್ಣವಾದ ಪರಿಕಲ್ಪನೆಯು ಸಂಪೂರ್ಣ ಕಲ್ಪನೆಯನ್ನು ವಿವರಿಸಬಹುದು, ಉದಾಹರಣೆಗೆ ನೈಸರ್ಗಿಕ ಆಯ್ಕೆಯ ಸಿದ್ಧಾಂತ. ಅಂತೆಯೇ, ಗಣಿತದ ಬಳಕೆಯಾಗಿದ್ದರೂ, ನಾವು ಸ್ವಲ್ಪ ಹೆಚ್ಚು ಅಮೂರ್ತ ಸಿದ್ಧಾಂತಗಳನ್ನು ನಿರ್ಮಿಸಬಹುದು, ಅದು ಕೊನೆಯಲ್ಲಿ ಒಂದು ಕಲ್ಪನೆಯನ್ನು ಪ್ರತಿನಿಧಿಸುತ್ತದೆ, ಉದಾಹರಣೆಗೆ: "ಬ್ರಹ್ಮಾಂಡದ ಬಿಗ್ ಬ್ಯಾಂಗ್ ಮಾದರಿ". ಪದಗಳಲ್ಲಿ, ನಿರ್ದಿಷ್ಟ ಪ್ರಾತಿನಿಧ್ಯ ರಚನೆಯೊಳಗೆ. ಪರಿಕಲ್ಪನೆಗಳು ನಮಗೆ ಕಡಿತಗಳನ್ನು ಮಾಡಲು ಮತ್ತು ಇನ್ನಷ್ಟು ಸಂಕೀರ್ಣವಾದ ವಿಚಾರಗಳನ್ನು ವಿವರಿಸಲು ಸಹಾಯ ಮಾಡುತ್ತವೆ. ಪರಿಕಲ್ಪನೆಯು ಹೆಚ್ಚು ಸಂಕೀರ್ಣವಾದ/ಅಮೂರ್ತ ಪ್ರಾತಿನಿಧ್ಯಗಳ ಕಟ್ಟಡ ಪೆಟ್ಟಿಗೆನಂತೆ ಕಾರ್ಯನಿರ್ವಹಿಸುತ್ತದೆ.

1.2 ಕಲಿಕೆಯಸಿದ್ಧಾಂತಗಳು: - ನಡವಳಿಕೆ: ಪಾವ್ಲೋವ್, ಥಾರ್ನ್ಡೈಕ್, ಸ್ಕಿನ್ನರ್ - ಕಾಗ್ನಿಟಿವಿಸಂ: ಪಿಯಾಗೆಟ್, ಬ್ರೂನರ್ - ಸಾಮಾಜಿಕರಚನೆ: ವೈಗೋಟ್ಸ್ಕಿ, ಬಂದುರಾ:

ಕಲಿಕೆಯ ಸಿದ್ಧಾಂತವನ್ನು ಮನೋವಿಜ್ಞಾನಿಗಳು ಮತ್ತು ಶಿಕ್ಷಣತಜ್ಞರು ಪ್ರತಿಪಾದಿಸುವ ತತ್ವಗಳ ಒಂದು ದೇಹವೆಂದು ವಿವರಿಸಬಹುದು, ಜನರು ಕೌಶಲ್ಯಗಳು, ಜ್ಞಾನ ಮತ್ತು ವರ್ತನೆಗಳನ್ನು ಹೇಗೆ ಪಡೆದುಕೊಳ್ಳುತ್ತಾರೆ ಎಂಬುದನ್ನು ವಿವರಿಸಲು. ಕಲಿಕೆಯ ಪ್ರಕ್ರಿಯೆಯನ್ನು ಸುಧಾರಿಸಲು ಮತ್ತು ವೇಗಗೊಳಿಸಲು ಔಪಚಾರಿಕ ತರಬೇತಿ ಕಾರ್ಯಕ್ರಮಗಳಲ್ಲಿ ಕಲಿಕೆಯ ಸಿದ್ಧಾಂತದ ವಿವಿಧ ಶಾಖೆಗಳನ್ನು ಬಳಸಲಾಗುತ್ತದೆ. ಅಪೇಕ್ಷಿತ ಕಲಿಕೆಯ ಫಲಿತಾಂಶಗಳು, ತರಬೇತಿಯ ಉದ್ದೇಶಗಳು ಮತ್ತು ತರಬೇತಿಯ ಆಳದಂತಹ ಪ್ರಮುಖ ಪರಿಕಲ್ಪನೆಗಳು ಸಹ ಅನ್ವಯಿಸುತ್ತವೆ. ಸರಿಯಾಗಿ ಸಂಯೋಜಿಸಿದಾಗ, ಸಿದ್ಧಾಂತಗಳಿಂದ ಪಡೆದ ಕಲಿಕೆಯ ತತ್ವಗಳು, ಪೈಲಟ್‌ಗಳು ಮತ್ತು ನಿರ್ವಹಣಾ ತಂತ್ರಜ್ಞರಿಗಾಗಿ ವಿಮಾನಯಾನ ಬೋಧಕರಿಗೆ ಮತ್ತು ಸೂಚನಾ ಕಾರ್ಯಕ್ರಮಗಳ ಡೆವಲಪರ್‌ಗಳಿಗೆ ಉಪಯುಕ್ತವಾಗಬಹುದು.

ಜನರು ಹೇಗೆ ಕಲಿಯುತ್ತಾರೆ ಎಂಬುದನ್ನು ವಿವರಿಸಲು ಅನೇಕ ಸಿದ್ಧಾಂತಗಳು ಪ್ರಯತ್ನಿಸಿವೆ. ಮನೋವಿಜ್ಞಾನಿಗಳು ಮತ್ತು ಶಿಕ್ಷಣತಜ್ಞರು ಸಂಪೂರ್ಣ ಒಪ್ಪಂದದಲ್ಲಿಲ್ಲದಿದ್ದರೂ ಸಹ, ಕಲಿಕೆಯನ್ನು ಮೂರು ಮೂಲಭೂತ ವಿಧಾನಗಳ ಸಂಯೋಜನೆಯಿಂದ ವಿವರಿಸಬಹುದು ಎಂದು ಒಪ್ಪಿಕೊಳ್ಳುತ್ತಾರೆ: ನಡವಳಿಕೆ, ಅರಿವಿನ ಸಿದ್ಧಾಂತಗಳು ಮತ್ತು ಸಾಮಾಜಿಕ ರಚನಾತ್ಮಕತೆ.

<u>ವರ್ತನೆಯಅಧ್ಯಯನ:</u>

ಎಲ್ಲಾ ನಡವಳಿಕೆಗಳನ್ನು ಸ್ಥಿತಿ ಮೂಲಕ ಸ್ವಾಧೀನಪಡಿಸಿಕೊಳ್ಳಲಾಗುತ್ತದೆ ಎಂಬ ಕಲ್ಪನೆಯ ಆಧಾರದ ಮೇಲೆ ಕಲಿಕೆಯ ಸಿದ್ಧಾಂತವಾಗಿದೆ. ಪರಿಸರದೊಂದಿಗಿನ ಪರಸ್ಪರ ಕ್ರಿಯೆಯ ಮೂಲಕ ಸ್ಥಿತಿ ಸಂಭವಿಸುತ್ತದೆ. - ವರ್ತನೆಯ ಮನೋವಿಜ್ಞಾನ ಎಂದೂ ಕರೆಯುತ್ತಾರೆ.

<u>ಕಲಿಕೆ:</u>

ಹೊಸ/ಮಾರ್ಪಡಿಸುವುದು ಮತ್ತು ಬಲಪಡಿಸುವುದು, ಅಸ್ತಿತ್ವದಲ್ಲಿರುವ ಜ್ಞಾನ, ನಡವಳಿಕೆ, ಕೌಶಲ್ಯಗಳು, ಮೌಲ್ಯಗಳು/ಆದ್ಯತೆಗಳು ಮತ್ತು ವಿವಿಧ ರೀತಿಯ ಮಾಹಿತಿಯನ್ನು ಸಂಶ್ಲೇಷಿಸುವುದನ್ನು ಒಳಗೊಂಡಿರಬಹುದು.

ಕಲಿಕೆಯ ಪ್ರಗತಿಶೀಲ ನಡವಳಿಕೆಯ ಹೊಂದಾಣಿಕೆಯ ಪ್ರಕ್ರಿಯೆಯಾಗಿದೆ.

ಬಿಎಫ್ ಸ್ಕಿನ್ನರ್:

• ಜತೆಗಾರಿಕೆ/ ಮಾದರಿಯಾದ ಸ್ಥಿತಿ(ಶಾಸ್ತ್ರೀಯ ಸ್ಥಿತಿ) ಮೂಲಕ ಕಲಿಕೆ

• ಪರಿಣಾಮಗಳು / ಕಾರ್ಯಾಚರಣೆಯ ಸ್ಥಿತಿ ಮೂಲಕ ಕಲಿಕೆ.

• ವೀಕ್ಷಣೆ / ಮಾದರಿ ಮೂಲಕ ಕಲಿಕೆ.

ಪಾವ್ಲೋವ್: ಶಾಸ್ತ್ರೀಯಸ್ಥಿತಿ:

• ಮಾದರಿಯಾದ ಸ್ಥಿತಿ(ಶಾಸ್ತ್ರೀಯ ಸ್ಥಿತಿ) ಎನ್ನುವುದು ಪ್ರತಿಫಲಿತ/ಸ್ವಯಂಚಾಲಿತ ರೀತಿಯ ಕಲಿಕೆಯಾಗಿದ್ದು, ಇದರಲ್ಲಿ ಒಂದು ಪ್ರಚೋದನೆಯ ಮೂಲತಃ ಮತ್ತೊಂದು ಪ್ರಚೋದನೆಯಿಂದ ಉಂಟಾಗುವ ಪ್ರತಿಕ್ರಿಯೆಯನ್ನು ಪ್ರಚೋದಿಸುವ ಸಾಮರ್ಥ್ಯವನ್ನು ಪಡೆದುಕೊಳ್ಳುತ್ತದೆ.

• ಮಾದರಿಯಾದ ಸ್ಥಿತಿ(ಶಾಸ್ತ್ರೀಯ ಸ್ಥಿತಿ) ಎನ್ನುವುದು ಕಲಿಕೆಯ ಒಂದು ರೂಪವಾಗಿದ್ದು, ನಿಯಮಾಧೀನ ಪ್ರಚೋದನೆಯ ನಿಯಮಾಧೀನ ಪ್ರತಿಕ್ರಿಯೆ ಎಂದು ಕರೆಯಲ್ಪಡುವ ನಡವಳಿಕೆಯ ಪ್ರತಿಕ್ರಿಯೆಯನ್ನು ಉತ್ಪಾದಿಸುವ ಸಲುವಾಗಿ ಸಂಬಂಧವಿಲ್ಲದ ಬೇಷರತ್ತಾದ ಪ್ರಚೋದನೆಯೊಂದಿಗೆ ಸಂಯೋಜಿಸಲ್ಪಡುತ್ತದೆ.

ಕೊಡುಗೆದಾರರು:

• ಇವಾನ್ ಪಾವ್ಲೋವ್ (1849 - 1936)

• ಜಾನ್ ಬಿ. ವ್ಯಾಟ್ಸನ್ (1878 – 1958)

ಮುಖ್ಯಪರಿಕಲ್ಪನೆಗಳು:

ಹಲವಾರು ರೀತಿಯ ಕಲಿಕೆಗಳು ಅಸ್ತಿತ್ವದಲ್ಲಿವೆ. ಅತ್ಯಂತ ಮೂಲಭೂತ ರೂಪವೆಂದರೆ ಸಹಾಯಕ ಕಲಿಕೆ, ಅಂದರೆ, ಪರಿಸರದಲ್ಲಿನ ಘಟನೆಗಳ ನಡುವೆ ಹೊಸ ಸಂಬಂಧವನ್ನು ಮಾಡುವುದು. ಸಹಾಯಕ ಕಲಿಕೆಯ ಎರಡು ರೂಪಗಳಿವೆ: ಶಾಸ್ತ್ರೀಯ ಸ್ಥಿತಿ/ಶಾಸ್ತ್ರೀಯ ಸ್ಥಿತಿ (ನಾಯಿಗಳೊಂದಿಗೆ ಇವಾನ್ ಪಾವ್ಲೋವ್ನ ಪ್ರಯೋಗಗಳಿಂದ ಪ್ರಸಿದ್ಧವಾಗಿದೆ) ಮತ್ತು ಕಾರ್ಯಾಚರಣೆಯ ಸ್ಥಿತಿ.

ಪಾವ್ಲೋವ್ನಾಯಿಗಳು:

ಇಪ್ಪತ್ತನೇ ಶತಮಾನದ ಆರಂಭದಲ್ಲಿ, ರಷ್ಯಾದ ಶರೀರಶಾಸ್ತ್ರಜ್ಞ ಇವಾನ್ ಪಾವ್ಲೋವ್ ಅವರು ಜೀರ್ಣಕ್ರಿಯೆಯಲ್ಲಿ ನೊಬೆಲ್ ಪ್ರಶಸ್ತಿ ವಿಜೇತ ಕೆಲಸವನ್ನು ಮಾಡಿದರು. ನಾಯಿಗಳ ಜೀರ್ಣಕಾರಿ ಪ್ರಕ್ರಿಯೆಗಳಲ್ಲಿ ಲಾಲಾರಸದ ಪಾತ್ರವನ್ನು ಅಧ್ಯಯನ ಮಾಡುವಾಗ, ಅವರು "ಅತೀಂದ್ರಿಯ ಪ್ರತಿವರ್ತನಗಳು" ಎಂದು ಲೇಬಲ್ ಮಾಡಿದ ವಿದ್ಯಮಾನದ ಮೇಲೆ ಎಡವಿದರು. ಆಕಸ್ಮಿಕ ಆವಿಷ್ಕಾರವಾಗಿದ್ದರೂ, ಅದರ ಪ್ರಾಮುಖ್ಯತೆಯನ್ನು ನೋಡುವ ದೂರದೃಷ್ಟಿಯನ್ನು ಅವರು ಹೊಂದಿದ್ದರು. ಪ್ರಾಯೋಗಿಕ ಕೊಠಡಿಯಲ್ಲಿ ಸಂಯಮದಲ್ಲಿದ್ದ ಪಾವ್ಲೋವ್ ಅವರ ನಾಯಿಗಳಿಗೆ ಮಾಂಸದ ಪುಡಿಯನ್ನು ನೀಡಲಾಯಿತು ಮತ್ತು ಅವುಗಳ ಲಾಲಾರಸವನ್ನು ತಮ್ಮ ಲಾಲಾರಸ ಗ್ರಂಥಿಗಳಲ್ಲಿ ಶಸ್ತ್ರಚಿಕಿತ್ಸೆಯ ಮೂಲಕ ಅಳವಡಿಸಲಾದ ಕೊಳವೆ ಮೂಲಕ ಸಂಗ್ರಹಿಸಲಾಯಿತು. ಕಾಲಾನಂತರದಲ್ಲಿ, ಮಾಂಸದ ಪುಡಿಯನ್ನು ಪ್ರಸ್ತುತಪಡಿಸುವ ಮೊದಲು ಜೊಲ್ಲು ಸುರಿಸಲು ಪ್ರಾರಂಭಿಸುವ ಅವನ ನಾಯಿಗಳು ಹ್ಯಾಂಡ್ಲರ್ ಉಪಸ್ಥಿತಿಯಿಂದ ಅಥವಾ ಮಾಂಸದ ಪುಡಿಯನ್ನು ವಿತರಿಸುವ ಸಾಧನದಿಂದ ಉತ್ಪತ್ತಿಯಾಗುವ ಸದ್ದುಹೊರಡಿಸು ಮಾಡುವ ಶಬ್ದದಿಂದ ಆಗಿರಬಹುದು ಎಂದು ಅವರು ಗಮನಿಸಿದರು.

ಈ ಸಂಶೋಧನೆಯಿಂದ ಆಕರ್ಷಿತರಾದ ಪಾವ್ಲೋವ್ ಮಾಂಸದ ಪುಡಿಯನ್ನು ಗಂಟೆಯ ಉಂಗುರ ನಂತಹ ವಿವಿಧ ಪ್ರಚೋದಕಗಳೊಂದಿಗೆ ಜೋಡಿಸಿದರು. ಮಾಂಸದ ಪುಡಿ ಮತ್ತು ಗಂಟೆ (ಶ್ರವಣೇಂದ್ರಿಯ ಪ್ರಚೋದನೆ) ಅನ್ನು ಹಲವಾರು ಬಾರಿ ಒಟ್ಟಿಗೆ ಪ್ರಸ್ತುತಪಡಿಸಿದ ನಂತರ, ಗಂಟೆಯನ್ನು ಮಾತ್ರ ಬಳಸಲಾಯಿತು. ಪಾವ್ಲೋವ್ನ ನಾಯಿಗಳು, ಊಹಿಸಿದಂತೆ, ಗಂಟೆಯ ಶಬ್ದಕ್ಕೆ (ಆಹಾರವಿಲ್ಲದೆ) ಜೊಲ್ಲು ಸುರಿಸುವ ಮೂಲಕ ಪ್ರತಿಕ್ರಿಯಿಸಿದವು. ಗಂಟೆಯು ತಟಸ್ಥ ಪ್ರಚೋದನೆಯಾಗಿ ಪ್ರಾರಂಭವಾಯಿತು (ಅಂದರೆ ಗಂಟೆ ಸ್ವತಃ ನಾಯಿಗಳ ಜೊಲ್ಲು ಸುರಿಸುವಿಕೆಯನ್ನು ಉತ್ಪಾದಿಸಲಿಲ್ಲ). ಆದಾಗ್ಯೂ, ಜೊಲ್ಲು ಸುರಿಸುವ ಪ್ರತಿಕ್ರಿಯೆಯನ್ನು ಉಂಟುಮಾಡುವ ಪ್ರಚೋದನೆಯೊಂದಿಗೆ ಗಂಟೆಯನ್ನು ಜೋಡಿಸುವ ಮೂಲಕ, ಜೊಲ್ಲು ಸುರಿಸುವ ಪ್ರತಿಕ್ರಿಯೆಯನ್ನು ಪ್ರಚೋದಿಸುವ ಸಾಮರ್ಥ್ಯವನ್ನು ಗಂಟೆ ಪಡೆಯಲು ಸಾಧ್ಯವಾಯಿತು. ಆದ್ದರಿಂದ ಪ್ರಚೋದಕ-ಪ್ರತಿಕ್ರಿಯೆ ಬಂಧಗಳು (ಕೆಲವರು ಕಲಿಕೆಯ ಮೂಲ ಕಟ್ಟಡ ಪೆಟ್ಟಿಗೆ ಎಂದು ಪರಿಗಣಿಸುತ್ತಾರೆ) ಹೇಗೆ ರೂಪುಗೊಳ್ಳುತ್ತವೆ ಎಂಬುದನ್ನು ಪಾವ್ಲೋವ್ ಪ್ರದರ್ಶಿಸಿದರು. ಈ ಸಂಶೋಧನೆಯನ್ನು ಮತ್ತಷ್ಟು ಅನ್ವೇಷಿಸಲು ಅವರು ತಮ್ಮ ವೃತ್ತಿಜೀವನದ ಹೆಚ್ಚಿನ ಭಾಗವನ್ನು ಮೀಸಲಿಟ್ಟರು.

ತಾಂತ್ರಿಕ ಪರಿಭಾಷೆಯಲ್ಲಿ, ಮಾಂಸದ ಪುಡಿಯನ್ನು ಬೇಷರತ್ತಾದ ಪ್ರಚೋದನೆ (UCS) ಎಂದು ಪರಿಗಣಿಸಲಾಗುತ್ತದೆ ಮತ್ತು ನಾಯಿಯ ಜೊಲ್ಲು ಸುರಿಸುವುದು ಬೇಷರತ್ತಾದ ಪ್ರತಿಕ್ರಿಯೆಯಾಗಿದೆ (UCR). ನಾಯಿಯ ಆಹಾರದೊಂದಿಗೆ ಗಂಟೆಯನ್ನು ಸಂಯೋಜಿಸಲು ಕಲಿಯುವವರೆಗೆ ಗಂಟೆಯು ತಟಸ್ಥ ಪ್ರಚೋದನೆಯಾಗಿದೆ. ನಂತರ ಗಂಟೆ ನಿಯಮಾಧೀನ ಪ್ರಚೋದನೆ (CS) ಆಗುತ್ತದೆ, ಇದು ಗಂಟೆ ಮತ್ತು ಆಹಾರದ ನಡುವೆ ಪುನರಾವರ್ತಿತ ಜೋಡಣೆಯ ನಂತರ ಜೊಲ್ಲು ಸುರಿಸುವ ನಿಯಮಾಧೀನ ಪ್ರತಿಕ್ರಿಯೆಯನ್ನು (CR) ಉತ್ಪಾದಿಸುತ್ತದೆ.

ಜಾನ್.ಬಿ. ವ್ಯಾಟ್ಸನ್: ಅರ್ಲಿಮಾದರಿಯಾದಸ್ಥಿತಿ(ಶಾಸ್ತ್ರೀಯಸ್ಥಿತಿ)ಮನುಷ್ಯರೊಂದಿಗೆ:

ಜಾನ್ ಬಿ. ವ್ಯಾಟ್ಸನ್ ಪಾವ್ಲೋವ್ ಅವರ ಕೆಲಸವನ್ನು ಮತ್ತಷ್ಟು ವಿಸ್ತರಿಸಿದರು ಮತ್ತು ಅದನ್ನು ಮನುಷ್ಯರಿಗೆ ಅನ್ವಯಿಸಿದರು. 1921 ರಲ್ಲಿ, ವ್ಯಾಟ್ಸನ್ 11 ತಿಂಗಳ ಶಿಶು ಆಲ್ಬರ್ಟ್ ಅನ್ನು ಅಧ್ಯಯನ ಮಾಡಿದರು. ಈ ಅಧ್ಯಯನದ ಗುರಿಯು ಬಿಳಿ ಇಲಿಗೆ ಭಯಪಡುವಂತೆ ಆಲ್ಬರ್ಟ್ಗೆ ಷರತ್ತು ವಿಧಿಸುವುದು, ಬಿಳಿ ಇಲಿಯನ್ನು ಜೋರಾಗಿ, ಕರ್ಕಶ ಶಬ್ದದೊಂದಿಗೆ (UCS) ಜೋಡಿಸುವುದು. ಮೊದಲಿಗೆ, ಆಲ್ಬರ್ಟ್ಗೆ ಇಲಿಗಳನ್ನು ನೀಡಿದಾಗ ಭಯದ ಯಾವುದೇ ಲಕ್ಷಣವನ್ನು ತೋರಿಸಲಿಲ್ಲ, ಆದರೆ ಒಮ್ಮೆ ಇಲಿಯನ್ನು ಜೋರಾಗಿ ಶಬ್ದದೊಂದಿಗೆ (UCS) ಜೋಡಿಸಲಾಯಿತು; ಆಲ್ಬರ್ಟ್ ಇಲಿಗಳ ಭಯವನ್ನು ಬೆಳೆಸಿಕೊಂಡರು. ದೊಡ್ಡ ಶಬ್ದ (ಯುಸಿಎಸ್) ಭಯವನ್ನು (ಯುಸಿಆರ್) ಪ್ರೇರೇಪಿಸುತ್ತದೆ ಎಂದು ಹೇಳಬಹುದು. ವ್ಯಾಟ್ಸನ್ನ ಪ್ರಯೋಗದ ಪರಿಣಾಮಗಳು ಶಾಸ್ತ್ರೀಯ ಸ್ಥಿತಿ ಮಾನವರಲ್ಲಿ ಕೆಲವು ಭಯಗಳನ್ನು ಉಂಟುಮಾಡಬಹುದು ಎಂದು ಸೂಚಿಸಿತು.

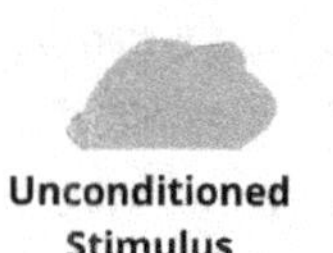

ಚಿತ್ರ 2: ಶಾಸ್ತ್ರೀಯ ಸ್ಥಿತಿ ತತ್ವಗಳು

<u>ಮಾದರಿಯಾದ ಸ್ಥಿತಿ(ಶಾಸ್ತ್ರೀಯಸ್ಥಿತಿ)ಐದುಪ್ರಮುಖತತ್ವಗಳು:</u>

1. ಸ್ವಾಧೀನ:

ಸ್ವಾಧೀನತೆಯ ಕಲಿಕೆಯ ಆರಂಭಿಕ ಹಂತವಾಗಿದ್ದು, ಪ್ರತಿಕ್ರಿಯೆಯನ್ನು ಮೊದಲು ಸ್ಥಾಪಿಸಿದಾಗ ಮತ್ತು ಕ್ರಮೇಣ ಬಲಪಡಿಸಲಾಗುತ್ತದೆ. ಶಾಸ್ತ್ರೀಯ ಸ್ಥಿತಿ/ಮಾದರಿಯಾದ ಸ್ಥಿತಿ ಸ್ವಾಧೀನದ ಹಂತದಲ್ಲಿ, ತಟಸ್ಥ ಪ್ರಚೋದನೆಯು ಬೇಷರತ್ತಾದ ಪ್ರಚೋದನೆಯೊಂದಿಗೆ ಪದೇ ಪದೇ ಜೋಡಿಸಲ್ಪಡುತ್ತದೆ. ನಿಮಗೆ ನೆನಪಿರುವಂತೆ, ಬೇಷರತ್ತಾದ ಪ್ರಚೋದನೆಯು ಸ್ವಾಭಾವಿಕವಾಗಿ ಮತ್ತು ಸ್ವಯಂಚಾಲಿತವಾಗಿ ಯಾವುದೇ ಕಲಿಕೆಯಿಲ್ಲದೆ ಪ್ರತಿಕ್ರಿಯೆಯನ್ನು ಪ್ರಚೋದಿಸುತ್ತದೆ. ಸಂಘ ಮಾಡಿದ ನಂತರ, ಈ ಹಿಂದೆ ತಟಸ್ಥ ಪ್ರಚೋದನೆಗೆ ಪ್ರತಿಕ್ರಿಯೆಯಾಗಿ ವಿಷಯವು ನಡವಳಿಕೆಯನ್ನು ಹೊರಸೂಸಲು ಪ್ರಾರಂಭಿಸುತ್ತದೆ, ಇದನ್ನು ಈಗ ನಿಯಮಾಧೀನ ಪ್ರಚೋದನೆ ಎಂದು ಕರೆಯಲಾಗುತ್ತದೆ. ಈ ಹಂತದಲ್ಲಿಯೇ ಪ್ರತಿಕ್ರಿಯೆಯನ್ನು ಪಡೆದುಕೊಂಡಿದೆ ಎಂದು ನಾವು ಹೇಳಬಹುದು. ಉದಾಹರಣೆಗೆ: ಗಂಟೆಯ ಶಬ್ದಕ್ಕೆ ಪ್ರತಿಕ್ರಿಯೆಯಾಗಿ ನೀವು ನಾಯಿಯನ್ನು ಜೊಲ್ಲು ಸುರಿಸಲು ಸ್ಥಿತಿ ಮಾಡುತ್ತಿದ್ದೀರಿ ಎಂದು ಊಹಿಸಿ (ಚಿತ್ರ 2). ನೀವು ಪದೇ ಪದೇ ಆಹಾರದ ಪ್ರಸ್ತುತಿಯನ್ನು ಗಂಟೆಯ ಧ್ವನಿಯೊಂದಿಗೆ ಜೋಡಿಸುತ್ತೀರಿ. ಬೆಲ್ ಶಬ್ದಕ್ಕೆ ಪ್ರತಿಕ್ರಿಯೆಯಾಗಿ ನಾಯಿ ಜೊಲ್ಲು ಸುರಿಸಲು ಪ್ರಾರಂಭಿಸಿದ ತಕ್ಷಣ ಪ್ರತಿಕ್ರಿಯೆಯನ್ನು ಪಡೆದುಕೊಂಡಿದೆ ಎಂದು ನೀವು ಹೇಳಬಹುದು. ಪ್ರತಿಕ್ರಿಯೆಯನ್ನು ಸ್ಥಾಪಿಸಿದ ನಂತರ, ನಡವಳಿಕೆಯ ಚೆನ್ನಾಗಿ ಕಲಿತಿದೆ ಎಂದು ಖಚಿತಪಡಿಸಿಕೊಳ್ಳಲು ನೀವು ಜೊಲ್ಲು ಸುರಿಸುವ ಪ್ರತಿಕ್ರಿಯೆಯನ್ನು ಕ್ರಮೇಣ ಬಲಪಡಿಸಬಹುದು.

2. ಅಳಿವು:

ಅಳಿವು ಎಂದರೆ ನಿಯಮಾಧೀನ ಪ್ರತಿಕ್ರಿಯೆಯ ಸಂಭವಗಳು ಕಡಿಮೆಯಾಗುವುದು/ ಕಣ್ಮರೆಯಾಗುವುದು. ಶಾಸ್ತ್ರೀಯ ಸ್ಥಿತಿ ನಲ್ಲಿ, ನಿಯಮಾಧೀನ ಪ್ರಚೋದನೆಯ ಬೇಷರತ್ತಾದ ಪ್ರಚೋದನೆಯೊಂದಿಗೆ ಇನ್ನು ಮುಂದೆ ಜೋಡಿಯಾಗದಿದ್ದಾಗ ಇದು ಸಂಭವಿಸುತ್ತದೆ. ಉದಾ: ಆಹಾರದ ವಾಸನೆಯು (ಷರತ್ತುರಹಿತ ಪ್ರಚೋದನೆ) ಒಂದು ಶಿಳ್ಳೆಯ ಶಬ್ದದೊಂದಿಗೆ (ನಿಯಂತ್ರಿತ ಪ್ರಚೋದನೆ) ಜೋಡಿಸಲ್ಪಟ್ಟಿದ್ದರೆ, ಅದು ಅಂತಿಮವಾಗಿ ಹಸಿವಿನ ನಿಯಮಾಧೀನ ಪ್ರತಿಕ್ರಿಯೆಯನ್ನು ಉಂಟುಮಾಡುತ್ತದೆ. ಆದಾಗ್ಯೂ, ಬೇಷರತ್ತಾದ ಪ್ರಚೋದನೆಯು (ಆಹಾರದ ವಾಸನೆ) ಇನ್ನು ಮುಂದೆ ನಿಯಮಾಧೀನ ಪ್ರಚೋದನೆಯೊಂದಿಗೆ (ಶಿಳ್ಳೆ) ಜೋಡಿಸದಿದ್ದರೆ, ಅಂತಿಮವಾಗಿ ನಿಯಮಾಧೀನ ಪ್ರತಿಕ್ರಿಯೆ (ಹಸಿವು) ಕಣ್ಮರೆಯಾಗುತ್ತದೆ.

3. ಸ್ವಾಭಾವಿಕ ಚೇತರಿಕೆ:

ಕೆಲವೊಮ್ಮೆ ಕಲಿತ ಪ್ರತಿಕ್ರಿಯೆಯು ಅಳಿವಿನ ಅವಧಿಯ ನಂತರವೂ ಇದ್ದಕ್ಕಿದ್ದಂತೆ ಮತ್ತೆ ಹೊರಹೊಮ್ಮಬಹುದು. ಸ್ವಾಭಾವಿಕ ಚೇತರಿಕೆ ಎಂದರೆ ವಿಶ್ರಾಂತಿ ಅವಧಿಯ ನಂತರ ಅಥವಾ ಕಡಿಮೆ ಪ್ರತಿಕ್ರಿಯೆಯ ಅವಧಿಯ ನಂತರ ನಿಯಮಾಧೀನ ಪ್ರತಿಕ್ರಿಯೆಯ ಪುನಃ ಕಾಣಿಸಿಕೊಳ್ಳುವುದು. ಉದಾಹರಣೆಗೆ: ಗಂಟೆಯ ಶಬ್ದಕ್ಕೆ ಜೊಲ್ಲು ಸುರಿಸಲು ನಾಯಿಗೆ ತರಬೇತಿ ನೀಡಿದ ನಂತರ, ನೀವು ನಡವಳಿಕೆಯನ್ನು ಬಲಪಡಿಸುವುದನ್ನು ನಿಲ್ಲಿಸುತ್ತೀರಿ ಮತ್ತು ಪ್ರತಿಕ್ರಿಯೆಯು ಅಂತಿಮವಾಗಿ ಅಳಿದುಹೋಗುತ್ತದೆ ಎಂದು ಊಹಿಸಿ. ನಿಯಮಾಧೀನ ಪ್ರಚೋದನೆಯನ್ನು ಪ್ರಸ್ತುತಪಡಿಸದ ವಿಶ್ರಾಂತಿ ಅವಧಿಯ ನಂತರ, ನೀವು ಇದ್ದಕ್ಕಿದ್ದಂತೆ ಗಂಟೆಯನ್ನು ಬಾರಿಸುತ್ತೀರಿ ಮತ್ತು ಪ್ರಾಣಿಯು ಸ್ವಯಂಪ್ರೇರಿತವಾಗಿ ಹಿಂದೆ ಕಲಿತ ಪ್ರತಿಕ್ರಿಯೆಯನ್ನು ಚೇತರಿಸಿಕೊಳ್ಳುತ್ತದೆ. ನಿಯಮಾಧೀನ ಪ್ರಚೋದನೆ ಮತ್ತು ಬೇಷರತ್ತಾದ ಪ್ರಚೋದನೆಯು ಇನ್ನು ಮುಂದೆ ಸಂಬಂಧ ಹೊಂದಿಲ್ಲದಿದ್ದರೆ, ಸ್ವಾಭಾವಿಕ ಚೇತರಿಕೆಯ ನಂತರ ಅಳಿವು ಬಹಳ ವೇಗವಾಗಿ ಸಂಭವಿಸುತ್ತದೆ.

4. ಪ್ರಚೋದನೆಯ ಸಾಮಾನ್ಯೀಕರಣ:

ಪ್ರಚೋದನೆಯ ಸಾಮಾನ್ಯೀಕರಣವು ನಿಯಮಾಧೀನ ಪ್ರಚೋದನೆಯ ಪ್ರತಿಕ್ರಿಯೆಯನ್ನು ನಿಯಮಾಧೀನಗೊಳಿಸಿದ ನಂತರ ಇದೇ ರೀತಿಯ ಪ್ರತಿಕ್ರಿಯೆಗಳನ್ನು ಉಂಟುಮಾಡುವ ಪ್ರವೃತ್ತಿಯಾಗಿದೆ. ಉದಾ: ನಾಯಿಯು ಗಂಟೆಯ ಶಬ್ದದಲ್ಲಿ ಜೊಲ್ಲು ಸುರಿಸಲು ನಿಯಮಾಧೀನಗೊಳಿಸಿದ್ದರೆ, ಪ್ರಾಣಿಯು ನಿಯಮಾಧೀನ ಪ್ರಚೋದನೆಗೆ ಹೋಲುವ ಪ್ರಚೋದಕಗಳಿಗೆ ಅದೇ ಪ್ರತಿಕ್ರಿಯೆಯನ್ನು ಪ್ರದರ್ಶಿಸಬಹುದು. ಜಾನ್ ಬಿ. ವ್ಯಾಟ್ಸನ್ ಅವರ ಪ್ರಸಿದ್ಧ ಲಿಟಲ್ ಆಲ್ಬರ್ಟ್ ಪ್ರಯೋಗದಲ್ಲಿ, ಉದಾಹರಣೆಗೆ: ಒಂದು ಸಣ್ಣ ಮಗುವಿಗೆ ಬಿಳಿ ಇಲಿಯನ್ನು ಭಯಪಡುವಂತೆ ಷರತ್ತು ವಿಧಿಸಲಾಯಿತು. ತುಂಬಿದ ಆಟಿಕೆಗಳು ಮತ್ತು ವ್ಯಾಟ್ಸನ್ ಸ್ವಂತ ಕೂದಲು ಸೇರಿದಂತೆ ಇತರ ಅಸ್ಪಷ್ಟ ಬಿಳಿ ವಸ್ತುಗಳಿಗೆ ಪ್ರತಿಕ್ರಿಯೆಯಾಗಿ ಭಯವನ್ನು ಪ್ರದರ್ಶಿಸುವ ಮೂಲಕ ಮಗು ಪ್ರಚೋದನೆಯ ಸಾಮಾನ್ಯೀಕರಣವನ್ನು ಪ್ರದರ್ಶಿಸಿತು.

5. ಪ್ರಚೋದಕ ತಾರತಮ್ಯ:

ತಾರತಮ್ಯವು ನಿಯಮಾಧೀನ ಪ್ರಚೋದನೆ ಮತ್ತು ಬೇಷರತ್ತಾದ ಪ್ರಚೋದನೆಯೊಂದಿಗೆ ಜೋಡಿಯಾಗಿರದ ಇತರ ಪ್ರಚೋದಕಗಳ ನಡುವೆ ವ್ಯತ್ಯಾಸವನ್ನು ತೋರಿಸುವ ಸಾಮರ್ಥ್ಯವಾಗಿದೆ. ಉದಾ: ಗಂಟೆ ಸ್ವರ ನಿಯಮಾಧೀನ ಪ್ರಚೋದಕವಾಗಿದ್ದರೆ, ತಾರತಮ್ಯವು ಗಂಟೆ ಸ್ವರ ಮತ್ತು ಇತರ ರೀತಿಯ ಶಬ್ದಗಳ ನಡುವಿನ ವ್ಯತ್ಯಾಸವನ್ನು ಹೇಳಲು ಸಾಧ್ಯವಾಗುತ್ತದೆ. ವಿಷಯವು ಈ ಪ್ರಚೋದಕಗಳ

ನಡುವೆ ವ್ಯತ್ಯಾಸವನ್ನು ಗುರುತಿಸಲು ಸಮರ್ಥವಾಗಿರುವ ಕಾರಣ, ನಿಯಮಾಧೀನ ಪ್ರಚೋದನೆಯನ್ನು ಪ್ರಸ್ತುತಪಡಿಸಿದಾಗ ಮಾತ್ರ ಅವನು / ಅವಳು ಪ್ರತಿಕ್ರಿಯಿಸುತ್ತಾರೆ.

<u>ಎಡ್ವರ್ಡ್‌ಥಾರ್ನ್ಡಿಕ್: ಪ್ರಯೋಗಮತ್ತುದೋಷ:</u>

ಎಡ್ವರ್ಡ್ ಥೋಸ್ನ್ಡಿಕ್ (1874 - 1949) ಮನೋವಿಜ್ಞಾನದಲ್ಲಿ ಕಲಿಕೆಯ ಸಿದ್ಧಾಂತದ ಕೆಲಸಕ್ಕಾಗಿ ಪ್ರಸಿದ್ಧರಾಗಿದ್ದಾರೆ, ಅದು ನಡವಳಿಕೆಯೊಳಗೆ ಆಪರೇಂಟ್ ಕಂಡೀಷನಿಂಗ್ ಬೆಳವಣಿಗೆಗೆ ಕಾರಣವಾಗುತ್ತದೆ. ಮಾದರಿಯಾದ ಸ್ಥಿತಿ/ ಶಾಸ್ತ್ರೀಯ ಸ್ಥಿತಿ ಘಟನೆಗಳ ನಡುವಿನ ಸಂಬಂಧಗಳನ್ನು ಅಭಿವೃದ್ಧಿಪಡಿಸುವುದರ ಮೇಲೆ ಅವಲಂಬಿತವಾಗಿರುತ್ತದೆ, ಕಾರ್ಯಾಚರಣೆಯ ಸ್ಥಿತಿ ನಮ್ಮ ನಡವಳಿಕೆಯ ಪರಿಣಾಮಗಳಿಂದ ಕಲಿಯುವುದನ್ನು ಒಳಗೊಂಡಿರುತ್ತದೆ. ಪರಿಣಾಮಗಳ ಮೂಲಕ ಕಲಿಕೆಯನ್ನು ಅಧ್ಯಯನ ಮಾಡಿದ ಮೊದಲ ಮನಶ್ಯಾಸ್ತ್ರಜ್ಞ ಸ್ಕಿನ್ನರ್ ಅಲ್ಲ. ವಾಸ್ತವವಾಗಿ, ಸ್ಕಿನ್ನರ್‌ನ ಕಾರ್ಯಾಚರಣೆಯ ಸ್ಥಿತಿ ಸಿದ್ಧಾಂತವು ಎಡ್ವರ್ಡ್ ಥಾನ್‌ರ್ಡ್ಯೃಕ್‌ನ ಕಲ್ಪನೆಗಳ ಮೇಲೆ ನಿರ್ಮಿಸಲ್ಪಟ್ಟಿದೆ.

ಅವರು ಒಗಟು ಪೆಟ್ಟಿಗೆನಲ್ಲಿ ಬೆಕ್ಕನ್ನು ಇರಿಸಿದರು (ಚಿತ್ರ 3), ಹೊರಗೆ ಇರಿಸಲಾದ ಮೀನಿನ ಸ್ಕ್ಯಾಪ್ ಅನ್ನು ತಲುಪಲು ತಪ್ಪಿಸಿಕೊಳ್ಳಲು ಪ್ರೋತ್ಸಾಹಿಸಲಾಯಿತು. ಥಾರ್ನ್ಡಿಕ್ ಒಂದು ಬೆಕ್ಕನ್ನು ಪೆಟ್ಟಿಗೆಯಲ್ಲಿ ಹಾಕುತ್ತಾನೆ ಮತ್ತು ತಪ್ಪಿಸಿಕೊಳ್ಳಲು ಎಷ್ಟು ಸಮಯ ತೆಗೆದುಕೊಳ್ಳುತ್ತದೆ. ಬೆಕ್ಕುಗಳು ಒಗಟು ಪೆಟ್ಟಿಗೆಯಿಂದ ತಪ್ಪಿಸಿಕೊಳ್ಳಲು ಮತ್ತು ಮೀನುಗಳನ್ನು ತಲುಪಲು ವಿಭಿನ್ನ ಮಾರ್ಗಗಳನ್ನು ಪ್ರಯೋಗಿಸಿದವು. ಅಂತಿಮವಾಗಿ ಅವರು ಪಂಜರವನ್ನು ತೆರೆದ ಹಿಡಿ ಮೇಲೆ ಎಡವಿ ಬೀಳುತ್ತಾರೆ. ಅದು ತಪ್ಪಿಸಿಕೊಂಡ ನಂತರ ಅದನ್ನು ಮತ್ತೆ ಹಾಕಲಾಯಿತು, ಮತ್ತು ಮತ್ತೊಮ್ಮೆ ತಪ್ಪಿಸಿಕೊಳ್ಳಲು ತೆಗೆದುಕೊಂಡ ಸಮಯವನ್ನು ಗಮನಿಸಲಾಯಿತು. ಸತತ ಪ್ರಯೋಗಗಳಲ್ಲಿ ಬೆಕ್ಕುಗಳು ಹಿಡಿ ಅನ್ನು ಒತ್ತುವುದು ಅನುಕೂಲಕರ ಪರಿಣಾಮಗಳನ್ನು ಉಂಟುಮಾಡುತ್ತದೆ ಎಂದು ತಿಳಿಯುತ್ತದೆ ಮತ್ತು ಅವರು ಈ ನಡವಳಿಕೆಯನ್ನು ಅಳವಡಿಸಿಕೊಳ್ಳುತ್ತಾರೆ, ಹಿಡಿ ಅನ್ನು ಒತ್ತುವುದರಲ್ಲಿ ಹೆಚ್ಚು ತ್ವರಿತವಾಗುತ್ತಾರೆ.

ಎಡ್ವರ್ಡ್ ಥೋಸ್ನ್ಡಿಕ್ ಅವರು "ಪರಿಣಾಮದ ನಿಯಮ" ವನ್ನು ಮಂಡಿಸಿದರು, ಇದು ಆಹ್ಲಾದಕರ ಪರಿಣಾಮಗಳನ್ನು ಅನುಸರಿಸುವ ಯಾವುದೇ ನಡವಳಿಕೆಯು ಪುನರಾವರ್ತನೆಯಾಗುವ ಸಾಧ್ಯತೆಯಿದೆ ಮತ್ತು ಅಹಿತಕರ ಪರಿಣಾಮಗಳನ್ನು ಅನುಸರಿಸುವ ಯಾವುದೇ ನಡವಳಿಕೆಯನ್ನು ನಿಲ್ಲಿಸುವ ಸಾಧ್ಯತೆಯಿದೆ ಎಂದು ಹೇಳಿದೆ.

• ಪರಿಣಾಮದ ನಿಯಮವು ಒಂದು ನಿರ್ದಿಷ್ಟ ಸನ್ನಿವೇಶದಲ್ಲಿ ತೃಪ್ತಿಕರ ಪರಿಣಾಮವನ್ನು ಉಂಟುಮಾಡುವ ಪ್ರತಿಕ್ರಿಯೆಗಳು ಮತ್ತೆ ಸಂಭವಿಸುವ ಸಾಧ್ಯತೆ ಹೆಚ್ಚು ಎಂದು ಹೇಳುತ್ತದೆ, ಆದರೆ ಅಹಿತಕರ ಪರಿಣಾಮವನ್ನು ಉಂಟುಮಾಡುವ ಪ್ರತಿಕ್ರಿಯೆಗಳು ಪುನರಾವರ್ತನೆಯಾಗುವ ಸಾಧ್ಯತೆ ಕಡಿಮೆ.

• ಪ್ರತಿ ಮಾನವ ನಡವಳಿಕೆಯಲ್ಲಿಯೂ ಪರಿಣಾಮದ ನಿಯಮವು ಕಾರ್ಯನಿರ್ವಹಿಸುತ್ತದೆ. ಚಿಕ್ಕ ವಯಸ್ಸಿನಿಂದಲೇ, ಇದೇ ರೀತಿಯ ಪ್ರಯೋಗ ಮತ್ತು ದೋಷ ಪ್ರಕ್ರಿಯೆಯ ಮೂಲಕ ನಾವು ಯಾವ ಕ್ರಿಯೆಗಳು ಪ್ರಯೋಜನಕಾರಿ ಮತ್ತು ಹಾನಿಕಾರಕವೆಂದು ಕಲಿಯುತ್ತೇವೆ.

• <u>ಸನ್ನದ್ಧತೆಯನಿಯಮ</u> - ಅವರ ಪ್ರಕಾರ ಕಲಿಕೆಯ ಮೊದಲ ಪ್ರಾಥಮಿಕ ನಿಯಮವೆಂದರೆ 'ಸಿದ್ಧತೆಯ ನಿಯಮ' ಅಥವಾ 'ಕ್ರಿಯ ಪ್ರವೃತ್ತಿಯ ನಿಯಮ', ಅಂದರೆ ಪೂರ್ವಸಿದ್ಧತಾ ಹೊಂದಾಣಿಕೆ, ಹೊಂದಿಸಿ / ವರ್ತನೆಯ ಮೂಲಕ ಕ್ರಿಯೆಯ ಪ್ರವೃತ್ತಿಯನ್ನು ಪ್ರಚೋದಿಸಿದಾಗ ಕಲಿಕೆ ನಡೆಯುತ್ತದೆ. ಸಿದ್ಧತೆ ಎಂದರೆ ಕ್ರಿಯೆಯ ಸಿದ್ಧತೆ. ಒಬ್ಬನು ಕಲಿಯಲು ಸಿದ್ಧನಾಗದಿದ್ದರೆ, ಅವನಲ್ಲಿ ಕಲಿಕೆಯನ್ನು ಸ್ವಯಂಚಾಲಿತವಾಗಿ ತುಂಬಲು ಸಾಧ್ಯವಿಲ್ಲ, ಉದಾಹರಣೆಗೆ: ಬೆರಳಚ್ಚುಗಾರ

, ಟೈಪಿಂಗ್ ಕಲಿಯಲು ತನ್ನನ್ನು ತಾನು ಪ್ರಾರಂಭಿಸಲು ಸಿದ್ಧನಾಗದಿದ್ದರೆ, ಅವನು ಆಲಸ್ಯ ಮತ್ತು ಸಿದ್ಧವಿಲ್ಲದ ರೀತಿಯಲ್ಲಿ ಹೆಚ್ಚಿನ ಪ್ರಗತಿಯನ್ನು ಸಾಧಿಸುವುದಿಲ್ಲ.

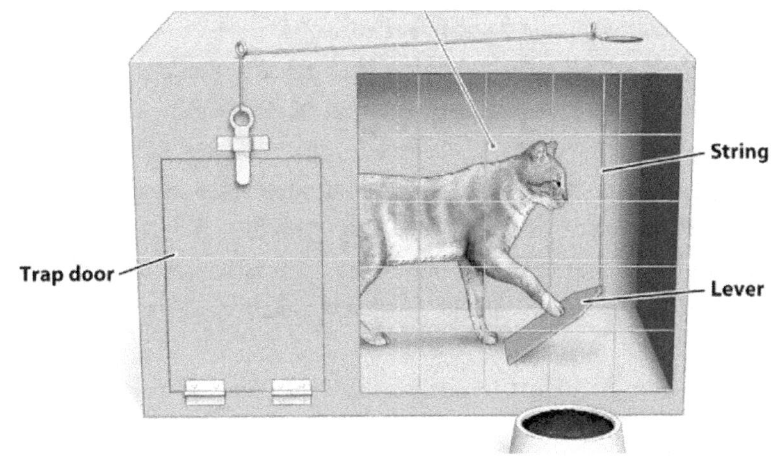

Enter Capಚಿತ್ರ 3: ಎಡ್ವರ್ಡ್ ಥಾರ್ನ್ಡಿಕ್: ಪ್ರಯೋಗ ಮತ್ತು ದೋಷation

• <u>ವ್ಯಾಯಾಮದನಿಯಮ</u> - ಕಲಿಕೆಯ ಎರಡನೆಯ ನಿಯಮವೆಂದರೆ 'ವ್ಯಾಯಾಮದ ನಿಯಮ', ಇದರರ್ಥ ಅಭ್ಯಾಸವು ಕಲಿಕೆಯ ದಕ್ಷತೆ ಮತ್ತು ಬಾಳಿಕೆಯನ್ನು ಹೆಚ್ಚಿಸಲು ಸಹಾಯ ಮಾಡುತ್ತದೆ ಮತ್ತು ಥಾರ್ನ್ಡಿಕ್ನ ಎಸ್ಆರ್ ಬಾಂಡ್ ಸಿದ್ಧಾಂತದ ಪ್ರಕಾರ, ಸಂಪರ್ಕಗಳು ಜಾಡು/ಅಭ್ಯಾಸ ಮತ್ತು ಸಂಪರ್ಕಗಳೊಂದಿಗೆ ಬಲಗೊಳ್ಳುತ್ತವೆ. ಪ್ರಯೋಗ/ಅಭ್ಯಾಸವನ್ನು ನಿಲ್ಲಿಸಿದಾಗ ದುರ್ಬಲಗೊಳ್ಳುತ್ತವೆ. 'ವ್ಯಾಯಾಮದ ನಿಯಮ', ಆದ್ದರಿಂದ, ಮೆದುಳಿನ ತೊಗಟೆ ನಲ್ಲಿ ಮಾಡಲಾದ ಸಂಪರ್ಕಗಳು / ಬಂಧಗಳು ದುರ್ಬಲಗೊಳ್ಳುವ ಅಥವಾ ಸಡಿಲಗೊಳ್ಳುವ ಸಂದರ್ಭದಲ್ಲಿ 'ಬಳಕೆ ಮತ್ತು ಬಳಕೆಯ ನಿಯಮ' ಎಂದೂ ಅರ್ಥೈಸಲಾಗುತ್ತದೆ.

ಈ ಪ್ರಕರಣದ ಅನೇಕ ಉದಾಹರಣೆಗಳು ಮಾನವ ಕಲಿಕೆಯ ಸಂದರ್ಭದಲ್ಲಿ ಕಂಡುಬರುತ್ತವೆ. ಮೋಟಾರು-ಕಾರನ್ನು ಓಡಿಸಲು ಕಲಿಯುವುದು, ಟೈಪ್ರೈಟಿಂಗ್, ಹಾಡುವುದು/ಕವನ/ಗಣಿತದ ಕೋಷ್ಟಕ, ಮತ್ತು ಸಂಗೀತ ಇತ್ಯಾದಿಗಳನ್ನು ಕಂಠಪಾಠ ಮಾಡುವುದು, ಹಲವಾರು ಬಾರಿ ವ್ಯಾಯಾಮ ಮತ್ತು ವಿವಿಧ ಚಲನೆಗಳು ಮತ್ತು ಕ್ರಿಯೆಗಳ ಪುನರಾವರ್ತನೆ ಅಗತ್ಯವಿರುತ್ತದೆ.

• <u>ಪರಿಣಾಮದನಿಯಮ</u> - ಮೂರನೇ ನಿಯಮವು 'ಪರಿಣಾಮದ ನಿಯಮ', ಅದರ ಪ್ರಕಾರ ಬಾಂಡ್/ಸಂಪರ್ಕದಲ್ಲಿ ತೃಪ್ತಿಯ ಮುದ್ರೆಗಳಿಗೆ ಕಾರಣವಾಗುವ ಪ್ರಯೋಗ/ಹಂತಗಳು. ತೃಪ್ತಿಕರ ಸ್ಥಿತಿಗಳು ಸಂಪರ್ಕದ ಬಲವರ್ಧನೆ ಮತ್ತು ಬಲವರ್ಧನೆಗೆ ಕಾರಣವಾಗುತ್ತವೆ, ಆದರೆ ಅತೃಪ್ತಿ, ಕಿರಿಕಿರಿ/ ನೋವು ಸಂಪರ್ಕವನ್ನು ದುರ್ಬಲಗೊಳಿಸಲು/ಮುಚ್ಚಿಹಾಕಲು ಕಾರಣವಾಗುತ್ತದೆ. ವಾಸ್ತವವಾಗಿ, 'ಪರಿಣಾಮದ ನಿಯಮ' ಎಂದರೆ ಪ್ರತಿಕ್ರಿಯೆಯು ವಿಷಯವನ್ನು ತೃಪ್ತಿಪಡಿಸಿದರೆ, ಅವರು ಕಲಿತರು ಮತ್ತು ಆಯ್ಕೆ ಮಾಡುತ್ತಾರೆ, ಆದರೆ ತೃಪ್ತಿಕರವಲ್ಲದವುಗಳನ್ನು ತೆಗೆದುಹಾಕಲಾಗುತ್ತದೆ. ಆದ್ದರಿಂದ, ಬೋಧನೆಯು ಸಂತೋಷಕರವಾಗಿರಬೇಕು. ಶಿಕ್ಷಕನು ತನ್ನ ವಿದ್ಯಾರ್ಥಿಗಳ ಅಭಿರುಚಿ ಮತ್ತು

ಆಸಕ್ತಿಗಳನ್ನು ಪಾಲಿಸಬೇಕು. ಬೇರೆ ರೀತಿಯಲ್ಲಿ ಹೇಳುವುದಾದರೆ, ಹೆಚ್ಚಿನ ತೃಪ್ತಿಯು ಕಲಿಯುವ ಉದ್ದೇಶವಾಗಿರುತ್ತದೆ. ಹೀಗಾಗಿ, ತೀವ್ರತೆಯು 'ಪರಿಣಾಮದ ನಿಯಮ'ದ ಪ್ರಮುಖ ಸ್ಥಿತಿಯಾಗಿದೆ. ಈ ಮೂರು ಮೂಲಭೂತ ಕಾನೂನುಗಳಲ್ಲದೆ, ಕಲಿಕೆಯ ಪ್ರಕ್ರಿಯೆಯನ್ನು ವಿವರಿಸಲು ಸಹಾಯ ಮಾಡುವ ಐದು ಅಧೀನ ಕಾನೂನುಗಳನ್ನು ಸಹ ಥಾರ್ನ್‌ಡಿಕ್ ಉಲ್ಲೇಖಿಸುತ್ತದೆ.

• <u>ಬಹುಸಂಖ್ಯೆಯನಿಯಮ</u>- ಪ್ರತಿಕ್ರಿಯೆ- ಅದರ ಪ್ರಕಾರ ಜೀವಿಯು ಸೂಕ್ತವಾದ ನಡವಳಿಕೆಯನ್ನು ಹೊಡೆಯುವವರೆಗೆ ಅದರ ಪ್ರತಿಕ್ರಿಯೆಯನ್ನು ಬದಲಾಯಿಸುತ್ತದೆ ಅಥವಾ ಬದಲಾಯಿಸುತ್ತದೆ. ಪ್ರತಿಕ್ರಿಯೆಗಳನ್ನು ಬದಲಾಯಿಸದೆ, ಪರಿಹಾರಕ್ಕಾಗಿ ಪತ್ರವ್ಯವಹಾರವು ಎಂದಿಗೂ ಹೊರಹೊಮ್ಮುವುದಿಲ್ಲ. ಒಬ್ಬ ವ್ಯಕ್ತಿಯ ಒಗಟನ್ನು ಪರಿಹರಿಸಲು ಬಯಸಿದರೆ, ಅವನು ಯಾಂತ್ರಿಕವಾಗಿ ಅದೇ ರೀತಿಯಲ್ಲಿ ಮುಂದುವರಿಯುವ ಬದಲು ವಿಭಿನ್ನ ರೀತಿಯಲ್ಲಿ ಪ್ರಯತ್ನಿಸಬೇಕು. ಪಝುಲ್ ಬಾಕ್ಸ್‌ನಲ್ಲಿರುವ ಥಾರ್ನ್‌ಡಿಕ್‌ನ ಬೆಕ್ಕು ಚಲಿಸಿತು ಮತ್ತು ಹೊರಬರಲು ಹಲವು ಮಾರ್ಗಗಳನ್ನು ಪ್ರಯತ್ನಿಸಿತು, ಅಂತಿಮವಾಗಿ ಅದು ಬಾಗಿಲನ್ನು ತೆರೆದ ತನ್ನ ಪಂಜದಿಂದ ಬೀಗವನ್ನು ಹೊಡೆದು ಅದು ಹೊರಗೆ ಹಾರಿತು.

• <u>ಸೆಟ್ / ವರ್ತನೆಯನಿಯಮ</u> - ಕಲಿಕೆಯು ಜೀವಿಗಳ ಒಟ್ಟು ಸೆಟ್ / ವರ್ತನೆಯಿಂದ ಮಾರ್ಗದರ್ಶಿಸಲ್ಪಡುತ್ತದೆ, ಇದು ವ್ಯಕ್ತಿಯ ಏನು ಮಾಡುತ್ತಾನೆ ಎಂಬುದನ್ನು ನಿರ್ಧರಿಸುತ್ತದೆ ಆದರೆ ಅವನನ್ನು ತೃಪ್ತಿಪಡಿಸುತ್ತದೆ ಅಥವಾ ಕಿರಿಕಿರಿಗೊಳಿಸುತ್ತದೆ. ಉದಾಹರಣೆಗೆ, ಕ್ರಿಕೆಟಿಗನು ಶತಕವನ್ನು ಗಳಿಸಲು ತನ್ನನ್ನು ತಾನೇ ಹೊಂದಿಸಿಕೊಳ್ಳದಿದ್ದರೆ, ಅವನು ಹೆಚ್ಚು ರನ್ ಗಳಿಸಲು ಸಾಧ್ಯವಾಗುವುದಿಲ್ಲ. ಒಬ್ಬ ವಿದ್ಯಾರ್ಥಿ, ಅದೇ ರೀತಿ, ಅವನು ಮೊದಲ ಸ್ಥಾನವನ್ನು ಪಡೆಯಲು ಹೊಂದಿಸದಿದ್ದರೆ ಮತ್ತು ಉನ್ನತ ಸ್ಥಾನದಲ್ಲಿರುವ ಮನೋಭಾವವನ್ನು ಹೊಂದಿಲ್ಲದಿದ್ದರೆ, ಸಮಯದಿಂದ ದೂರವಿರುವಾಗ ಮತ್ತು ಹೆಚ್ಚು ಕಲಿಯುವುದಿಲ್ಲ. ಆದ್ದರಿಂದ, ಅವನು ಹೆಚ್ಚು ಕಲಿಯಲು ಅಥವಾ ಉತ್ಕೃಷ್ಟಗೊಳಿಸಲು ಹೊಂದಿಸಿದರೆ ಕಲಿಕೆಯ ವ್ಯಕ್ತಿಯಲ್ಲಿ ಹೆಚ್ಚು ಪರಿಣಾಮ ಬೀರುತ್ತದೆ.

• <u>ಅಂಶಗಳಪೂರ್ವ-ಸಾಮರ್ಥ್ಯ</u>- ಈ ಕಾನೂನಿನ ಪ್ರಕಾರ, ಕಲಿಯುವವರು ಸನ್ನಿವೇಶದಲ್ಲಿ ಪ್ರಮುಖ/ಅಗತ್ಯವಾದವುಗಳಿಗೆ ಆಯ್ದುವಾಗಿ ಪ್ರತಿಕ್ರಿಯಿಸುತ್ತಾರೆ ಮತ್ತು ಅಪ್ರಸ್ತುತ/ಅಗತ್ಯವಲ್ಲದ ಇತರ ವೈಶಿಷ್ಟ್ಯಗಳು/ಅಂಶಗಳನ್ನು ನಿಲರ್ಕ್ಷಿಸುತ್ತಾರೆ. ಪರಿಸ್ಥಿತಿಯ ಅಗತ್ಯ/ಸಂಬಂಧಿತ ಭಾಗವನ್ನು ನಿಭಾಯಿಸುವ ಸಾಮರ್ಥ್ಯವು ವಿಶ್ಲೇಷಣಾತ್ಮಕ ಮತ್ತು ಒಳನೋಟವುಳ್ಳ ಕಲಿಕೆಯನ್ನು ಸಾಧ್ಯವಾಗಿಸುತ್ತದೆ. ಅಂಶಗಳ ಪೂರ್ವ-ಸಾಮರ್ಥ್ಯದ ಈ ನಿಯಮದಲ್ಲಿ, ಥಾರ್ನ್‌ಡಿಕ್ ನಿಜವಾಗಿಯೂ ಕಲಿಕೆಯಲ್ಲಿ ಒಳನೋಟವನ್ನು ನಿರೀಕ್ಷಿಸುತ್ತಿದ್ದಾನೆ, ಇದನ್ನು ಗೆಸ್ಟಾಲ್ಟ್‌ನ್‌ಗಳು ಹೆಚ್ಚು ಒತ್ತಿಹೇಳುತ್ತವೆ.

• <u>ಲಾಆಫ್‌ರೆಸ್ಪಾನ್ಸ್‌ಬೈಸಾದೃಶ್ಯ</u>- ಈ ಕಾನೂನಿನ ಪ್ರಕಾರ, ವ್ಯಕ್ತಿಯ ಹೊಸ ಪರಿಸ್ಥಿತಿಯನ್ನು ಕಲಿಯುವಾಗ ಹಳೆಯ ಅನುಭವಗಳನ್ನು/ಸ್ವಾಧೀನಗಳನ್ನು ಬಳಸಿಕೊಳ್ಳುತ್ತಾನೆ. ಇದೇ ಹಿಂದಿನ ಪರಿಸ್ಥಿತಿಯಲ್ಲಿ ಇದ್ದಂತೆ ಹೊಸ ಪರಿಸ್ಥಿತಿಯಲ್ಲಿ ಸಾಮಾನ್ಯ ಅಂಶಗಳನ್ನು ಬಳಸಿಕೊಳ್ಳುವ ಪ್ರವೃತ್ತಿ ಇದೆ. ಉದಾಹರಣೆಗೆ, ಕಾರನ್ನು ಚಾಲನೆ ಮಾಡುವ ಕಲಿಕೆಯ ಮೋಟಾರು ಸೈಕಲ್ ಚಾಲನೆ/ ಸ್ಕೂಟರ ಸವಾರಿ ಮಾಡುವ ಹಿಂದಿನ ಕೌಶಲ್ಯದಿಂದ ಸುಗಮಗೊಳಿಸಲ್ಪಟ್ಟಿದೆ ಏಕೆಂದರೆ ದೃಷ್ಟಿಕೋನ/ ಸಮತೋಲನವನ್ನು ಕಾಪಾಡಿಕೊಳ್ಳುವುದು ಮತ್ತು ಹ್ಯಾಂಡಲ್ ಅನ್ನು ನಿಯಂತ್ರಿಸುವುದು ಕಾರನ್ನು ಸ್ಟೀರಿಂಗ್ ಮಾಡಲು ಸಹಾಯ ಮಾಡುತ್ತದೆ.

• <u>ದಿಲಾಆಫ್‌ಅಸೋಸಿಯೇಟಿವ್‌ಶಿಫ್ಟಿಂಗ್</u> - ಈ ಕಾನೂನಿನ ಪ್ರಕಾರ ನಾವು ಪ್ರತಿಕ್ರಿಯೆಯನ್ನು ಪಡೆಯಬಹುದು, ಅದರಲ್ಲಿ ಒಬ್ಬ ಕಲಿಯುವವನು ಸಮರ್ಥನಾಗಿದ್ದಾನೆ, ಅವನು ಸೂಕ್ತವಾಗಿರುವ

ಯಾವುದೇ ಪರಿಸ್ಥಿತಿಯೊಂದಿಗೆ ಸಂಬಂಧ ಹೊಂದಿದ್ದಾನೆ. ಥೋರ್ನ್‌ಡೈಕ್ ಇದನ್ನು ಬೆಕ್ಕಿನ ಆಜ್ಞೆಯ ಮೇರೆಗೆ ನಿಲ್ಲಲು ಕಲಿಸುವ ಕ್ರಿಯೆಯಿಂದ ವಿವರಿಸಿದರು. 'ಎದ್ದು ನಿಲ್ಲು' ಎಂದು ಹೇಳುವಾಗ ಬೆಕ್ಕಿನ ಮುಂದೆ ಒಂದು ಮೀನು ತೂಗಾಡುತ್ತಿತ್ತು. 'ಸ್ಟ್ಯಾಂಡ್ ಅಪ್' ಆಜ್ಞೆಯನ್ನು ಉಚ್ಚರಿಸಿದ ನಂತರ ಮೀನುಗಳನ್ನು ಪ್ರಸ್ತುತಪಡಿಸುವ ಮೂಲಕ ಹಲವಾರು ಹಾದಿಗಳ ನಂತರ, ಅವರು ನಂತರ ಮೀನನ್ನು ಹೊರಹಾಕಿದರು ಮತ್ತು 'ಸ್ಟ್ಯಾಂಡ್ ಅಪ್' ನ ಒಟ್ಟಾರೆ ಆಜ್ಞೆಯು ಬೆಕ್ಕಿನಲ್ಲಿ ಎದ್ದುನಿಂತು/ಅವಳ ಹಿಂಗಾಲುಗಳ ಪ್ರತಿಕ್ರಿಯೆಯನ್ನು ಪ್ರಚೋದಿಸಲು ಸಾಕಾಗುತ್ತದೆ.

<u>*ಥಾರ್ನ್‌ಡೈಕ್‌ಕಲಿಕೆಯತತ್ವಗಳು:*</u>

- ಕಲಿಕೆಯು ಪ್ರಯೋಗ ಮತ್ತು ದೋಷ/ಆಯ್ಕೆ ಮತ್ತು ಸಂಪರ್ಕವನ್ನು ಒಳಗೊಂಡಿರುತ್ತದೆ.
- ಕಲಿಕೆಯ ರಚನೆ/ಸಂಪರ್ಕದ ಫಲಿತಾಂಶವಾಗಿದೆ.
- ಕಲಿಕೆಯ ಹೆಚ್ಚುತ್ತಿರುವ ಒಳನೋಟವಲ್ಲ.
- ಕಲಿಕೆಯು ಕಲ್ಪನೆಗಳಿಂದ ಮಧ್ಯಸ್ಥಿಕೆಯಲ್ಲಿಲ್ಲ ನೇರವಾಗಿರುತ್ತದೆ.

<u>*B.F ಸ್ಕಿನ್ನರ್: ಕಾರ್ಯಾಚರಣೆಯಸ್ಥಿತಿಮತ್ತುಮಾದರಿಯಾದ/ ಶಾಸ್ತ್ರೀಯಸ್ಥಿತಿ:*</u>

ಬಲವರ್ಧಿತ ನಡವಳಿಕೆಗಳು ಮುಂದುವರೆಯಲು ಒಲವು ತೋರುತ್ತವೆ, ಆದರೆ ಶಿಕ್ಷೆಗೆ ಒಳಗಾದ ನಡವಳಿಕೆಗಳು ಅಂತಿಮವಾಗಿ ಕೊನೆಗೊಳ್ಳುತ್ತವೆ ಎಂಬ ಮೂಲಭೂತ ಕಲ್ಪನೆಯನ್ನು ಆಧರಿಸಿದ ನಡವಳಿಕೆಯ ಸಿದ್ಧಾಂತ. ಸ್ಕಿನ್ನರ್ ಅನ್ನು ಕಾರ್ಯಾಚರಣೆಯ ಸ್ಥಿತಿತಂದೆ ಎಂದು ಪರಿಗಣಿಸಲಾಗುತ್ತದೆ, ಆದರೆ ಅವರ ಕೆಲಸವು ಥಾನ್‌ಡೈಕ್‌ನ (1905) ಪರಿಣಾಮದ ನಿಯಮವನ್ನು ಆಧರಿಸಿದೆ. ಸ್ಕಿನ್ನರ್ ಪರಿಣಾಮದ ನಿಯಮಕ್ಕೆ ಹೊಸ ಪದವನ್ನು ಪರಿಚಯಿಸಿದರು - ಬಲವರ್ಧನೆ.

<u>**ಕೊಡುಗೆದಾರರು:**</u>

- ಬರ್ಹಸ್ ಫ್ರೆಡ್ರಿಕ್ (B.F.) ಸ್ಕಿನ್ನರ್ (1904 - 1990)
- ಇವಾನ್ ಪಾವ್ಲೋವ್ (1849 - 1936)

<u>**ಮುಖ್ಯಪರಿಕಲ್ಪನೆಗಳು:**</u>

ಕಾರ್ಯಾಚರಣೆಯ ಸ್ಥಿತಿ ಮತ್ತು ಶಾಸ್ತ್ರೀಯ ಸ್ಥಿತಿ/ಮಾದರಿಯಾದ ನಡುವಿನ ವ್ಯತ್ಯಾಸವೇನು? ಕಾರ್ಯಾಚರಣೆಯ ಸ್ಥಿತಿನಲ್ಲಿ, ಸ್ವಯಂಪ್ರೇರಿತ ಪ್ರತಿಕ್ರಿಯೆಯನ್ನು ನಂತರ ಬಲಪಡಿಸುವ ಪ್ರಚೋದನೆಯನ್ನು ಅನುಸರಿಸಲಾಗುತ್ತದೆ. ಈ ರೀತಿಯಾಗಿ, ಸ್ವಯಂಪ್ರೇರಿತ ಪ್ರತಿಕ್ರಿಯೆಯನ್ನು (ಉದಾ: ಪರೀಕ್ಷೆಗಾಗಿ ಅಧ್ಯಯನ ಮಾಡುವುದು) ವ್ಯಕ್ತಿಯಿಂದ ಮಾಡುವ ಸಾಧ್ಯತೆ ಹೆಚ್ಚು. ಇದಕ್ಕೆ ವಿರುದ್ಧವಾಗಿ, ಒಂದು ಪ್ರಚೋದನೆಯು ಸ್ವಯಂಚಾಲಿತವಾಗಿ ಅನ್ಯೆಚ್ಛಿಕ ಪ್ರತಿಕ್ರಿಯೆಯನ್ನು ಪ್ರಚೋದಿಸಿದಾಗ ಶಾಸ್ತ್ರೀಯ ಸ್ಥಿತಿ ಆಗಿದೆ.

ಸ್ಕಿನ್ನರ್ (1948) ಅವರು ಇರಿಸಲಾದ ಪ್ರಾಣಿಗಳನ್ನು ಬಳಸಿಕೊಂಡು ಪ್ರಯೋಗಗಳನ್ನು ನಡೆಸುವ ಮೂಲಕ ಕಾರ್ಯಾಚರಣೆಯ ಸ್ಥಿತಿ ಅನ್ನು ಅಧ್ಯಯನ ಮಾಡಿದರು. ಇಲಿಗಳೊಂದಿಗಿನ ತನ್ನ ಮೊದಲ ಕೆಲಸದಲ್ಲಿ, ಸ್ಕಿನ್ನರ್ ಇಲಿಗಳನ್ನು ಆಹಾರ ಕೊಳವೆಗೆ ಜೋಡಿಸಲಾದ ಸನ್ನೆ ಕೋಲು ಸ್ಕಿನ್ನರ್ ಪೆಟ್ಟಿಗೆನಲ್ಲಿ ಇರಿಸುತ್ತಾನೆ. ಇಲಿ ಸನ್ನೆ ಕೋಲು ಒತ್ತಿದಾಗಲೆಲ್ಲಾ ಆಹಾರ ಬಿಡುಗಡೆಯಾಗುತ್ತಿತ್ತು. ಅನೇಕ ಪ್ರಯೋಗಗಳ ಅನುಭವದ ನಂತರ, ಇಲಿಗಳು ಸನ್ನೆ ಕೋಲು ಮತ್ತು ಆಹಾರದ ನಡುವಿನ ಸಂಬಂಧವನ್ನು ಕಲಿತವು ಮತ್ತು ಇತರ ಯಾವುದೇ ಕ್ರಿಯೆಯನ್ನು ಮಾಡುವುದಕ್ಕಿಂತ ಆಹಾರವನ್ನು ಸಂಗ್ರಹಿಸಲು ಪೆಟ್ಟಿಗೆಯಲ್ಲಿ ಹೆಚ್ಚು ಸಮಯವನ್ನು ಕಳೆಯಲು ಪ್ರಾರಂಭಿಸಿದವು.

ಈ ಆರಂಭಿಕ ಕೆಲಸದ ಮೂಲಕ ಸ್ಕಿನ್ನರ್ ಕ್ರಿಯೆಗಳ ಮೇಲೆ ವರ್ತನೆಯ ಅನಿಶ್ಚಯತೆಯ ಪರಿಣಾಮಗಳನ್ನು ಅರ್ಥಮಾಡಿಕೊಳ್ಳಲು ಪ್ರಾರಂಭಿಸಿದರು. ಪ್ರತಿಕ್ರಿಯೆಯ ದರ ಮತ್ತು ಪ್ರತಿಕ್ರಿಯೆ ವೈಶಿಷ್ಟ್ಯಗಳಲ್ಲಿನ ಬದಲಾವಣೆಗಳು ನಡವಳಿಕೆಯನ್ನು ಪ್ರದರ್ಶಿಸಿದ ನಂತರ ಸಂಭವಿಸಿದ ಮೇಲೆ ಅವಲಂಬಿತವಾಗಿದೆ ಎಂದು ಅವರು ಕಂಡುಹಿಡಿದರು. ಸ್ಕಿನ್ನರ್ ಈ ಕ್ರಿಯೆಗಳನ್ನು ಕಾರ್ಯಕಾರಿ ನಡವಳಿಕೆ ಎಂದು ಹೆಸರಿಸಿದರು ಏಕೆಂದರೆ ಅವುಗಳು ಫಲಿತಾಂಶವನ್ನು ಉತ್ಪಾದಿಸಲು ಪರಿಸರದ ಮೇಲೆ ಕಾರ್ಯನಿರ್ವಹಿಸುತ್ತವೆ.

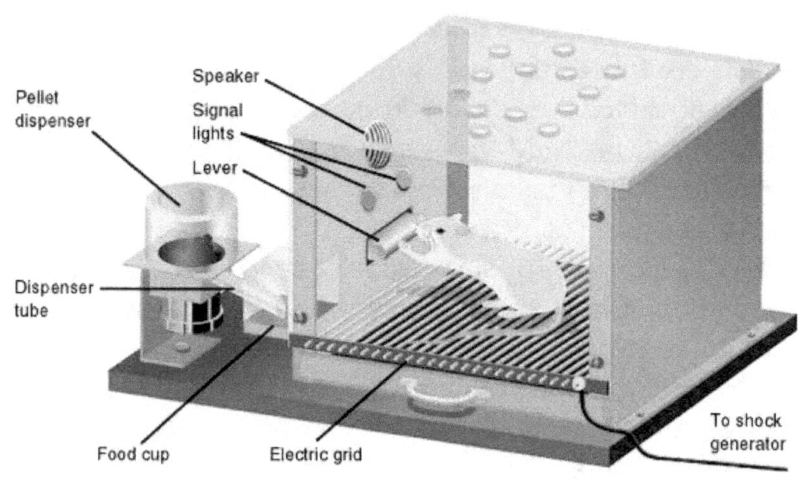

ಚಿತ್ರ 4: ಸ್ಕಿನ್ನರ್ ಪೆಟ್ಟಿಗೆ

ಒಂದು ನಿರ್ದಿಷ್ಟ ನಡವಳಿಕೆಯನ್ನು ಉತ್ಪಾದಿಸಲು ಜವಾಬ್ದಾರರಾಗಿರುವ ಬಲವರ್ಧನೆಯ ಅನಿಶ್ಚಯಗಳನ್ನು ವ್ಯವಸ್ಥೆಗೊಳಿಸಬಹುದಾದ ಪ್ರಕ್ರಿಯೆಯನ್ನು ನಂತರ ಕಾರ್ಯಾಚರಣೆಯ ಸ್ಥಿತಿ ಎಂದು ಕರೆಯಲಾಯಿತು.

ನಡವಳಿಕೆಯ ಎಲ್ಲಾ ಕ್ರಿಯೆಗಳಿಗೆ ಕಾರಣವಾಗಿದೆ ಎಂಬ ಅವರ ಕಲ್ಪನೆಯನ್ನು ಸಾಬೀತುಪಡಿಸಲು, ಅವರು ನಂತರ "ಮೂಢನಂಬಿಕೆಯ ಪಾರಿವಾಳ" ವನ್ನು ರಚಿಸಿದರು. ಅವರು ಪಾರಿವಾಳಕ್ಕೆ ನಿರಂತರ ಮಧ್ಯಂತರಗಳಲ್ಲಿ (ಪ್ರತಿ 15 ಸೆಕೆಂಡುಗಳು) ಆಹಾರವನ್ನು ನೀಡಿದರು ಮತ್ತು ಪಾರಿವಾಳದ ನಡವಳಿಕೆಯನ್ನು ಗಮನಿಸಿದರು. ಪಾರಿವಾಳದ ಕ್ರಿಯೆಗಳು ಆಹಾರವನ್ನು ವಿತರಿಸುವ ಮೊದಲು ಕ್ಷಣಗಳಲ್ಲಿ ಏನು ಮಾಡುತ್ತಿವೆ ಎಂಬುದರ ಆಧಾರದ ಮೇಲೆ ಬದಲಾಗುತ್ತವೆ ಎಂದು ಅವರು ಕಂಡುಕೊಂಡರು, ಆ ಕ್ರಿಯೆಗಳಿಗೂ ಆಹಾರದ ವಿತರಣೆಗೂ ಯಾವುದೇ ಸಂಬಂಧವಿಲ್ಲ. ಈ ರೀತಿಯಾಗಿ, ಪಾರಿವಾಳವು ಅದರ ಕ್ರಿಯೆಗಳು ಮತ್ತು ಪ್ರತಿಫಲದ ಪ್ರಸ್ತುತಿಗಳ ನಡುವೆ ಸಾಂದರ್ಭಿಕ ಸಂಬಂಧವನ್ನು

ನಿರ್ಮಿಸಿದೆ ಎಂದು ಅವರು ಗ್ರಹಿಸಿದರು. "ಮೂಢನಂಬಿಕೆ" ಯ ಈ ಬೆಳವಣಿಗೆಯೇ ಸ್ಕಿನ್ನರ್ ಎಲ್ಲಾ ನಡವಳಿಕೆಯನ್ನು ನಿರ್ದಿಷ್ಟ ಪರಿಣಾಮಗಳಿಗೆ ಕಲಿತ ಪ್ರತಿಕ್ರಿಯೆಯಾಗಿ ವಿವರಿಸಬಹುದೆಂದು ನಂಬಲು ಕಾರಣವಾಯಿತು.

B.F. ಸ್ಕಿನ್ನರ್ (1938) ಕಾರ್ಯಾಚರಣೆಯ ಸ್ಥಿತಿ ಎಂಬ ಪದವನ್ನು ಸೃಷ್ಟಿಸಿದರು; ಅಪೇಕ್ಷಿತ ಪ್ರತಿಕ್ರಿಯೆಯ ನಂತರ ನೀಡಲಾದ ಬಲವರ್ಧನೆಯ ಬಳಕೆಯಿಂದ ನಡವಳಿಕೆಯನ್ನು ಸ್ಥೂಲವಾಗಿ ಬದಲಾಯಿಸುವುದು ಎಂದರ್ಥ.

ಸ್ಕಿನ್ನರ್ ವರ್ತನೆಯನ್ನು ಅನುಸರಿಸಬಹುದಾದ ಮೂರು ರೀತಿಯ ಪ್ರತಿಕ್ರಿಯೆಗಳು/ ಕಾರ್ಯಕರ್ತರನ್ನು ಗುರುತಿಸಿದ್ದಾರೆ:

• ತಟಸ್ಥ ನಿರ್ವಾಹಕರು: ಒಂದು ನಡವಳಿಕೆಯ ಪುನರಾವರ್ತನೆಯ ಸಂಭವನೀಯತೆಯನ್ನು ಹೆಚ್ಚಿಸುವುದಿಲ್ಲ ಅಥವಾ ಕಡಿಮೆಗೊಳಿಸುವುದಿಲ್ಲ ಎಂದು ಪರಿಸರದಿಂದ ಪ್ರತಿಕ್ರಿಯೆಗಳು.

• ಬಲವರ್ಧನೆಗಳು: ನಡವಳಿಕೆಯ ಪುನರಾವರ್ತನೆಯ ಸಂಭವನೀಯತೆಯನ್ನು ಹೆಚ್ಚಿಸುವ ಪರಿಸರದಿಂದ ಪ್ರತಿಕ್ರಿಯೆಗಳು. ಬಲವರ್ಧಕಗಳು ಧನಾತ್ಮಕ/ಋಣಾತ್ಮಕವಾಗಿರಬಹುದು.

• ಶಿಕ್ಷಕರು: ನಡವಳಿಕೆಯ ಪುನರಾವರ್ತನೆಯ ಸಾಧ್ಯತೆಯನ್ನು ಕಡಿಮೆ ಮಾಡುವ ಪರಿಸರದಿಂದ ಪ್ರತಿಕ್ರಿಯೆಗಳು. ಶಿಕ್ಷೆಯು ನಡವಳಿಕೆಯನ್ನು ದುರ್ಬಲಗೊಳಿಸುತ್ತದೆ.

ಕಾರ್ಯಾಚರಣೆಯ ಸ್ಥಿತಿ:

ಕಾರ್ಯಾಚರಣೆಯ ಸ್ಥಿತಿ ಅನ್ನು ಧನಾತ್ಮಕ ಮತ್ತು ಋಣಾತ್ಮಕ ಬಲವರ್ಧನೆಯ ಬಳಕೆಯ ಮೂಲಕ ನಡವಳಿಕೆಯನ್ನು ಮಾರ್ಪಡಿಸಲು ಪ್ರಯತ್ನಿಸುವ ಪ್ರಕ್ರಿಯೆ ಎಂದು ವಿವರಿಸಬಹುದು. ಕಾರ್ಯಾಚರಣೆಯ ಸ್ಥಿತಿ ಮೂಲಕ, ಒಬ್ಬ ವ್ಯಕ್ತಿಯ ನಿರ್ದಿಷ್ಟ ನಡವಳಿಕೆ ಮತ್ತು ಪರಿಣಾಮದ ನಡುವೆ ಸಂಬಂಧವನ್ನು ಮಾಡುತ್ತಾನೆ.

• ಉದಾ 1: ಪಾಲಕರು ಮಗುವಿನ ಅತ್ಯುತ್ತಮ ಶ್ರೇಣಿಗಳನ್ನು ಕಲ್ಲುಸಕ್ಕರೆ /ಇತರ ಕೆಲವು ಬಹುಮಾನಗಳೊಂದಿಗೆ ಪುರಸ್ಕರಿಸುತ್ತಾರೆ.

• ಉದಾ 2: ಅತ್ಯಂತ ಶಾಂತ ಮತ್ತು ಉತ್ತಮ ನಡತೆ ಹೊಂದಿರುವ ವಿದ್ಯಾರ್ಥಿಗಳಿಗೆ ಶಾಲಾ ಶಿಕ್ಷಕರು ಅಂಕಗಳನ್ನು ನೀಡುತ್ತಾರೆ. ವಿದ್ಯಾರ್ಥಿಗಳು ಸ್ವಯಂಪ್ರೇರಣೆಯಿಂದ ನಿಶ್ಯಬ್ದ ಮತ್ತು ಉತ್ತಮವಾಗಿ ವರ್ತಿಸಿದಾಗ ಅವರು ಹೆಚ್ಚು ಅಂಕಗಳನ್ನು ಗಳಿಸುತ್ತಾರೆ ಎಂದು ಅಂತಿಮವಾಗಿ ಅರಿತುಕೊಳ್ಳುತ್ತಾರೆ.

• ಉದಾ 3: ಪ್ರಾಣಿ (ಉದಾಹರಣೆಗೆ: ಹಸಿದ ಸಿಂಹ) ಲಿವರ್ ಅನ್ನು ಒತ್ತಿದಾಗ ಪ್ರತಿ ಬಾರಿ ಬಲವರ್ಧನೆಯ ರೂಪವನ್ನು (ಆಹಾರದಂತಹ) ಪ್ರಾಣಿಗಳಿಗೆ ನೀಡಲಾಗುತ್ತದೆ.

" ಕಾರ್ಯಾಚರಣೆಯ ಸ್ಥಿತಿ " ಎಂಬ ಪದವು ನಡವಳಿಕೆಯ ಬಿ.ಎಫ್. ಸ್ಕಿನ್ನರ್ ಅವರಿಂದ ಹುಟ್ಟಿಕೊಂಡಿತು, ಅವರು ನಡವಳಿಕೆಯ ಬಾಹ್ಯ, ಗಮನಿಸಬಹುದಾದ ಕಾರಣಗಳ ಮೇಲೆ ಕೇಂದ್ರೀಕರಿಸಬೇಕು ಎಂದು ನಂಬಿದ್ದರು (ಆಂತರಿಕ ಆಲೋಚನೆಗಳು ಮತ್ತು ಪ್ರೇರಣೆಗಳನ್ನು ಅನ್ಬ್ಯಾಕ್ ಮಾಡಲು ಪ್ರಯತ್ನಿಸುವ ಬದಲು)

ಬಲವರ್ಧನೆಯು ಎರಡು ರೂಪಗಳಲ್ಲಿ ಬರುತ್ತದೆ: ಧನಾತ್ಮಕ ಮತ್ತು ಋಣಾತ್ಮಕ.

ಧನಾತ್ಮಕಮತ್ತುಋಣಾತ್ಮಕಬಲವರ್ಧಕಗಳು:

• ಧನಾತ್ಮಕ ಬಲವರ್ಧಕಗಳು ಅಪೇಕ್ಷಿತ ನಡವಳಿಕೆಯ ನಂತರ ವ್ಯಕ್ತಿಗೆ ನೀಡಲಾಗುವ ಅನುಕೂಲಕರ ಘಟನೆಗಳು/ಫಲಿತಾಂಶಗಳಾಗಿವೆ. ಇದು ಪ್ರಶಂಸೆ, ಬಹುಮಾನ ಇತ್ಯಾದಿ ರೂಪದಲ್ಲಿ

ಬರಬಹುದು.

• ಋಣಾತ್ಮಕ ಬಲವರ್ಧಕಗಳು ಸಾಮಾನ್ಯವಾಗಿ ಬಯಸಿದ ನಡವಳಿಕೆಯ ನಂತರ ಅನಪೇಕ್ಷಿತ ಅಥವಾ ಅಹಿತಕರ ಫಲಿತಾಂಶವನ್ನು ತೆಗೆದುಹಾಕುವ ಮೂಲಕ ನಿರೂಪಿಸಲ್ಪಡುತ್ತವೆ. ನಕಾರಾತ್ಮಕವೆಂದು ಪರಿಗಣಿಸಲಾದ ಯಾವುದನ್ನಾದರೂ ತೆಗೆದುಹಾಕುವುದರಿಂದ ಪ್ರತಿಕ್ರಿಯೆಯು ಬಲಗೊಳ್ಳುತ್ತದೆ. ಬಲವರ್ಧನೆಯ ಈ ಎರಡೂ ಸಂದರ್ಭಗಳಲ್ಲಿ ಗುರಿಯು ನಡವಳಿಕೆಯನ್ನು ಹೆಚ್ಚಿಸುವುದು.

<u>ಧನಾತ್ಮಕಮತ್ತುಋಣಾತ್ಮಕಶಿಕ್ಷೆ:</u>

ಶಿಕ್ಷೆ, ಇದಕ್ಕೆ ವಿರುದ್ಧವಾಗಿ, ಯಾವುದೋ ಅನಪೇಕ್ಷಿತ ಪ್ರಯತ್ನಗಳ ಹೆಚ್ಚಳವು ಈ ಕೆಳಗಿನ ನಡವಳಿಕೆಯಲ್ಲಿ ಇಳಿಕೆಗೆ ಕಾರಣವಾಗುವುದು:

• ಈ ಕೆಳಗಿನ ಪ್ರತಿಕ್ರಿಯೆಯನ್ನು ದುರ್ಬಲಗೊಳಿಸಲು ಪ್ರತಿಕೂಲ ಘಟನೆಗಳು/ಫಲಿತಾಂಶಗಳನ್ನು ನೀಡಿದಾಗ ಧನಾತ್ಮಕ ಶಿಕ್ಷೆಯಾಗಿದೆ.

• ಅನಪೇಕ್ಷಿತ ನಡವಳಿಕೆಯು ಸಂಭವಿಸಿದ ನಂತರ ಅನುಕೂಲಕರ ಘಟನೆ/ಫಲಿತಾಂಶವನ್ನು ತೆಗೆದುಹಾಕಿದಾಗ ಋಣಾತ್ಮಕ ಶಿಕ್ಷೆಯನ್ನು ನಿರೂಪಿಸಲಾಗುತ್ತದೆ. ಶಿಕ್ಷೆಯ ಈ ಎರಡೂ ಪ್ರಕರಣಗಳಲ್ಲಿನ ಗುರಿಯು ನಡವಳಿಕೆಯನ್ನು ಕಡಿಮೆ ಮಾಡುವುದು.

<u>ಕಾರ್ಯಾಚರಣೆಯಸ್ಥಿತಿನಲ್ಲಿನಾಲ್ಕು ಪ್ರಮುಖತತ್ವಗಳು:</u>

• ತತ್ಕ್ಷಣದ ತತ್ವ: ಮೌಖಿಕ ತತ್ಕ್ಷಣವು ವಿದ್ಯಾರ್ಥಿಗಳಿಂದ ಕರೆ ಮಾಡುವುದನ್ನು ಸೂಚಿಸುತ್ತದೆ/ ವಿದ್ಯಾರ್ಥಿಗಳಿಗೆ ವಿಷಯಗಳ ಬಗ್ಗೆ ಅವರು ಹೇಗೆ ಭಾವಿಸುತ್ತಾರೆ ಎಂದು ಕೇಳುತ್ತಾರೆ. ಮೌಖಿಕ ತತ್ಕ್ಷಣವು ನಗುವುದು, ಸನ್ನೆ ಮಾಡುವುದು, ಪಾಠ ಮಾಡುವಾಗ ತರಗತಿಯ ಸುತ್ತಲೂ ಚಲಿಸುವುದು ಮತ್ತು ಶಾಂತವಾದ ದೇಹ ಭಾಷೆಯನ್ನು ಹೊಂದಿರುವಂತಹ ನಡವಳಿಕೆಗಳನ್ನು ಒಳಗೊಂಡಿರುತ್ತದೆ.

• ಅಭಾವ/ಸತ್ಕೀಕರಣದ ತತ್ವ: ಅಭಾವ - ಅಭಾವವಿರುವ ಯಾವುದನ್ನಾದರೂ ಪ್ರವೇಶಿಸದಿರುವುದು - ಹೆಚ್ಚು ಅಪೇಕ್ಷಣೀಯವಾದ ಯಾವುದನ್ನಾದರೂ ಪ್ರವೇಶಿಸದಿರುವುದು. ಸಂತೃಪ್ತಿ - ಅಭಾವದ ವಿರುದ್ಧವಾಗಿದೆ - ಹೆಚ್ಚು ಹೊಂದಿರುವುದನ್ನು ಸೂಚಿಸುತ್ತದೆ.

• ಆಕಸ್ಮಿಕತೆಯ ತತ್ವ: ಭವಿಷ್ಯದ ಘಟನೆ/ಸಂದರ್ಭವು ಸಾಧ್ಯ ಆದರೆ ಖಚಿತವಾಗಿ ಊಹಿಸಲು ಸಾಧ್ಯವಿಲ್ಲ.

• ಗಾತ್ರದ ತತ್ವ: ಪರಿಣಾಮವು ಪರಿಣಾಮಕಾರಿಯಾಗಿದೆಯೇ ಎಂಬುದನ್ನು ನಿರ್ಧರಿಸುವ ವೆಚ್ಚ-ಪ್ರಯೋಜನ". ಪರಿಣಾಮದ ಗಾತ್ರ/ಮೊತ್ತವು ಪ್ರಯತ್ನಕ್ಕೆ ಯೋಗ್ಯವಾಗುವಷ್ಟು ದೊಡ್ಡದಾಗಿದ್ದರೆ, ನಡವಳಿಕೆಯ ಮೇಲೆ ಪರಿಣಾಮವು ಹೆಚ್ಚು ಪರಿಣಾಮಕಾರಿಯಾಗಿರುತ್ತದೆ.

• ಭಾಷೆಯ ಪ್ರಾಮುಖ್ಯತೆ: ಅಮೂರ್ತ ಪರಿಕಲ್ಪನೆಗಳೊಂದಿಗೆ ವ್ಯವಹರಿಸಲು ಹೆಚ್ಚಿದ ಸಾಮರ್ಥ್ಯಕ್ಕೆ ಭಾಷೆ ಮುಖ್ಯವಾಗಿದೆ. ಭಾಷೆಯು ಪ್ರಚೋದನೆಗಳನ್ನು ಸಂಕೇತಿಸುತ್ತದೆ ಮತ್ತು ಹೆಚ್ಚು ಸಂಕೀರ್ಣವಾದ ಮತ್ತು ಹೊಂದಿಕೊಳ್ಳುವ ಅರಿವನ್ನು ಒದಗಿಸಲು, ಕೇವಲ ಕಾಣಿಸಿಕೊಳ್ಳುವಿಕೆಯೊಂದಿಗೆ ವ್ಯವಹರಿಸುವ ನಿರ್ಬಂಧಗಳಿಂದ ವ್ಯಕ್ತಿಯನ್ನು ಮುಕ್ತಗೊಳಿಸುತ್ತದೆ ಎಂದು ಬ್ರೂನರ್ ವಾದಿಸುತ್ತಾರೆ. ಪದಗಳ ಬಳಕೆಯು ಅವರು ಪ್ರತಿನಿಧಿಸುವ ಪರಿಕಲ್ಪನೆಗಳ ಅಭಿವೃದ್ಧಿಗೆ ಸಹಾಯ ಮಾಡಬಹುದು ಮತ್ತು "ಇಲ್ಲಿ ಮತ್ತು ಈಗ" ಪರಿಕಲ್ಪನೆಯ ನಿರ್ಬಂಧಗಳನ್ನು ತೆಗೆದುಹಾಕಬಹುದು. ಬ್ರೂನರ್ ಹುಟ್ಟಿನಿಂದಲೇ ಮಗುವನ್ನು ಬುದ್ಧಿವಂತ ಮತ್ತು ಸಕ್ರಿಯ ಸಮಸ್ಯೆ ಪರಿಹಾರಕನಂತೆ ನೋಡುತ್ತಾನೆ, ಬೌದ್ಧಿಕ ಸಾಮರ್ಥ್ಯಗಳು ಮೂಲತಃ ಪ್ರಬುದ್ಧ ವಯಸ್ಕರಿಗೆ ಹೋಲುತ್ತವೆ.

ರೆಡಿನೆಸ್: ಬ್ರೂನರ್ (1960) ಪಿಯಾಗೆಟ್ ಅವರ ಸನ್ನದ್ಧತೆಯ ಕಲ್ಪನೆಯನ್ನು ವಿರೋಧಿಸಿದರು. ಮಗುವಿನ ಬೆಳವಣಿಗೆಯ ಅರಿವಿನ ಹಂತಕ್ಕೆ ವಿಷಯದ ವಸ್ತುಗಳ ಸಂಕೀರ್ಣತೆಯನ್ನು ಹೊಂದಿಸಲು ಶಾಲೆಗಳು ಸಮಯವನ್ನು ವ್ಯರ್ಥ ಮಾಡುತ್ತವೆ ಎಂದು ಅವರು ವಾದಿಸಿದರು. ಇದರರ್ಥ ವಿದ್ಯಾರ್ಥಿಗಳು ಕೆಲವು ವಿಷಯಗಳನ್ನು ಅರ್ಥಮಾಡಿಕೊಳ್ಳಲು ತುಂಬಾ ಕಷ್ಟಕರವೆಂದು ಪರಿಗಣಿಸುವುದರಿಂದ ಶಿಕ್ಷಕರಿಂದ ತಡೆಹಿಡಿಯಲಾಗುತ್ತದೆ.

ದಿಸ್ಪೈರಲ್‌ಕರಿಕ್ಯುಲಮ್: ಬ್ರೂನರ್ (1960) ಇದು ಸ್ಪೈರಲ್ ಪಠ್ಯಕ್ರಮದ ಪರಿಕಲ್ಪನೆಯ ಮೂಲಕ ಹೇಗೆ ಸಾಧ್ಯವಾಯಿತು ಎಂಬುದನ್ನು ವಿವರಿಸಿದರು. ಇದು ಮಾಹಿತಿಯನ್ನು ರಚನಾತ್ಮಕವಾಗಿಸುತ್ತದೆ ಆದ್ದರಿಂದ ಸಂಕೀರ್ಣ ವಿಚಾರಗಳನ್ನು ಮೊದಲು ಸರಳೀಕೃತ ಮಟ್ಟದಲ್ಲಿ ಕಲಿಸಬಹುದು ಮತ್ತು ನಂತರ ಹೆಚ್ಚು ಸಂಕೀರ್ಣ ಹಂತಗಳಲ್ಲಿ ಮರು-ಭೇಟಿ ಮಾಡಬಹುದು. ಆದ್ದರಿಂದ, ವಿಷಯಗಳನ್ನು ಕ್ರಮೇಣ ಕಷ್ಟಕರವಾಗಿ ಹೆಚ್ಚಿಸುವ ಹಂತಗಳಲ್ಲಿ ಕಲಿಸಲಾಗುತ್ತದೆ (ಆದ್ದರಿಂದ ಸುರುಳಿಯ ಸಾದೃಶ್ಯ). ತಾತ್ವಿಕವಾಗಿ, ಅವರ ಮಾರ್ಗವನ್ನು ಕಲಿಸುವುದು ಮಕ್ಕಳನ್ನು ಸ್ವತಃ ಸಮಸ್ಯೆಗಳನ್ನು ಪರಿಹರಿಸಲು ಸಾಧ್ಯವಾಗುತ್ತದೆ.

ಡಿಸ್ಕವರಿ ಲರ್ನಿಂಗ್: ಬ್ರೂನರ್ (1961) ಕಲಿಯುವವರು ತಮ್ಮದೇ ಆದ ಜ್ಞಾನವನ್ನು ನಿರ್ಮಿಸಿಕೊಳ್ಳುತ್ತಾರೆ ಮತ್ತು ಕೋಡಿಂಗ್ ವ್ಯವಸ್ಥೆಯನ್ನು ಬಳಸಿಕೊಂಡು ಮಾಹಿತಿಯನ್ನು ಸಂಘಟಿಸುವ ಮತ್ತು ವರ್ಗೀಕರಿಸುವ ಮೂಲಕ ಇದನ್ನು ಮಾಡುತ್ತಾರೆ. ಕೋಡಿಂಗ್ ವ್ಯವಸ್ಥೆಯನ್ನು ಅಭಿವೃದ್ಧಿಪಡಿಸುವ ಅತ್ಯಂತ ಪರಿಣಾಮಕಾರಿ ಮಾರ್ಗವೆಂದರೆ ಶಿಕ್ಷಕರಿಂದ ಹೇಳುವುದಕ್ಕಿಂತ ಹೆಚ್ಚಾಗಿ ಅದನ್ನು ಕಂಡುಹಿಡಿಯುವುದು ಎಂದು ಬ್ರೂನರ್ ನಂಬಿದ್ದರು. ಆವಿಷ್ಕಾರ ಕಲಿಕೆಯ ಪರಿಕಲ್ಪನೆಯು ವಿದ್ಯಾರ್ಥಿಗಳು ತಮ್ಮ ಸ್ವಂತ ಜ್ಞಾನವನ್ನು ತಾವೇ ನಿರ್ಮಿಸಿಕೊಳ್ಳುವುದನ್ನು ಸೂಚಿಸುತ್ತದೆ (ಇದನ್ನು ರಚನಾತ್ಮಕ ವಿಧಾನ ಎಂದೂ ಕರೆಯಲಾಗುತ್ತದೆ).

ಶಿಕ್ಷಕರ ಪಾತ್ರವು ಮೌಖಿಕ ಕಲಿಕೆಯ ಮೂಲಕ ಮಾಹಿತಿಯನ್ನು ಕಲಿಸುವುದಲ್ಲ, ಬದಲಿಗೆ ಕಲಿಕೆಯ ಪ್ರಕ್ರಿಯೆಯನ್ನು ಸುಲಭಗೊಳಿಸುವುದು. ಇದರರ್ಥ ಉತ್ತಮ ಶಿಕ್ಷಕರು ವಿದ್ಯಾರ್ಥಿಗಳಿಗೆ ಮಾಹಿತಿಯ ಬಿಟ್‌ಗಳ ನಡುವಿನ ಸಂಬಂಧವನ್ನು ಕಂಡುಹಿಡಿಯಲು ಸಹಾಯ ಮಾಡುವ ಪಾಠಗಳನ್ನು ವಿನ್ಯಾಸಗೊಳಿಸುತ್ತಾರೆ. ಇದನ್ನು ಮಾಡಲು ಶಿಕ್ಷಕರು ವಿದ್ಯಾರ್ಥಿಗಳಿಗೆ ಅಗತ್ಯವಿರುವ ಮಾಹಿತಿಯನ್ನು ನೀಡಬೇಕು, ಆದರೆ ಅವರಿಗೆ ಸಂಘಟಿಸದೆ. ಸುರುಳಿಯಾಕಾರದ ಪಠ್ಯಕ್ರಮದ ಬಳಕೆಯು ಅನ್ವೇಷಣೆಯ ಕಲಿಕೆಯ ಪ್ರಕ್ರಿಯೆಗೆ ಸಹಾಯ ಮಾಡುತ್ತದೆ. ಒಳನೋಟದ ಕಲಿಕೆಯ ಸಿದ್ಧಾಂತವನ್ನು ಮೊದಲು ಜರ್ಮನ್-ಅಮೆರಿಕನ್ ಮನಶ್ಶಾಸ್ತ್ರಜ್ಞ, ಗೆಸ್ಟಾಲ್ಟ್ ಮನೋವಿಜ್ಞಾನದ ಸಂಸ್ಥಾಪಕರಲ್ಲಿ ಒಬ್ಬರಾದ ವೋಲ್ಡ್‌ಗ್‌ಯಂಗ್ ಕೊಹ್ಲರ್ ಪ್ರಸ್ತಾಪಿಸಿದರು. ವರ್ತನೆಯ ಕಲಿಕೆಯ ಪ್ರಕ್ರಿಯೆಯ ವಿವಿಧ ವಿಧಾನಗಳಲ್ಲಿ ಒಳನೋಟ ಕಲಿಕೆಯು ಒಂದಾಗಿದೆ, ಇದು ವರ್ತನೆಯ ಮನೋವಿಜ್ಞಾನದ ಮೂಲಭೂತ ಅಂಶವಾಗಿದೆ.

ಚಿತ್ರ 5: ಬ್ರೂನರ್

ಮನಶ್ಶಾಸ್ತ್ರಜ್ಞನು ಪ್ರಾಣಿಗಳಿಂದ ಸಮಸ್ಯೆ-ಪರಿಹರಿಸುವಲ್ಲಿ ಒಳಗೊಂಡಿರುವ ಅರಿವಿನ ಸಂಸ್ಕರಣೆಯಲ್ಲಿ ತನ್ನ ಅಧ್ಯಯನಗಳೊಂದಿಗೆ ಖ್ಯಾತಿಯನ್ನು ಗಳಿಸಿದನು. 1910 ರ ದಶಕದಲ್ಲಿ ಟೆನೆರ್ಫೆಯಲ್ಲಿ ಚಿಂಪಾಂಜಿಗಳೊಂದಿಗೆ ಅವರು ನಡೆಸಿದ ಪರೀಕ್ಷೆಗಳು ಈ ಪ್ರಾಣಿಗಳು ಪ್ರಯೋಗ ಮತ್ತು ದೋಷ ಪ್ರಕ್ರಿಯೆಯ ಪ್ರಚೋದಕ ಪ್ರತಿಕ್ರಿಯೆ ಸಂಘಕ್ಕೆ ಹೋಗುವ ಬದಲು ಮನುಷ್ಯರಂತೆ ಅರ್ಥಮಾಡಿಕೊಳ್ಳುವ ಮೂಲಕ ಸಮಸ್ಯೆಗಳನ್ನು ಪರಿಹರಿಸುತ್ತವೆ ಎಂದು ಸೂಚಿಸಿವೆ.

ಒಳನೋಟ ಕಲಿಕೆಯ ಪುನರಾವರ್ತಿತ ಪ್ರಯೋಗಗಳು/ನಿರಂತರ ಅಭ್ಯಾಸಗಳಿಲ್ಲದೆ ಯಾವುದೇ ಸಮಸ್ಯೆಯ ಪರಿಹಾರದ ಹಠಾತ್ ಸಾಕ್ಷಾತ್ಕಾರವನ್ನು ಸೂಚಿಸುತ್ತದೆ. ಅದರ ವ್ಯಾಖ್ಯಾನವನ್ನು ಇನ್ನಷ್ಟು ವಿವರಿಸಲು, ಒಳನೋಟದ ಕಲಿಕೆಯ ಕಲಿಕೆಯ ಪ್ರಕಾರವಾಗಿದೆ, ಇದರಲ್ಲಿ ಒಬ್ಬರು ಹಿಂದಿನ ಅನುಭವವನ್ನು ಸೆಳೆಯುತ್ತಾರೆ ಮತ್ತು ತಾರ್ಕಿಕ ಮತ್ತು ಕಾರಣ ಮತ್ತು ಪರಿಣಾಮದ ಸಂಬಂಧವನ್ನು ಗ್ರಹಿಸುವ ಹೊಸ ಮಾರ್ಗವನ್ನು ಸಹ ಒಳಗೊಂಡಿರುತ್ತದೆ. ಒಳನೋಟವು ಕಾರಣ ಮತ್ತು ಪರಿಣಾಮದ ನಡುವಿನ ಪ್ರಮುಖ ಸಂಬಂಧಗಳ ಅರಿವು, ಇದು ಸಂಬಂಧಿತ ಮಾಹಿತಿಯನ್ನು ಒಟ್ಟುಗೂಡಿಸಿ ಮತ್ತು ಸಾಧ್ಯತೆಗಳ ಬಹಿರಂಗ/ಗುಪ್ತ ಪರೀಕ್ಷೆಯ ನಂತರ ಬರುತ್ತದೆ. ಅಂತಹ ಒಳನೋಟದ ಮೂಲಕ ಕಲಿಯುವುದನ್ನು ಒಳನೋಟದ ಕಲಿಕೆ ಎಂದು ಕರೆಯಲಾಗುತ್ತದೆ.

ಒಳನೋಟ ಕಲಿಕೆಯನ್ನು ಹೇಗೆ ಪ್ರಯೋಗಿಸಲಾಗಿದೆ?

ಕೊಹ್ಲರ್ ಸುಲ್ತಾನ್ ಎಂಬ ಹೆಸರಿನ ಚಿಂಪಾಂಜಿಯನ್ನು ಪಂಜರದೊಳಗೆ ಇರಿಸಿದನು (ಅಂಜೂರ 5). ಸುಲ್ತಾನ್ ಹಸಿವಿನಿಂದ ಬೆಳೆದರು ಮತ್ತು ಬಾಳೆಹಣ್ಣಿನ ಗೊಂಚಲು ಪಂಜರದ ಹೊರಗೆ

ಇಡಲಾಯಿತು. ಸುಲ್ತಾನನಿಗೆ ಒಂದು ಉದ್ದ ಮತ್ತು ಇನ್ನೊಂದು ಚಿಕ್ಕ ಬಿದಿರಿನ ಕೋಲನ್ನು ಒದಗಿಸಲಾಯಿತು. ಎರಡೂ ಕೋಲುಗಳು ಬಾಳೆಹಣ್ಣನ್ನು ಮಾತ್ರ ತಲುಪಲು ಸಾಧ್ಯವಾಗಲಿಲ್ಲ ಮತ್ತು ಬಾಳೆಹಣ್ಣನ್ನು ತಲುಪುವ ಏಕೈಕ ಮಾರ್ಗವೆಂದರೆ ಎರಡು ಕಡ್ಡಿಗಳನ್ನು ಸೇರುವುದು.

ಆರಂಭದಲ್ಲಿ, ಸುಲ್ತಾನ್ ಪಂಜರದೊಳಗೆ ಚಿಂಪಾಂಜಿ ತೋರಿಸುವ ಎಲ್ಲಾ ಸಾಂಪ್ರದಾಯಿಕ ಪ್ರತಿಕ್ರಿಯೆಗಳನ್ನು ತೋರಿಸಿದನು ಮತ್ತು ಕ್ರಮೇಣ ಬಾಳೆಹಣ್ಣನ್ನು ಕೋಲುಗಳಿಂದ ತನ್ನ ಕಡೆಗೆ ಸೆಳೆಯಲು ಪ್ರಯತ್ನಿಸಿದನು. ಲೆಕ್ಕವಿಲ್ಲದಷ್ಟು ಫಲಪ್ರದ ಪ್ರಯತ್ನಗಳ ನಂತರ, ಸುಲ್ತಾನನು ಬಹುತೇಕ ಕೈಬಿಟ್ಟನು, ಆದರೆ ಅವನು ಕೋಲುಗಳೊಂದಿಗೆ ಆಟವಾಡುತ್ತಿದ್ದಾಗ, ಅವನು ಮತ್ತೊಂದು ಕೋಲಿನಿಂದ ಕೋಲನ್ನು ತಳ್ಳುವ ಮೂಲಕ ಬಾಳೆಹಣ್ಣನ್ನು ಮುಟ್ಟುವಲ್ಲಿ ಯಶಸ್ವಿಯಾದನು. ಸುಲ್ತಾನ್ ಆಕಸ್ಮಿಕವಾಗಿ ಎರಡು ಕೋಲುಗಳನ್ನು ಸೇರಲು ಯಶಸ್ವಿಯಾದರು ಮತ್ತು ಅದರ ಸಹಾಯದಿಂದ ಅದು ಬಾಳೆಹಣ್ಣನ್ನು ಪಂಜರದೊಳಗೆ ಎಳೆದಿದೆ. ಮರುದಿನ ಅದೇ ಸಮಸ್ಯೆ ಎದುರಾದಾಗ ಸುಲ್ತಾನ್ ತಕ್ಷಣವೇ ಬಾಳೆಹಣ್ಣನ್ನು ಹಿಡಿದನು.

<u>ಒಳನೋಟದಕಲಿಕೆಯಗುಣಲಕ್ಷಣಗಳು:</u>

ಒಳನೋಟದ ಕಲಿಕೆಯ ಎರಡು ಪ್ರಮುಖ ನಿರ್ಧರಿಸುವ ಗುಣಲಕ್ಷಣಗಳಿವೆ. ಮೊದಲನೆಯದು, ಒಳನೋಟವು ಸನ್ನಿವೇಶದ ಹೃದಯ/ಸತ್ವವನ್ನು ಸ್ಪಷ್ಟವಾಗಿ ನೋಡುವುದನ್ನು ಪ್ರತಿನಿಧಿಸುತ್ತದೆ, ಮತ್ತು ಇನ್ನೊಂದು ನಾವು ಇದನ್ನು ಹಂತ-ಹಂತದ ಪ್ರಕ್ರಿಯೆಯಿಂದ ಮಾಡುವುದಿಲ್ಲ, ಆದರೆ ಭಾಗಶಃ ಪ್ರಜ್ಞಾಹೀನ ಪ್ರಕ್ರಿಯೆಗಳಿಂದ ಮಾಡುತ್ತೇವೆ. ಒಳನೋಟದ ಕಲಿಕೆಯು ಪರಿಹಾರದ ಹಠಾತ್ ಸಾಕ್ಷಾತ್ಕಾರವನ್ನು ಸೂಚಿಸುತ್ತದೆಯಾದರೂ, ಒಳನೋಟವು ನೀಲಿ ಬಣ್ಣದಿಂದ ಸಂಭವಿಸುವ ಪ್ರಕ್ರಿಯೆಯಲ್ಲ.

ಮಾರ್ಗದ ಮೊದಲ ಭಾಗವು ಕೆಲವು ಡೊಮೇನ್‌ಗ ಸಂಬಂಧಿಸಿದ ತೀವ್ರವಾದ ಸಂಶೋಧನೆ/ ಕೆಲಸದಿಂದ ಬರುತ್ತದೆ, ಇದನ್ನು ಪೂರ್ವ ಪರಿಹಾರದ ಅವಧಿ ಎಂದು ಕರೆಯಲಾಗುತ್ತದೆ. ಕಲ್ಪನೆ/ ಪರಿಕಲ್ಪನೆಯು ಸ್ವಯಂಪ್ರೇರಿತವಾಗಿ ಹೊರಹೊಮ್ಮುವಂತೆ ತೋರುವ ಆಲಸ್ಯದ ಸಮಯವು ಮುಂದಿನ ಹಂತವಾಗಿದೆ.

ಚಿತ್ರ 6: ಡಿಸ್ಕವರಿ ಕಲಿಕೆ

ಕಲ್ಪನೆ/ಪರಿಕಲ್ಪನೆಯನ್ನು ಹೊಂದಿರುವುದು ಸಾಕಾಗುವುದಿಲ್ಲ; ಅದನ್ನು ಕಾರ್ಯರೂಪಕ್ಕೆ ತರಲು ಚಿಂತನೆ ಮತ್ತು ಕೆಲಸದ ಹಂತಕ್ಕೆ ಹಿಂತಿರುಗಿಸಬೇಕಾಗಿದೆ. ಒಳನೋಟವು ಕಾಣಿಸಿಕೊಳ್ಳಲು ಒಂದು ನಿರ್ದಿಷ್ಟ ಆಧಾರವಿರಬೇಕು, ಏಕೆಂದರೆ ಒಳನೋಟವು ವಸ್ತುವು ಆರಂಭಿಕ ಪ್ರಚೋದಕಗಳಿಂದ ಒಳನೋಟವುಳ್ಳ ಚಿಂತನೆಯಾಗಿ ರೂಪಾಂತರಗೊಳ್ಳಲು ನಡೆಯುವ ಸಮಯ ಮತ್ತು ಘಟನೆಗಳ ಮೇಲೆ ಅವಲಂಬಿತವಾಗಿರುತ್ತದೆ.

<u>ಒಳನೋಟಕಲಿಕೆಯ ಇತರ ಕೆಲವು ಗುಣಲಕ್ಷಣಗಳು ಈ ಕೆಳಗಿನಂತಿವೆ:</u>

• ಒಳನೋಟವು ಗ್ರಹಿಕೆಯಲ್ಲಿ ಬದಲಾವಣೆಗೆ ಕಾರಣವಾಗುತ್ತದೆ. ಒಳನೋಟವು ಹಠಾತ್ ಆಗಿದೆ.

• ಒಳನೋಟದೊಂದಿಗೆ, ಜೀವಿಯು ಒಂದು ಮಾದರಿ/ಸಂಘಟನೆಯನ್ನು ಗ್ರಹಿಸಲು ಒಲವು ತೋರುತ್ತದೆ (ಅದು ಕಲಿಕೆಯಲ್ಲಿ ಸಹಾಯ ಮಾಡುತ್ತದೆ).

• ಒಳನೋಟದ ಕಲಿಕೆಯಲ್ಲಿ ತಿಳುವಳಿಕೆಯು ಪ್ರಮುಖ ಪಾತ್ರವನ್ನು ವಹಿಸುತ್ತದೆ.

• ಒಳನೋಟವು ಉನ್ನತ ಕ್ರಮಾಂಕದ ಪ್ರಾಣಿಗಳೊಂದಿಗೆ ಸಂಬಂಧಿಸಿದೆ ಮತ್ತು ಕೆಳಮಟ್ಟದ ಪ್ರಾಣಿಗಳೊಂದಿಗೆ ಅಲ್ಲ.

• ವಯಸ್ಸು ಒಳನೋಟದ ಕಲಿಕೆಯ ಮೇಲೆ ಪ್ರಭಾವ ಬೀರುತ್ತದೆ. ವಯಸ್ಕರು ಮಕ್ಕಳಿಗಿಂತ ಉತ್ತಮವಾಗಿ ಕಲಿಯುತ್ತಾರೆ.

• ಹಿಂದಿನ ಅನುಭವ ಮತ್ತು ಗ್ರಹಿಕೆಯ ಸಂಘಟನೆಯು ಗ್ರಹಿಕೆಯಲ್ಲಿ ಮುಖ್ಯವಾಗಿದೆ.

• ಕೆಲವು ಮನಶಾಸ್ತ್ರಜ್ಞರು ಸಹ ಒಳನೋಟದ ಕಲಿಕೆಯನ್ನು ಸಹವರ್ತಿ ಕಲಿಕೆಯೊಂದಿಗೆ ಸಂಬಂಧಿಸುತ್ತಾರೆ.

1.3 ಸಂವೇದನೆ: ಅರ್ಥಮತ್ತುವಿಧಗಳು

ಸಂವೇದನೆ:

ಸಂವೇದನೆ ಮತ್ತು ಗ್ರಹಿಕೆಯು ಎರಡು ಪ್ರತ್ಯೇಕ ಪ್ರಕ್ರಿಯೆಗಳಾಗಿದ್ದು ಅದು ಬಹಳ ನಿಕಟವಾಗಿ ಸಂಬಂಧಿಸಿದೆ. ಇದು ನಮ್ಮ ಸಂವೇದನಾ ಗ್ರಾಹಕಗಳಿಂದ ಪಡೆದ ಭೌತಿಕ ಪ್ರಪಂಚದ ಬಗ್ಗೆ ಒಂದು ಇನ್ಪುಟ್ ಆಗಿದೆ, & ಗ್ರಹಿಕೆಯು ಮೆದುಳು ಈ ಸಂವೇದನೆಗಳನ್ನು ಆಯ್ಕೆ ಮಾಡುವ, ಸಂಘಟಿಸುವ ಮತ್ತು ಅರ್ಥ್ಯಸುವ ಪ್ರಕ್ರಿಯೆಯಾಗಿದೆ. ಬೇರೆ ರೀತಿಯಲ್ಲಿ ಹೇಳುವುದಾದರೆ, ಇಂದ್ರಿಯಗಳು ಗ್ರಹಿಕೆಯ ಶಾರೀರಿಕ ಆಧಾರವಾಗಿದೆ. ಒಂದೇ ಇಂದ್ರಿಯಗಳ ಗ್ರಹಿಕೆ ಒಬ್ಬ ವ್ಯಕ್ತಿಯಿಂದ ಇನ್ನೊಬ್ಬರಿಗೆ ಬದಲಾಗಬಹುದು ಏಕೆಂದರೆ ಪ್ರತಿಯೊಬ್ಬ ವ್ಯಕ್ತಿಯ ಮೆದುಳು ಆ ವ್ಯಕ್ತಿಯ ಕಲಿಕೆ, ಸ್ಮರಣೆ, ಭಾವನೆಗಳು ಮತ್ತು ನಿರೀಕ್ಷೆಗಳ ಆಧಾರದ ಮೇಲೆ ಪ್ರಚೋದನೆಗಳನ್ನು ವಿಭಿನ್ನವಾಗಿ ಅರ್ಥ್ಯಸುತ್ತದೆ.

ಏನನ್ನಾದರೂ ಗ್ರಹಿಸುವುದರ ಅರ್ಥವೇನು? ಸಂವೇದನಾ ಗ್ರಾಹಕಗಳು ನಿರ್ದಿಷ್ಟ ರೀತಿಯ ಪ್ರಚೋದಕಗಳಿಗೆ ಪ್ರತಿಕ್ರಿಯಿಸುವ ವಿಶೇಷ ನರಕೋಶಗಳಾಗಿವೆ. ಸಂವೇದನಾ ಗ್ರಾಹಕದಿಂದ ಸಂವೇದನಾ ಮಾಹಿತಿಯನ್ನು ಪತ್ತೆ ಮಾಡಿದಾಗ, ಸಂವೇದನೆ ಸಂಭವಿಸಿದೆ. ಉದಾ: ಕಣ್ಣಿನೊಳಗೆ ಪ್ರವೇಶಿಸುವ ಬೆಳಕು ಕಣ್ಣಿನ ಹಿಂಭಾಗದಲ್ಲಿರುವ ಜೀವಕೋಶಗಳಲ್ಲಿ ರಾಸಾಯನಿಕ ಬದಲಾವಣೆಗಳನ್ನು ಉಂಟುಮಾಡುತ್ತದೆ. ಈ ಜೀವಕೋಶಗಳು ಕ್ರಿಯಾಶೀಲ ವಿಭವಗಳ ರೂಪದಲ್ಲಿ ಸಂದೇಶಗಳನ್ನು ಪ್ರಸಾರ ಮಾಡುತ್ತವೆ (ಬಯೋಸೈಕಾಲಜಿಯನ್ನು ಅಧ್ಯಯನ ಮಾಡುವಾಗ ನೀವು ಕಲಿತಂತೆ), ಕೇಂದ್ರ ನರಮಂಡಲಕ್ಕೆ. ಸಂವೇದನಾ ಪ್ರಚೋದಕ ಶಕ್ತಿಯಿಂದ ಕ್ರಿಯಾಶೀಲ ವಿಭವಕ್ಕೆ ಪರಿವರ್ತನೆಯನ್ನು ಟ್ರಾನ್ಸ್‌ಡಕ್ಷನ್ ಎಂದು ಕರೆಯಲಾಗುತ್ತದೆ.

ನಾವು ಐದು ಇಂದ್ರಿಯಗಳನ್ನು ಹೊಂದಿದ್ದೇವೆ ಎಂದು ಪ್ರಾಥಮಿಕ ಶಾಲೆಯಿಂದಲೂ ನಿಮಗೆ ತಿಳಿದಿರಬಹುದು: ದೃಷ್ಟಿ, ಶ್ರವಣ (ಆಡಿಷನ್), ವಾಸನೆ (ಫ್ರಾಣ), ರುಚಿ (ಗುಸ್ಟೇಶನ್), ಮತ್ತು ಸ್ಪರ್ಶ (ಸೊಮಾಟೊಸೆನ್ಸೇಶನ್). ಐದು ಇಂದ್ರಿಯಗಳ ಈ ಕಲ್ಪನೆಯು ಅತಿ ಸರಳೀಕೃತವಾಗಿದೆ ಎಂದು ಅದು ತಿರುಗುತ್ತದೆ. ಸಮತೋಲನ (ವೆಸ್ಟಿಬುಲರ್ ಸೆನ್ಸ್), ದೇಹದ ಸ್ಥಾನ ಮತ್ತು ಚಲನೆ (ಪ್ರೊಪ್ರಿಯೋಸೆಪ್ಷನ್ ಮತ್ತು ಕೈನೆಸ್ಟೇಡಿಯಾ), ನೋವು (ನೋಸಿಸೆಪ್ಷನ್), ಮತ್ತು ತಾಪಮಾನ (ಥರ್ಮೋಸೆಪ್ಷನ್) ಬಗ್ಗೆ ಮಾಹಿತಿಯನ್ನು ಒದಗಿಸುವ ಸಂವೇದನಾ ವ್ಯವಸ್ಥೆಗಳನ್ನು ಸಹ ನಾವು ಹೊಂದಿದ್ದೇವೆ.

ಸಂಬಂಧಿತ ಪ್ರಚೋದಕಗಳಿಗೆ ನೀಡಿದ ಸಂವೇದನಾ ವ್ಯವಸ್ಥೆಯ ಸೂಕ್ಷ್ಮತೆಯನ್ನು ಸಂಪೂರ್ಣ ಮಿತಿಯಾಗಿ ವ್ಯಕ್ತಪಡಿಸಬಹುದು. ಸಂಪೂರ್ಣ ಮಿತಿಯು ಪ್ರಚೋದಕ ಶಕ್ತಿಯ ಕನಿಷ್ಠ ಪ್ರಮಾಣವನ್ನು ಸೂಚಿಸುತ್ತದೆ, ಅದು ಪ್ರಚೋದನೆಯ 50% ಸಮಯವನ್ನು ಪತ್ತೆಹಟ್ಟಲು ಇರಬೇಕು. ಇದರ ಬಗ್ಗೆ ಯೋಚಿಸುವ ಇನ್ನೊಂದು ವಿಧಾನವೆಂದರೆ, ಬೆಳಕು ಎಷ್ಟು ಮಂದವಾಗಿರಬಹುದು/ಶಬ್ದವು ಎಷ್ಟು ಮೃದುವಾಗಿರಬಹುದು ಮತ್ತು ಇನ್ನೂ ಅರ್ಧದಷ್ಟು ಸಮಯವನ್ನು ಪತ್ತೆಹಟ್ಟಬಹುದು ಎಂದು ಕೇಳುವುದು. ನಮ್ಮ ಸಂವೇದನಾ ಗ್ರಾಹಕಗಳ ಸೂಕ್ಷ್ಮತೆಯು ಅದ್ಭುತವಾಗಿದೆ. ಸ್ಪಷ್ಟವಾದ ರಾತ್ರಿಯಲ್ಲಿ, ಕಣ್ಣಿನ ಹಿಂಭಾಗದಲ್ಲಿರುವ ಅತ್ಯಂತ ಸೂಕ್ಷ್ಮವಾದ ಸಂವೇದನಾ ಕೋಶಗಳು 30 ಮೈಲುಗಳಷ್ಟು ದೂರದಲ್ಲಿರುವ ಮೇಣದಬತ್ತಿಯ ಜ್ವಾಲೆಯನ್ನು ಪತ್ತೆ ಮಾಡುತ್ತದೆ ಎಂದು ಅಂದಾಜಿಸಲಾಗಿದೆ (ಅಂಜೂರ 6), (ಒಕಾವಾ ಮತ್ತು ಸಂಪತ್, 2007). ಶಾಂತ ಪರಿಸ್ಥಿತಿಗಳಲ್ಲಿ, ಕೂದಲಿನ ಕೋಶಗಳು (ಒಳಗಿನ ಕಿವಿಯ ಗ್ರಾಹಕ ಕೋಶಗಳು) 20 ಅಡಿ ದೂರದಲ್ಲಿರುವ ಗಡಿಯಾರದ ಟಿಕ್ ಅನ್ನು ಕಂಡುಹಿಡಿಯಬಹುದು (ಗ್ಯಾಲಂಟರ್, 1962).

ಚಿತ್ರ 7: ಸಂಪೂರ್ಣ ಮಿತಿ

ಬೆಳಕಿನ ಪತ್ತೆಗೆ ಸಂಪೂರ್ಣ ಮಿತಿಯಲ್ಲಿ ನೀವು ಬಹುಶಃ ಊಹಿಸಿದ್ದಕ್ಕಿಂತ ಹೆಚ್ಚಿನದಾಗಿದೆ, ಮಾನವನ ಕಣ್ಣುಗಳು 30 ಮೈಲುಗಳಷ್ಟು ದೂರದಲ್ಲಿ ಸ್ಪಷ್ಟವಾದ ರಾತ್ರಿಯಲ್ಲಿ ಮೇಣದಬತ್ತಿಯನ್ನು ನೋಡಬಹುದು!

ಪ್ರಜ್ಞಾಪೂರ್ವಕ ಜಾಗೃತಿಗಾಗಿ ಮಿತಿಯ ಕೆಳಗೆ ಪ್ರಸ್ತುತಪಡಿಸಲಾದ ಸಂದೇಶಗಳನ್ನು ಪಡೆಯಲು ನಮಗೆ ಸಾಧ್ಯವಿದೆ, ಇವುಗಳನ್ನು ಸಬ್ಲಿಮಿನಲ್ ಸಂದೇಶಗಳು ಎಂದು ಕರೆಯಲಾಗುತ್ತದೆ. ಸಂವೇದನಾ ಗ್ರಾಹಕಗಳನ್ನು ಪ್ರಚೋದಿಸಲು ಮತ್ತು ಮೆದುಳಿಗೆ ನರ ಪ್ರಚೋದನೆಗಳನ್ನು ಕಳುಹಿಸಲು ಸಾಕಷ್ಟು ಪ್ರಬಲವಾದಾಗ ಪ್ರಚೋದನೆಯು ಶಾರೀರಿಕ ಮಿತಿಯನ್ನು ತಲುಪುತ್ತದೆ: ಇದು ಸಂಪೂರ್ಣ ಮಿತಿಯಾಗಿದೆ.

ಆ ಮಿತಿಗಿಂತ ಕೆಳಗಿರುವ ಸಂದೇಶವು ಅತ್ಯುನ್ನತವಾಗಿದೆ ಎಂದು ಹೇಳಲಾಗುತ್ತದೆ: ನಾವು ಅದನ್ನು ಸ್ವೀಕರಿಸುತ್ತೇವೆ, ಆದರೆ ನಾವು ಅದರ ಬಗ್ಗೆ ಪ್ರಜ್ಞಾಪೂರ್ವಕವಾಗಿ ತಿಳಿದಿರುವುದಿಲ್ಲ. ಆದ್ದರಿಂದ, ಸಂದೇಶವನ್ನು ಗ್ರಹಿಸಲಾಗಿದೆ, ಆದರೆ ಯಾವುದೇ ಕಾರಣಕ್ಕಾಗಿ, ಕೆಲಸ/ಅಲ್ಪಾವಧಿಯ ಸ್ಮರಣೆಯಲ್ಲಿ ಪ್ರಕ್ರಿಯೆಗೊಳಿಸಲು ಅದನ್ನು ಆಯ್ಕೆ ಮಾಡಲಾಗಿಲ್ಲ. ವರ್ಷಗಳಲ್ಲಿ ಜಾಹೀರಾತು, ರಾಕ್ ಸಂಗೀತ ಮತ್ತು ಸ್ವ-ಸಹಾಯ ಆಡಿಯೋ ಕಾರ್ಯಕ್ರಮಗಳಲ್ಲಿ ಅತ್ಯುನ್ನತ ಸಂದೇಶಗಳ ಬಳಕೆಯ ಬಗ್ಗೆ ಹೆಚ್ಚಿನ ಊಹಾಪೋಹಗಳಿವೆ.

ಪ್ರಯೋಗಾಲಯದ ಸೆಟ್ಟಿಂಗ್‌ಗಳಲ್ಲಿ, ಜನರು ಅರಿವಿನ ಹೊರಗಿನ ಮಾಹಿತಿಯನ್ನು ಪ್ರಕ್ರಿಯೆಗೊಳಿಸಬಹುದು ಮತ್ತು ಪ್ರತಿಕ್ರಿಯಿಸಬಹುದು ಎಂದು ಸಂಶೋಧನಾ ಪುರಾವೆಗಳು ತೋರಿಸುತ್ತವೆ. ಆದರೆ ನಾವು ಈ ಸಂದೇಶಗಳನ್ನು ಸೋಮಾರಿಗಳಂತೆ ಪಾಲಿಸುತ್ತೇವೆ ಎಂದು ಇದರ ಅರ್ಥವಲ್ಲ; ವಾಸ್ತವವಾಗಿ, ಗುಪ್ತ ಸಂದೇಶಗಳು ಪ್ರಯೋಗಾಲಯದ ಹೊರಗಿನ ನಡವಳಿಕೆಯ ಮೇಲೆ ಕಡಿಮೆ ಪರಿಣಾಮ ಬೀರುತ್ತವೆ (Kunst-Wilson & Zajonc, 1980; Rensink, 2004; Nelson, 2008; Radel, Sarrazin, Legrain, & Gobancé, 2009; Loersch, Durso, & Petty, 2013).

ಸಂಪೂರ್ಣ ಮಿತಿಗಳನ್ನು ಸಾಮಾನ್ಯವಾಗಿ ಸೂಕ್ಷ್ಮತೆಗೆ ಸೂಕ್ತವಾದ ಸಂದರ್ಭಗಳಲ್ಲಿ ನಂಬಲಾಗದಷ್ಟು ನಿಯಂತ್ರಿತ ಪರಿಸ್ಥಿತಿಗಳಲ್ಲಿ ಅಳೆಯಲಾಗುತ್ತದೆ. ಕೆಲವೊಮ್ಮೆ, ಅವುಗಳ ನಡುವಿನ ವ್ಯತ್ಯಾಸವನ್ನು ಪತ್ತೆಹಚ್ಚಲು ಪ್ರಚೋದಕಗಳಲ್ಲಿ ಎಷ್ಟು ವ್ಯತ್ಯಾಸ ಬೇಕು ಎಂಬುದರ ಕುರಿತು ನಾವು ಹೆಚ್ಚು ಆಸಕ್ತಿ ಹೊಂದಿದ್ದೇವೆ. ಇದನ್ನು ಕೇವಲ ಗಮನಿಸಬಹುದಾದ ವ್ಯತ್ಯಾಸ (jnd)/ಡಿಫರೆನ್ಸ್ ಥ್ರೆಶೋಲ್ಡ್ ಎಂದು ಕರೆಯಲಾಗುತ್ತದೆ.

ಸಂಪೂರ್ಣ ಮಿತಿಗಿಂತ ಭಿನ್ನವಾಗಿ, ಪ್ರಚೋದನೆಯ ತೀವ್ರತೆಯನ್ನು ಅವಲಂಬಿಸಿ ವ್ಯತ್ಯಾಸದ ಮಿತಿ ಬದಲಾಗುತ್ತದೆ. ಉದಾ: ತುಂಬಾ ಡಾರ್ಕ್ ಚಿತ್ರಮಂದಿರದಲ್ಲಿ ನಿಮ್ಮನ್ನು ಕಲ್ಪಿಸಿಕೊಳ್ಳಿ. ಪ್ರೇಕ್ಷಕರು ತನ್ನ ಸೆಲ್ ಫೋನ್‌ನಲ್ಲಿ ಪಠ್ಯ ಸಂದೇಶವನ್ನು ಸ್ವೀಕರಿಸಿದರೆ ಅದು ಅವಳ ಪರದೆಯು ಬೆಳಗಲು ಕಾರಣವಾಯಿತು, ಅನೇಕ ಜನರು ಥಿಯೇಟರ್‌ನಲ್ಲಿನ ಬೆಳಕಿನ ಬದಲಾವಣೆಯನ್ನು ಗಮನಿಸುವ ಸಾಧ್ಯತೆಗಳಿವೆ. ಆದಾಗ್ಯೂ, ಬಾಸ್ಕೆಟ್‌ಬಲ್ ಆಟದ ಸಮಯದಲ್ಲಿ ಪ್ರಕಾಶಮಾನವಾಗಿ ಬೆಳಗಿದ ಅಖಾಡದಲ್ಲಿ ಅದೇ ವಿಷಯ ಸಂಭವಿಸಿದರೆ, ಕೆಲವೇ ಜನರು ಗಮನಿಸುತ್ತಾರೆ.

ಸೆಲ್ ಫೋನ್ ಹೊಳಪು ಬದಲಾಗುವುದಿಲ್ಲ, ಆದರೆ ಪ್ರಕಾಶದಲ್ಲಿ ಬದಲಾವಣೆಯಾಗಿ ಪತ್ತೆಹಚ್ಚುವ ಸಾಮರ್ಥ್ಯವು ಎರಡು ಸಂದರ್ಭಗಳ ನಡುವೆ ನಾಟಕೀಯವಾಗಿ ಬದಲಾಗುತ್ತದೆ. ಅರ್ನ್ಸ್ಟ್ ವೆಬರ್ 1830 ರ ದಶಕದಲ್ಲಿ ವ್ಯತ್ಯಾಸದ ಮಿತಿಯಲ್ಲಿನ ಬದಲಾವಣೆಯ ಈ ಸಿದ್ಧಾಂತವನ್ನು ಪ್ರಸ್ತಾಪಿಸಿದರು ಮತ್ತು ಇದನ್ನು ವೆಬರ್ ಕಾನೂನು ಎಂದು ಕರೆಯಲಾಗುತ್ತದೆ: ವ್ಯತ್ಯಾಸದ ಮಿತಿಯು ಮೂಲ ಪ್ರಚೋದನೆಯ ನಿರಂತರ ಭಾಗವಾಗಿದೆ, ಉದಾಹರಣೆಗೆ ವಿವರಿಸುತ್ತದೆ. ದೊಡ್ಡ ಪ್ರಚೋದನೆಗಳಿಗೆ ದೊಡ್ಡ ವ್ಯತ್ಯಾಸಗಳನ್ನು ಗಮನಿಸಬೇಕು ಎಂಬ ಕಲ್ಪನೆ ಇದು. ಉದಾಹರಣೆಗೆ: 10 ಮತ್ತು 11 ಪೌಂಡುಗಳ ನಡುವಿನ ವ್ಯತ್ಯಾಸವನ್ನು ವಿಶ್ವಾಸಾರ್ಹವಾಗಿ ಹೇಳಲು ನಿಮ್ಮ ಸ್ನೇಹಿತರಿಗೆ ತುಂಬಾ ಕಷ್ಟವಾಗುತ್ತದೆ. (ಅಥವಾ 5 v/s 5.5 ಕೆಜಿ) ಇದು 1 & 2 ಪೌಂಡ್‌ಗಳಿಗಿಂತ.

1.4 ಗ್ರಹಿಕೆಗಳು: ಅರ್ಥಮತ್ತುವಿಧಗಳು

ಗ್ರಹಿಕೆ:

ಗ್ರಹಿಕೆಯು ಪರಿಸರವನ್ನು ಪ್ರತಿನಿಧಿಸಲು ಮತ್ತು ಅರ್ಥಮಾಡಿಕೊಳ್ಳಲು ಸಂವೇದನಾ ಮಾಹಿತಿಯ ಸಂಘಟನೆ, ಗುರುತಿಸುವಿಕೆ ಮತ್ತು ವ್ಯಾಖ್ಯಾನವಾಗಿದೆ. ಎಲ್ಲಾ ಗ್ರಹಿಕೆಯು ನರಮಂಡಲದಲ್ಲಿ ಸಂಕೇತಗಳನ್ನು ಒಳಗೊಂಡಿರುತ್ತದೆ, ಇದು ಸಂವೇದನಾ ಅಂಗಗಳ ಭೌತಿಕ ಅಥವಾ ರಾಸಾಯನಿಕ ಪ್ರಚೋದನೆಯಿಂದ ಉಂಟಾಗುತ್ತದೆ.

ಇದು ಈ ಸಂಕೇತಗಳ ನಿಷ್ಕ್ರಿಯ ರಸೀದಿಯಲ್ಲ ಆದರೆ ಕಲಿಕೆ, ಸ್ಮರಣೆ, ನಿರೀಕ್ಷೆ ಮತ್ತು ಗಮನದಿಂದ ರೂಪುಗೊಂಡಿದೆ. ಈ ಗ್ರಹಿಕೆಯ ಪ್ರಕ್ರಿಯೆಗಳ ಅಧ್ಯಯನವು, ಅವುಗಳ ಕಾರ್ಯಚಟುವಟಿಕೆಯು ಮೂರು ವರ್ಗದ ಅಸ್ಥಿರಗಳಿಂದ ಪ್ರಭಾವಿತವಾಗಿರುತ್ತದೆ ಎಂದು ತೋರಿಸುತ್ತದೆ, ಗ್ರಹಿಸುವ ವಸ್ತುಗಳು / ಘಟನೆಗಳು, ಗ್ರಹಿಕೆ ಸಂಭವಿಸುವ ಪರಿಸರ ಮತ್ತು ಗ್ರಹಿಸುವ ವ್ಯಕ್ತಿ.

ಗ್ರಹಿಕೆ ಎಂದರೇನು?

ಗ್ರಹಿಕೆಯು ನರಮಂಡಲದ ಸಂಕೀರ್ಣ ಕಾರ್ಯಗಳ ಮೇಲೆ ಅವಲಂಬಿತವಾಗಿದೆ ಆದರೆ ವ್ಯಕ್ತಿನಿಷ್ಠವಾಗಿ ಹೆಚ್ಚು ಶ್ರಮವಿಲ್ಲದಂತೆ ತೋರುತ್ತದೆ ಏಕೆಂದರೆ ಈ ಪ್ರಕ್ರಿಯೆಯು ಜಾಗೃತ ಅರಿವಿನ ಹೊರಗೆ ನಡೆಯುತ್ತದೆ.

ಜೋಸೆಫ್ ರೀಟ್ಜ್ ಪ್ರಕಾರ; "ಗ್ರಹಿಕೆಯು ವ್ಯಕ್ತಿಯು ತನ್ನ ಪರಿಸರದ ಬಗ್ಗೆ ಮಾಹಿತಿಯನ್ನು ಪಡೆಯುವ ಎಲ್ಲಾ ಪ್ರಕ್ರಿಯೆಗಳನ್ನು ಒಳಗೊಂಡಿದೆ - ನೋಡುವುದು, ಕೇಳುವುದು, ಭಾವನೆ, ರುಚಿ ಮತ್ತು ವಾಸನೆ."

B. V. H. ಗಿಲ್ಮರ್ ಪ್ರಕಾರ, "ಗ್ರಹಿಕೆಯು ಸನ್ನಿವೇಶಗಳ ಬಗ್ಗೆ ಅರಿವು ಮೂಡಿಸುವ ಪ್ರಕ್ರಿಯೆಯಾಗಿದೆ, ಸಂವೇದನೆಗಳಿಗೆ ಅರ್ಥಪೂರ್ಣ ಸಂಬಂಧಗಳನ್ನು ಸೇರಿಸುತ್ತದೆ."

ಗ್ರಹಿಕೆಯನ್ನು "ಸ್ವೀಕರಿಸುವ, ಆಯ್ಕೆ ಮಾಡುವ, ಸಂಘಟಿಸುವ, ಅರ್ಥೈಸುವ, ಪರಿಶೀಲಿಸುವ ಮತ್ತು ಸಂವೇದನಾ ಪ್ರಚೋದನೆಗಳು/ಡೇಟಾಗೆ ಪ್ರತಿಕ್ರಿಯಿಸುವ ಪ್ರಕ್ರಿಯೆ" ಎಂದು ವ್ಯಾಖ್ಯಾನಿಸಬಹುದು ಎಂದು ಉದಯ್ ಪರೀಕ್ ಹೇಳಿದರು.

S. P. ರಾಬಿನ್ಸ್ ಪ್ರಕಾರ, ಗ್ರಹಿಕೆಯನ್ನು "ವ್ಯಕ್ತಿಗಳು ತಮ್ಮ ಪರಿಸರಕ್ಕೆ ಅರ್ಥವನ್ನು ನೀಡುವ ಸಲುವಾಗಿ ತಮ್ಮ ಸಂವೇದನಾ ಅನಿಸಿಕೆಗಳನ್ನು ಸಂಘಟಿಸುವ ಮತ್ತು ವ್ಯಾಖ್ಯಾನಿಸುವ ಪ್ರಕ್ರಿಯೆ" ಎಂದು ವ್ಯಾಖ್ಯಾನಿಸಬಹುದು.

ಗ್ರಹಿಕೆಯು 5 ಇಂದ್ರಿಯಗಳನ್ನು ಒಳಗೊಂಡಿದೆ; ಸ್ಪರ್ಶ, ದೃಷ್ಟಿ, ರುಚಿ ವಾಸನೆ ಮತ್ತು ಧ್ವನಿ. ಇದು ಗ್ರಹಿಕೆ ಎಂದು ಕರೆಯಲ್ಪಡುವದನ್ನು ಒಳಗೊಂಡಿರುತ್ತದೆ, ದೇಹದ ಸ್ಥಾನಗಳು ಮತ್ತು ಚಲನೆಗಳಲ್ಲಿನ ಬದಲಾವಣೆಗಳನ್ನು ಪತ್ತೆಹಚ್ಚುವ ಸಾಮರ್ಥ್ಯವನ್ನು ಒಳಗೊಂಡಿರುವ ಇಂದ್ರಿಯಗಳ ಒಂದು ಸೆಟ್.

ಇದು ಮಾಹಿತಿಯನ್ನು ಪ್ರಕ್ರಿಯೆಗೊಳಿಸಲು ಅಗತ್ಯವಿರುವ ಅರಿವಿನ ಪ್ರಕ್ರಿಯೆಗಳನ್ನು ಒಳಗೊಂಡಿರುತ್ತದೆ, ಉದಾಹರಣೆಗೆ ಸ್ನೇಹಿತನ ಮುಖವನ್ನು ಗುರುತಿಸುವುದು/ಪರಿಚಿತ ಸುಗಂಧ ದ್ರವ್ಯವನ್ನು ಪತ್ತೆಹಚ್ಚುವುದು.

ಈ ಶಾಶ್ವತ ಪ್ರಕ್ರಿಯೆಗಳ ಅಧ್ಯಯನವು ಅವುಗಳ ಕಾರ್ಯಚಟುವಟಿಕೆಯು ಮೂರು ವರ್ಗದ ಅಸ್ಥಿರಗಳಿಂದ ಪ್ರಭಾವಿತವಾಗಿರುತ್ತದೆ ಎಂದು ತೋರಿಸುತ್ತದೆ-ವಸ್ತುಗಳು/ಘಟನೆಗಳನ್ನು ಗ್ರಹಿಸಲಾಗುತ್ತದೆ, ಗ್ರಹಿಕೆ ಸಂಭವಿಸುವ ಪರಿಸರ ಮತ್ತು ಗ್ರಹಿಸುವ ವ್ಯಕ್ತಿಯು. ಸರಳ ಪದಗಳಲ್ಲಿ, ಗ್ರಹಿಕೆಯು ನೋಡಬೇಕಾದದ್ದನ್ನು ನೋಡುವ ಕ್ರಿಯೆ ಎಂದು ನಾವು ಹೇಳಬಹುದು. ಆದರೆ ನೋಡುವುದು ಗ್ರಹಿಸುವವ, ವಸ್ತು ಮತ್ತು ಅದರ ಪರಿಸರದಿಂದ ಪ್ರಭಾವಿತವಾಗಿರುತ್ತದೆ. ಗ್ರಹಿಕೆಯ ಅರ್ಥವು ಈ ಮೂರು ಅಂಶಗಳನ್ನು ಒತ್ತಿಹೇಳುತ್ತದೆ.

<u>ಗ್ರಹಿಕೆಯಪ್ರಾಮುಖ್ಯತೆ:</u>

ಗ್ರಹಿಕೆಯು ವ್ಯಕ್ತಿನಿಷ್ಠ, ಸಕ್ರಿಯ ಮತ್ತು ಸೃಜನಾತ್ಮಕ ಪ್ರಕ್ರಿಯೆಯಾಗಿದ್ದು, ನಮ್ಮನ್ನು ಮತ್ತು ಇತರರನ್ನು ಅರ್ಥಮಾಡಿಕೊಳ್ಳಲು ನಾವು ಸಂವೇದನಾ ಮಾಹಿತಿಗೆ ಅರ್ಥವನ್ನು ನಿಯೋಜಿಸುತ್ತೇವೆ. ಸಂವೇದನಾ ಮಾಹಿತಿಯ ನಮ್ಮ ಗುರುತಿಸುವಿಕೆ ಮತ್ತು ವ್ಯಾಖ್ಯಾನ ಎಂದು ಇದನ್ನು ವ್ಯಾಖ್ಯಾನಿಸಬಹುದು. ನಾವು ಮಾಹಿತಿಗೆ ಹೇಗೆ ಪ್ರತಿಕ್ರಿಯಿಸುತ್ತೇವೆ ಎಂಬುದನ್ನು ಸಹ ಇದು ಒಳಗೊಂಡಿದೆ. ಸಂವೇದನಾ ಗ್ರಾಹಕಗಳ ಮೂಲಕ ಬಾಹ್ಯ ಪ್ರಪಂಚದಿಂದ ಜೀವಿಯು ಮಾಹಿತಿಯನ್ನು ಪತ್ತೆಹಚ್ಚುವ ಮತ್ತು ಅರ್ಥೈಸುವ ಪ್ರಕ್ರಿಯೆಯಾಗಿದೆ. ಇದು ನಮ್ಮ ಸುತ್ತಲಿನ ಪ್ರಪಂಚದ ನಮ್ಮ ಸಂವೇದನಾ ಅನುಭವವಾಗಿದೆ ಮತ್ತು ಈ ಪ್ರಚೋದಕಗಳಿಗೆ ಪ್ರತಿಕ್ರಿಯೆಯಾಗಿ ಪರಿಸರ ಪ್ರಚೋದಕಗಳು ಮತ್ತು ಕ್ರಿಯೆಗಳ ಗುರುತಿಸುವಿಕೆ ಎರಡನ್ನೂ ಒಳಗೊಂಡಿರುತ್ತದೆ. ಗ್ರಹಿಕೆಯ ಪ್ರಕ್ರಿಯೆಯ ಮೂಲಕ, ನಮ್ಮ ಉಳಿವಿಗೆ ನಿರ್ಣಾಯಕವಾಗಿರುವ ಪರಿಸರದ ಗುಣಲಕ್ಷಣಗಳು ಮತ್ತು ಅಂಶಗಳ ಬಗ್ಗೆ ನಾವು ಮಾಹಿತಿಯನ್ನು ಪಡೆಯುತ್ತೇವೆ.

ಗ್ರಹಿಕೆಯು ನಮ್ಮ ಸುತ್ತಲಿನ ಪ್ರಪಂಚದ ಅನುಭವವನ್ನು ಮಾತ್ರ ಸೃಷ್ಟಿಸುವುದಿಲ್ಲ; ಇದು ನಮ್ಮ ಪರಿಸರದಲ್ಲಿ ಕಾರ್ಯನಿರ್ವಹಿಸಲು ಅನುವು ಮಾಡಿಕೊಡುತ್ತದೆ.

ಮಾನವ ನಡವಳಿಕೆಯನ್ನು ಅರ್ಥಮಾಡಿಕೊಳ್ಳುವಲ್ಲಿ ಗ್ರಹಿಕೆ ಬಹಳ ಮುಖ್ಯವಾಗಿದೆ ಏಕೆಂದರೆ ಪ್ರತಿಯೊಬ್ಬ ವ್ಯಕ್ತಿಯ ಜಗತ್ತನ್ನು ಗ್ರಹಿಸುತ್ತಾನೆ ಮತ್ತು ಜೀವನದ ಸಮಸ್ಯೆಗಳನ್ನು ವಿಭಿನ್ನವಾಗಿ

ಸಮೀಪಿಸುತ್ತಾನೆ. ನಾವು ನೋಡುವ ಅಥವಾ ಅನುಭವಿಸುವ ಯಾವುದಾದರೂ ಅದು ನಿಜವಾಗಿ ಒಂದೇ ಆಗಿರುವುದಿಲ್ಲ. ನಾವು ಏನನ್ನಾದರೂ ಖರೀದಿಸಿದಾಗ, ಅದು ಉತ್ತಮವಾದುದಕ್ಕಾಗಿ ಅಲ್ಲ, ಆದರೆ ನಾವು ಅದನ್ನ ಅತ್ಯುತ್ತಮವೆಂದು ಪರಿಗಣಿಸುತ್ತೇವೆ.

ಜನರು ತಮ್ಮ ಗ್ರಹಿಕೆಯ ಆಧಾರದ ಮೇಲೆ ವರ್ತಿಸಿದರೆ, ಪರಿಸರದ ಬಗ್ಗೆ ಅವರ ಪ್ರಸ್ತುತ ಗ್ರಹಿಕೆಯನ್ನು ಅರ್ಥಮಾಡಿಕೊಳ್ಳುವ ಮೂಲಕ ಬದಲಾದ ಸಂದರ್ಭಗಳಲ್ಲಿ ಅವರ ನಡವಳಿಕೆಯನ್ನು ನಾವು ಊಹಿಸಬಹುದು. ಒಬ್ಬ ವ್ಯಕ್ತಿಯ ಸತ್ಯಗಳನ್ನು ಒಂದು ರೀತಿಯಲ್ಲಿ ನೋಡುತ್ತಿರಬಹುದು, ಅದು ಇನ್ನೊಬ್ಬ ವೀಕ್ಷಕನು ನೋಡುವ ಸಂಗತಿಗಳಿಗಿಂತ ಭಿನ್ನವಾಗಿರಬಹುದು. ಗ್ರಹಿಕೆಯ ಸಹಾಯದಿಂದ, ವಿವಿಧ ಜನರ ಅಗತ್ಯಗಳನ್ನು ನಿರ್ಧರಿಸಬಹುದು, ಏಕೆಂದರೆ ಜನರ ಗ್ರಹಿಕೆ ಅವರ ಅಗತ್ಯಗಳಿಂದ ಪ್ರಭಾವಿತವಾಗಿರುತ್ತದೆ.

ಕೆಲಸದ ಸೆಟ್ಟಿಂಗ್‌ನಲ್ಲಿ ಜನರು ಮತ್ತು ಈವೆಂಟ್‌ಗಳೊಂದಿಗೆ ವ್ಯವಹರಿಸುವಾಗ ದೋಷಗಳನ್ನು ತಪ್ಪಿಸಲು ಬಯಸುವ ನಿರ್ವಾಹಕರಿಗೆ ಗ್ರಹಿಕೆ ಬಹಳ ಮುಖ್ಯವಾಗಿದೆ. ವಿಭಿನ್ನ ಜನರು ಒಂದೇ ಪರಿಸ್ಥಿತಿಯನ್ನು ವಿಭಿನ್ನವಾಗಿ ಗ್ರಹಿಸುತ್ತಾರೆ ಎಂಬ ಅಂಶದಿಂದ ಈ ಸಮಸ್ಯೆಯು ಹೆಚ್ಚು ಜಟಿಲವಾಗಿದೆ. ಅಧೀನ ಅಧಿಕಾರಿಗಳೊಂದಿಗೆ ಪರಿಣಾಮಕಾರಿಯಾಗಿ ವ್ಯವಹರಿಸಲು, ವ್ಯವಸ್ಥಾಪಕರು ಅವರ ಗ್ರಹಿಕೆಗಳನ್ನು ಸರಿಯಾಗಿ ಅರ್ಥಮಾಡಿಕೊಳ್ಳಬೇಕು.

ಗ್ರಹಿಕೆಯು ಮುಖ್ಯವಾಗಬಹುದು ಏಕೆಂದರೆ ಇದು ವಸ್ತುನಿಷ್ಠ ಉತ್ಪಾದನೆಗಿಂತ ಹೆಚ್ಚಿನದನ್ನು ನೀಡುತ್ತದೆ; ಇದು ವೀಕ್ಷಣೆಯನ್ನು ಒಳಗೊಳ್ಳುತ್ತದೆ ಮತ್ತು ಹಿಂದಿನ ಅನುಭವಗಳೊಂದಿಗೆ ಪುಷ್ಟೀಕರಿಸಿದ ಬದಲಾದ ವಾಸ್ತವವನ್ನು ತಯಾರಿಸುತ್ತದೆ.

ಗ್ರಹಿಕೆಯು ಪಾತ್ರವನ್ನು ನಿರ್ಮಿಸುತ್ತದೆ (ಅಗತ್ಯವಾಗಿ ಒಳ್ಳೆಯ/ಕೆಟ್ಟ ಪಾತ್ರವಲ್ಲ) ಇದು ವ್ಯಕ್ತಿಗಳು ಕೋಡಂಗಿ, ಕಪಟಿ, ಸ್ವಾಭಿಮಾನಿ, ಬಲಿಪಶು ಇತ್ಯಾದಿಗಳಲ್ಲಿ ಬೀಳುವ ವಿಭಿನ್ನ ಪಾತ್ರಗಳನ್ನು ವ್ಯಾಖ್ಯಾನಿಸುತ್ತದೆ.

ನಾವು ಇತರರೊಂದಿಗೆ ಬೆರೆಯಲು ಬಯಸಿದರೆ ಅವರ ದೃಷ್ಟಿಕೋನದಿಂದ ವಿಷಯಗಳನ್ನು ನೋಡಲು ಪ್ರಯತ್ನಿಸುವುದು/ಅವರ ಬೂಟುಗಳಲ್ಲಿ ಸ್ವಲ್ಪ ಸಮಯದವರೆಗೆ ನಡೆಯುವುದು ಬಹಳ ಮುಖ್ಯ. ನಾವು ಅವರ ಪಾದರಕ್ಷೆಯಲ್ಲಿ ನಡೆದರೆ ನಾವು ವಿಷಯಗಳ ಬಗ್ಗೆ ಹೊಸ ದೃಷ್ಟಿಕೋನವನ್ನು ಪಡೆಯುತ್ತೇವೆ ಮತ್ತು ಅದರಲ್ಲಿ ಇತರರನ್ನು ಅರ್ಥಮಾಡಿಕೊಳ್ಳಬಹುದು ಮತ್ತು ಇತರರನ್ನು ಹೆಚ್ಚು ಸೂಕ್ತವಾಗಿ ಪ್ರೀತಿಸಬಹುದು ಮತ್ತು ಸಹಾಯ ಮಾಡಬಹುದು.

ಆದ್ದರಿಂದ, ಮಾನವ ನಡವಳಿಕೆಯನ್ನು ಅರ್ಥಮಾಡಿಕೊಳ್ಳಲು, ಅವರ ಗ್ರಹಿಕೆಯನ್ನು ಅರ್ಥಮಾಡಿಕೊಳ್ಳುವುದು ಬಹಳ ಮುಖ್ಯ, ಅಂದರೆ, ಅವರು ವಿಭಿನ್ನ ಸನ್ನಿವೇಶಗಳನ್ನು ಹೇಗೆ ಗ್ರಹಿಸುತ್ತಾರೆ. ಜನರ ನಡವಳಿಕೆಯ ವಾಸ್ತವತೆಯ ಬಗ್ಗೆ ಅವರ ಗ್ರಹಿಕೆಗಳನ್ನು ಆಧರಿಸಿದೆ, ವಾಸ್ತವದ ಮೇಲೆ ಅಲ್ಲ. ಪ್ರಪಂಚವು ಗ್ರಹಿಸಲ್ಪಟ್ಟಂತೆ ಮಾನವ ನಡವಳಿಕೆಯನ್ನು ಅರ್ಥಮಾಡಿಕೊಳ್ಳಲು ಮುಖ್ಯವಾದ ಜಗತ್ತು.

<u>*ಗ್ರಹಿಕೆಯಮೇಲೆಪರಿಣಾಮಬೀರುವಅಂಶಗಳು:*</u>

ಗ್ರಹಿಕೆ ಎಂದರೆ ಒಬ್ಬ ವ್ಯಕ್ತಿಯ ಅರ್ಥಪೂರ್ಣ ಚಿತ್ರವನ್ನು ರಚಿಸಲು ಮಾಹಿತಿಯನ್ನ ಆಯ್ಕೆ ಮಾಡುವ, ಸಂಘಟಿಸುವ ಮತ್ತು ಅರ್ಥೈಸುವ ಪ್ರಕ್ರಿಯೆ. ಗ್ರಹಿಕೆಯ ದೈಹಿಕ ಪ್ರಚೋದನೆಗಳ ಮೇಲೆ ಮಾತ್ರವಲ್ಲದೆ ಸುತ್ತಮುತ್ತಲಿನ ಕ್ಷೇತ್ರಕ್ಕೆ ಮತ್ತು ವ್ಯಕ್ತಿಯೊಳಗಿನ ಪರಿಸ್ಥಿತಿಗಳಿಗೆ ಪ್ರಚೋದಕಗಳ ಸಂಬಂಧವನ್ನು ಅವಲಂಬಿಸಿರುತ್ತದೆ. ಗ್ರಹಿಕೆ ಎನ್ನುವುದು ವ್ಯಕ್ತಿಗಳು ತಮ್ಮ ಪರಿಸರಕ್ಕೆ ಅರ್ಥವನ್ನು

ನೀಡುವ ಸಲುವಾಗಿ ತಮ್ಮ ಸಂವೇದನಾ ಗ್ರಾಹಿಕೆಗಳನ್ನು ಸಂಘಟಿಸುವ ಮತ್ತು ವ್ಯಾಖ್ಯಾನಿಸುವ ಪ್ರಕ್ರಿಯೆಯಾಗಿದೆ. ಆದಾಗ್ಯೂ, ಒಬ್ಬರು ಗ್ರಹಿಸುವ ವಸ್ತುನಿಷ್ಠ ವಾಸ್ತವಕ್ಕಿಂತ ಗಣನೀಯವಾಗಿ ಭಿನ್ನವಾಗಿರಬಹುದು. ಇದು ಹೊರಗಿನ ಪರಿಸರದಿಂದ ಮಾಹಿತಿಯನ್ನು ಆಯ್ಕೆಮಾಡುವ, ಸ್ವೀಕರಿಸುವ, ಸಂಘಟಿತ ಮತ್ತು ಅರ್ಥಪೂರ್ಣವಾಗಿಸುವ ಪ್ರಕ್ರಿಯೆಯಾಗಿದೆ.

ಅರ್ಥಪೂರ್ಣ ಮಾಹಿತಿಯ ಈ ಇನ್‌ಪುಟ್ ನಿರ್ಧಾರಗಳು ಮತ್ತು ಕ್ರಿಯೆಗಳಿಗೆ ಕಾರಣವಾಗುತ್ತದೆ. ಗ್ರಾಹಿಕೆಯನ್ನು ರೂಪಿಸಲು ಮತ್ತು ಕೆಲವೊಮ್ಮೆ, ವಿರೂಪಗೊಳಿಸಲು ಹಲವಾರು ಅಂಶಗಳು ಕಾರ್ಯನಿರ್ವಹಿಸುತ್ತವೆ. ಈ ಅಂಶಗಳು ಗ್ರಹಿಸುವ ವಸ್ತು/ಗುರಿಯಲ್ಲಿ ಗ್ರಹಿಸುವವರಲ್ಲಿ/ಗ್ರಾಹಿಕೆಯನ್ನು ಮಾಡಿದ ಸನ್ನಿವೇಶದ ಸಂದರ್ಭದಲ್ಲಿ ನೆಲೆಸಬಹುದು. ಒಬ್ಬ ವ್ಯಕ್ತಿಯ ಗುರಿಯನ್ನು ನೋಡಿದಾಗ ಮತ್ತು ಅವನು/ಅವಳು ನೋಡುವುದನ್ನು ಅರ್ಥೈಸಲು ಪ್ರಯತ್ನಿಸಿದಾಗ, ಆ ವ್ಯಾಖ್ಯಾನವು ವೈಯಕ್ತಿಕ ಗ್ರಹಿಸುವವರ ವೈಯಕ್ತಿಕ ಗುಣಲಕ್ಷಣಗಳಿಂದ ಹೆಚ್ಚು ಪ್ರಭಾವಿತವಾಗಿರುತ್ತದೆ. ಗ್ರಾಹಿಕೆಯ ಮೇಲೆ ಪರಿಣಾಮ ಬೀರುವ ವೈಯಕ್ತಿಕ ಗುಣಲಕ್ಷಣಗಳು ವ್ಯಕ್ತಿಯ ವರ್ತನೆಗಳು, ವ್ಯಕ್ತಿತ್ವ, ಉದ್ದೇಶಗಳು, ಆಸಕ್ತಿಗಳು, ಹಿಂದಿನ ಅನುಭವಗಳು ಮತ್ತು ನಿರೀಕ್ಷೆಗಳನ್ನು ಒಳಗೊಂಡಿರುತ್ತದೆ. ಗುರಿಯ ಮೇಲೆ ಪ್ರಭಾವ ಬೀರುವ ಕೆಲವು ಅಂಶಗಳಿವೆ- ನವೀನತೆ, ಚಲನೆ, ಶಬ್ದಗಳು, ಗಾತ್ರ, ಹಿನ್ನೆಲೆ, ಸಾಮೀಪ್ಯ, ಹೋಲಿಕೆ, ಇತ್ಯಾದಿ.

ಗಮನಿಸಿದ ಗುರಿಯ ಗುಣಲಕ್ಷಣಗಳು ಗ್ರಹಿಸಿದ ಮೇಲೆ ಪರಿಣಾಮ ಬೀರಬಹುದು. ಗುರಿಗಳನ್ನು ಪ್ರತ್ಯೇಕವಾಗಿ ನೋಡದ ಕಾರಣ, ಅದರ ಹಿನ್ನೆಲೆಗೆ ಗುರಿಯ ಸಂಬಂಧವು ಗ್ರಾಹಿಕೆಯನ್ನು ಪ್ರಭಾವಿಸುತ್ತದೆ, ಹಾಗೆಯೇ ನಿಕಟ ವಿಷಯಗಳನ್ನು ಮತ್ತು ಅಂತಹುದೇ ವಿಷಯಗಳನ್ನು ಒಟ್ಟಿಗೆ ಗುಂಪು ಮಾಡುವ ನಮ್ಮ ಪ್ರವೃತ್ತಿ. ಗ್ರಾಹಿಕೆ ಪ್ರಕ್ರಿಯೆಯ ಮೇಲೆ ಪ್ರಭಾವ ಬೀರುವ ಇತರರನ್ನು ಗ್ರಹಿಸುವ ಸಮಯ, ಕೆಲಸದ ಸೆಟ್ಟಿಂಗ್‌ಗಳು, ಸಾಮಾಜಿಕ ನಿಲುವುಗಳು ಮುಂತಾದ ಕೆಲವು ಸಾಂದರ್ಭಿಕ ಅಂಶಗಳೂ ಇವೆ. ಇವುಗಳ ಹೊರತಾಗಿ, ಗ್ರಾಹಿಕೆ ಕಲಿಕೆಯಂತಹ ಇತರ ಕೆಲವು ಅಂಶಗಳಿವೆ, ಅದು ಹಿಂದಿನ ಅನುಭವಗಳನ್ನು ಆಧರಿಸಿದೆ/ನಾವು ಪಡೆಯುವ ಯಾವುದೇ ವಿಶೇಷ ತರಬೇತಿ; ನಮ್ಮಲ್ಲಿ ಪ್ರತಿಯೊಬ್ಬರೂ ಕೆಲವು ಸಂವೇದನಾ ಒಳಹರಿವುಗಳನ್ನು ಒತ್ತಿಹೇಳಲು ಮತ್ತು ಇತರರನ್ನು ನಿರ್ಲಕ್ಷಿಸಲು ಕಲಿಯುತ್ತಾರೆ. ಮತ್ತೊಂದು ಅಂಶವೆಂದರೆ ಮಾನಸಿಕ ಸೆಟ್, ಇದು ಕೆಲವು ಸಂವೇದನಾ ಒಳಹರಿವನ್ನು ಸ್ವೀಕರಿಸಲು ಸನ್ನದ್ಧತೆ/ಸಿದ್ಧತೆಯನ್ನು ಸೂಚಿಸುತ್ತದೆ. ಅಂತಹ ನಿರೀಕ್ಷೆಯು ವ್ಯಕ್ತಿಯನ್ನು ಉತ್ತಮ ಗಮನ ಮತ್ತು ಏಕಾಗ್ರತೆಯಿಂದ ಸಿದ್ಧಪಡಿಸುತ್ತದೆ. ನಮ್ಮಲ್ಲಿರುವ ಜ್ಞಾನದ ಮಟ್ಟವು ಅವನ/ಅವಳ ನಡವಳಿಕೆಗಳನ್ನು ನಾವು ಗ್ರಹಿಸುವ ವಿಧಾನವನ್ನು ಬದಲಾಯಿಸಬಹುದು.

ಉದಾಹರಣೆಗೆ: ಒಬ್ಬ ವ್ಯಕ್ತಿಯು ತನ್ನ ಸ್ನೇಹಿತ ಕುಟುಂಬದ ಸಮಸ್ಯೆಗಳಿಂದ ಒತ್ತಡಕ್ಕೊಳಗಾಗಿದ್ದಾಳೆಂದು ತಿಳಿದಿದ್ದರೆ, ಅವಳು ತನ್ನ ಸ್ನಾಪ್ ಕಾಮೆಂಟ್‌ಗಳನ್ನು ಕಡೆಗಣಿಸಬಹುದು. ಕಲಿಕೆಯು ಗ್ರಾಹಿಕೆಯ ಮೇಲೆ ಸಾಕಷ್ಟು ಪ್ರಭಾವ ಬೀರುತ್ತದೆ. ಇದು ಜನರಲ್ಲಿ ನಿರೀಕ್ಷೆಯನ್ನು ಸೃಷ್ಟಿಸುತ್ತದೆ. ಗ್ರಹಿಸಬೇಕಾದ ವಿಷಯಗಳ ಸ್ವರೂಪವೂ ಪ್ರಭಾವಶಾಲಿ ಅಂಶವಾಗಿದೆ. ಸ್ವಭಾವತಃ ನಾವು ಎಂದರೆ, ವಸ್ತುವು ದೃಶ್ಯ ಅಥವಾ ಶ್ರವಣೇಂದ್ರಿಯವಾಗಿದೆಯೇ ಮತ್ತು ಅದು ಚಿತ್ರಗಳು, ಜನರು/ಪ್ರಾಣಿಗಳನ್ನು ಒಳಗೊಂಡಿರುತ್ತದೆ.

ಗ್ರಾಹಿಕೆಯನ್ನು ಮಾನವನ ಶಾರೀರಿಕ ಮತ್ತು ಮಾನಸಿಕ ಗುಣಲಕ್ಷಣಗಳೆರಡರಿಂದಲೂ ನಿರ್ಧರಿಸಲಾಗುತ್ತದೆ ಆದರೆ ಸಂವೇದನೆಯು ಕೇವಲ ಶಾರೀರಿಕ ಲಕ್ಷಣಗಳೊಂದಿಗೆ ಕಲ್ಪಿಸಲ್ಪಟ್ಟಿದೆ. ಹೀಗಾಗಿ, ಗ್ರಾಹಿಕೆಯು ಕೇವಲ ಕಣ್ಣುಗಳಿಂದ ನೋಡುವುದಲ್ಲ, ಇದು ಹೆಚ್ಚು ಸಂಕೀರ್ಣವಾದ

ಪ್ರಕ್ರಿಯೆಯಾಗಿದ್ದು, ಅದರ ಮೂಲಕ ವ್ಯಕ್ತಿಯ ಪರಿಸರದಲ್ಲಿನ ಪ್ರಚೋದಕಗಳನ್ನು ಆಯ್ದುವಾಗಿ ಹೀರಿಕೊಳ್ಳುವ / ಸಂಯೋಜಿಸುವ, ಅರಿವಿನ ಮಾಹಿತಿಯನ್ನು ನಿರ್ದಿಷ್ಟ ಶೈಲಿಯಲ್ಲಿ ಸಂಘಟಿಸುತ್ತದೆ ಮತ್ತು ನಂತರ ಮಾಹಿತಿಯನ್ನು ಅರ್ಥೈಸಿಕೊಳ್ಳುತ್ತದೆ. ಒಬ್ಬರ ಪರಿಸರದಲ್ಲಿ ಏನು ನಡೆಯುತ್ತಿದೆ ಎಂಬುದರ ಕುರಿತು ಮೌಲ್ಯಮಾಪನ. ಒಬ್ಬ ವ್ಯಕ್ತಿಯ ಗುರಿಯನ್ನು ನೋಡಿದಾಗ ಮತ್ತು ಅವನು/ಅವಳು ನೋಡುವುದನ್ನು ಅರ್ಥೈಸಲು ಪ್ರಯತ್ನಿಸಿದಾಗ, ಆ ವ್ಯಾಖ್ಯಾನವು ವೈಯಕ್ತಿಕ ಗ್ರಹಿಸುವವರ ವೈಯಕ್ತಿಕ ಗುಣಲಕ್ಷಣಗಳಿಂದ ಹೆಚ್ಚು ಪ್ರಭಾವಿತವಾಗಿರುತ್ತದೆ. ಗ್ರಹಿಕೆಯ ಮೇಲೆ ಪರಿಣಾಮ ಬೀರುವ ವೈಯಕ್ತಿಕ ಗುಣಲಕ್ಷಣಗಳು ವ್ಯಕ್ತಿಯ ವರ್ತನೆಗಳು, ವ್ಯಕ್ತಿತ್ವ ಉದ್ದೇಶಗಳ ಆಸಕ್ತಿ, ಹಿಂದಿನ ಅನುಭವಗಳು ಮತ್ತು ನಿರೀಕ್ಷೆಗಳನ್ನು ಒಳಗೊಂಡಿವೆ.

<u>*ಗ್ರಹಿಕೆಪ್ರಕ್ರಿಯೆ:*</u>

ಗ್ರಹಿಕೆಯ ಪ್ರಕ್ರಿಯೆಯು ನಮ್ಮ ಸುತ್ತಲಿನ ಪ್ರಪಂಚವನ್ನು ಅನುಭವಿಸಲು ನಮಗೆ ಅನುಮತಿಸುತ್ತದೆ. ಗ್ರಹಿಕೆ ಮತ್ತು ಗ್ರಹಿಕೆಯ ಪ್ರಕ್ರಿಯೆಯ ಈ ಅವಲೋಕನದಲ್ಲಿ, ನಾವು ಪರಿಸರದಲ್ಲಿ ಪ್ರಚೋದನೆಗಳನ್ನು ಪತ್ತೆಹಚ್ಚುವುದರಿಂದ ಆ ಮಾಹಿತಿಯ ಆಧಾರದ ಮೇಲೆ ವಾಸ್ತವವಾಗಿ ಕ್ರಮ ತೆಗೆದುಕೊಳ್ಳುವವರೆಗೆ ಹೇಗೆ ಹೋಗುತ್ತೇವೆ ಎಂಬುದರ ಕುರಿತು ನಾವು ಇನ್ನಷ್ಟು ತಿಳಿದುಕೊಳ್ಳುತ್ತೇವೆ ಮತ್ತು ಅದನ್ನು ನಮ್ಮ ಅಸ್ತಿತ್ವದಲ್ಲಿರುವ ರಚನೆಗಳು ಮತ್ತು ಮಾದರಿಗಳಲ್ಲಿ ಆಯೋಜಿಸಬಹುದು ಮತ್ತು ನಂತರ ಅದನ್ನು ಆಧರಿಸಿ ಅರ್ಥೈಸಲಾಗುತ್ತದೆ ಹಿಂದಿನ ಅನುಭವಗಳು. ಗ್ರಹಿಕೆಯು ಹೆಚ್ಚಾಗಿ ಅರಿವಿನ ಮತ್ತು ಮಾನಸಿಕ ಪ್ರಕ್ರಿಯೆಯಾಗಿದ್ದರೂ, ನಮ್ಮ ಸುತ್ತಲಿನ ಜನರು ಮತ್ತು ವಸ್ತುಗಳನ್ನು ನಾವು ಹೇಗೆ ಗ್ರಹಿಸುತ್ತೇವೆ ಎಂಬುದು ನಮ್ಮ ಸಂವಹನದ ಮೇಲೆ ಪರಿಣಾಮ ಬೀರುತ್ತದೆ. ವಾಸ್ತವವಾಗಿ ಗ್ರಹಿಕೆ ಪ್ರಕ್ರಿಯೆಯು ಪರಿಸರದಿಂದ ಪ್ರಾರಂಭವಾಗುವ ಹಂತಗಳ ಅನುಕ್ರಮವಾಗಿದೆ ಮತ್ತು ಪ್ರಚೋದನೆಗೆ ಪ್ರತಿಕ್ರಿಯೆಯಾಗಿ ಪ್ರಚೋದನೆ ಮತ್ತು ಕ್ರಿಯೆಯ ನಮ್ಮ ಗ್ರಹಿಕೆಗೆ ಕಾರಣವಾಗುತ್ತದೆ. ಗ್ರಹಿಕೆ ಪ್ರಕ್ರಿಯೆಯು ಹೇಗೆ ಕಾರ್ಯನಿರ್ವಹಿಸುತ್ತದೆ ಎಂಬುದನ್ನು ಸಂಪೂರ್ಣವಾಗಿ ಅರ್ಥಮಾಡಿಕೊಳ್ಳಲು, ನಾವು ಈ ಕೆಳಗಿನ ಪ್ರತಿಯೊಂದು ಹಂತಗಳನ್ನು ಅನುಸರಿಸಬೇಕು. ಗ್ರಹಿಕೆ ಪ್ರಕ್ರಿಯೆಯ ಮೂರು ಹಂತಗಳು;

1. ಆಯ್ಕೆ 2. ಸಂಸ್ಥೆ & 3. ವ್ಯಾಖ್ಯಾನ.

<u>ಆಯ್ಕೆ:</u>

ನಮ್ಮ ಸುತ್ತಲಿನ ಪ್ರಪಂಚವು ನಾವು ಹಾಜರಾಗಬಹುದಾದ ಅನಂತ ಸಂಖ್ಯೆಯ ಪ್ರಚೋದನೆಗಳಿಂದ ತುಂಬಿದೆ, ಆದರೆ ನಮ್ಮ ಮಿದುಳುಗಳು ಎಲ್ಲದರ ಬಗ್ಗೆ ಗಮನ ಹರಿಸಲು ಸಂಪನ್ಮೂಲಗಳನ್ನು ಹೊಂದಿಲ್ಲ.

ಹೀಗಾಗಿ, ಗ್ರಹಿಕೆಯ ಮೊದಲ ಹಂತವು ಯಾವುದಕ್ಕೆ ಹಾಜರಾಗಬೇಕೆಂಬುದರ ನಿರ್ಧಾರವಾಗಿದೆ. ನಾವು ನಮ್ಮ ಪರಿಸರದಲ್ಲಿ ಒಂದು ನಿರ್ದಿಷ್ಟ ವಿಷಯಕ್ಕೆ ಗಮನಹರಿಸಿದಾಗ ಅದು ವಾಸನೆ, ಭಾವನೆ, ಧ್ವನಿ / ಬೇರೆ ಯಾವುದೋ ಆಗಿರಲಿ ಅದು ಸಂಪೂರ್ಣವಾಗಿ ಭಾಗವಹಿಸುವ ಪ್ರಚೋದನೆಯಾಗುತ್ತದೆ.

ಆಯ್ಕೆ ಮಾಡುವುದು ಗ್ರಹಿಕೆ ಪ್ರಕ್ರಿಯೆಯ ಮೊದಲ ಭಾಗವಾಗಿದೆ, ಇದರಲ್ಲಿ ನಾವು ಕೆಲವ ಒಳಬರುವ ಸಂವೇದನಾ ಮಾಹಿತಿಯ ಮೇಲೆ ನಮ್ಮ ಗಮನವನ್ನು ಕೇಂದ್ರೀಕರಿಸುತ್ತೇವೆ. ಆಯ್ಕೆಯಲ್ಲಿ, ನಮ್ಮ ಗಮನವನ್ನು ಸೆಳೆಯುವ ಪ್ರಚೋದಕಗಳನ್ನು ನಾವು ಆಯ್ಕೆ ಮಾಡುತ್ತೇವೆ. ನಮ್ಮ ಇಂದ್ರಿಯಗಳಿಗೆ (ದೃಷ್ಟಿ, ಧ್ವನಿ, ವಾಸನೆ, ರುಚಿ ಮತ್ತು ಸ್ಪರ್ಶ) ಎದ್ದು ಕಾಣುವವುಗಳ ಮೇಲೆ ನಾವು

ಕೇಂದ್ರೀಕರಿಸುತ್ತೇವೆ. ನಾವು ನಮ್ಮ ಎಲ್ಲಾ ಐದು ಇಂದ್ರಿಯಗಳ ಮೂಲಕ ಮಾಹಿತಿಯನ್ನು ತೆಗೆದುಕೊಳ್ಳುತ್ತೇವೆ, ಆದರೆ ನಮ್ಮ ಗ್ರಹಿಕೆ ಕ್ಷೇತ್ರವು ಹಲವಾರು ಪ್ರಚೋದನೆಗಳನ್ನು ಒಳಗೊಂಡಿದೆ, ಅದು ನಮ್ಮ ಮಿದುಳುಗಳಿಗೆ ಪ್ರಕ್ರಿಯೆಗೊಳಿಸಲು ಮತ್ತು ಅರ್ಥಮಾಡಿಕೊಳ್ಳಲು ಅಸಾಧ್ಯವಾಗಿದೆ. ಆದ್ದರಿಂದ, ಮಾಹಿತಿಯು ನಮ್ಮ ಇಂದ್ರಿಯಗಳ ಮೂಲಕ ಬಂದಂತೆ, ಗ್ರಹಿಕೆ ಪ್ರಕ್ರಿಯೆಯ ಮೂಲಕ ನಿಜವಾಗಿ ಮುಂದುವರಿಯುವುದನ್ನು ವಿವಿಧ ಅಂಶಗಳು ಪ್ರಭಾವಿಸುತ್ತವೆ.

<u>ಸಂಸ್ಥೆ:</u>

ಒಮ್ಮೆ ನಾವು ಪರಿಸರದಲ್ಲಿ ಪ್ರಚೋದನೆಗೆ ಹಾಜರಾಗಲು ಆಯ್ಕೆಮಾಡಿದ ನಂತರ, ಆಯ್ಕೆಯು ನಮ್ಮ ಮೆದುಳಿನಲ್ಲಿ ಪ್ರತಿಕ್ರಿಯೆಗಳ ಸರಣಿಯನ್ನು ಹೊಂದಿಸುತ್ತದೆ. ಈ ನರ ಪ್ರಕ್ರಿಯೆಯು ನಮ್ಮ ಸಂವೇದನಾ ಗ್ರಾಹಕಗಳ (ಸ್ಪರ್ಶ, ರುಚಿ, ವಾಸನೆ, ದೃಷ್ಟಿ ಮತ್ತು ಶ್ರವಣ) ಸಕ್ರಿಯಗೊಳಿಸುವಿಕೆಯೊಂದಿಗೆ ಪ್ರಾರಂಭವಾಗುತ್ತದೆ. ಸಂಘಟಿಸುವುದು ಗ್ರಹಿಕೆ ಪ್ರಕ್ರಿಯೆಯ ಎರಡನೇ ಭಾಗವಾಗಿದೆ, ಇದರಲ್ಲಿ ನಾವು ಸಹಜ ಮತ್ತು ಕಲಿತ ಅರಿವಿನ ಮಾದರಿಗಳ ಆಧಾರದ ಮೇಲೆ ನಾವು ಗ್ರಹಿಸುವ ಮಾಹಿತಿಯನ್ನು ವಿಂಗಡಿಸುತ್ತೇವೆ ಮತ್ತು ವರ್ಗೀಕರಿಸುತ್ತೇವೆ. ಸಾಮೀಪ್ಯ, ಹೋಲಿಕೆ ಮತ್ತು ವ್ಯತ್ಯಾಸವನ್ನು ಬಳಸಿಕೊಂಡು ನಾವು ವಿಷಯಗಳನ್ನು ಮಾದರಿಗಳಾಗಿ ವಿಂಗಡಿಸುವ ಮೂರು ವಿಧಾನಗಳು.

<u>ವ್ಯಾಖ್ಯಾನ:</u>

ನಾವು ಪ್ರಚೋದನೆಗೆ ಹಾಜರಾದ ನಂತರ ಮತ್ತು ನಮ್ಮ ಮಿದುಳುಗಳು ಮಾಹಿತಿಯನ್ನು ಸ್ವೀಕರಿಸಿದ ಮತ್ತು ಸಂಘಟಿಸಿದ ನಂತರ, ಪ್ರಪಂಚದ ಬಗ್ಗೆ ನಮ್ಮ ಅಸ್ತಿತ್ವದಲ್ಲಿರುವ ಮಾಹಿತಿಯನ್ನು ಬಳಸಿಕೊಂಡು ಅರ್ಥಪೂರ್ಣವಾದ ರೀತಿಯಲ್ಲಿ ನಾವು ಅದನ್ನು ವ್ಯಾಖ್ಯಾನಿಸುತ್ತೇವೆ ವ್ಯಾಖ್ಯಾನ ಎಂದರೆ ನಾವು ಗ್ರಹಿಸಿದ ಮತ್ತು ಸಂಘಟಿಸಿದ ಮಾಹಿತಿಯನ್ನು ತೆಗೆದುಕೊಳ್ಳುತ್ತೇವೆ ಮತ್ತು ತಿರುಗುತ್ತೇವೆ ಅದನ್ನು ನಾವು ವರ್ಗೀಕರಿಸಬಹುದಾದ ವಿಷಯವಾಗಿ. ವಿಭಿನ್ನ ಪ್ರಚೋದನೆಗಳನ್ನು ವರ್ಗಗಳಾಗಿ ಇರಿಸುವ ಮೂಲಕ, ನಾವು ನಮ್ಮ ಸುತ್ತಲಿನ ಪ್ರಪಂಚವನ್ನು ಚೆನ್ನಾಗಿ ಅರ್ಥಮಾಡಿಕೊಳ್ಳಬಹುದು ಮತ್ತು ಪ್ರತಿಕ್ರಿಯಿಸಬಹುದು. ಇತರರ ಗ್ರಹಿಕೆಯ ಜನರು ಮತ್ತು ಅವರು ಏನು ಹೇಳುತ್ತಾರೆ ಮತ್ತು ಏನು ಮಾಡುತ್ತಾರೆ ಎಂಬುದರ ಕುರಿತು ಮಾಹಿತಿಯನ್ನು ಗ್ರಹಿಸುವುದು, ಸಂಘಟಿಸುವುದು ಮತ್ತು ವ್ಯಾಖ್ಯಾನಿಸುವುದು ಒಳಗೊಂಡಿರುತ್ತದೆ.

ಸಂವೇದನೆಯ ಗ್ರಹಿಕೆಯ ಮುಖ್ಯ ಲಕ್ಷಣವಾಗಿದೆ ಏಕೆಂದರೆ ಅದು ಹೊರಗಿನ ಇನ್‌ಪಟ್‌ಗೆ ಸಂಬಂಧಿಸಿದೆ. ಗ್ರಹಿಕೆಯ ಪ್ರಕ್ರಿಯೆಯಲ್ಲಿ, ಮೊದಲನೆಯದಾಗಿ ಗ್ರಹಿಸುವವರು ಏನನ್ನು ಗ್ರಹಿಸಬೇಕೆಂದು ಆಯ್ಕೆ ಮಾಡಬೇಕು. ನಂತರ, ಕೇಳುಗರು ಧ್ವನಿಯ ಪ್ರಕಾರವನ್ನು ಗುರುತಿಸಿದಾಗ ಮತ್ತು ಅದನ್ನು ಹಿಂದೆ ಕೇಳಿದ ಇತರ ಶಬ್ದಗಳಿಗೆ ಹೋಲಿಸಿದಾಗ ಸಂಘಟನೆಯು ನಡೆಯುತ್ತದೆ.

ವ್ಯಾಖ್ಯಾನ ಮತ್ತು ವರ್ಗೀಕರಣವು ಸಾಮಾನ್ಯವಾಗಿ ಗ್ರಹಿಕೆಯ ಅತ್ಯಂತ ವ್ಯಕ್ತಿನಿಷ್ಠ ಕ್ಷೇತ್ರಗಳಾಗಿವೆ, ಏಕೆಂದರೆ ಕೇಳುಗರು ತಾವು ಕೇಳುವುದನ್ನು ಇಷ್ಟಪಡುತ್ತಾರೆಯೇ ಮತ್ತು ಕೇಳುವುದನ್ನು ಮುಂದುವರಿಸಲು ಬಯಸುತ್ತಾರೆಯೇ ಎಂಬ ನಿರ್ಧಾರಗಳನ್ನು ಅವು ಒಳಗೊಂಡಿರುತ್ತವೆ. ನಾವು ತಕ್ಷಣದ ಮೌಲ್ಯಮಾಪನಗಳನ್ನು ಮಾಡುತ್ತೇವೆ ಅದು ಇತರರ ಕಡೆಗೆ ಧನಾತ್ಮಕ ಮತ್ತು ಋಣಾತ್ಮಕ ಪ್ರತಿಕ್ರಿಯೆಗಳ ಸ್ವಯಂಚಾಲಿತ ತೀರ್ಪುಗಳನ್ನು ಉಂಟುಮಾಡುತ್ತದೆ, ಅದು ನಮ್ಮ ಅರಿವಿನ ಹೊರಗೆ ಸಂಭವಿಸುತ್ತದೆ. ಗ್ರಹಿಕೆಗಳ ಆಯ್ಕೆ, ಸಂಘಟನೆ ಮತ್ತು ವ್ಯಾಖ್ಯಾನವು ವಿಭಿನ್ನ ಜನರಲ್ಲಿ ಭಿನ್ನವಾಗಿರಬಹುದು. ಇವುಗಳ ಆಧಾರದ ಮೇಲೆ, ಗ್ರಹಿಸುವವರ ಮೌಲ್ಯಗಳು, ವರ್ತನೆಗಳು,

ನಡವಳಿಕೆ ಇತ್ಯಾದಿ ಅರ್ಥವಾಗುವ ಗ್ರಹಿಕೆಯ ಔಟ್‌ಪುಟ್ ಭಿನ್ನವಾಗಿರಬಹುದು. ಆದ್ದರಿಂದ, ಜನರು ಪರಿಸ್ಥಿತಿಯಲ್ಲಿ ವಿಭಿನ್ನವಾಗಿ ಪ್ರತಿಕ್ರಿಯಿಸಿದಾಗ, ಅವರ ನಡವಳಿಕೆಯ ಭಾಗವನ್ನು ಅವರ ಗ್ರಹಿಕೆಯ ಪ್ರಕ್ರಿಯೆಯನ್ನು ಪರಿಶೀಲಿಸುವ ಮೂಲಕ ವಿವರಿಸಬಹುದು ಮತ್ತು ಅವರ ಗ್ರಹಿಕೆಗಳು ಅವರ ಪ್ರತಿಕ್ರಿಯೆಗಳಿಗೆ ಹೇಗೆ ಕಾರಣವಾಗುತ್ತವೆ.

ಗ್ರಹಿಕೆಯಲ್ಲಿದೋಷಗಳು:

ಮೇಲೆ ನೋಡಿದಂತೆ ಗ್ರಹಿಕೆಯು ಒಂದು ಪ್ರಚೋದನೆಯನ್ನು ಹಾಗೆಯೇ ವಿಶ್ಲೇಷಿಸುವ ಮತ್ತು ಅರ್ಥಮಾಡಿಕೊಳ್ಳುವ ಪ್ರಕ್ರಿಯೆಯಾಗಿದೆ. ಆದರೆ ಪ್ರಚೋದನೆಗಳನ್ನು ಅವು ಇರುವಂತೆಯೇ ಗ್ರಹಿಸಲು ಯಾವಾಗಲೂ ಸಾಧ್ಯವಾಗದಿರಬಹುದು.

ತಿಳಿದೋ / ತಿಳಿಯದೆಯೋ ನಾವು ಪ್ರಚೋದನೆಯನ್ನು ತಪ್ಪಾಗಿ ಗ್ರಹಿಸುತ್ತೇವೆ ಮತ್ತು ತಪ್ಪಾಗಿ ಗ್ರಹಿಸುತ್ತೇವೆ. ವ್ಯಕ್ತಿಯಲ್ಲಿನ ಪೂರ್ವಾಗ್ರಹಗಳು, ಗ್ರಹಿಕೆಯ ಸಮಯ, ಪ್ರತಿಕೂಲವಾದ ಹಿನ್ನೆಲೆ, ಪ್ರಚೋದನೆಯ ಸ್ಪಷ್ಟತೆಯ ಕೊರತೆ, ಗೊಂದಲ, ಮನಸ್ಸಿನ ಸಂಘರ್ಷ ಮತ್ತು ಇತರ ಅಂಶಗಳು ಗ್ರಹಿಕೆಯ ದೋಷಗಳಿಗೆ ಕಾರಣವಾಗಿವೆ. ಗ್ರಹಿಕೆಯಲ್ಲಿ ಕೆಲವು ದೋಷಗಳಿವೆ; ಭ್ರಮೆ, ಭ್ರಮೆ, ಹಾಲೋ ಎಫೆಕ್ಟ್, ಸ್ಟೀರಿಯೊಟೈಪಿಂಗ್, ಹೋಲಿಕೆ, ಹಾರ್ನ್ ಎಫೆಕ್ಟ್ ಮತ್ತು ಕಾಂಟ್ರಾಸ್ಟ್.

ಭ್ರಮೆ:

ಭ್ರಮೆ ಒಂದು ತಪ್ಪು ಗ್ರಹಿಕೆ. ಇಲ್ಲಿ ವ್ಯಕ್ತಿಯ ಪ್ರಚೋದನೆಯನ್ನು ತಪ್ಪಾಗಿ ಗ್ರಹಿಸುತ್ತಾನೆ ಮತ್ತು ಅದನ್ನು ತಪ್ಪಾಗಿ ಗ್ರಹಿಸುತ್ತಾನೆ. ಉದಾಹರಣೆಗೆ: ಕತ್ತಲೆಯಲ್ಲಿ, ಹಗ್ಗವನ್ನು ಹಾವು ಎಂದು ತಪ್ಪಾಗಿ ಗ್ರಹಿಸಲಾಗುತ್ತದೆ/ಹಾವು. ಅಪರಿಚಿತ ವ್ಯಕ್ತಿಯ ಧ್ವನಿಯನ್ನು ಸ್ನೇಹಿತನ ಧ್ವನಿ ಎಂದು ತಪ್ಪಾಗಿ ಗ್ರಹಿಸಲಾಗುತ್ತದೆ. ತಿಳಿದಿಲ್ಲದ ದೂರದಲ್ಲಿ ನಿಂತಿರುವ ವ್ಯಕ್ತಿಯನ್ನು ತಿಳಿದಿರುವ ವ್ಯಕ್ತಿ ಎಂದು ಗ್ರಹಿಸಬಹುದು.

ಕೆಲವೊಮ್ಮೆ ವ್ಯಕ್ತಿಯು ಕೆಲವು ಪ್ರಚೋದನೆಗಳನ್ನು ಗ್ರಹಿಸುವ ಸಂದರ್ಭಗಳನ್ನು ನಾವು ನೋಡುತ್ತೇವೆ, ಅದು ಇಲ್ಲದಿದ್ದರೂ ಸಹ. ಈ ವಿದ್ಯಮಾನವನ್ನು ಭ್ರಮೆ ಎಂದು ಕರೆಯಲಾಗುತ್ತದೆ. ವ್ಯಕ್ತಿಯು ವಸ್ತು, ವ್ಯಕ್ತಿ ಇತ್ಯಾದಿಗಳನ್ನು ನೋಡಬಹುದು/ವಾಸ್ತವದಲ್ಲಿ ಯಾವುದೇ ವಸ್ತುಗಳು ಮತ್ತು ಶಬ್ದಗಳಿಲ್ಲದಿದ್ದರೂ ಅವನು ಕೆಲವು ಧ್ವನಿಯನ್ನು ಕೇಳಬಹುದು.

ಹಾರ್ನ್‌ಎಫೆಕ್ಟ್:

ಋಣಾತ್ಮಕ ಗುಣ/ವೈಶಿಷ್ಟ್ಯದ ಆಧಾರದ ಮೇಲೆ ವ್ಯಕ್ತಿಯನ್ನು ಸಂಪೂರ್ಣವಾಗಿ ಮೌಲ್ಯಮಾಪನ ಮಾಡಿದಾಗ ಗ್ರಹಿಸಿದ. ಇದು ಸ್ವೀಕಾರಾರ್ಹ ದರಕ್ಕಿಂತ ಒಟ್ಟಾರೆ ಕಡಿಮೆ ರೇಟಿಂಗ್‌ಗೆ ಕಾರಣವಾಗುತ್ತದೆ. ಅವರು ಕಚೇರಿಯಲ್ಲಿ ಔಪಚಾರಿಕವಾಗಿ ಧರಿಸುವುದಿಲ್ಲ, ಅದಕ್ಕಾಗಿಯೇ ಅವರು ಕೆಲಸದಲ್ಲಿ ಸಹ ಸಾಂದರ್ಭಿಕವಾಗಿರಬಹುದು.

ಕಾಂಟ್ರಾಸ್ಟ್:

ಅವನು/ಅವಳು ಮಾಡುತ್ತಿರುವ ವೈಯಕ್ತಿಕ ಪ್ರದರ್ಶನಕ್ಕಿಂತ ಹೆಚ್ಚಾಗಿ ಇತರ ಜನರಿಗೆ ಸಂಬಂಧಿಸಿದಂತೆ ಜನರನ್ನು ರೇಟ್ ಮಾಡುವ ಪ್ರವೃತ್ತಿ. ಬದಲಿಗೆ ಆ ಉದ್ಯೋಗಿಯ ಕಾರ್ಯಕ್ಷಮತೆಯನ್ನು ಇತರ ಉದ್ಯೋಗಿಗಳೊಂದಿಗೆ ಹೋಲಿಸುವ ಮೂಲಕ ಉದ್ಯೋಗಿಯನ್ನು ಮೌಲ್ಯಮಾಪನ ಮಾಡುತ್ತಾರೆ. 20 ನೇ ಶತಮಾನದ ಆರಂಭದಲ್ಲಿ, ವಿಲ್ಹೆಲ್ಮ್ ವುಂಡ್ಟ್ ಅವರು ಕಾಂಟ್ರಾಸ್ಟ್ ಅನ್ನು ಗ್ರಹಿಕೆಯ ಮೂಲಭೂತ ತತ್ವವೆಂದು ಗುರುತಿಸಿದರು, ಮತ್ತು ಅಂದಿನಿಂದ ಇದರ ಪರಿಣಾಮವು ವಿವಿಧ ಕ್ಷೇತ್ರಗಳಲ್ಲಿ ದೃಢೀಕರಿಸಲ್ಪಟ್ಟಿದೆ. ಈ ಪರಿಣಾಮಗಳು ಬಣ್ಣ ಮತ್ತು

ಹೊಳಪಿನಂತಹ ದೃಷ್ಟಿಗೋಚರ ಗುಣಗಳನ್ನು ಮಾತ್ರವಲ್ಲದೆ ವಸ್ತುವು ಎಷ್ಟು ಭಾರವಾಗಿರುತ್ತದೆ ಎಂಬುದನ್ನು ಒಳಗೊಂಡಂತೆ ಇತರ ರೀತಿಯ ಗ್ರಹಿಕೆಯನ್ನು ರೂಪಿಸುತ್ತದೆ. "ಹಿಟ್ಲರ್" ಎಂಬ ಹೆಸರಿನ ಆಲೋಚನೆಯ ವ್ಯಕ್ತಿಯನ್ನು ಹೆಚ್ಚು ಪ್ರತಿಕೂಲ ಎಂದು ರೇಟಿಂಗ್ ಮಾಡಲು ಕಾರಣವಾಯಿತು ಎಂದು ಒಂದು ಪ್ರಯೋಗವು ಕಂಡುಹಿದಿದಿದೆ.

ಮೂಲಭೂತವಾಗಿ, ನಾವು ಇತರರನ್ನು ನಿರ್ಣಯಿಸುವಾಗ ಮೇಲಿನ ಶಾರ್ಟ್‌ಕಟ್‌ಗಳನ್ನು ಬಳಸುತ್ತೇವೆ. ಇತರರು ಏನು ಮಾಡುತ್ತಾರೆ ಎಂಬುದನ್ನು ಗ್ರಹಿಸುವುದು ಮತ್ತು ಅರ್ಥೈಸುವುದು ಹೊರೆಯಾಗಿದೆ. ಪರಿಣಾಮವಾಗಿ, ಕಾರ್ಯವನ್ನು ಹೆಚ್ಚು ನಿರ್ವಹಿಸುವಂತೆ ಮಾಡುವ ತಂತ್ರಗಳನ್ನು ವ್ಯಕ್ತಿಗಳು ಅಭಿವೃದ್ಧಿಪಡಿಸುತ್ತಾರೆ. ಈ ತಂತ್ರಗಳು ಆಗಾಗ್ಗೆ ಮೌಲ್ಯಯುತವಾಗಿವೆ - ನಿಖರವಾದ ಗ್ರಹಿಕೆಗಳನ್ನು ತ್ವರಿತವಾಗಿ ಮಾಡಲು ಮತ್ತು ಪ್ರಕ್ಷೇಪಗಳನ್ನು ಮಾಡಲು ಮಾನ್ಯವಾದ ಡೇಟಾವನ್ನು ಒದಗಿಸಲು ಅವು ನಮಗೆ ಅವಕಾಶ ಮಾಡಿಕೊಡುತ್ತವೆ. ಆದರೆ ಕೆಲವೊಮ್ಮೆ ಇದು ಸಮಸ್ಯೆಗಳನ್ನು ಸೃಷ್ಟಿಸುತ್ತದೆ. ಏಕೆಂದರೆ ಮೊದಲನೆಯದಾಗಿ, ಇವು ಶಾರ್ಟ್‌ಕಟ್‌ಗಳು ಎಂದು ನಾವು ಹೇಳಿದ್ದೇವೆ. ಈ ರೀತಿಯಲ್ಲಿ, ನಾವು ಕಡಿಮೆ ಸಮಯದಲ್ಲಿ ಇತರರನ್ನು ನಿರ್ಣಯಿಸಬಹುದು ಆದರೆ ಕೆಲವೊಮ್ಮೆ ನಾವು ಈ ಶಾರ್ಟ್‌ಕಟ್‌ಗಳಿಂದ ಇತರರನ್ನು ತಪ್ಪಾಗಿ ನಿರ್ಣಯಿಸುತ್ತೇವೆ.

<u>ಆಯ್ದಗ್ರಹಿಕೆ:</u>

ಆಯ್ದ ಗ್ರಹಿಕೆ ಎಂದರೆ ಜನರು ತಮ್ಮ ಆಸಕ್ತಿಗಳು, ಹಿನ್ನೆಲೆ, ಅನುಭವ ಮತ್ತು ವರ್ತನೆಗಳ ಆಧಾರದ ಮೇಲೆ ಅವರು ನೋಡುವುದನ್ನು ಆಯ್ದುವಾಗಿ ಅರ್ಥೈಸಿಕೊಳ್ಳುವ ಪರಿಸ್ಥಿತಿ.

ಇದರರ್ಥ ವ್ಯಕ್ತಿ, ವಸ್ತು/ಘಟನೆ ಎದ್ದು ಕಾಣುವಂತೆ ಮಾಡುವ ಯಾವುದೇ ಗುಣಲಕ್ಷಣಗಳು ಅದನ್ನು ಗ್ರಹಿಸುವ ಸಂಭವನೀಯತೆಯನ್ನು ಹೆಚ್ಚಿಸುತ್ತದೆ. ನಾವು ನೋಡುವ ಎಲ್ಲವನ್ನೂ ಸಂಯೋಜಿಸಲು ನಮಗೆ ಅಸಾಧ್ಯವಾದ ಕಾರಣ, ಕೆಲವು ಪ್ರಚೋದಕಗಳನ್ನು ಮಾತ್ರ ತೆಗೆದುಕೊಳ್ಳಬಹುದು.

<u>ಹಾಲೋಎಫೆಕ್ಟ್:</u>

ಗ್ರಹಿಸಿದ ಧನಾತ್ಮಕ ಗುಣಮಟ್ಟ, ವೈಶಿಷ್ಟ್ಯ/ಗುಣಲಕ್ಷಣದ ಆಧಾರದ ಮೇಲೆ ವ್ಯಕ್ತಿಯನ್ನು ಮೌಲ್ಯಮಾಪನ ಮಾಡಲಾಗುತ್ತದೆ. ಬುದ್ಧಿವಂತಿಕೆ, ಸಾಮಾಜಿಕತೆ/ಗೋಚರತೆಯಂತಹ ಒಂದೇ ಗುಣಲಕ್ಷಣದ ಆಧಾರದ ಮೇಲೆ ನಾವು ವ್ಯಕ್ತಿಯ ಬಗ್ಗೆ ಸಾಮಾನ್ಯ ಅನಿಸಿಕೆಗಳನ್ನು ಸೆಳೆಯುವಾಗ, ಪ್ರಭಾವಲಯ ಪರಿಣಾಮವು ಕಾರ್ಯನಿರ್ವಹಿಸುತ್ತದೆ. ಬೇರೆ ರೀತಿಯಲ್ಲಿ ಹೇಳುವುದಾದರೆ, ಒಬ್ಬ ವ್ಯಕ್ತಿಯು ಒಂದು ನಿರ್ದಿಷ್ಟ ಗುಣಲಕ್ಷಣದಲ್ಲಿ ಅಸಾಧಾರಣವಾಗಿ ಹೆಚ್ಚು/ಕಡಿಮೆಯಾಗಿದ್ದರೆ ಇತರ ಗುಣಲಕ್ಷಣಗಳಲ್ಲಿ ಏಕರೂಪವಾಗಿ ಹೆಚ್ಚು/ಕಡಿಮೆ ಎಂದು ರೇಟ್ ಮಾಡುವ ಪ್ರವೃತ್ತಿ ಇದು: ಒಬ್ಬ ಕೆಲಸಗಾರನು ಕೆಲವು ಗೈರುಹಾಜರಿಗಳನ್ನು ಹೊಂದಿದ್ದರೆ, ಅವನ ಮೇಲ್ವಿಚಾರಕನು ಅವನಿಗೆ ಇತರ ಎಲ್ಲ ಕ್ಷೇತ್ರಗಳಲ್ಲಿ ಹೆಚ್ಚಿನ ರೇಟಿಂಗ್ ನೀಡಬಹುದು. ಕೆಲಸದ.

<u>ಸ್ಟೀರಿಯೊಟೈಪಿಂಗ್:</u>

ಜನರು ಸಾಮಾನ್ಯವಾಗಿ ದೈಹಿಕ/ನಡವಳಿಕೆಯ ಲಕ್ಷಣಗಳ ಆಧಾರದ ಮೇಲೆ ಕನಿಷ್ಠ ಒಂದು ಸಾಮಾನ್ಯ ವರ್ಗಕ್ಕೆ ಸೇರಬಹುದು ನಂತರ ಅವರನ್ನು ಮೌಲ್ಯಮಾಪನ ಮಾಡಲಾಗುತ್ತದೆ. ಅವನು/ಅವಳು ಸೇರಿರುವ ಗುಂಪಿನ ನಮ್ಮ ಗ್ರಹಿಕೆಯ ಆಧಾರದ ಮೇಲೆ ನಾವು ಯಾರನ್ನಾದರೂ ನಿರ್ಣಯಿಸುವಾಗ, ನಾವು ಸ್ಟೀರಿಯೊಟೈಪಿಂಗ್ ಎಂಬ ಶಾರ್ಟ್‌ಕಟ್ ಅನ್ನು ಬಳಸುತ್ತೇವೆ. ಉದಾ: ಮಧ್ಯಪ್ರಾಚ್ಯ ದೇಶದ ಕೆಲಸಗಾರನು ಸೋಮಾರಿಯಾಗಿದ್ದಾನೆ ಮತ್ತು ಕೆಲಸಗಾರ ತನ್ನ ಅತ್ಯುತ್ತಮ ಪ್ರಯತ್ನ ಮಾಡಿದರೂ ಸಹ ಕಾರ್ಯಕ್ಷಮತೆಯ ಉದ್ದೇಶಗಳನ್ನು ಪೂರೈಸಲು ಸಾಧ್ಯವಿಲ್ಲ ಎಂದು ಬಾಸ್

ಊಹಿಸಬಹುದು.

<u>**ಹೋಲಿಕೆ:**</u>

ಸಾಮಾನ್ಯವಾಗಿ, ಜನರು ತಮ್ಮನ್ನು ಹೋಲುವವರನ್ನು ಹೆಚ್ಚು ಧನಾತ್ಮಕವಾಗಿ ಹುಡುಕುತ್ತಾರೆ ಮತ್ತು ರೇಟ್ ಮಾಡುತ್ತಾರೆ. ಹೋಲಿಕೆಯನ್ನು ಅನುಮೋದಿಸುವ ಈ ಪ್ರವೃತ್ತಿಯು ಮೌಲ್ಯಮಾಪಕರು ಒಂದೇ ರೀತಿಯ ಆಸಕ್ತಿಗಳು, ಕೆಲಸದ ವಿಧಾನಗಳು, ದೃಷ್ಟಿಕೋನ/ಮಾನದಂಡಗಳನ್ನು ಪ್ರದರ್ಶಿಸುವ ಉದ್ಯೋಗಿಗಳಿಗೆ ಉತ್ತಮ ರೇಟಿಂಗ್‌ಗಳನ್ನು ನೀಡಲು ಕಾರಣವಾಗಬಹುದು.

<u>*ಗ್ರಹಿಕೆವಿಫಲವಾದಾಗ:*</u>

ಗ್ರಹಿಕೆ ಸಾಮಾನ್ಯವಾಗಿ ಸಂವೇದನಾ ಮಾಹಿತಿಯ ತಪ್ಪು ವ್ಯಾಖ್ಯಾನವನ್ನು ಒದಗಿಸುತ್ತದೆ. ಅಂತಹ ಪ್ರಕರಣಗಳನ್ನು ಭ್ರಮೆಗಳು ಎಂದು ಕರೆಯಲಾಗುತ್ತದೆ, ಮನಶ್ಯಾಸ್ತ್ರಜ್ಞರು ತಪ್ಪಾದ ಗ್ರಹಿಕೆಗಳನ್ನು ಉಲ್ಲೇಖಿಸಲು ಬಳಸುತ್ತಾರೆ. ಎರಡು ರೀತಿಯ ಭ್ರಮೆಗಳಿವೆ: ಭೌತಿಕ ಪ್ರಕ್ರಿಯೆಗಳಿಂದಾಗಿ ಮತ್ತು ಅರಿವಿನ ಪ್ರಕ್ರಿಯೆಗಳಿಂದಾಗಿ. ಭೌತಿಕ ಪರಿಸ್ಥಿತಿಗಳ ವಿರೂಪದಿಂದಾಗಿ ಭ್ರಮೆಗಳು ಭ್ರಮೆಯನ್ನು ಒಳಗೊಂಡಿರುತ್ತವೆ, ಇದರಲ್ಲಿ ಒಬ್ಬ ವ್ಯಕ್ತಿಯು ಅಸ್ತಿತ್ವದಲ್ಲಿಲ್ಲದ ವಸ್ತುಗಳನ್ನು ಗ್ರಹಿಸುತ್ತಾನೆ, ಉದಾಹರಣೆಗೆ, ಒಣ ರಸ್ತೆಯಲ್ಲಿ ನೀರು.

ಅರಿವಿನ ಪ್ರಕ್ರಿಯೆಗಳು ಅನೇಕ ಭ್ರಮೆಗಳಿಗೆ ಕಾರಣವಾಗುತ್ತವೆ ಆದರೆ ಹೆಚ್ಚು ಸಾಮಾನ್ಯವಾದ ಆಕಾರ ಭ್ರಮೆಗಳು ಆಗಾಗ್ಗೆ ಅಸ್ಥಿರ ಪರಿಣಾಮಗಳಿಗೆ ಕಾರಣವಾಗುತ್ತವೆ. ಪೂಗೆಂಡ್/ಭ್ರಮೆಯನ್ನು ಒಳಗೊಂಡ ನೈಜ-ಪ್ರಪಂಚದ ಉದಾಹರಣೆಯನ್ನು ಪರಿಗಣಿಸಿ. ಈ ಭ್ರಮೆಯಲ್ಲಿ, ಒಂದು ರೇಖೆಯ ಘನ ಆಕೃತಿಯ ಹಿಂದೆ ಒಂದು ಕೋನದಲ್ಲಿ ಕಣ್ಮರೆಯಾಗುತ್ತದೆ, ತಪ್ಪಾದ ಸ್ಥಾನದಲ್ಲಿ ಇನ್ನೊಂದು ಬದಿಯಲ್ಲಿ ಮತ್ತೆ ಕಾಣಿಸಿಕೊಳ್ಳುತ್ತದೆ. ತಮ್ಮ ಸುತ್ತಲಿನ ಪ್ರಪಂಚದ ತಪ್ಪು ಗ್ರಹಿಕೆಗಳು ಸಿಬ್ಬಂದಿಗೆ ಸಮಸ್ಯೆಗಳಿಗೆ ಕಾರಣವಾಗಬಹುದು.

ಜ್ವಾಲೆಯನ್ನು ಹೊರಹಾಕುವ ಉದಯೋನ್ಮುಖ ವ್ಯವಸ್ಥಾಪಕರು ಹಾಗೆ ಮಾಡುತ್ತಾರೆ ಏಕೆಂದರೆ ಅವರು ಸನ್ನಿವೇಶಗಳನ್ನು ಸರಿಯಾಗಿ ಓದಲು ಮತ್ತು ಅದಕ್ಕೆ ಅನುಗುಣವಾಗಿ ಕಾರ್ಯನಿರ್ವಹಿಸಲು ವಿಫಲರಾಗಿದ್ದಾರೆ. ಅವರು ಕಳಪೆ ಕೆಲಸದ ಸಂಬಂಧಗಳನ್ನು ಅಭಿವೃದ್ಧಿಪಡಿಸುತ್ತಾರೆ, ತುಂಬಾ ನಿರಂಕುಶವಾದಿಗಳು/ಮೇಲಿನ ನಿರ್ವಹಣೆಯೊಂದಿಗೆ ಸಂಘರ್ಷವನ್ನು ಹೊಂದಿರುತ್ತಾರೆ. ಪರಿಣಾಮವಾಗಿ, ಅವರ ವೃತ್ತಿಜೀವನವು ಸ್ಥಗಿತಗೊಳ್ಳುತ್ತದೆ. ಇದನ್ನು ತಪ್ಪಿಸಬೇಕು ಮತ್ತು ಅವರು ಏನು ಮಾಡಬೇಕೆಂದು ಸರಿಯಾಗಿ ಗ್ರಹಿಸಲು ಸಮರ್ಥರಾಗಿದ್ದರು ಮತ್ತು ಭಾವನಾತ್ಮಕ ಪರಿಪಕ್ವತೆ ಮತ್ತು ಅಗತ್ಯ ಬದಲಾವಣೆಗಳನ್ನು ಮಾಡುವ ಸಾಮರ್ಥ್ಯವನ್ನು ಹೊಂದಿದ್ದರು.

ಗ್ರಹಿಕೆ ಏಕೆ ಬದಲಾಗುತ್ತದೆ?

ನಮ್ಮ ಗ್ರಹಿಕೆಗಳು ವ್ಯಕ್ತಿಯಿಂದ ವ್ಯಕ್ತಿಗೆ ಬದಲಾಗುತ್ತವೆ ಮತ್ತು ಆ ಗ್ರಹಿಕೆಗಳಿಂದ ನಾವು ತೆಗೆದುಕೊಳ್ಳುವ ಅರ್ಥವು ಬದಲಾಗುತ್ತದೆ. ಅದಕ್ಕಾಗಿಯೇ ಜನರು ಸಂಗೀತ, ಕಲೆ, ವಾಸ್ತುಶಿಲ್ಪ, ಬಟ್ಟೆ, ಇತ್ಯಾದಿಗಳಲ್ಲಿ ವಿಭಿನ್ನ ಅಭಿರುಚಿಗಳನ್ನು ಹೊಂದಿದ್ದಾರೆ. ವಿಭಿನ್ನ ಜನರು ಒಂದೇ ಸನ್ನಿವೇಶದ ಬಗ್ಗೆ ವಿಭಿನ್ನ ವಿಷಯಗಳನ್ನು ಗ್ರಹಿಸುತ್ತಾರೆ. ಆದರೆ ಅದಕ್ಕಿಂತ ಹೆಚ್ಚಾಗಿ, ನಾವು ಗ್ರಹಿಸುವ ವಿಭಿನ್ನ ಅರ್ಥಗಳನ್ನು ನಾವು ನಿಯೋಜಿಸುತ್ತೇವೆ.

ಮತ್ತು ನಿರ್ದಿಷ್ಟ ವ್ಯಕ್ತಿಗೆ ಅರ್ಥಗಳು ಬದಲಾಗಬಹುದು. ಒಬ್ಬರು ಒಬ್ಬರ ದೃಷ್ಟಿಕೋನವನ್ನು ಬದಲಾಯಿಸಬಹುದು/ಸರಳವಾಗಿ ವಿಷಯಗಳನ್ನು ಬೇರೆಯದನ್ನು ಅರ್ಥೈಸಬಹುದು. ಒಂದೇ ರೀತಿಯ ನೋಡುವಿಕೆ ಮತ್ತು ಶ್ರವಣವನ್ನು ಹೊಂದಿರುವ ಇಬ್ಬರು ಜನರು ಇನ್ನೂ ಅವರು ನೋಡಲು ಮತ್ತು

ಕೇಳಲು ಇಷ್ಟಪಡುವ ವಿಭಿನ್ನ ಅಭಿರುಚಿಗಳನ್ನು ಹೊಂದಿರುತ್ತಾರೆ. ನಮ್ಮ ಸುತ್ತಲಿನ ಪ್ರಪಂಚವನ್ನು ನಾವು ಗ್ರಹಿಸುವ ರೀತಿ ಬದಲಾಗುತ್ತದೆ ಮತ್ತು ನಮ್ಮ ವೈಯಕ್ತಿಕ ವ್ಯಕ್ತಿತ್ವಗಳಂತೆ ಅನನ್ಯವಾಗಿರುತ್ತದೆ.

ನಾವು ಒಂದೇ ಚಿತ್ರವನ್ನು ನೋಡಬಹುದಾದರೂ ಸಹ, ನಾವು ಏನನ್ನು ನೋಡಬೇಕೆಂದು ನಿರೀಕ್ಷಿಸುತ್ತೇವೆ ಎಂಬುದನ್ನು ಒಳಗೊಂಡಂತೆ ಹಲವಾರು ಅಂಶಗಳನ್ನು ಅವಲಂಬಿಸಿ ನಾವು ಅರ್ಥೈಸಿಕೊಳ್ಳುವುದು ಬದಲಾಗುತ್ತದೆ. ಮೂಲಭೂತವಾಗಿ, ಗ್ರಹಿಕೆಯು ಜೀವನ ಮತ್ತು ವ್ಯವಹಾರದ ಅತ್ಯಂತ ಆಸಕ್ತಿದಾಯಕ ಅಂಶವಾಗಿದೆ.

ನಾವು ನಮ್ಮ ಜಗತ್ತನ್ನು ಹೇಗೆ ಗ್ರಹಿಸುತ್ತೇವೆ ಮತ್ತು ನಮ್ಮ ಜಗತ್ತನ್ನು ನಾವು ಹೇಗೆ ಭಾವಿಸುತ್ತೇವೆ, ನಮ್ಮನ್ನು ಗ್ರಹಿಸುವುದು ನಾವು ಹೇಗೆ ವರ್ತಿಸುತ್ತೇವೆ ಮತ್ತು ಕೆಲವು ಸಂದರ್ಭಗಳಲ್ಲಿ ನಾವು ಹೇಗೆ ಪ್ರತಿಕ್ರಿಯಿಸುತ್ತೇವೆ ಎಂಬುದನ್ನು ನಿರ್ದೇಶಿಸಬಹುದು. ಹೀಗಾಗಿ, ಇಂದ್ರಿಯಗಳು/ಮನಸ್ಸಿನ ಮೂಲಕ ಗ್ರಹಿಕೆ/ಗ್ರಹಿಕೆಯು ನಮ್ಮ ಜೀವನದ ಅತ್ಯಂತ ಶಕ್ತಿಶಾಲಿ ಮತ್ತು ಪ್ರಭಾವಶಾಲಿ ಅಂಶವಾಗಿದೆ. ಇದು ನಮ್ಮ ಕ್ರಿಯೆಗಳು ಮತ್ತು ನಮ್ಮ ಆಲೋಚನೆಗಳನ್ನು ನಿರ್ದೇಶಿಸಬಹುದು, ಇದು ಅನೇಕ ರೀತಿಯಲ್ಲಿ ನಾವು ಯಾರೆಂದು ಮಾರ್ಗದರ್ಶನ ನೀಡುತ್ತದೆ.

1.5 ಗಮನ: ಅರ್ಥ, ಒಂದುವಿಧಗಳುಮತ್ತುಪರಿಣಾಮಬೀರುವಅಂಶಗಳು

ಗಮನದಅರ್ಥಮತ್ತುವ್ಯಾಖ್ಯಾನ:

ಗಮನವು ಯಾವುದೇ ಸಮಯದಲ್ಲಿ ನಮ್ಮ ಪ್ರಜ್ಞಾಪೂರ್ವಕ ಅನುಭವ/ಜಾಗೃತಿಯಲ್ಲಿ ಸೇರ್ಪಡೆಗೊಳ್ಳಲು ಕೆಲವು ಒಳಹರಿವುಗಳನ್ನು ಆಯ್ಕೆಮಾಡುವ ಗ್ರಹಿಕೆ ಪ್ರಕ್ರಿಯೆಗಳಿಗೆ ಬಳಸುವ/ ನೀಡುವ ಪದವಾಗಿದೆ. ಇದು ಕೇಳುವ ಕ್ರಿಯೆಯನ್ನು ಒಳಗೊಂಡಿರುವ ಪ್ರಕ್ರಿಯೆಯಾಗಿದೆ, ಮತ್ತು ಬಯಸಿದ ತುದಿಗಳನ್ನು ಸಾಧಿಸಲು ವಿಷಯ, ವಸ್ತು/ಘಟನೆಯ ಮೇಲೆ ಕೇಂದ್ರೀಕರಿಸುತ್ತದೆ.

"ಗಮನವು ಒಂದು ವಸ್ತುವಿನ ಮೇಲೆ ಮತ್ತೊಂದು ವಸ್ತುವಿನ ಮೇಲೆ ಪ್ರಜ್ಞೆಯ ಏಕಾಗ್ರತೆಯಾಗಿದೆ" - ಡಮ್ಬಿಲ್ಲ್.

"ಗಮನವು ಒಂದು ವಸ್ತುವನ್ನು/ಆಲೋಚನೆಯನ್ನು ಮನಸ್ಸಿನ ಮುಂದೆ ಸ್ಪಷ್ಟವಾಗಿ ಪಡೆಯುವ ಪ್ರಕ್ರಿಯೆಯಾಗಿದೆ"-ರಾಸ್.

"ನಮ್ಮ ಪರಿಸರದಲ್ಲಿನ ಕೆಲವು ನಿರ್ದಿಷ್ಟ ಅಂಶಗಳಿಗೆ ಗಮನವು ತೀವ್ರವಾಗಿ ಜೀವಂತವಾಗಿದೆ. ಇದು ಪ್ರತಿಕ್ರಿಯೆಗಾಗಿ ಪೂರ್ವಸಿದ್ಧತಾ ಹೊಂದಾಣಿಕೆಯಾಗಿದೆ" - ಮೋರ್ಗಾನ್.

ಆದ್ದರಿಂದ ಗಮನವು ಮೂಲಭೂತವಾಗಿ ಪ್ರಕ್ರಿಯೆಯಾಗಿದೆ ಮತ್ತು ಉತ್ಪನ್ನವಲ್ಲ. ಇದು ನಮ್ಮ ಪರಿಸರದ ಬಗ್ಗೆ ನಮ್ಮ ಅರಿವು/ಪ್ರಜ್ಞೆಗೆ ಸಹಾಯ ಮಾಡುತ್ತದೆ, ಇದು ಆಯ್ದ ರೀತಿಯದ್ದಾಗಿದೆ, ಏಕೆಂದರೆ ನಿರ್ದಿಷ್ಟ ಸಮಯದಲ್ಲಿ, ನಾವು ನಮ್ಮ ಪ್ರಜ್ಞೆಯನ್ನು ನಿರ್ದಿಷ್ಟ ವಸ್ತುವಿನ ಮೇಲೆ ಮಾತ್ರ ಕೇಂದ್ರೀಕರಿಸಬಹುದು ಅಥವಾ ಕೇಂದ್ರೀಕರಿಸಬಹುದು.

ಗಮನದ ಪ್ರಕ್ರಿಯೆಯಿಂದ ಒದಗಿಸಲಾದ ಸಾಂದ್ರತೆಯು ಗ್ರಹಿಸಿದ ವಸ್ತು/ವಿದ್ಯಮಾನದ ಗ್ರಹಿಕೆಯ ಸ್ಪಷ್ಟತೆಯಲ್ಲಿ ನಮಗೆ ಸಹಾಯ ಮಾಡುತ್ತದೆ. ಆದ್ದರಿಂದ ಗಮನವು ಕೇವಲ ಅರಿವಿನ ಅಂಶವಲ್ಲ ಆದರೆ ಮೂಲಭೂತವಾಗಿ ಭಾವನೆಗಳು, ಆಸಕ್ತಿ, ವರ್ತನೆ ಮತ್ತು ಸ್ಮರಣೆಯಿಂದ ನಿರ್ಧರಿಸಲ್ಪಡುತ್ತದೆ.

ಹೀಗೆ ಗಮನವು ಅರಿವಿನ ಸಾಮರ್ಥ್ಯಗಳ ಮೂಲಕ ನಡೆಸಲ್ಪಡುವ ಪ್ರಕ್ರಿಯೆಯಾಗಿದೆ ಮತ್ತು ಒಬ್ಬರ ಪರಿಸರದಲ್ಲಿರುವ ವಿವಿಧ ಪ್ರಚೋದಕಗಳಿಂದ ಏನನ್ನಾದರೂ ಆಯ್ಕೆ ಮಾಡಲು ಮತ್ತು ಅಪೇಕ್ಷಿತವನ್ನು ಪಡೆಯಲು ಅದನ್ನು ಸ್ಪಷ್ಟವಾಗಿ ಗ್ರಹಿಸಲು ಒಬ್ಬರ ಪ್ರಜ್ಞೆಯ ಕೇಂದ್ರದಲ್ಲಿ ತರಲು ಭಾವನಾತ್ಮಕ ಮತ್ತು ನಡವಳಿಕೆಯ ಅಂಶಗಳಿಂದ ಸಹಾಯವಾಗುತ್ತದೆ. ಅಂತ್ಯ.

ಗಮನದವಿಧಗಳು:

ರಾಸ್ನ ವರ್ಗೀಕರಣದ ಮೂಲಕ ಪ್ರಭೇದಗಳನ್ನು ಶೂನ್ಯಗೊಳಿಸಲಾಗುತ್ತದೆ (ಶೂನ್ಯಗೊಳಿಸಲಾಗಿದೆ).

ಅವನ ಪ್ರಕಾರ ಗಮನವು ಇದರೊಂದಿಗೆ ಕವಲೊಡೆಯುತ್ತದೆ:

I] ವಾಲಿಶನಲ್ ಅಲ್ಲದ ಗಮನ

ಎ] ಬಲವಂತದ ಗಮನ ಮತ್ತು ಬಿ] ಸ್ವಯಂಪ್ರೇರಿತ ಗಮನ.

II] ಇಚ್ಛೆಯ ಗಮನ

a] ಸೂಚ್ಮ ಗಮನ ಮತ್ತು b] ಸ್ಪಷ್ಟ ಗಮನ

(ಎ) ಸ್ವಯಂಪ್ರೇರಿತವಲ್ಲದ/ಅನೈಚ್ಛಿಕ ಗಮನ:

ಇಚ್ಛೆಯ ಆಟವಿಲ್ಲದೆ ಈ ರೀತಿಯ ಗಮನವನ್ನು ಪ್ರಚೋದಿಸಲಾಗುತ್ತದೆ. ಇಲ್ಲಿ ನಾವು ಯಾವುದೇ ಪ್ರಜ್ಞಾಪೂರ್ವಕ ಪ್ರಯತ್ನವನ್ನು ಮಾಡದೆಯೇ ವಸ್ತು/ಸ್ಥಿತಿಗೆ ಹಾಜರಾಗುತ್ತೇವೆ, ಉದಾ: ತಾಯಿಯ ಗಮನವು ತನ್ನ ಅಳುತ್ತಿರುವ ಮಗುವಿನ ಕಡೆಗೆ, ಉದಾ: ವಿರುದ್ಧ ಲಿಂಗದ ಸದಸ್ಯರ ಕಡೆಗೆ ಗಮನ, ಮತ್ತು ಗಾಢ ಬಣ್ಣಗಳ ಕಡೆಗೆ ಗಮನ, ಇತ್ಯಾದಿ. ಪ್ರವೃತ್ತಿಯನ್ನು "ಬಲವಂತವಲ್ಲದ ಸ್ವೇಚ್ಛೆಯ ಗಮನ" ಎಂದು ಕರೆಯಲಾಗುತ್ತದೆ. ಒಬ್ಬ ಯುವಕ ತನ್ನ ಲೈಂಗಿಕ ಪ್ರವೃತ್ತಿ/ಕುತೂಹಲದ ಬಗ್ಗೆ ನಾವು ಹೇಳಿದಾಗ, ಅವನು ತನ್ನ ಕಾರ್ಯದಲ್ಲಿ ಸಾಕಷ್ಟು ಗಮನ ಹರಿಸುತ್ತಾನೆ.

ಭಾವನೆಗಳಿಂದ ಉತ್ಪತ್ತಿಯಾಗುವ ಸ್ವೇಚ್ಛೆಯಿಲ್ಲದ ಗಮನದ ಇತರ ಉಪವಿಭಾಗವನ್ನು "ಸ್ವಾಭಾವಿಕವಲ್ಲದ ಗಮನ" ಎಂದು ಕರೆಯಲಾಗುತ್ತದೆ. ಇದು ನಮ್ಮ ಭಾವನೆಗಳು ರೂಪುಗೊಂಡ ವ್ಯಕ್ತಿಯ ವಸ್ತು / ಕಲ್ಪನೆಯ ಕಡೆಗೆ ಸರಿಯಾಗಿ ಅಭಿವೃದ್ಧಿ ಹೊಂದಿದ ಭಾವನೆಯ ಫಲಿತಾಂಶವಾಗಿದೆ.

(ಬಿ) ಇಚ್ಛಾಪೂರ್ವಕ/ಸ್ವಯಂಪ್ರೇರಿತ ಗಮನ:

'ವ್ಯಾಯಾಮವಾದ ಇಚ್ಛೆಯನ್ನು' ಕರೆದಾಗ, ಅದು ಇಚ್ಛಾಶಕ್ತಿಯ ಗಮನವಾಗುತ್ತದೆ. ಇದು ನಮ್ಮ ಕಡೆಯಿಂದ ಪ್ರಜ್ಞಾಪೂರ್ವಕ ಪ್ರಯತ್ನಗಳನ್ನು ಬೇಡುವ ಕಾರಣ, ಇದು ಸ್ವಯಂಪ್ರೇರಿತವಲ್ಲದ ಗಮನದಂತೆಯೇ ಕನಿಷ್ಠ ಸ್ವಯಂಚಾಲಿತ ಮತ್ತು ಸ್ವಯಂಪ್ರೇರಿತವಾಗಿರುತ್ತದೆ. ಗಣಿತಶಾಸ್ತ್ರದ ನಿಯೋಜಿತ ಸಮಸ್ಯೆಯನ್ನು ಪರಿಹರಿಸುವಾಗ, ಪರೀಕ್ಷಾ ಹಾಲ್‌ನಲ್ಲಿ ಪ್ರಶ್ನೆಗೆ ಉತ್ತರಿಸುವ ಸಮಯದಲ್ಲಿ ನೀಡುವ ಗಮನವು ಇಚ್ಛಾಶಕ್ತಿಯ ಗಮನ ವಿಭಾಗದಲ್ಲಿ ಬರುತ್ತದೆ.

ಸ್ವೇಚ್ಛೆಯ ಗಮನವನ್ನು ಎರಡು ವರ್ಗಗಳಾಗಿ ವಿಂಗಡಿಸಲಾಗಿದೆ:

i. ಸೂಚ್ಮ ಗಮನದ ಸಂದರ್ಭದಲ್ಲಿ ಗಮನವನ್ನು ತರಲು ಇಚ್ಛೆಯ ಏಕೈಕ ಕ್ರಿಯೆಯು ಸಾಕಾಗುತ್ತದೆ, ಉದಾ: ಇಚ್ಛೆಯ ಏಕ ಕ್ರಿಯೆಯ ಗಮನವನ್ನು ಪ್ರಚೋದಿಸುತ್ತದೆ.

ii ಸ್ಪಷ್ಟವಾದ ಇಚ್ಛೆಯ ಗಮನದಲ್ಲಿ ಅದನ್ನು ಉಳಿಸಿಕೊಳ್ಳಲು ನಮಗೆ ಪುನರಾವರ್ತಿತ ಇಚ್ಛೆಯ ಕ್ರಿಯೆಗಳು ಬೇಕಾಗುತ್ತವೆ, ಉದಾ: ಇಲ್ಲಿ ಗಮನವನ್ನು ಪುನರಾವರ್ತಿತ ಇಚ್ಛೆಯ ಕ್ರಿಯೆಗಳಿಂದ ಪಡೆಯಲಾಗುತ್ತದೆ.

ಗಮನವನ್ನುನಿರ್ಧರಿಸುವಅಂಶಗಳು:

ಎರಡು ವಿಧಗಳಲ್ಲಿ ಒಂದು.

1. ಬಾಹ್ಯ ಅಂಶಗಳು/ಸ್ಥಿತಿ & 2. ಆಂತರಿಕ ಅಂಶಗಳು.

<u>I. ಬಾಹ್ಯ ಅಂಶಗಳು/ಸ್ಥಿತಿ:</u>

ಈ ಪರಿಸ್ಥಿತಿಗಳು ಸಾಮಾನ್ಯವಾಗಿ ಹೊರಗಿನ ಪರಿಸ್ಥಿತಿ/ಪ್ರಚೋದನೆಗಳ ಗುಣಲಕ್ಷಣಗಳಾಗಿವೆ, ಇದು ನಮ್ಮ ಗಮನವನ್ನು ಸೆಳೆಯಲು ಬಲವಾದ ಸಹಾಯ ಮಾಡುತ್ತದೆ. ಇವುಗಳನ್ನು ಹೀಗೆ ವಿಂಗಡಿಸಬಹುದು:

1. ಪ್ರಚೋದನೆಯ ಸ್ವರೂಪ:

ಎಲ್ಲಾ ರೀತಿಯ ಪ್ರಚೋದನೆಗಳು ಒಂದೇ ಮಟ್ಟದ ಗಮನವನ್ನು ತರಲು ಸಾಧ್ಯವಾಗುವುದಿಲ್ಲ. ಚಿತ್ರವು ಪದಗಳಿಗಿಂತ ಹೆಚ್ಚು ಸುಲಭವಾಗಿ ಗಮನ ಸೆಳೆಯುತ್ತದೆ. ಚಿತ್ರಗಳ ಪೈಕಿ, ಮನುಷ್ಯರ ಚಿತ್ರಗಳು ಹೆಚ್ಚು ಗಮನ ಸೆಳೆಯುತ್ತವೆ ಮತ್ತು ಹೆಚ್ಚು ಗಮನ ಸೆಳೆಯುವ ಸುಂದರ ಮಹಿಳೆಯರು/ಸುಂದರ ಪುರುಷರಿಗೆ ಸಂಬಂಧಿಸಿದ ಮನುಷ್ಯರ ಚಿತ್ರಗಳು. ಈ ರೀತಿಯಲ್ಲಿ ಗರಿಷ್ಠ ಗಮನವನ್ನು ಸೆಳೆಯಲು ಯಾವಾಗಲೂ ಪರಿಣಾಮಕಾರಿ ಪ್ರಚೋದನೆಯನ್ನು ಆಯ್ಕೆ ಮಾಡಬೇಕು.

2. ಪ್ರಚೋದನೆಯ ತೀವ್ರತೆ ಮತ್ತು ಗಾತ್ರ:

ದುರ್ಬಲ ಪ್ರಚೋದನೆಗೆ ಹೋಲಿಸಿದರೆ, ಅಪಾರವಾದ ಪ್ರಚೋದನೆಯು ವ್ಯಕ್ತಿಯ ಹೆಚ್ಚಿನ ಗಮನವನ್ನು ಸೆಳೆಯುತ್ತದೆ. ನಮ್ಮ ಗಮನವು ಜೋರಾಗಿ ಧ್ವನಿ, ಪ್ರಕಾಶಮಾನವಾದ ಬೆಳಕು ಅಥವಾ ಬಲವಾದ ವಾಸನೆಯ ಕಡೆಗೆ ಸುಲಭವಾಗಿ ನಿರ್ದೇಶಿಸಲ್ಪಡುತ್ತದೆ ಮತ್ತು ದೊಡ್ಡ ಕಟ್ಟಡವು ಚಿಕ್ಕದಕ್ಕಿಂತ ಹೆಚ್ಚು ಸುಲಭವಾಗಿ ಗಮನಹರಿಸುತ್ತದೆ.

3. ಕಾಂಟ್ರಾಸ್ಟ್, ಬದಲಾವಣೆ ಮತ್ತು ವೈವಿಧ್ಯ:

ಬದಲಾವಣೆ ಮತ್ತು ವೈವಿಧ್ಯತೆಯು ಸಮಾನತೆ ಮತ್ತು ಬದಲಾವಣೆಯ ಅನುಪಸ್ಥಿತಿಗಿಂತ ಸುಲಭವಾಗಿ ಗಮನ ಸೆಳೆಯುತ್ತದೆ, ಉದಾ. ಗಡಿಯಾರವು ಟಿಕ್ ಮಾಡುವುದನ್ನು ನಿಲ್ಲಿಸುವವರೆಗೆ ಗೋಡೆಯ ಮೇಲೆ ಹಾಕಲಾದ ಟಿಕ್ ಟಿಕ್ ಶಬ್ದವನ್ನು ನಾವು ಗಮನಿಸುವುದಿಲ್ಲ, ಅಂದರೆ ನೀವು ಆಕರ್ಷಿತರಾದ ಗಮನದಲ್ಲಿ ಯಾವುದೇ ಬದಲಾವಣೆಯ ತಕ್ಷಣವೇ ನಿಮ್ಮ ಗಮನವನ್ನು ಸೆಳೆಯುತ್ತದೆ. ಅಂಶ, ಸಂಪರ್ಕ/ಬದಲಾವಣೆಯು ಜೀವಿಗಳ ಗಮನವನ್ನು ಸೆಳೆಯಲು ಹೆಚ್ಚು ಕಾರಣವಾಗಿದೆ ಮತ್ತು ಪ್ರಚೋದನೆಯ ತೀವ್ರತೆ, ಗಾತ್ರ/ಸ್ವಭಾವಕ್ಕಿಂತ ಹೆಚ್ಚಿನ ಕೊಡುಗೆ ನೀಡುತ್ತದೆ.

4. ಪ್ರಚೋದನೆಯ ಪುನರಾವರ್ತನೆ:

ಗಮನವನ್ನು ಭದ್ರಪಡಿಸುವಲ್ಲಿ ಪುನರಾವರ್ತನೆಯು ಹೆಚ್ಚಿನ ಪ್ರಾಮುಖ್ಯತೆಯ ಅಂಶವಾಗಿದೆ. ಏಕೆಂದರೆ ಒಬ್ಬರು ಮೊದಲ ನಿದರ್ಶನದಲ್ಲಿ ಪ್ರಚೋದನೆಯನ್ನು ನಿರ್ಲಕ್ಷಿಸಬಹುದು, ಆದರೆ ಅದನ್ನು ಹಲವಾರು ಬಾರಿ ಪುನರಾವರ್ತಿಸಿದರೆ ಅದು ನಮ್ಮ ಗಮನವನ್ನು ಸೆಳೆಯುತ್ತದೆ, ಉದಾ. ತಪ್ಪಾಗಿ ಬರೆಯಲಾದ ಪದವು ಒಂದೇ ಪ್ಯಾರಾಗ್ರಾಫ್‌ನಲ್ಲಿ ಎರಡು ಬಾರಿ ಸಂಭವಿಸಿದಲ್ಲಿ, ಅದು ಒಮ್ಮೆ ಮಾತ್ರ ಸಂಭವಿಸಿದರೆ ಅದನ್ನು ಗಮನಿಸಬಹುದು. ಉಪನ್ಯಾಸವನ್ನು ನೀಡುವಾಗ ಭಾಷಣದ ಪ್ರಮುಖ ಅಂಶಗಳನ್ನು ಆಗಾಗ್ಗೆ ಪುನರಾವರ್ತಿಸಲಾಗುತ್ತದೆ, ಇದರಿಂದಾಗಿ ಸಭಿಕರ ಗಮನವು ಅಮೂಲ್ಯವಾದ ಅಂಶಗಳಿಗೆ ಸುಲಭವಾಗಿ ನಿರ್ದೇಶಿಸಲ್ಪಡುತ್ತದೆ.

5. ಪ್ರಚೋದನೆಯ ಚಲನೆ:

ಚಲಿಸದ ಪ್ರಚೋದನೆಯು ಚಲಿಸದ ಪ್ರಚೋದಕಕ್ಕಿಂತ ಹೆಚ್ಚು ವೇಗವಾಗಿ ನಮ್ಮ ಗಮನವನ್ನು ಸೆಳೆಯುತ್ತದೆ. ನಮ್ಮ ದೃಷ್ಟಿ ಕ್ಷೇತ್ರದಲ್ಲಿ ಚಲಿಸುವ ವಸ್ತುಗಳಿಗೆ ನಾವು ಹೆಚ್ಚು ಸಂವೇದನಾಶೀಲರಾಗಿದ್ದೇವೆ, ಉದಾ. ಜಾಹೀರಾತುದಾರರು ಈ ಸತ್ಯವನ್ನು ಬಳಸಿಕೊಳ್ಳುತ್ತಾರೆ ಮತ್ತು ಚಲಿಸುವ ವಿದ್ಯುತ್ ದೀಪಗಳ ಮೂಲಕ ಜನರ ಗಮನವನ್ನು ಸೆಳೆಯಲು ಪ್ರಯತ್ನಿಸುತ್ತಾರೆ.

6. ಅವಧಿ ಮತ್ತು ಗಮನದ ಪದವಿ:

ಜನರು ಹಲವಾರು ವಸ್ತುಗಳನ್ನು ಗ್ರಹಿಸುವ ಸಾಮರ್ಥ್ಯವನ್ನು ಹೊಂದಿರಬಹುದು/ಬೇರೆ ರೀತಿಯಲ್ಲಿ ಹೇಳುವುದಾದರೆ, ಒಂದು ಸಣ್ಣ "ಪ್ರಸ್ತುತಿ"ಯಲ್ಲಿ ಹಲವಾರು ಪ್ರಚೋದನೆಗಳಿಗೆ ಹಾಜರಾಗಲು. ವ್ಯಕ್ತಿಯ ಈ ಸಾಮರ್ಥ್ಯವನ್ನು ಗಮನದ ವ್ಯಾಪ್ತಿಯಿಂದ ಮೌಲ್ಯಮಾಪನ ಮಾಡಲಾಗುತ್ತದೆ, ಇದು ವ್ಯಕ್ತಿಯಿಂದ ವ್ಯಕ್ತಿಗೆ ಮತ್ತು ಪರಿಸ್ಥಿತಿಯಿಂದ ಪರಿಸ್ಥಿತಿಗೆ ಭಿನ್ನವಾಗಿರುತ್ತದೆ.

"ಗಮನದ ವ್ಯಾಪ್ತಿ" ಎಂಬ ಪದವನ್ನು ಗುಣಮಟ್ಟ, ಗಾತ್ರದ ಮಟ್ಟಿಗೆ ವಿನ್ಯಾಸಗೊಳಿಸಲಾಗಿದೆ, ಇದು ಅಲ್ಪಾವಧಿಯ ನಿರ್ದಿಷ್ಟ ಕಾಗಣಿತದಲ್ಲಿ ಹಲವಾರು ವಿಷಯಗಳನ್ನು ಸಾಧಿಸಲು ಸಾಧ್ಯವಾಗುವಂತೆ ವ್ಯಕ್ತಿಯ ಗ್ರಹಿಕೆ ಕ್ಷೇತ್ರವನ್ನು ಪರಿಣಾಮಕಾರಿಯಾಗಿ ಸಂಘಟಿಸಬಹುದಾಗಿದೆ.

II. ಆಂತರಿಕ/ವಸ್ತುನಿಷ್ಠ ಅಂಶಗಳು:

ಈ ಅಂಶಗಳು ವ್ಯಕ್ತಿಯ ವಸ್ತುನಿಷ್ಠ ಅಂಶಗಳಿಗೆ ಪ್ರತಿಕ್ರಿಯಿಸಲು, ಅವನ ಆಸೆಗಳನ್ನು ಮತ್ತು ಉದ್ದೇಶಗಳನ್ನು ಪೂರೈಸುವ ಮತ್ತು ಅವನ ಆಸಕ್ತಿ ಮತ್ತು ವರ್ತನೆಗೆ ಸರಿಹೊಂದುವ ಚಟುವಟಿಕೆಗಳಿಗೆ ಹಾಜರಾಗಲು ಮುಂದಾಗುತ್ತವೆ. ಇದು ಗ್ರಹಿಸುವವರ ಮಾನಸಿಕ ಸ್ಥಿತಿ.

ಕೆಲವುವ್ಯಕ್ತಿನಿಷ್ಠಅಂಶಗಳು:

1. ಆಸಕ್ತಿ:

ಆಸಕ್ತಿಯು ಗಮನದ ತಾಯಿ ಎಂದು ಹೇಳಲಾಗುತ್ತದೆ. ನಾವು ಆಸಕ್ತಿ ಹೊಂದಿರುವ ವಸ್ತುಗಳಿಗೆ ನಾವು ಹಾಜರಾಗುತ್ತೇವೆ. ನಾವು ಟಿವಿಯಲ್ಲಿ ಚಲನಚಿತ್ರ/ಧಾರಾವಾಹಿಯನ್ನು ವೀಕ್ಷಿಸಲು ಬಯಸುತ್ತೇವೆ ಏಕೆಂದರೆ ಚಲನಚಿತ್ರ/ಧಾರಾವಾಹಿ ಸುತ್ತುವ ವಿಷಯದ ಬಗ್ಗೆ ನಮಗೆ ಆಸಕ್ತಿಯಿದೆ. ಯಾವುದೇ ಕೂಟದಲ್ಲಿ ನಮ್ಮ ಆಸಕ್ತಿಯ ಯಾವುದೇ ವಿಷಯವನ್ನು ಚರ್ಚಿಸಿದರೆ ಅದು ನಮ್ಮ ಗಮನವನ್ನು ಸುಲಭವಾಗಿ ಸೆಳೆಯುತ್ತದೆ ಮತ್ತು ಚರ್ಚೆಯಲ್ಲಿ ಭಾಗವಹಿಸುವಂತೆ ಮಾಡುತ್ತದೆ. ನಮ್ಮ ದಿನನಿತ್ಯದ ಜೀವನದಲ್ಲಿ ನಾವು ಆಸಕ್ತಿ ಹೊಂದಿರುವ ಪ್ರಚೋದನೆಗೆ ಗಮನ ಕೊಡುತ್ತೇವೆ.

2. ಉದ್ದೇಶಗಳು:

ನಮ್ಮ ಮೂಲಭೂತ ಅಗತ್ಯಗಳು ಮತ್ತು ಉದ್ದೇಶಗಳು ಹೆಚ್ಚಿನ ಪ್ರಮಾಣದಲ್ಲಿ ನಮ್ಮ ಗಮನವನ್ನು ನಿರ್ಧರಿಸುತ್ತವೆ, ಬಾಯಾರಿಕೆ, ಹಸಿವು, ಲೈಂಗಿಕತೆ, ಕುತೂಹಲ, ಭಯವು ಗಮನವನ್ನು ಪ್ರಭಾವಿಸುವ ಕೆಲವು ಪ್ರಮುಖ ಉದ್ದೇಶಗಳು, ಉದಾ. ಚಿಕ್ಕ ಮಕ್ಕಳು ತಿನ್ನಲು ಆಕರ್ಷಿತರಾಗುತ್ತಾರೆ.

3. ಮನಸ್ಥಿತಿ:

ಪ್ರತಿಕ್ರಿಯಿಸಲು ವ್ಯಕ್ತಿಯ ಸಿದ್ಧತೆ ಅವನ ಗಮನವನ್ನು ನಿರ್ಧರಿಸುತ್ತದೆ. ನಾವು ಪ್ರಚೋದನೆಯನ್ನು ನಿರೀಕ್ಷಿಸುತ್ತಿದ್ದರೆ, ಆ ಪ್ರಚೋದನೆಯ ಸಂಭವವು ಅನೇಕ ಇತರ ಪ್ರಚೋದಕಗಳೊಂದಿಗೆ ನಿರ್ದಿಷ್ಟ ಪ್ರಚೋದನೆಗೆ ಹಾಜರಾಗುವ ರೀತಿಯಲ್ಲಿ ಬರುವುದಿಲ್ಲ. ವಿದ್ಯಾರ್ಥಿಗಳು ಸೆಮಿಸ್ಟರ್ ಅಂತ್ಯದ ವೇಳೆಗೆ ಪರೀಕ್ಷಾ ವೇಳಾಪಟ್ಟಿಯನ್ನು ನಿರೀಕ್ಷಿಸುತ್ತಿರುವ ಸಮಯದಲ್ಲಿ ಸೂಚನೆನಲ್ಲಿ ಹಾಕಲಾದ ವೇಳಾಪಟ್ಟಿಇತರ ಸೂಚನೆಗಳೊಂದಿಗೆ ಅವರ ಗಮನವನ್ನು ಸುಲಭವಾಗಿ ಸೆಳೆಯುತ್ತದೆ.

4. ಮನಸ್ಥಿತಿಗಳು ಮತ್ತು ವರ್ತನೆಗಳು:

ನಾವು ಯಾವುದಕ್ಕೆ ಹಾಜರಾಗುತ್ತೇವೆಯೋ ಅದು ಮನಸ್ಥಿತಿಗಳು ಮತ್ತು ವರ್ತನೆಗಳಿಂದ ಪ್ರಭಾವಿತವಾಗಿರುತ್ತದೆ. ನಾವು ತೊಂದರೆಗೊಳಗಾದಾಗ/ಕೋಪ ಮನಸ್ಥಿತಿಯಲ್ಲಿದ್ದಾಗ, ಇತರರ ಸಣ್ಣ ತಪ್ಪನ್ನು ನಾವು ಬಹಳ ಸುಲಭವಾಗಿ ಗಮನಿಸುತ್ತೇವೆ. ಅಂತೆಯೇ ನಮ್ಮ ಅನುಕೂಲಕರ ಮತ್ತು ಪ್ರತಿಕೂಲವಾದ ವರ್ತನೆಗಳು ನಮ್ಮ ಗಮನವನ್ನು ನಿರ್ಧರಿಸುತ್ತವೆ. ವ್ಯಕ್ತಿನಿಷ್ಠ ಮತ್ತು ವಸ್ತುನಿಷ್ಠ

ಅಂಶಗಳನ್ನು ಚರ್ಚಿಸಿದ ನಂತರ, ಈ ಅಂಶಗಳು ಪರಸ್ಪರ ಸಂಬಂಧ ಹೊಂದಿವೆ ಎಂದು ನಾವು ತಿಳಿದುಕೊಳ್ಳುತ್ತೇವೆ. ನಾವು ಪ್ರಚೋದನೆಗೆ ಎಷ್ಟು/ಯಾವ ರೀತಿಯಲ್ಲಿ ಪಾಲ್ಗೊಳ್ಳುತ್ತೇವೆ ಎಂಬುದು ವ್ಯಕ್ತಿನಿಷ್ಠ ಹಾಗೂ ವಸ್ತುನಿಷ್ಠ ಅಂಶಗಳ ಮೇಲೆ ಅವಲಂಬಿತವಾಗಿರುತ್ತದೆ.

ನಮ್ಮ ಗಮನವನ್ನು ನಿರ್ಧರಿಸುವ ಆಬ್ಜೆಕ್ಟಿವ್ ಮತ್ತು ಸಬ್ಜೆಕ್ಟಿವ್ ಅಂಶಗಳು!

ಗಮನವು ಆಯ್ದ ಚಟುವಟಿಕೆಯಾಗಿದೆ ಮತ್ತು ನಮ್ಮ ಗಮನವನ್ನು ನಿರ್ಧರಿಸಲು ನಮ್ಮ ಮನಸ್ಸಿನ ಇಚ್ಛೆಯು ಬಹಳ ಮುಖ್ಯವಾಗಿದೆ ಎಂಬುದು ನಿಜ. ಆದರೆ ಇದರ ಹೊರತಾಗಿಯೂ, ನಮ್ಮ ಗಮನವನ್ನು ಪ್ರಭಾವಿಸುವ ವಸ್ತುಗಳಲ್ಲಿ ಮತ್ತು ವ್ಯಕ್ತಿಯಲ್ಲಿ ಕೆಲವು ಅಂಶಗಳಿವೆ.

ನಮ್ಮ ಗಮನವನ್ನು ನಿರ್ಧರಿಸುವ ಈ ಅಂಶಗಳನ್ನು ಎರಡು ವಿಧಗಳಾಗಿ ವಿಂಗಡಿಸಲಾಗಿದೆ:

(ಎ) ವಸ್ತುನಿಷ್ಠ ಅಂಶಗಳು ಮತ್ತು (ಬಿ) ವ್ಯಕ್ತಿನಿಷ್ಠ ಅಂಶಗಳು,

1. ವಸ್ತುನಿಷ್ಠ ಅಂಶಗಳು:

ಈ ಅಂಶಗಳು ವಸ್ತುಗಳಲ್ಲಿ ಅಂತರ್ಗತವಾಗಿರುವ ವಸ್ತುಗಳ ನಿರ್ದಿಷ್ಟ ಅಂಶಗಳಿಗೆ ಸಂಬಂಧಿಸಿವೆ.

ಎ. ಚಲನೆ:

ಚಲಿಸುವ ವಸ್ತುವು ಸ್ಥಿರ ವಸ್ತುವಿಗಿಂತ ಸುಲಭವಾಗಿ ನಮ್ಮ ಗಮನವನ್ನು ಸೆಳೆಯುತ್ತದೆ. ಉದಾಹರಣೆಗೆ, ಮಿನುಗದ ದೀಪಗಳಿಗಿಂತ ಮಿನುಗುವ ದೀಪಗಳು ನಮ್ಮ ಗಮನವನ್ನು ಸೆಳೆಯುತ್ತವೆ. ನಿಂತಿರುವ ವಾಹನಕ್ಕಿಂತ ಚಲಿಸುವ ವಾಹನವು ನಮ್ಮ ಗಮನವನ್ನು ಸೆಳೆಯುತ್ತದೆ.

ಬಿ. ತೀವ್ರತೆ:

ಹೆಚ್ಚು ತೀವ್ರವಾದ ಬೆಳಕು, ಧ್ವನಿ ಅಥವಾ ವಾಸನೆಯು ನಮ್ಮ ಗಮನವನ್ನು ಕಡಿಮೆ ತೀವ್ರಕ್ಕಿಂತ ಸುಲಭವಾಗಿ ಸೆಳೆಯುತ್ತದೆ. ಉದಾಹರಣೆಗೆ, ಹೆಚ್ಚಿನ ವೋಲ್ಟೇಜ್ ಬಲ್ಬ್ ಅನ್ನು ಕಡಿಮೆ ವೋಲ್ಟೇಜ್ ಬಲ್ಬ್‌ಗಿಂತ ವೇಗವಾಗಿ ವೀಕ್ಷಿಸಲಾಗುತ್ತದೆ, ಮಂದ ಬಣ್ಣಕ್ಕಿಂತ ಹೆಚ್ಚು ಪ್ರಕಾಶಮಾನವಾದ ಬಣ್ಣ/ ಸಾಮಾನ್ಯ ಧ್ವನಿಗಿಂತ ಹೆಚ್ಚು ದೊಡ್ಡ ಧ್ವನಿ.

ಸಿ. ನವೀನತೆ:

ಹೊಸ ರೀತಿಯ ವಸ್ತುಗಳು ನಮ್ಮ ಗಮನವನ್ನು ತ್ವರಿತವಾಗಿ ಸೆಳೆಯುತ್ತವೆ. ಜಾಹೀರಾತು ಏಜೆನ್ಸಿಗಳು ಈ ತಂತ್ರವನ್ನು ಅತ್ಯಂತ ಪರಿಣಾಮಕಾರಿಯಾಗಿ ಅಳವಡಿಸಿಕೊಳ್ಳುತ್ತವೆ, ಉದಾಹರಣೆಗೆ: ಇತ್ತೀಚಿನ ಫ್ಯಾಷನ್ ಉಡುಗೆ, ಬೂಟುಗಳು, ಪೆನ್, ಇತ್ಯಾದಿ.

ಡಿ. ಗಾತ್ರ:

ಒಂದು ದೊಡ್ಡ/ಚಿಕ್ಕ ವಸ್ತುವು ಯಾವುದೇ ವಸ್ತುವಿನ ಸರಾಸರಿ ಮಟ್ಟದ ಗಾತ್ರಕ್ಕಿಂತ ಸುಲಭವಾಗಿ ಜನರ ಗಮನವನ್ನು ಸೆಳೆಯುತ್ತದೆ, ಉದಾಹರಣೆಗೆ: 7' ಎತ್ತರದ ಮನುಷ್ಯ, 2' ಕುಬ್ಬ, ತುಂಬಾ ದಪ್ಪ ಮನುಷ್ಯ; ಒಂದು ದೊಡ್ಡ ಬಹುಮಹಡಿ ಕಟ್ಟಡವು ನಮ್ಮ ಗಮನವನ್ನು ತ್ವರಿತವಾಗಿ ಸೆಳೆಯಬಲ್ಲದು.

ಇ. ಬದಲಾವಣೆ:

ನಮ್ಮ ಪರಿಸರದಲ್ಲಿನ ಬದಲಾವಣೆಯು ನಮ್ಮ ಗಮನವನ್ನು ತ್ವರಿತವಾಗಿ ಸೆಳೆಯುತ್ತದೆ. ಉದಾಹರಣೆಗೆ: ಚಲಿಸುವ ಗಡಿಯಾರದ ನಿಯಮಿತ ಶಬ್ದವು ನಮ್ಮ ಗಮನವನ್ನು ಸೆಳೆಯುವುದಿಲ್ಲ, ಆದರೆ ಅದು ನಿಲ್ಲುತ್ತದೆ, ನಮ್ಮ ಗಮನವನ್ನು ಬೇರೆಡೆಗೆ ತಿರುಗಿಸಲಾಗುತ್ತದೆ.

ಹೊಸ ಜಾಗದಲ್ಲಿ ಹಾಕಿರುವ ಶೋ ಪೀಸ್, ವಿದ್ಯುತ್ ವ್ಯತ್ಯಯದಿಂದ ರೇಡಿಯೋ ಹಾಡು ನಿಂತು ಹೋಗುವುದು ನಮ್ಮ ಗಮನ ಸೆಳೆಯುತ್ತದೆ.

ಎಫ್. ಪುನರಾವರ್ತನೆ:

ಪ್ರಚೋದನೆಯನ್ನು ಪದೇ ಪದೇ ನೀಡಿದಾಗ ನಮ್ಮ ಗಮನವನ್ನು ಬೇರೆಡೆಗೆ ತಿರುಗಿಸಲಾಗುತ್ತದೆ, ಉದಾಹರಣೆಗೆ: ಅಗ್ನಿಶಾಮಕ ದಳ/ಆಂಬುಲೆನ್ಸ್‌ನ ಪುನರಾವರ್ತಿತ ಹಾರ್ನ್.

ಜಿ. ಸ್ಪಷ್ಟತೆ:

ಸ್ಪಷ್ಟವಾಗಿಲ್ಲದ ಪ್ರಚೋದಕಗಳಿಗಿಂತ ಸ್ಪಷ್ಟವಾಗಿ ಅನುಭವಿಸಬಹುದಾದ ವಸ್ತು/ಧ್ವನಿಯು ನಮ್ಮ ಗಮನವನ್ನು ಸೆಳೆಯುತ್ತದೆ, ಉದಾಹರಣೆಗೆ: ರಾತ್ರಿಯ ಸಮಯದಲ್ಲಿ ನಕ್ಷತ್ರಗಳು ಮತ್ತು ಗ್ರಹಗಳು ಸ್ಪಷ್ಟವಾಗಿ ಕಾಣುವ ನಮ್ಮ ಗಮನವನ್ನು ಸೆಳೆಯುತ್ತವೆ.

ಎಚ್. ಬಣ್ಣಗಳು:

ಕಪ್ಪು/ಬಿಳಿ ವಸ್ತುಗಳಿಗಿಂತ ವರ್ಣರಂಜಿತ ವಸ್ತುಗಳು ನಮ್ಮ ಗಮನವನ್ನು ಸುಲಭವಾಗಿ ಸೆಳೆಯುತ್ತವೆ.

i. ಕಾಂಟ್ರಾಸ್ಟ್:

ಅದರ ಹಿನ್ನೆಲೆಯಿಂದ ಗಮನಾರ್ಹವಾಗಿ ವಿಭಿನ್ನವಾಗಿರುವ ವಸ್ತುವು ನಮ್ಮ ಗಮನವನ್ನು ಸೆಳೆಯುತ್ತದೆ, ಉದಾಹರಣೆಗೆ: ಬಿಳಿ ಅಂಗಿಯ ಮೇಲೆ ಕಪ್ಪು ಚುಕ್ಕೆ.

2. ವಸ್ತುನಿಷ್ಠ ಅಂಶಗಳು:

ಈ ಅಂಶಗಳು ವ್ಯಕ್ತಿಗಳನ್ನು ಉಲ್ಲೇಖಿಸುತ್ತವೆ. ಇವು ಜನರಲ್ಲಿ ಅಂತರ್ಗತವಾಗಿವೆ. ನಮ್ಮ ಗಮನವನ್ನು ನಿರ್ಧರಿಸುವ ಅನೇಕ ವ್ಯಕ್ತಿನಿಷ್ಠ ಅಂಶಗಳಿವೆ. ಅವುಗಳೆಂದರೆ:

ಎ. ಆಸಕ್ತಿ:

ನಮ್ಮ ಆಸಕ್ತಿಯ ವಸ್ತುಗಳು ತಕ್ಷಣವೇ ನಮ್ಮ ಗಮನವನ್ನು ಸೆಳೆಯುತ್ತವೆ. ಉದಾ: ರಸ್ತೆಯಲ್ಲಿ ಚಲಿಸುವಾಗ ಕ್ರೀಡಾ ಸಾಮಗ್ರಿಗಳನ್ನು ಇರಿಸಲಾಗಿರುವ ಅಂಗಡಿಯ ಕಡೆಗೆ ಒಬ್ಬ ಕ್ರೀಡಾಪಟು ಆಕರ್ಷಿತನಾಗುತ್ತಾನೆ. ನಿರ್ದಿಷ್ಟ ಗಾಯಕನಲ್ಲಿ ಆಸಕ್ತಿ ಹೊಂದಿರುವ ವ್ಯಕ್ತಿಯು ತನ್ನ ಧ್ವನಿಯನ್ನು ಆಲಿಸಿದ ಕ್ಷಣದಲ್ಲಿ ತಕ್ಷಣವೇ ಅವನ ಗಮನವನ್ನು ಬೇರೆಡೆಗೆ ತಿರುಗಿಸುತ್ತಾನೆ.

ಬಿ. ಉದ್ದೇಶಗಳು:

ಉದ್ದೇಶಗಳು ನಮ್ಮ ಗಮನವನ್ನು ಬೇರೆಡೆಗೆ ಸೆಳೆಯುವಂತೆ ಮಾಡುವ ಶಕ್ತಿಶಾಲಿ ಶಕ್ತಿಗಳಾಗಿವೆ, ಉದಾಹರಣೆಗೆ: ಒಬ್ಬ ಹೋಟೆಲ್ ಹಸಿದ ವ್ಯಕ್ತಿಯ ಗಮನವನ್ನು ಸೆಳೆಯುತ್ತದೆ ಏಕೆಂದರೆ ಅವನು ಆಹಾರಕ್ಕಾಗಿ ಉತ್ಸಾಹವನ್ನು ಹೊಂದಿದ್ದಾನೆ.

ಸಿ. ಮಾನಸಿಕ ಸ್ಥಿತಿ:

ಯಾವುದೇ ಪ್ರಚೋದನೆಗೆ ಹಾಜರಾಗುವಲ್ಲಿ ನಮ್ಮ ಸೆಟ್/ಮನಸ್ಸಿನ ಸಿದ್ಧತೆ ಬಹಳ ಮುಖ್ಯ. ಉದಾಹರಣೆಗೆ: ಒಬ್ಬ ವ್ಯಕ್ತಿಯ ಭ್ರಮೆಯಲ್ಲಿದ್ದಾಗ ಅವನು ಯಾವುದೇ ಕರೆಗೆ ಕಿವಿಗೊಡದಿರಬಹುದು. ಮತ್ತೊಂದೆಡೆ ಕಾತುರದಿಂದ ದೂರವಾಣಿ ಕರೆಗಾಗಿ ಕಾತರಿಸುತ್ತಿದ್ದರೆ ಆ ಕೂಡಲೇ ಕೇಳುತ್ತಾನೆ.

ಡಿ. ಭಾವನಾತ್ಮಕ ಸ್ಥಿತಿ:

ಭಾವನಾತ್ಮಕ ಸ್ಥಿತಿಯಲ್ಲಿ ಗಮನವು ತೊಂದರೆಗೊಳಗಾಗುತ್ತದೆ. ಇದು ನಮ್ಮ ಗ್ರಹಿಕೆಯ ಮೇಲೂ ಪರಿಣಾಮ ಬೀರುತ್ತದೆ. ಉದಾ: ಒಬ್ಬ ವ್ಯಕ್ತಿಯ ಭಯದ ಕಾರಣದಿಂದಾಗಿ ಹೆಚ್ಚು ಉತ್ಸುಕನಾಗಿದ್ದಾಗ, ಇತರರು ಏನು ಹೇಳುತ್ತಾರೆಂದು ಅವನು ಕೇಳುವುದಿಲ್ಲ/ಅರ್ಥಮಾಡಿಕೊಳ್ಳುವುದಿಲ್ಲ.

ಇ. ಅಭ್ಯಾಸಗಳು:

ನಮ್ಮ ಗಮನವು ನಮಗೆ ಅಭ್ಯಾಸವಾಗಿರುವ ವಿಷಯಗಳ ಕಡೆಗೆ ಸ್ವಯಂಚಾಲಿತವಾಗಿ ತಿರುಗುತ್ತದೆ, ಉದಾಹರಣೆಗೆ: ಧೂಮಪಾನಿಯು ಕೆಲವು ಕೆಲಸದಲ್ಲಿ ನಿರತರಾಗಿದ್ದರೂ ಸಹ

ಧೂಮಪಾನವನ್ನು ನೆನಪಿಸಿಕೊಳ್ಳುತ್ತಾರೆ. ನಿರ್ದಿಷ್ಟ ಸಮಯದಲ್ಲಿ ಆಹಾರವನ್ನು ತೆಗೆದುಕೊಳ್ಳುವ ಅಭ್ಯಾಸವಿರುವ ವ್ಯಕ್ತಿಯು ಸರಿಯಾದ ಸಮಯದಲ್ಲಿ ಆಹಾರವನ್ನು ನೆನಪಿಸಿಕೊಳ್ಳುತ್ತಾನೆ. ದಾದಿ ಗಮನವು ಗಂಭೀರ ರೋಗಿಯ ಕಡೆಗೆ ಸ್ವಯಂಚಾಲಿತವಾಗಿ ತಿರುಗುತ್ತದೆ.

ಸಂಪೂರ್ಣ ಮಿತಿ: ಪ್ರಚೋದನೆಯು 50% ಸಮಯವನ್ನು ಪತ್ತೆಹಚ್ಚಲು ಇರಬೇಕಾದ ಕನಿಷ್ಠ ಪ್ರಮಾಣದ ಪ್ರಚೋದಕ ಶಕ್ತಿ.

ಬಾಟಮ್-ಅಪ್ ಸಂಸ್ಕರಣೆ: ಸಂವೇದನಾ ಒಳಕ್ಕೆ ನಿಂದ ಗ್ರಹಿಕೆಗಳನ್ನು ನಿರ್ಮಿಸುವ ವ್ಯವಸ್ಥೆ.

ಉದ್ದೇಶಪೂರ್ವಕ ಕುರುಡುತನ: ಗಮನದ ಕೊರತೆಯಿಂದಾಗಿ ಸಂಪೂರ್ಣವಾಗಿ ಗೋಚರಿಸುವ ಯಾವುದನ್ನಾದರೂ ಗಮನಿಸಲು ವಿಫಲವಾಗಿದೆ.

ಕೇವಲ ಗಮನಾರ್ಹ ವ್ಯತ್ಯಾಸ: ಪ್ರಚೋದಕಗಳ ನಡುವಿನ ವ್ಯತ್ಯಾಸವನ್ನು ಪತ್ತೆಹಚ್ಚಲು ಅಗತ್ಯವಿರುವ ಪ್ರಚೋದಕಗಳಲ್ಲಿನ ವ್ಯತ್ಯಾಸ.

ಕೇವಲ ಮಾನ್ಯತೆ ಪರಿಣಾಮಗಳು: ಪ್ರಚೋದನೆಗೆ ಕೇವಲ ಒಡ್ಡುವಿಕೆಯ ಪುನರಾವರ್ತಿತ ನಿದರ್ಶನಗಳ ನಂತರ ಅದರ ಕಡೆಗೆ ಹೆಚ್ಚು ಸಕಾರಾತ್ಮಕ ಮನೋಭಾವವನ್ನು ಬೆಳೆಸಿಕೊಳ್ಳುವ ಫಲಿತಾಂಶ.

ಗ್ರಹಿಕೆ: ಸಂವೇದನಾ ಮಾಹಿತಿಯನ್ನು ಅರ್ಥೈಸುವ ಮತ್ತು ಪ್ರಜ್ಞಾಪೂರ್ವಕವಾಗಿ ಅನುಭವಿಸುವ ವಿಧಾನ.

ಚೌಕಟ್ಟು: ಇತ್ತೀಚಿನ ಅನುಭವಗಳು ಗುಣಲಕ್ಷಣದ ಪ್ರವೇಶವನ್ನು ಹೆಚ್ಚಿಸುವ ಪ್ರಕ್ರಿಯೆ.

ಸಂವೇದನೆ: ಸಂವೇದನಾ ಗ್ರಾಹಕದಿಂದ ಸಂವೇದನಾ ಮಾಹಿತಿಯನ್ನು ಪತ್ತೆ ಮಾಡಿದಾಗ ಏನಾಗುತ್ತದೆ.

ಸಂಕೇತ ಪತ್ತೆ ಸಿದ್ಧಾಂತ: ಪ್ರಸ್ತುತ ಮಾನಸಿಕ ಸ್ಥಿತಿಯ ಕಾರ್ಯವಾಗಿ ಪ್ರಚೋದಕ ಪತ್ತೆಯಲ್ಲಿ ಬದಲಾವಣೆ.

ಉತ್ಕೃಷ್ಟವಾದ/ ಪ್ರಜ್ಞಾಪೂರ್ವದ ಸಂದೇಶ: ಪ್ರಜ್ಞಾಪೂರ್ವಕ ಅರಿವಿನ ಮಿತಿಯ ಕೆಳಗೆ ಸಂದೇಶವನ್ನು ಪ್ರಸ್ತುತಪಡಿಸಲಾಗಿದೆ.

ಟಾಪ್-ಡೌನ್ ಪ್ರಕ್ರಿಯೆ: ಸಂವೇದನೆಗಳ ವ್ಯಾಖ್ಯಾನವು ಲಭ್ಯವಿರುವ ಜ್ಞಾನ, ಅನುಭವಗಳು ಮತ್ತು ಆಲೋಚನೆಗಳಿಂದ ಪ್ರಭಾವಿತವಾಗಿರುತ್ತದೆ.

ಸಂವೇದನಾ ರೂಪಾಂತರ: ಉದ್ದೀಪನಕ್ಕೆ ದೀರ್ಘಕಾಲದವರೆಗೆ ಒಡ್ಡಿಕೊಂಡ ನಂತರ ಸೂಕ್ಷ್ಮತೆಯ ಕಡಿತ.

ಟ್ರಾನ್ಸ್‌ಡಕ್ಷನ್: ಸಂವೇದನಾ ಪ್ರಚೋದಕ ಶಕ್ತಿಯಿಂದ ಕ್ರಿಯಾಶೀಲ ವಿಭವಕ್ಕೆ ಪರಿವರ್ತನೆ.

ವೆಬರ್‌ನ ನಿಯಮ: ವ್ಯತ್ಯಾಸದ ಮಿತಿಯು ಮೂಲ ಪ್ರಚೋದನೆಯ ನಿರಂತರ ಭಾಗವಾಗಿದೆ ಮತ್ತು ದೊಡ್ಡ ಪ್ರಚೋದನೆಗಳು ದೊಡ್ಡ ವ್ಯತ್ಯಾಸಗಳನ್ನು ಗಮನಿಸಬೇಕಾದ ಅಗತ್ಯವಿದೆ ಎಂದು ಅರ್ನ್ಸ್ಟ್ ವೆಬರ್‌ನ ಆವಿಷ್ಕಾರ.

1.6 ಸ್ಮರಣೆಮತ್ತುಆಲೋಚನೆಮತ್ತುಸಮಸ್ಯೆಪರಿಹಾರ.

<u>ಸ್ಮರಣೆ:</u>

"ಜ್ಞಾಪಕವು ಕಾಲಾನಂತರದಲ್ಲಿ ಮಾಹಿತಿಯನ್ನು ನಿರ್ವಹಿಸುವ ಪ್ರಕ್ರಿಯೆಯಾಗಿದೆ." (ಮ್ಯಾಟ್ಲಿನ್, 2005)

"ಈ ಮಾಹಿತಿಯನ್ನು ಪ್ರಸ್ತುತದಲ್ಲಿ ಬಳಸಲು ನಾವು ನಮ್ಮ ಹಿಂದಿನ ಅನುಭವಗಳನ್ನು ಸೆಳೆಯುವ ಸಾಧನವೆಂದರೆ ಸ್ಕರಣೆ" (ಸ್ಟನ್‌ಬರ್ಗ್, 1999).

ಮೆಮೊರಿ ಎನ್ನುವುದು ಮಾಹಿತಿಯ ಸಂಗ್ರಹಣೆ ಮತ್ತು ನಂತರದ ಮರುಪಡೆಯುವಿಕೆಯಲ್ಲಿ ಒಳಗೊಂಡಿರುವ ರಚನೆಗಳು ಮತ್ತು ಪ್ರಕ್ರಿಯೆಗಳಿಗೆ ನೀಡಲಾದ ಪದವಾಗಿದೆ. ಇದು ನಮ್ಮೆಲ್ಲರ ಜೀವನಕ್ಕೆ ಅತ್ಯಗತ್ಯ. ಭೂತಕಾಲದ ಸ್ಕರಣೆಯಿಲ್ಲದೆ, ನಾವು ಪ್ರಸ್ತುತದಲ್ಲಿ ಕಾರ್ಯನಿರ್ವಹಿಸಲು / ಭವಿಷ್ಯದ ಬಗ್ಗೆ ಯೋಚಿಸಲು ಸಾಧ್ಯವಿಲ್ಲ. ನಾವು ನಿನ್ನೆ ಏನು ಮಾಡಿದ್ದೇವೆ, ಇಂದು ನಾವು ಏನು ಮಾಡಿದ್ದೇವೆ / ನಾಳೆ ಏನು ಮಾಡಲು ಯೋಜಿಸಿದ್ದೇವೆ ಎಂಬುದನ್ನು ನೆನಪಿಟ್ಟುಕೊಳ್ಳಲು ನಮಗೆ ಸಾಧ್ಯವಾಗುವುದಿಲ್ಲ. ನೆನಪಿಲ್ಲದೆ ಏನನ್ನೂ ಕಲಿಯಲು ಸಾಧ್ಯವಿಲ್ಲ.

ಮೆಮೊರಿಯು ಹೆಚ್ಚಿನ ಪ್ರಮಾಣದ ಮಾಹಿತಿಯನ್ನು ಪ್ರಕ್ರಿಯೆಗೊಳಿಸುವುದರಲ್ಲಿ ತೊಡಗಿದೆ. ಈ ಮಾಹಿತಿಯ ವಿವಿಧ ರೂಪಗಳನ್ನು ತೆಗೆದುಕೊಳ್ಳುತ್ತದೆ, ಉದಾ: ಚಿತ್ರಗಳು, ಶಬ್ದಗಳು/ಅರ್ಥ. ಮನಶ್ಶಾಸ್ತ್ರಜ್ಞರಿಗೆ ಮೆಮೊರಿ ಎಂಬ ಪದವು ಮಾಹಿತಿ ಸಂಸ್ಕರಣೆಯ ಮೂರು ಪ್ರಮುಖ ಅಂಶಗಳನ್ನು ಒಳಗೊಂಡಿದೆ:

ಮೆಮೊರಿ/ ಸ್ಕರಣೆ ಎನ್ಕೋಡಿಂಗ್:

ಮಾಹಿತಿಯು ನಮ್ಮ ಸ್ಕರಣೆ ವ್ಯವಸ್ಥೆಗೆ ಬಂದಾಗ (ಸಂವೇದನಾ ಇನ್‌ಪಟ್‌ನಿಂದ), ಅದನ್ನು ವ್ಯವಸ್ಥೆ ನಿಭಾಯಿಸಬಲ್ಲ ರೂಪಕ್ಕೆ ಬದಲಾಯಿಸಬೇಕಾಗುತ್ತದೆ, ಇದರಿಂದ ಅದನ್ನು ಸಂಗ್ರಹಿಸಬಹುದು. ನೀವು ಒಂದು ದೇಶದಿಂದ ಇನ್ನೊಂದು ದೇಶಕ್ಕೆ ಪ್ರಯಾಣಿಸುವಾಗ ನಿಮ್ಮ ಹಣವನ್ನು ಬೇರೆ ಚಲಾವಣೆಯ ನಾಣ್ಯ ಬದಲಾಯಿಸುವಂತೆಯೇ ಇದನ್ನು ಯೋಚಿಸಿ. ಉದಾಹರಣೆಗೆ, (ಪುಸ್ತಕದಲ್ಲಿ) ಕಂಡುಬರುವ ಪದವನ್ನು ಧ್ವನಿ ಅಥವಾ ಅರ್ಥಕ್ಕೆ (ಅಂದರೆ ಶಬ್ದಾರ್ಥದ ಪ್ರಕ್ರಿಯೆ) ಬದಲಾಯಿಸಿದರೆ (ಎನ್ಕೋಡ್) ಸಂಗ್ರಹಿಸಬಹುದು. ಮಾಹಿತಿಯನ್ನು ಎನ್ಕೋಡ್ ಮಾಡಲು ಮೂರು ಮುಖ್ಯ ಮಾರ್ಗಗಳಿವೆ (ಬದಲಾಯಿಸಲಾಗಿದೆ): i.Visual (ಚಿತ್ರ), ii. ಅಕೌಸ್ಟಿಕ್ (ಧ್ವನಿ) & iii. ಲಾಕ್ಷಣಿಕ (ಅರ್ಥ)

ಉದಾಹರಣೆಗೆ: ಫೋನ್ ಪುಸ್ತಕದಲ್ಲಿ ನೀವು ನೋಡಿದ ದೂರವಾಣಿ ಸಂಖ್ಯೆಯನ್ನು ನೀವು ಹೇಗೆ ನೆನಪಿಸಿಕೊಳ್ಳುತ್ತೀರಿ? ನೀವು ಅದನ್ನು ನೋಡಬಹುದಾದರೆ ನೀವು ದೃಶ್ಯ ಕೋಡಿಂಗ್ ಅನ್ನು ಬಳಸುತ್ತಿರುವಿರಿ, ಆದರೆ ನೀವೇ ಅದನ್ನು ಪುನರಾವರ್ತಿಸುತ್ತಿದ್ದರೆ ನೀವು ಅಕೌಸ್ಟಿಕ್ ಕೋಡಿಂಗ್ ಅನ್ನು ಬಳಸುತ್ತಿರುವಿರಿ (ಧ್ವನಿಯಿಂದ).

ಅಲ್ಪಾವಧಿಯ ಸ್ಕರಣೆಯಲ್ಲಿ (STM) ತತ್ವ ಕೋಡಿಂಗ್ ವ್ಯವಸ್ಥೆಯು ಅಕೌಸ್ಟಿಕ್ ಕೋಡಿಂಗ್ ಆಗಿದೆ ಎಂದು ಪುರಾವೆಗಳು ಸೂಚಿಸುತ್ತವೆ. ಒಬ್ಬ ವ್ಯಕ್ತಿಗೆ ಸಂಖ್ಯೆಗಳು ಮತ್ತು ಅಕ್ಷರಗಳ ಪಟ್ಟಿಯನ್ನು ನೀಡಿದಾಗ, ಅವರು ಅವುಗಳನ್ನು ಪೂರ್ವಾಭ್ಯಾಸ ಮಾಡುವ ಮೂಲಕ (ಮೌಖಿಕವಾಗಿ) STM ನಲ್ಲಿ ಹಿಡಿದಿಡಲು ಪ್ರಯತ್ನಿಸುತ್ತಾರೆ.

ಪೂರ್ವಾಭ್ಯಾಸವು ಮೌಖಿಕ ಪ್ರಕ್ರಿಯೆಯಾಗಿದ್ದು, ಐಟಂಗಳ ಪಟ್ಟಿಯನ್ನು ಅಕೌಸ್ಟಿಕ್ ಆಗಿ ಪ್ರಸ್ತುತಪಡಿಸಲಾಗಿದೆಯೇ (ಯಾರಾದರೂ ಅವುಗಳನ್ನು ಓದುತ್ತಾರೆ)/ದೃಶ್ಯವಾಗಿ (ಕಾಗದದ ಹಾಳೆಯಲ್ಲಿ).

ದೀರ್ಘಕಾಲೀನ ಸ್ಕರಣೆಯಲ್ಲಿ (LTM) ತತ್ವ ಎನ್‌ಕೋಡಿಂಗ್ ವ್ಯವಸ್ಥೆಯು ಲಾಕ್ಷಣಿಕ ಕೋಡಿಂಗ್ (ಅರ್ಥದಿಂದ) ಎಂದು ತೋರುತ್ತದೆ. ಆದಾಗ್ಯೂ, LTM ನಲ್ಲಿನ ಮಾಹಿತಿಯನ್ನು ದೃಷ್ಟಿಗೋಚರವಾಗಿ ಮತ್ತು ಅಕೌಸ್ಟಿಕ್ ಆಗಿ ಸಹ ಕೋಡ್ ಮಾಡಬಹುದು.

2. ಸ್ಮರಣೆ ಸಂಗ್ರಹಣೆ:

ಇದು ಮೆಮೊರಿ ಸ್ಟೋರ್‌ಗಳ ಸ್ವರೂಪಕ್ಕೆ ಸಂಬಂಧಿಸಿದೆ, ಅಂದರೆ, ಮಾಹಿತಿಯನ್ನು ಎಲ್ಲಿ ಸಂಗ್ರಹಿಸಲಾಗಿದೆ, ಮೆಮೊರಿ ಎಷ್ಟು ಸಮಯದವರೆಗೆ ಇರುತ್ತದೆ (ಅವಧಿ), ಯಾವುದೇ ಸಮಯದಲ್ಲಿ ಎಷ್ಟು ಸಂಗ್ರಹಿಸಬಹುದು (ಸಾಮರ್ಥ್ಯ) ಮತ್ತು ಯಾವ ರೀತಿಯ ಮಾಹಿತಿಯನ್ನು ಹಿಡಿದಿಟ್ಟುಕೊಳ್ಳಬಹುದು. ನಾವು ಮಾಹಿತಿಯನ್ನು ಸಂಗ್ರಹಿಸುವ ವಿಧಾನವು ಅದನ್ನು ಹಿಂಪಡೆಯುವ ವಿಧಾನದ ಮೇಲೆ ಪರಿಣಾಮ ಬೀರುತ್ತದೆ. ಅಲ್ಪಾವಧಿ ಸ್ಮರಣೆ ಮತ್ತು ದೀರ್ಘಕಾಲದ ಸ್ಮರಣೆ ನಡುವಿನ ವ್ಯತ್ಯಾಸಗಳ ಬಗ್ಗೆ ಗಮನಾರ್ಹ ಪ್ರಮಾಣದ ಸಂಶೋಧನೆ ನಡೆದಿದೆ. ಹೆಚ್ಚಿನ ವಯಸ್ಕರು ತಮ್ಮ ಅಲ್ಪಾವಧಿಯ ಸ್ಮರಣೆಯಲ್ಲಿ 5 ರಿಂದ 9 ವಸ್ತುಗಳನ್ನು ಸಂಗ್ರಹಿಸಬಹುದು. ಮಿಲ್ಲರ್ (1956) ಈ ಕಲ್ಪನೆಯನ್ನು ಮುಂದಿಟ್ಟರು ಮತ್ತು ಅವರು ಅದನ್ನು ಮ್ಯಾಜಿಕ್/ ತಂತ್ರ ಸಂಖ್ಯೆ 7 ಎಂದು ಕರೆದರು. ಅಲ್ಪಾವಧಿ ಸ್ಮರಣೆ ಸಾಮರ್ಥ್ಯವು 7 (ಪ್ಲಸ್/ಮೈನಸ್ 2) ಅಂಶಗಳಾಗಿದ್ದರೂ, ಅದು ನಿರ್ದಿಷ್ಟ ಸಂಖ್ಯೆಯ "ಸ್ಲಾಟ್‌ಗಳು" ಮಾತ್ರ ಹೊಂದಿತ್ತು. ಸಂಗ್ರಹಿಸಲಾಗಿದೆ.

ಆದಾಗ್ಯೂ, ಪ್ರತಿ ಸ್ಲಾಟ್‌ನಲ್ಲಿ ಇರಿಸಬಹುದಾದ ಮಾಹಿತಿಯ ಪ್ರಮಾಣವನ್ನು ಮಿಲ್ಲರ್ ನಿರ್ದಿಷ್ಟಪಡಿಸಲಿಲ್ಲ. ವಾಸ್ತವವಾಗಿ, ನಾವು ಮಾಹಿತಿಯನ್ನು ಒಟ್ಟಿಗೆ "ಚಂಕ್" ಮಾಡಲು ಸಾಧ್ಯವಾದರೆ, ನಮ್ಮ ಅಲ್ಪಾವಧಿಯ ಸ್ಮರಣೆಯಲ್ಲಿ ನಾವು ಹೆಚ್ಚಿನ ಮಾಹಿತಿಯನ್ನು ಸಂಗ್ರಹಿಸಬಹುದು. ಇದಕ್ಕೆ ವಿರುದ್ಧವಾಗಿ, ದೀರ್ಘಕಾಲೀನ ಸ್ಮರಣೆ ಸಾಮರ್ಥ್ಯವು ಅನಿಯಮಿತವಾಗಿದೆ ಎಂದು ಭಾವಿಸಲಾಗಿದೆ. ಮಾಹಿತಿಯನ್ನು ಅಲ್ಪಾವಧಿ ಸ್ಮರಣೆ ನಲ್ಲಿ (0-30 ಸೆಕೆಂಡುಗಳು) ಸಂಕ್ಷಿಪ್ತ ಅವಧಿಗೆ ಮಾತ್ರ ಸಂಗ್ರಹಿಸಬಹುದು, ಆದರೆ ದೀರ್ಘಕಾಲೀನ ಸ್ಮರಣೆ ಜೀವಿತಾವಧಿಯಲ್ಲಿ ಉಳಿಯುತ್ತದೆ.

3. ಸ್ಮರಣೆ ಮರುಪಡೆಯುವಿಕೆ:

ಇದು ಸಂಗ್ರಹಣೆಯಿಂದ ಮಾಹಿತಿಯನ್ನು ಪಡೆಯುವುದನ್ನು ಸೂಚಿಸುತ್ತದೆ. ನಾವು ಏನನ್ನಾದರೂ ನೆನಪಿಟ್ಟುಕೊಳ್ಳಲು ಸಾಧ್ಯವಾಗದಿದ್ದರೆ, ಅದನ್ನು ಹಿಂಪಡೆಯಲು ನಮಗೆ ಸಾಧ್ಯವಾಗದಿರಬಹುದು. ಮೆಮೊರಿಯಿಂದ ಏನನ್ನಾದರೂ ಹಿಂಪಡೆಯಲು ನಮ್ಮನ್ನು ಕೇಳಿದಾಗ, ಅಲ್ಪಾವಧಿ ಸ್ಮರಣೆ ಮತ್ತು ದೀರ್ಘಕಾಲೀನ ಸ್ಮರಣೆ ನಡುವಿನ ವ್ಯತ್ಯಾಸಗಳು ಬಹಳ ಸ್ಪಷ್ಟವಾಗುತ್ತವೆ. ಅಲ್ಪಾವಧಿ ಸ್ಮರಣೆ ಅನ್ನು ಸಂಗ್ರಹಿಸಲಾಗಿದೆ ಮತ್ತು ಅನುಕ್ರಮವಾಗಿ ಹಿಂಪಡೆಯಲಾಗಿದೆ. ಉದಾಹರಣೆಗೆ, ಭಾಗವಹಿಸುವವರ ಗುಂಪಿಗೆ ನೆನಪಿಡುವ ಪದಗಳ ಪಟ್ಟಿಯನ್ನು ನೀಡಿದರೆ, ಮತ್ತು ಪಟ್ಟಿಯಲ್ಲಿ ನಾಲ್ಕನೇ ಪದವನ್ನು ಮರುಪಡೆಯಲು ಕೇಳಿದರೆ, ಭಾಗವಹಿಸುವವರು ಮಾಹಿತಿಯನ್ನು ಹಿಂಪಡೆಯಲು ಅವರು ಕೇಳಿದ ಕ್ರಮದಲ್ಲಿ ಪಟ್ಟಿಯ ಮೂಲಕ ಹೋಗುತ್ತಾರೆ. ದೀರ್ಘಕಾಲೀನ ಸ್ಮರಣೆ ಅನ್ನು ಸಂಘದಿಂದ ಸಂಗ್ರಹಿಸಲಾಗಿದೆ ಮತ್ತು ಹಿಂಪಡೆಯಲಾಗಿದೆ. ಇದಕ್ಕಾಗಿಯೇ ನೀವು ಮೊದಲು ಯೋಚಿಸಿದ ಕೋಣೆಗೆ ಹಿಂತಿರುಗಿದರೆ ನೀವು ಮಹಡಿಯ ಮೇಲೆ ಹೋದದ್ದನ್ನು ನೀವು ನೆನಪಿಸಿಕೊಳ್ಳಬಹುದು. ಮಾಹಿತಿಯನ್ನು ಸಂಘಟಿಸುವುದು ಸಹಾಯ ಮರುಪಡೆಯುವಿಕೆಗೆ ಸಹಾಯ ಮಾಡುತ್ತದೆ. ನೀವು ಮಾಹಿತಿಯನ್ನು ಅನುಕ್ರಮಗಳಲ್ಲಿ ಸಂಘಟಿಸಬಹುದು (ಉದಾಹರಣೆಗೆ ವರ್ಣಮಾಲೆಯಂತೆ, ಗಾತ್ರ/ಸಮಯದ ಪ್ರಕಾರ). ವಿವಿಧ ಸಮಯಗಳಲ್ಲಿ ವಿವಿಧ ಮಾತ್ರೆಗಳನ್ನು ಸೇವಿಸುವುದು, ಡ್ರೆಸ್ಸಿಂಗ್ ಬದಲಾಯಿಸುವುದು ಮತ್ತು ವ್ಯಾಯಾಮ ಮಾಡುವುದನ್ನು ಒಳಗೊಂಡಿರುವ ರೋಗಿಯನ್ನು ಆಸ್ಪತ್ರೆಯಿಂದ ಬಿಡುಗಡೆ ಮಾಡುವುದನ್ನು ಕಲ್ಪಿಸಿಕೊಳ್ಳಿ.

ವೈದ್ಯರು ಈ ಸೂಚನೆಗಳನ್ನು ದಿನವಿಡೀ ಕೈಗೊಳ್ಳಬೇಕಾದ ಕ್ರಮದಲ್ಲಿ ನೀಡಿದರೆ (ಅಂದರೆ, ಸಮಯದ ಅನುಕ್ರಮದಲ್ಲಿ), ಇದು ರೋಗಿಗೆ ಅವುಗಳನ್ನು ನೆನಪಿಟ್ಟುಕೊಳ್ಳಲು ಸಹಾಯ ಮಾಡುತ್ತದೆ.

ಚಿಂತನೆ ಮತ್ತು ಸಮಸ್ಯೆ ಪರಿಹಾರದ ಸಾರಾಂಶ.

ಅವಲೋಕನ:

ಆಲೋಚನೆ ಮತ್ತು ಸಮಸ್ಯೆ ಪರಿಹಾರವು ಸಂಕೀರ್ಣವಾದ ಮಾಡ್ಯೂಲ್ ಆಗಿದ್ದು, ಹಲವು ವಿಭಿನ್ನ ಲೇಖನಗಳು ಮತ್ತು ಕೆಲವು ಮಾಹಿತಿಯ ನಕಲು. ಆದ್ದರಿಂದ ನಿಮ್ಮ ಅಧ್ಯಯನವನ್ನು ಸುಲಭಗೊಳಿಸಲು ವಿಭಾಗಕ್ಕೆ ಸಾರಾಂಶ ಇಲ್ಲಿದೆ.

ಸಮಸ್ಯೆ ಪರಿಹರಿಸುವ:

"ಸಮಸ್ಯೆಯನ್ನು ಪರಿಹರಿಸುವುದು" ಎಂಬುದರ ಕುರಿತು ಮಾತನಾಡಲು ಮೊದಲ ವಿಷಯವಾಗಿದೆ. ಸಮಸ್ಯೆ ಎಂದರೆ ಒಬ್ಬ ವ್ಯಕ್ತಿಯು ತನ್ನ ಆರಂಭಿಕ ಸ್ಥಿತಿಯಿಂದ ಬಯಸಿದ ಸ್ಥಿತಿಗೆ ಬರುವುದನ್ನು ತಡೆಯುತ್ತದೆ. ಆದ್ದರಿಂದ, ಇದು ಸಂಬಂಧದಲ್ಲಿ ಭಿನ್ನಾಭಿಪ್ರಾಯವಾಗಿರಬಹುದು/ಯಾರೊಬ್ಬರಿಂದ ಏನನ್ನಾದರೂ ಪಡೆಯುವ ಅಗತ್ಯತೆ ಅಥವಾ ಏನನ್ನಾದರೂ ಪಡೆದುಕೊಳ್ಳುವುದು. ನೀವು ಹೊರಗಿದ್ದರೆ ಮತ್ತು ಕಾರು ಕೆಟ್ಟುಹೋದರೆ, ಮನೆಗೆ ಹೋಗುವುದು ಸಮಸ್ಯೆಯಾಗಿದೆ- ಇದು ನಿಮ್ಮ ಪ್ರಸ್ತುತ ಸ್ಥಿತಿ (ಹೊರ) ಮತ್ತು ನಿಮ್ಮ ಅಪೇಕ್ಷಿತ ಸ್ಥಿತಿ (ಮನೆ) ನಡುವೆ ಇರುತ್ತದೆ. ಸಮಸ್ಯೆಯನ್ನು ಪರಿಹರಿಸಲು ಮೂಲಭೂತ, ಆದರೆ ಉಪಯುಕ್ತವಾದ ಹಂತಗಳ ಸೆಟ್ಟಾಗಿ ಕೆಳಗೆ ನೋಡಿ. ಈ ಹಂತಗಳ ಸೆಟ್ ಸರಳವಾಗಿದೆ ಆದರೆ ಶಕ್ತಿಯುತವಾಗಿದೆ- ಅವುಗಳನ್ನು ಬಳಸಲು ಮರೆಯದಿರಿ, ಇವೆಲ್ಲವೂ!

ಸಮಸ್ಯೆ ಪರಿಹಾರಕ್ಕೆ ಕ್ರಮಗಳು:

1) ಸಮಸ್ಯೆಯನ್ನು ವಿವರಿಸಿ!

2) ನಿಮ್ಮ ಪರಿಹಾರವನ್ನು ರಚಿಸಿ ಮತ್ತು ಅನ್ವಯಿಸಿ.

3) ಪರಿಹಾರವು ಕಾರ್ಯನಿರ್ವಹಿಸುತ್ತಿದೆಯೇ ಎಂದು ನೋಡಲು ಪರಿಶೀಲಿಸಿ.

1) ಸಮಸ್ಯೆಯನ್ನು ವಿವರಿಸಿ:

ಸಮಸ್ಯೆಯನ್ನು ಪರಿಹರಿಸುವ ಮೊದಲ ಹಂತವು ಸಮಸ್ಯೆಯನ್ನು ವ್ಯಾಖ್ಯಾನಿಸುವುದು- ಇಲ್ಲಿ ಕಡಿಮೆ ಮಾಡಬೇಡಿ ಏಕೆಂದರೆ ಸಮಸ್ಯೆಯು ನೀವು ಅಂದುಕೊಂಡಂತೆ ಇಲ್ಲದಿರಬಹುದು! ಜನರು ಸಾಮಾನ್ಯವಾಗಿ ಸಮಸ್ಯೆಗಳನ್ನು ಸ್ವಯಂ-ಕೇಂದ್ರಿತ ರೀತಿಯಲ್ಲಿ ವ್ಯಾಖ್ಯಾನಿಸುತ್ತಾರೆ ("ಇದು ನನ್ನ ಬಗ್ಗೆ!") ನಿಜವಾದ ಸಮಸ್ಯೆಯ ಅವರೊಂದಿಗೆ ಕಡಿಮೆ ಸಂಬಂಧವನ್ನು ಹೊಂದಿರುವುದಿಲ್ಲ. ಉದಾಹರಣೆಗೆ, ನಿಮ್ಮ ಸಂಗಾತಿಯು ನಿಮ್ಮ ಜನ್ಮದಿನವನ್ನು ಮರೆತರೆ, ಅವರು ಒಮ್ಮೆ ಮಾಡಿದಂತೆ ಅವರು ನಿಮ್ಮ ಬಗ್ಗೆ ಹೆಚ್ಚು ಕಾಳಜಿ ವಹಿಸುವುದಿಲ್ಲ ಎಂದು ನೀವು ಭಾವಿಸಬಹುದು, ಅದು ನಿಜವಾಗಿಯೂ ಸಂಗಾತಿಯು ಸತತವಾಗಿ ಹಲವಾರು ದಿನಗಳ ಎರಡು ಪಾಳಿಗಳಲ್ಲಿ ಕೆಲಸ ಮಾಡಿದ ನಂತರ ದಣಿದಿರಬಹುದು. ಆದ್ದರಿಂದ, ಅದನ್ನು ವ್ಯಾಖ್ಯಾನಿಸುವ ಮೊದಲು ಸಮಸ್ಯೆಯ ಸಂದರ್ಭಗಳ ಬಗ್ಗೆ ಸ್ವಲ್ಪ ಸಮಯವನ್ನು ಕಳೆಯಿರಿ. ಅಲ್ಲದೆ, ಅಗತ್ಯವಿರುವಂತೆ ಸಮಸ್ಯೆಯನ್ನು ಮರು ವ್ಯಾಖ್ಯಾನಿಸಲು ಸಿದ್ಧರಾಗಿರಿ! ಸಮಸ್ಯೆಗಳು ಜಾರು ವಸ್ತುಗಳಾಗಿರಬಹುದು. ಕಾರ್ ಮೆಕ್ಯಾನಿಕ್ ಗ್ರಾಹಕರಿಂದ ಮಾಹಿತಿಯನ್ನು ತೆಗೆದುಕೊಳ್ಳಬೇಕು ಮತ್ತು ಕಾರನ್ನು ಪರೀಕ್ಷಿಸಬೇಕು, ಇವೆರಡೂ ತಪ್ಪಾದ ಮಾಹಿತಿಯನ್ನು ನೀಡಬಹುದು! ಆದ್ದರಿಂದ ಅವಳು ಹೊಸ ಮಾಹಿತಿಗೆ ಹೊಂದಿಕೊಳ್ಳಬೇಕು. ಸಮಸ್ಯೆಯ ಇನ್ನೊಬ್ಬ ವ್ಯಕ್ತಿಯೊಂದಿಗೆ ಇದ್ದರೆ, ಆ ನಮ್ಯತೆಯು ದ್ವಿಗುಣವಾಗಿರಬೇಕು. ನೀವು ವ್ಯಾಖ್ಯಾನಿಸಿರುವ ಸಮಸ್ಯೆಯು ಸಂಪೂರ್ಣವಾಗಿ ಬೇರೆಯೇ ಆಗಿದೆ ಎಂದು ನೀವು ಕಂಡುಕೊಳ್ಳುತ್ತೀರಿ.

ಒಂದು ಅಧ್ಯಯನ ಪ್ರಕರಣ: ಜೂನ್ ಹೆನ್ರಿಯ ಜನ್ಮದಿನವನ್ನು ಮರೆತುಬಿಟ್ಟಿತು. ಹೆನ್ರಿ ಆರಂಭದಲ್ಲಿ ಈ ಸಮಸ್ಯೆಯು ಜೂನ್‌ನ ವಿಶ್ವಾಸಾರ್ಹತೆಯ ಹತಾಶೆಗೆ ಸಂಬಂಧಿಸಿದೆ ಎಂದು ಭಾವಿಸುತ್ತಾನೆ, ಆದರೆ

ಅವನು ಮತ್ತಷ್ಟು ಯೋಚಿಸಿದರೆ, ಅವನು ಬೆಳೆಯುತ್ತಿರುವಾಗ ಜನ್ಮದಿನಗಳು ಹೇಗೆ ವಿಶೇಷವಾಗಿ ಭಾವಿಸುತ್ತಿದ್ದವು ಎಂಬುದರ ಕುರಿತು ಅವನು ನಿರ್ಧರಿಸಬಹುದು. ತಪ್ಪಿಹೋದ ಹುಟ್ಟುಹಬ್ಬವು ಆ ಭಾವನೆಗಳನ್ನು ಮರಳಿ ತಂದಿತು ಮತ್ತು ಆದ್ದರಿಂದ ಅವರು ಜೂನ್‌ನಲ್ಲಿ ಅಲ್ಲ, ಆದರೆ ವಿಶೇಷ ಭಾವನೆಯಿಲ್ಲದಿದ್ದಕ್ಕಾಗಿ ಅಸಮಾಧಾನಗೊಂಡರು. ಜೂನ್ ನ ಕ್ರಮಗಳು ಕೇವಲ ವೇಗವರ್ಧಕವಾಗಿತ್ತು; ಇದು ನಿಜವಾಗಿಯೂ ವ್ಯಕ್ತಿಯ ಭಾವನೆಗಳಿಗೆ ಸಂಬಂಧಿಸಿದೆ. ಹೆನ್ರಿ ತನ್ನ ಕಥೆಯನ್ನು ಹೇಳದ ಹೊರತು, ಜನ್ಮದಿನಗಳು ತನಗೆ ಏಕೆ ತುಂಬಾ ಮುಖ್ಯವೆಂದು ಜೂನ್ ತಿಳಿಯುತ್ತದೆ ಎಂದು ನಿರೀಕ್ಷಿಸಲಾಗುವುದಿಲ್ಲ. ಮತ್ತು ಈ ಪರಿಸ್ಥಿತಿ ಸಂಭವಿಸುವವರೆಗೆ ಅವನು ಅದನ್ನು ಸ್ವತಃ ಅರಿತುಕೊಳ್ಳದಿರಬಹುದು ಮತ್ತು ಅವನು ಅದರ ಬಗ್ಗೆ ಯೋಚಿಸಬೇಕು!

ನಿರ್ದಿಷ್ಟಪಡಿಸಿದ ನಂತರ ಯಾವುದೇ ರೀತಿಯ ಸಮಸ್ಯೆ ಸುಲಭವಾಗುತ್ತದೆ. ಪದದ ಸಮಸ್ಯೆಗೆ ಅಗತ್ಯವಿರುವ ಗಣಿತದ ಪ್ರಕಾರಗಳನ್ನು ನೀವು ಒಮ್ಮೆ ಅರ್ಥಮಾಡಿಕೊಂಡರೆ, ಅದು ಹಂತಗಳ ಮೂಲಕ ಹಾದುಹೋಗುವ ವಿಷಯವಾಗಿದೆ!

2) ನಿಮ್ಮ ಪರಿಹಾರವನ್ನು ರಚಿಸಿ, ಮತ್ತು ಅನ್ವಯಿಸಿ:

ಸಮಸ್ಯೆಯನ್ನು ನಿರ್ದಿಷ್ಟಪಡಿಸಿದ ನಂತರ, ಪರಿಹಾರವನ್ನು ಕಂಡುಹಿಡಿಯುವುದು ಸುಲಭವಾಗುತ್ತದೆ. ಮಿಸ್ಟ್ ಬರ್ತ್‌ಡೇ ಪ್ರಕರಣದಲ್ಲಿ, ಹೆನ್ರಿಯು ಈ ಸಮಸ್ಯೆಯು ತನಗೆ ವಿಶೇಷವಾದ ಭಾವನೆಯಾಗಿದೆ ಎಂದು ಒಮ್ಮೆ ಅರ್ಥಮಾಡಿಕೊಂಡರೆ, ಜನ್ಮದಿನಗಳಂತಹ ಘಟನೆಗಳು ಏಕೆ ಮುಖ್ಯವೆಂದು ಜೂನ್‌ಒನಂದಿಗೆ ಮಾತನಾಡಬಹುದು. ಅದರ ಬಗ್ಗೆ ಮಾತನಾಡುವುದು ಕಡಿಮೆ ಪ್ರಾಮುಖ್ಯತೆಯನ್ನು ನೀಡುತ್ತದೆ ಎಂದು ಅವನು ಅರಿತುಕೊಳ್ಳಬಹುದು ಮತ್ತು ಅವಳು ಬದಲಾಗುವ ಅಗತ್ಯವಿಲ್ಲ. ಅವನು ಹೇಳಬಹುದು, "ಇದು ಮೂರ್ಖತನ. ನನಗೆ ಇನ್ನು ಹನ್ನೆರಡು ಆಗಿಲ್ಲ, ಮತ್ತು ನಾನು ಇನ್ನು ಮುಂದೆ ಇದರ ಮೇಲೆ ಸಿಲುಕಿಕೊಳ್ಳುವ ಅಗತ್ಯವಿಲ್ಲ." ಇದು ಇನ್ನೂ ಮುಖ್ಯವಾಗಿದೆ ಎಂದು ಅವನು ನಿರ್ಧರಿಸಬಹುದು ಮತ್ತು "ನೀವು ವಿಶೇಷರು" ಎಂದು ಅವನಿಗೆ ಹೇಳುವ ಕೆಲಸಗಳನ್ನು ಮಾಡಲು ಅವರು ಕೆಲಸ ಮಾಡಬಹುದು. ಅವನ ಭಾವನೆಗಳನ್ನು ತಿಳಿದುಕೊಂಡು, ಅವಳು ಬಹುಶಃ ಹುಟ್ಟುಹಬ್ಬಕ್ಕಿಂತ ಹೆಚ್ಚಿನದನ್ನು ಮಾಡಲು ಪ್ರೇರೇಪಿಸುತ್ತಾಳೆ. ಉದಾಹರಣೆಗೆ, ಅವರ ಜೀವನಕ್ಕೆ ಅವನು ಹೇಗೆ ಕೊಡುಗೆ ನೀಡುತ್ತಾನೆ ಎಂಬುದನ್ನು ಅವಳು ಪ್ರಶಂಸಿಸುತ್ತಾಳೆ ಎಂದು ಅದು ಅವನಿಗೆ ಹೇಳುತ್ತಿರಬಹುದು.

3) ವಿಮರ್ಶೆ:

ಪರಿಹಾರವು ಕೇವಲ ಹಂತ 2 ಆಗಿದೆ. ಪರಿಹಾರವು ಹೇಗೆ ಕೆಲಸ ಮಾಡಿದೆ ಎಂಬುದನ್ನು ಪರಿಶೀಲಿಸುವುದು ಮತ್ತು ನೋಡುವುದು ಕೊನೆಯ ಹಂತವಾಗಿದೆ. ಗಣಿತದ ಸಮಸ್ಯೆಯಲ್ಲಿ, ನಿಮ್ಮ ಕೆಲಸವನ್ನು ನೀವು ಪರಿಶೀಲಿಸಬಹುದು. ಜನರನ್ನು ಒಳಗೊಂಡಿರುವ ಸಮಸ್ಯೆಯಲ್ಲಿ, ಅದು ಇತರರೊಂದಿಗೆ ಪರಿಶೀಲಿಸುವ ವ್ಯಕ್ತಿಯನ್ನು ಒಳಗೊಂಡಿರುತ್ತದೆ. ಆದ್ದರಿಂದ ಕಾಣೆಯಾದ ಜನ್ಮದಿನದ ಪ್ರಕರಣಕ್ಕೆ ಹಿಂತಿರುಗಲು, ಸ್ವಲ್ಪ ಸಮಯದ ನಂತರ ಹೆನ್ರಿ ಮತ್ತು ಜೂನ್ ಅವರು ತಮ್ಮ ಪರಿಹಾರದ ಬಗ್ಗೆ ಹೇಗೆ ಭಾವಿಸುತ್ತಾರೆ ಎಂಬುದನ್ನು ನೋಡಲು ಮತ್ತೆ ಪರಿಶೀಲಿಸಬೇಕು.

ಸಮಸ್ಯೆ ಪರಿಹಾರದಲ್ಲಿ ಸಮಸ್ಯೆಗಳು:

ಹೆಚ್ಚಿನ ಸಮಯ, ಜನರು ಸಮಸ್ಯೆಗಳನ್ನು ತಕ್ಕಮಟ್ಟಿಗೆ ಚೆನ್ನಾಗಿ ಪರಿಹರಿಸುತ್ತಾರೆ. ಅವರು ತಮ್ಮ ಅಗತ್ಯಗಳನ್ನು ಪೂರೈಸುತ್ತಾರೆ, ಅವರು ತಮ್ಮ ಗುರಿಗಳನ್ನು ಸಾಧಿಸುತ್ತಾರೆ ಮತ್ತು ಜೀವನವು ಉತ್ತಮವಾಗಿರುತ್ತದೆ. ಆದರೆ ಜನರು ಸಮಸ್ಯೆಗಳನ್ನು ಉತ್ತಮ/ನಿಖರವಾದ ರೀತಿಯಲ್ಲಿ

ಪರಿಹರಿಸದಿರುವ ಸಂದರ್ಭಗಳಿವೆ. ಅವರು ತಮ್ಮ ಗುರಿಗಳನ್ನು ಸಾಧಿಸಲು ಸಾಧ್ಯವಾಗುವುದಿಲ್ಲ. ಜನರು ಸಮಸ್ಯೆಗಳನ್ನು ಸರಿಯಾಗಿ/ನಿಖಿರವಾಗಿ ಪರಿಹರಿಸುವಲ್ಲಿ ವಿಫಲರಾಗುವ ರೀತಿಯಲ್ಲಿ ವಿಶಿಷ್ಟ ಮಾದರಿಗಳಿವೆ ಎಂದು ಮನೋವಿಜ್ಞಾನಿಗಳು ಕಂಡುಕೊಂಡಿದ್ದಾರೆ. ಈ ಮಾದರಿಗಳಲ್ಲಿ ಎರಡು ವಿಶಾಲ ವರ್ಗಗಳಿವೆ. ಅವುಗಳನ್ನು ಹ್ಯೂರಿಸ್ಟಿಕ್ಸ್ ಮತ್ತು ಕಾಗ್ನಿಟಿವ್ ಬಯಾಸಸ್ ಎಂದು ಕರೆಯಲಾಗುತ್ತದೆ.

ಹ್ಯೂರಿಸ್ಟಿಕ್ಸ್ ಎಂದರೆ ನಾವು ಸಮಸ್ಯೆಯನ್ನು ಪರಿಹರಿಸಲು ಬಳಸುವ ಅಂದಾಜುಗಳು/ಶಿಕ್ಷಿತ ಊಹೆಗಳು. ಕಿರಾಣಿ ಅಂಗಡಿಯಲ್ಲಿ, ಉದಾಹರಣೆಗೆ: ನಿಮ್ಮ ದೋಷಯುಕ್ತ ವಸ್ತುಗಳನ್ನು ಖಿರೀದಿಸಲು ನೀವು ಎಷ್ಟು ಖರ್ಚು ಮಾಡುತ್ತೀರಿ ಎಂದು ನೀವು ಬಹುಶಃ ಅಂದಾಜು ಮಾಡುತ್ತೀರಿ. ಆ ಅಂದಾಜು ಒಂದು ಹ್ಯೂರಿಸ್ಟಿಕ್ ಆಗಿದೆ. ಇಬ್ಬರು ವ್ಯಕ್ತಿಗಳು ಕೈಕ್ಕೆ ಹಿಡಿದುಕೊಂಡು ನಡೆಯುವುದನ್ನು ನೀವು ನೋಡಿದಾಗ ಮತ್ತು ಅವರು ದಂಪತಿಗಳು ಎಂದು ಭಾವಿಸಿದರೆ, ನೀವು ಹ್ಯೂರಿಸ್ಟಿಕ್ ಅನ್ನು ಬಳಸುತ್ತಿರುವಿರಿ. ಈ ವಿಧಾನವು ಹೆಚ್ಚು ಸಮಯ "ಸಾಕಷ್ಟು" ಕೆಲಸ ಮಾಡುತ್ತದೆ ಮತ್ತು ಇದು ಸಾಕಷ್ಟು ಸಮಯ ಮತ್ತು ಶಕ್ತಿಯನ್ನು ಉಳಿಸುತ್ತದೆ. ಆದರೆ ಹ್ಯೂರಿಸ್ಟಿಕ್ ಕೆಲಸ ಮಾಡದಿದ್ದಾಗ ಸಮಸ್ಯೆ ಇದೆ, ಏಕೆಂದರೆ ನಂತರ ವ್ಯಕ್ತಿಯ ತಮ್ಮ ಗುರಿಗಳನ್ನು ಪೂರೈಸುವುದಿಲ್ಲ.

ಅರಿವಿನ ಪಕ್ಷಪಾತಗಳು ಮನಸ್ಸಿನ ಪ್ರವೃತ್ತಿಗಳು/ಅಭ್ಯಾಸಗಳು ಸಮಸ್ಯೆಯನ್ನು ಸರಿಯಾಗಿ ಪರಿಹರಿಸುವುದನ್ನು ತಡೆಯುತ್ತದೆ. ಈ ಪಕ್ಷಪಾತಗಳು ವ್ಯಕ್ತಿಯು ತಮ್ಮ ಸ್ವಂತ ಅನುಭವ ಅಥವಾ ಸ್ಮರಣೆಯನ್ನು ತಪ್ಪಾಗಿ ಪ್ರತಿನಿಧಿಸುವಲ್ಲಿ/ವಿರೂಪಗೊಳಿಸುವುದಕ್ಕೆ ಕಾರಣವಾಗಬಹುದು! ಒರೆಯಾದ ನೆಲದ ಮೇಲೆ ಚೆಂಡನ್ನು ಉರುಳಿಸಲು ಪ್ರಯತ್ನಿಸುತ್ತಿರುವಂತೆ ಪಕ್ಷಪಾತವನ್ನು ಕಾಣಬಹುದು. ಚೆಂಡು ಯಾವಾಗಲೂ ಒರೆಯಾಗಿ "ಕೆಳಗೆ" ಹೋಗುತ್ತದೆ. ಅಂತೆಯೇ, ಅರಿವಿನ ಪಕ್ಷಪಾತವು ಆಲೋಚನೆಯನ್ನು ನಿರ್ದಿಷ್ಟ ತೀರ್ಮಾನಗಳಿಗೆ ತಳ್ಳುತ್ತದೆ. ಉದಾಹರಣೆಗೆ, ಡೆಮೋಕ್ರಾಟ್ ಒಬ್ಬ ವ್ಯಕ್ತಿಯು ರಿಪಬ್ಲಿಕನ್ ಕಲ್ಪನೆಯನ್ನು ನೋಡುವುದಕ್ಕಿಂತ ಕಡಿಮೆ ಚಿಂತನೆ ಮತ್ತು ವಿಶ್ಲೇಷಣೆಯೊಂದಿಗೆ ಪ್ರಜಾಪ್ರಭುತ್ವದ ವಿಚಾರಗಳು, ಅಭ್ಯರ್ಥಿಗಳು ಇತ್ಯಾದಿಗಳನ್ನು ಸ್ವೀಕರಿಸಲು ಒಲವು ತೋರುತ್ತಾನೆ. ಡೆಮೋಕ್ರಾಟ್‌ನ ಚಿಂತನೆಯು ಡೆಮಾಕ್ರಟಿಕ್ ವಿಚಾರಗಳ ಕಡೆಗೆ "ಒರೆಯಾಗಿದೆ". ಈ ರೀತಿಯ ಪಕ್ಷಪಾತವು ಸಾಮಾನ್ಯವಾಗಿದೆ ಮತ್ತು ಅದು ಎಷ್ಟು ಆಳವಾಗಿ ಬೇರೂರಿದೆಯೋ ಅಲ್ಲಿಯವರೆಗೆ ಅದು ಉತ್ತಮವಾಗಿರುತ್ತದೆ, ಅದು ವ್ಯಕ್ತಿಯ ಅಗತ್ಯಗಳು/ಗುರಿಗಳನ್ನು ಪೂರೈಸುವುದನ್ನು ತಡೆಯುತ್ತದೆ.

ಸಮಸ್ಯೆ - ಒಬ್ಬ ವ್ಯಕ್ತಿಯು ಪರಿಹರಿಸಲು ಹೊರಟಿರುವ ಯಾವುದಾದರೂ ಸಮಸ್ಯೆ. ಇದು ಭೋಜನಕ್ಕೆ ಉತ್ತಮ ಆಯ್ಕೆಯನ್ನು ಕಂಡುಹಿಡಿಯುವುದನ್ನು ಒಳಗೊಂಡಿರುತ್ತದೆ/ಕಂಪ್ಯೂಟರ್ ಅನ್ನು ನಿವಾರಿಸುವುದು/ಜನರ ನಡುವಿನ ಭಿನ್ನಾಭಿಪ್ರಾಯ. ಒಂದು "ಸಮಸ್ಯೆ" ಬಹಳಷ್ಟು ವಿಷಯಗಳಾಗಿರಬಹುದು!

ಅರಿವಿನ ಪಕ್ಷಪಾತಗಳು:
ದೃಢೀಕರಣ ಪಕ್ಷಪಾತವು ಆ ಹಕ್ಕುಗಳ ಸತ್ಯ ಅಥವಾ ಬಲವನ್ನು ಲೆಕ್ಕಿಸದೆ ಅವರ ಪೂರ್ವಗ್ರಹಿಕೆಗಳಿಗೆ ಅನುಗುಣವಾಗಿ ಮಾಹಿತಿಯನ್ನು ಒಲವು ತೋರುವ ಪ್ರವೃತ್ತಿಯಾಗಿದೆ. ಪರಿಣಾಮವಾಗಿ, ಜನರು ಪುರಾವೆಗಳನ್ನು ಸಂಗ್ರಹಿಸುತ್ತಾರೆ ಮತ್ತು ಮೆಮೊರಿಯಿಂದ ಆಯ್ದ ಮಾಹಿತಿಯನ್ನು ನೆನಪಿಸಿಕೊಳ್ಳುತ್ತಾರೆ (ಪಕ್ಷ). ಆದ್ದರಿಂದ ತಮ್ಮ ಕಾರು ವಿಶ್ವಾಸಾರ್ಹವಲ್ಲ ಎಂದು ನಂಬುವ ಯಾರಾದರೂ ಅದು ಎಷ್ಟು ಬಾರಿ ಮುರಿದುಹೋಗಿದೆ, ಎಷ್ಟು ಸ್ಥಗಿತಗಳು ವೆಚ್ಚವಾಗಿವೆ, ಇತ್ಯಾದಿಗಳ ಬಗ್ಗೆ ಯೋಚಿಸಲು ಒಲವು ತೋರುತ್ತಾರೆ, ಆದರೆ ಇದಕ್ಕೆ ವಿರುದ್ಧವಾದ ಪುರಾವೆಗಳನ್ನು ಕಡಿಮೆ ಮಾಡುವಾಗ ಅಥವಾ ನಿಲ೯ಕ್ಷಿಸುತ್ತಾರೆ. ಅವರು ತಮ್ಮ ನಂಬಿಕೆಯನ್ನು ದೃಢೀಕರಿಸುವ ಮತ್ತು

ಕಾರು ಪ್ರಾರಂಭವಾದ ಮತ್ತು ಉತ್ತಮವಾಗಿ ಓಡಿದ ಎಲ್ಲಾ ಸಮಯಗಳನ್ನು ನೆನಪಿಸಿಕೊಳ್ಳದಿರುವ ಸ್ಥಗಿತಗಳಂತಹ ಘಟನೆಗಳನ್ನು ಅವರು ನೆನಪಿಟ್ಟುಕೊಳ್ಳುವ ಸಾಧ್ಯತೆ ಹೆಚ್ಚು. ಎಲ್ಲಾ ಪಕ್ಷಪಾತಗಳಂತೆ, ಈ ಪಕ್ಷಪಾತವು ಯಾರಾದರೂ ಒಂದು ಘಟನೆಯನ್ನು ಅನೇಕ, ಬಹುಶಃ ಡಜನ್/ನೂರಾರು ಇತರ ಘಟನೆಗಳ ಮೇಲೆ ನೆನಪಿಸಿಕೊಳ್ಳುತ್ತಾರೆ ಎಂದು ಅರ್ಥೈಸಬಹುದು.

ವರ್ತನೆ ಧ್ರುವೀಕರಣ-

ಇದು ಒಂದು ಪ್ರಕ್ರಿಯೆಯನ್ನು ವಿವರಿಸುತ್ತದೆ, ಅಲ್ಲಿ ಇಬ್ಬರು ವ್ಯಕ್ತಿಗಳು ವಾದ ಮಾಡುವ ಮೊದಲು ವಾದದ ನಂತರ ಹೆಚ್ಚು ತೀವ್ರವಾದ ಸ್ಥಾನಗಳನ್ನು ತೆಗೆದುಕೊಳ್ಳುತ್ತಾರೆ. ಆದ್ದರಿಂದ ಅವರ ಸ್ಥಾನಗಳು ಒಟ್ಟಿಗೆ ಬದಲಾಗಿ ಬೇರೆಯಾಗುತ್ತವೆ.

ಭ್ರಮೆಯ ಪರಸ್ಪರ ಸಂಬಂಧ-

ಈ ಪಕ್ಷಪಾತವು ಅಸ್ತಿತ್ವದಲ್ಲಿಲ್ಲದ ಘಟನೆಗಳ ನಡುವಿನ ಸಂಬಂಧಗಳನ್ನು ನೋಡುವುದನ್ನು ಸೂಚಿಸುತ್ತದೆ. ಒಂದು ಉದಾಹರಣೆಯೆಂದರೆ ಶೀತ ಹವಾಮಾನ ಮತ್ತು ಅನಾರೋಗ್ಯದ ನಡುವಿನ ಸಂಬಂಧ. ತಲೆಮಾರುಗಳಿಂದ ಪಾಲಕರು ಮಕ್ಕಳಿಗೆ ಚಳಿಯಲ್ಲಿ ತಮ್ಮ ಕೋಟುಗಳನ್ನು ಧರಿಸಲು ಹೇಳುತ್ತಿದ್ದಾರೆ / ಅವರು ಅನಾರೋಗ್ಯಕ್ಕೆ ಒಳಗಾಗುತ್ತಾರೆ, ಆದರೆ ಅದು ಭ್ರಮೆಯಾಗಿದೆ. ಬ್ಯಾಕ್ಟೀರಿಯಾ ಮತ್ತು ವೈರಸ್‌ಗಳು ಜನರನ್ನು ರೋಗಿಗಳನ್ನಾಗಿ ಮಾಡುತ್ತದೆ, ಶೀತ ಹವಾಮಾನವಲ್ಲ.

ಅತಿಯಾದ ಆತ್ಮವಿಶ್ವಾಸ –

ನಾವು ನಿಜವಾಗಿರುವುದಕ್ಕಿಂತ ಉತ್ತಮ ಎಂದು ಭಾವಿಸುವ ಪ್ರವೃತ್ತಿ. ಈ ಪಕ್ಷಪಾತವು ಉತ್ತಮವಾಗಿದೆ, ಇದು ಹೊಸ ವಿಷಯಗಳನ್ನು ಪ್ರಯತ್ನಿಸಲು ಮತ್ತು ಸವಾಲುಗಳನ್ನು ಪ್ರಯತ್ನಿಸಲು ನಮ್ಮನ್ನು ಪಡೆಯುತ್ತದೆ. ಆದರೆ ಇದು ಕೆಟ್ಟದ್ದಾಗಿರಬಹುದು ಏಕೆಂದರೆ ಇದು ವೈಫಲ್ಯಕ್ಕೂ ಕಾರಣವಾಗಬಹುದು. ಇದು ಹೆಚ್ಚು ತಿಳಿದಿಲ್ಲ, ಆದರೆ ಯುನೈಟೆಡ್ ಸ್ಟೇಟ್ಸ್ ಡಿಸೆಂಬರ್ 7, 1941 ರಂದು ಹವಾಯಿಯಲ್ಲಿ ರಾಡಾರ್ ಕೇಂದ್ರವನ್ನು ಹೊಂದಿತ್ತು ಮತ್ತು ಅವರು ಅನಿರೀಕ್ಷಿತ ದಾಳಿಯನ್ನು ಪ್ರಾರಂಭಿಸಲು ಪರ್ಲ್ ಹಾರ್ಬರ್ ಅನ್ನು ಸಮೀಪಿಸುತ್ತಿದ್ದಂತೆ ಆ ನಿಲ್ದಾಣವು ಜಪಾನಿನ ವಿಮಾನವನ್ನು ತೆಗೆದುಕೊಂಡಿತು (ಮ್ಯಾಕ್‌ಡೊನಾಲ್ಡ್, ಎನ್.ಡಿ., ಮೋರ್ಗಾನ್, 1991). ಆದರೆ ಅವರು ಉನ್ನತ ಮುಖಂಡ ಗೆ ಸೂಚಿಸಿದಾಗ ಎಚ್ಚರಿಕೆಯನ್ನು ನಿಲರ್ಕ್ಷಿಸಲಾಗಿದೆ. US ಕಮಾಂಡರ್‌ಗಳು ಜಪಾನಿಯರು ಅಂತಹ ದಾಳಿಯನ್ನು ಮಾಡಬಹುದು ಎಂದು ನಂಬಲಿಲ್ಲ (ಅತಿಯಾದ ಆತ್ಮವಿಶ್ವಾಸ). ಬದಲಿಗೆ ಅವರು ನೋಡಿದ ವಿಮಾನವು US ಮುಖ್ಯ ಭೂಭಾಗದಿಂದ ಬರುವ ಅಮೇರಿಕನ್ ವಿಮಾನಗಳ ಹಾರಾಟವಾಗಿರಬೇಕು ಎಂದು ಅಧಿಕಾರಿ ತೀರ್ಮಾನಿಸಿದರು; ಅವರು ನಿರೀಕ್ಷಿಸಿದ ಆರು ಅಮೇರಿಕನ್ ವಿಮಾನಗಳ ಹಾರಾಟಕ್ಕಿಂತ ಹೆಚ್ಚು ಜಪಾನೀಸ್ ವಿಮಾನವನ್ನು ಪತ್ತೆ ಮಾಡಿದರೂ ಸಹ (ಮ್ಯಾಕ್‌ಡೊನಾಲ್ಡ್, ಎನ್ಒಡ; ಮೋರ್ಗಾನ್, 1991). ಈ ರೀತಿಯ ಸಂಶೋಧನೆಯ ಪ್ರವರ್ತಕರಲ್ಲಿ ಒಬ್ಬರಾದ ಡೇನಿಯಲ್ ಕಾಹ್ನೆಮನ್, ಅತಿಯಾದ ಆತ್ಮವಿಶ್ವಾಸವು ಪಕ್ಷಪಾತಗಳಲ್ಲಿ ಅತ್ಯಂತ ಸಮಸ್ಯಾತ್ಮಕವಾಗಿದೆ ಎಂದು ಹೇಳಿದ್ದಾರೆ, ಬಹುಶಃ ಇದು ತುಂಬಾ ಸಾಮಾನ್ಯವಾಗಿದೆ.

ವಿದ್ಯಾರ್ಥಿಗಳು ಕೆಲವೊಮ್ಮೆ ಅತಿಯಾದ ಆತ್ಮವಿಶ್ವಾಸ ಮತ್ತು ನಂಬಿಕೆ ಪರಿಶ್ರಮವನ್ನು ಗೊಂದಲಗೊಳಿಸುತ್ತಾರೆ. ಒಂದು ವ್ಯತ್ಯಾಸವೆಂದರೆ ಅತಿಯಾದ ಆತ್ಮವಿಶ್ವಾಸವು ಭವಿಷ್ಯದ ಬಗ್ಗೆ; ಅತಿಯಾದ ಆತ್ಮವಿಶ್ವಾಸವುಳ್ಳ ವ್ಯಕ್ತಿಯು ಭವಿಷ್ಯದಲ್ಲಿ ಏನನ್ನಾದರೂ ಮಾಡುವ ಸಾಮರ್ಥ್ಯದ ಬಗ್ಗೆ ಅತಿಯಾದ ಆಶಾವಾದಿಯಾಗಿರುತ್ತಾನೆ. ಯಾರಾದರೂ ನಂಬಿಕೆಯ ಪರಿಶ್ರಮವನ್ನು ತೋರಿಸುವುದು ಕೇವಲ ನಂಬಿಕೆಯ ಬಗ್ಗೆ ಅದನ್ನು ಅಲ್ಲಗಳೆಯಲು ಪುರಾವೆಗಳ ಮುಖಾಂತರವೂ ಮುಂದುವರಿಯುತ್ತದೆ.

ಯೋಜನಾ ತಪ್ಪು –

ಅತಿಯಾದ ಆತ್ಮವಿಶ್ವಾಸದ ವಿಶೇಷ ಪ್ರಕರಣ, ನಿರ್ದಿಷ್ಟ ಸಮಯದಲ್ಲಿ ಅವರು ಎಷ್ಟು ಸಾಧಿಸಬಹುದು ಎಂಬುದನ್ನು ಅತಿಯಾಗಿ ಅಂದಾಜು ಮಾಡುವ ಜನರ ಪ್ರವೃತ್ತಿಯನ್ನು ಉಲ್ಲೇಖಿಸುತ್ತದೆ.

ಚೌಕಟ್ಟು-

ಇದು ಒಂದು ಪಕ್ಷಪಾತವಾಗಿದೆ, ಇದರಲ್ಲಿ ಸಂದರ್ಭ/ಸಂದರ್ಭದ ಕೊರತೆ, ಚಿಂತನೆಯ ಮೇಲೆ ಪ್ರಭಾವ ಬೀರುತ್ತದೆ. ಆದ್ದರಿಂದ A ವ್ಯಕ್ತಿ B ಯೊಂದಿಗೆ ಮುರಿದುಬಿದ್ದಿರುವುದನ್ನು ಮಾತ್ರ ಕೇಳುವ ವ್ಯಕ್ತಿಯು A ವ್ಯಕ್ತಿಯ ಬಗ್ಗೆ ಕೆಟ್ಟದಾಗಿ ಯೋಚಿಸಬಹುದು. ಆದರೆ ಹೆಚ್ಚಿನ ಸಂದರ್ಭಗಳಲ್ಲಿ, A ವ್ಯಕ್ತಿ ನಿಜವಾಗಿಯೂ ಸೂಕ್ತವಾಗಿ ವರ್ತಿಸಿದ ವ್ಯಕ್ತಿಯಾಗಿರಬಹುದು, ಉದಾಹರಣೆಗೆ B ವ್ಯಕ್ತಿ ನಿಂದನೀಯವಾಗಿದ್ದರೆ. ಒಂದು ಸನ್ನಿವೇಶದ ಬಗ್ಗೆ ಯಾವ ವಿವರಗಳು ಮತ್ತು ಮಾಹಿತಿಯನ್ನು ಸೇರಿಸಲಾಗಿದೆ ಎಂಬುದು ಆ ಸನ್ನಿವೇಶದ ಬಗ್ಗೆ ವ್ಯಕ್ತಿಯ ಆಲೋಚನೆಯ ಮೇಲೆ ಗಮನಾರ್ಹ ಪರಿಣಾಮಗಳನ್ನು ಬೀರುತ್ತದೆ!

ನಂಬಿಕೆಯ ದೃಢತೆ-

ಈ ಪಕ್ಷಪಾತವು ವ್ಯಕ್ತಿಗೆ ವಿರುದ್ಧವಾದ ಪುರಾವೆಗಳ ಮುಖಾಂತರವೂ ನಂಬಿಕೆಯನ್ನು ಇಟ್ಟುಕೊಳ್ಳುವುದನ್ನು ಒಳಗೊಂಡಿರುತ್ತದೆ. ಕೆಲವೊಮ್ಮೆ ಪುರಾವೆಗಳು ಅಗಾಧವಾಗಿರುತ್ತವೆ, ಆದರೆ ವ್ಯಕ್ತಿಯು ಇನ್ನೂ ತಮ್ಮ ನಂಬಿಕೆಯನ್ನು ಹೊಂದಿದ್ದಾರೆ. ಒಂದು ಉದಾಹರಣೆಯೆಂದರೆ "ಫ್ಲಾಟ್ ಅರ್ಥ್ ಸೊಸೈಟಿ" ಇದು ಇನ್ನೂ ಬೈಬಲ್‌ನ ಅಕ್ಷರಶಃ ವ್ಯಾಖ್ಯಾನವನ್ನು ಆಧರಿಸಿ, ಭೂಮಿಯು ಸಮತಟ್ಟಾಗಿದೆ ಎಂದು ನಂಬುತ್ತದೆ, ಇದಕ್ಕೆ ವಿರುದ್ಧವಾದ ಎಲ್ಲಾ ಪುರಾವೆಗಳ ಹೊರತಾಗಿಯೂ.

ಕ್ರಿಯಾತ್ಮಕ ಸ್ಥಿರತೆ-

ಸ್ಥಿರೀಕರಣದ ಒಂದು ವಿಶೇಷ ಪ್ರಕರಣ, ಇದರಲ್ಲಿ ಒಬ್ಬ ವ್ಯಕ್ತಿಯು ವಸ್ತುವನ್ನು ಅದರ "ಸಾಮಾನ್ಯ" ಉದ್ದೇಶಕ್ಕಿಂತ ಬೇರೆ ಉದ್ದೇಶಕ್ಕಾಗಿ ಬಳಸಲು ಸಾಧ್ಯವಾಗುವುದಿಲ್ಲ. ಉದಾಹರಣೆಗೆ ಒಬ್ಬ ವ್ಯಕ್ತಿಗೆ ಪಾಯಿಂಟರ್ ಅಗತ್ಯವಿದೆ ಮತ್ತು ಪೆನ್ ಇದೆ. ಆದರೆ ಅವರು ಪೆನ್ನು ಬಳಸುವುದಿಲ್ಲ ಏಕೆಂದರೆ ಬರವಣಿಗೆಗೆ ಮಾತ್ರ ಪೆನ್ನು ಬಳಸುವುದನ್ನು ನೋಡಬಹುದು.

ಸೆಟ್ ಎಫೆಕ್ಟ್- "ಮೆಂಟಲ್ ಸೆಟ್" ಎನ್ನುವುದು ಉಪಪ್ರಜ್ಞೆಯಿಂದ ಕಲಿತ ಸಮಸ್ಯೆ-ಪರಿಹರಿಸುವ ತಂತ್ರಗಳ ಗುಂಪಾಗಿದೆ. ಸೆಟ್ ಎಫೆಕ್ಟ್ ಎನ್ನುವುದು ಹೊಸ ಸಮಸ್ಯೆಗಳನ್ನು ಪರಿಹರಿಸುವಲ್ಲಿ ಮಾನಸಿಕ ಸೆಟ್ ಅನ್ನು ಬಳಸುವ ಪ್ರವೃತ್ತಿಯಾಗಿದೆ ಮತ್ತು ಹೊಸ ಸಮಸ್ಯೆಗಳನ್ನು ಸರಿಯಾಗಿ ಪರಿಹರಿಸಲು ವಿಫಲವಾಗಿದೆ. "ನಿಮ್ಮ ಬಳಿ ಇರುವುದು ಸುತ್ತಿಗೆಯಾಗಿದ್ದರೆ, ಎಲ್ಲವೂ ಮೊಳೆಯಂತೆ ಕಾಣಲು ಪ್ರಾರಂಭಿಸುತ್ತದೆ" ಎಂಬ ನುಡಿಗಟ್ಟು ಒಂದು ಉದಾಹರಣೆಯಾಗಿದೆ. ಇನ್ನೊಂದು ಉದಾಹರಣೆ- ಗಣಿತದ ಸಮಸ್ಯೆಯು ಒಂದೇ ರೀತಿ ಕಾಣಿಸಬಹುದು, ಆದರೆ ಪರಿಹಾರಕ್ಕಾಗಿ ವಿಭಿನ್ನ ತಂತ್ರಗಳ ಅಗತ್ಯವಿರುತ್ತದೆ. ಸೆಟ್ ಎಫೆಕ್ಟ್ ತೋರಿಸುವ ವ್ಯಕ್ತಿಯು ಹಿಂದಿನ ಸಮಸ್ಯೆಗಳಿಗೆ ಅವರು ಕಲಿತ ಪರಿಹಾರಗಳೊಂದಿಗೆ ಹೊಸ ಸಮಸ್ಯೆಗಳನ್ನು ಪರಿಹರಿಸಲು ಪ್ರಯತ್ನಿಸುತ್ತಾರೆ.

ಹ್ಯೂರಿಸ್ಟಿಕ್ಸ್:

ಪ್ರಾತಿನಿಧ್ಯ- ಈ ಹ್ಯೂರಿಸ್ಟಿಕ್ ಏನಾದರೂ ಸಂಭವಿಸುವ ಸಾಧ್ಯತೆಯ ಬಗ್ಗೆ ತೀರ್ಪುಗಳನ್ನು ಮಾಡುವುದನ್ನು ಒಳಗೊಂಡಿರುತ್ತದೆ. ನಾವು ಹೊಸದನ್ನು ಎದುರಿಸಿದಾಗ ಹೊಸ ವಿಷಯದ ಬಗ್ಗೆ ತೀರ್ಪುಗಳನ್ನು ಮಾಡಲು ನಾವು ಮೊದಲು ಅನುಭವಿಸಿದ್ದನ್ನು ಅವಲಂಬಿಸಿರುತ್ತೇವೆ (ಷರತ್ತು, 2015). ಸಮಸ್ಯೆಯೆಂದರೆ, ಹೊಸ ವಿಷಯವು ಹಿಂದಿನಂತೆಯೇ ಇದ್ದರೂ, ಅದು ತುಂಬಾ ವಿಭಿನ್ನವಾಗಿರಬಹುದು

ಮತ್ತು ಅದು ತೀರ್ಪಿನಲ್ಲಿ ದೋಷಗಳು ಮತ್ತು ಕೆಟ್ಟ ನಿರ್ಧಾರಗಳಿಗೆ ಕಾರಣವಾಗಬಹುದು. ಪ್ರಾತಿನಿಧ್ಯದಿಂದ ಸ್ಟೀರಿಯೊಟ್ಟೆಪಿಂಗ್ ಬರಬಹುದು. ಒಂದು ಗುಂಪಿನ ವ್ಯಕ್ತಿಯೊಂದಿಗೆ ಯಾರಾದರೂ ಅನುಭವವನ್ನು ಹೊಂದಿದ್ದರೆ ಮತ್ತು ಆ ವ್ಯಕ್ತಿಗೆ ಆ ಗುಂಪಿನೊಂದಿಗೆ ಕಡಿಮೆ ಅನುಭವವಿದ್ದರೆ, ಆ ಗುಂಪಿನ ಇತರ ಸದಸ್ಯರನ್ನು ವಿವರಿಸಲು ಅವರು ಒಂದು ಅನುಭವವನ್ನು ಬಳಸುತ್ತಾರೆ. ಆ ಅನುಭವವು ಕೆಟ್ಟದಾಗಿದ್ದರೆ, ಇದು ನಕಾರಾತ್ಮಕ ಸ್ಟೀರಿಯೊಟ್ಟೈಪ್ ಅನ್ನು ರಚಿಸಬಹುದು.

ಲಭ್ಯತೆ-

ಈ ಹ್ಯೂರಿಸ್ಟಿಕ್ ಸ್ವಲ್ಪ ಸಂಕೀರ್ಣವಾಗಿದೆ. ಕೆಲವು ಘಟನೆಗಳು/ಕ್ರಿಯೆಗಳು ನಿಜವಾಗಿರುವುದಕ್ಕಿಂತ ಹೆಚ್ಚು ಸಾಮಾನ್ಯವಾಗಿದೆ/ಹೆಚ್ಚು ಸಂಭವಿಸುವ ಸಾಧ್ಯತೆಯಿದೆ ಎಂದು ನಾವು ನಂಬುವುದನ್ನು ಒಳಗೊಂಡಿರುತ್ತದೆ. ಆದ್ದರಿಂದ ಶಾರ್ಕ್ ದಾಳಿಗಳು ನಿಜವಾಗಿಯೂ ಬಹಳ ಅಪರೂಪವಾಗಿದ್ದರೂ ಸಹ ಸಾಮಾನ್ಯವೆಂದು ವ್ಯಕ್ತಿಯು ನಂಬುತ್ತಾರೆ. ಈ ಪ್ರಕ್ರಿಯೆಯೆಂದರೆ ಒಬ್ಬ ವ್ಯಕ್ತಿಯು ಈವೆಂಟ್‌ನ ಬಗ್ಗೆ ಸಾಕಷ್ಟು ಕೇಳುತ್ತಾನೆ, ಮತ್ತು ಅವರು ಅದರ ಬಗ್ಗೆ ಸಾಕಷ್ಟು ಕೇಳುವುದರಿಂದ, ಅವರು ಅದರ ಬಗ್ಗೆ ಮಾಹಿತಿಯನ್ನು ಹೆಚ್ಚು ಸುಲಭವಾಗಿ ನೆನಪಿಸಿಕೊಳ್ಳಬಹುದು. ಆ "ನೆನಪಿಗೆ ಸುಲಭ" ಜನರು ಈವೆಂಟ್ ಹೆಚ್ಚು ಸಾಧ್ಯತೆ/ಸಾಮಾನ್ಯ ಎಂದು ನಂಬುವಂತೆ ಮಾಡುತ್ತದೆ. ಆದ್ದರಿಂದ ನಮ್ಮ ವ್ಯಕ್ತಿಯು ಶಾರ್ಕ್ ದಾಳಿಯ ಬಗ್ಗೆ ಸುದ್ದಿ ವರದಿಗಳನ್ನು ಕೇಳಬಹುದು ಮತ್ತು ಅವು ಯಾವಾಗಲೂ ಸಂಭವಿಸುತ್ತವೆ ಎಂದು ಭಾವಿಸಬಹುದು, ವಾಸ್ತವದಲ್ಲಿ ಅವು ಬಹಳ ವಿರಳವಾಗಿ ಸಂಭವಿಸುತ್ತವೆ.

ಸುದ್ದಿಯು ಈ ರೀತಿಯ ಚಿಂತನೆಯನ್ನು ಪ್ರೋತ್ಸಾಹಿಸುತ್ತದೆ, ಏಕೆಂದರೆ ಅಪರೂಪದ ಘಟನೆಗಳು ಹೆಚ್ಚು ಗಮನ ಸೆಳೆಯುತ್ತವೆ ಮತ್ತು ವರದಿ ಮಾಡುತ್ತವೆ. ಉದಾಹರಣೆಯಾಗಿ, ಕಾರು ಅಪಘಾತಗಳಿಗಿಂತ ವಿಮಾನ ಅಪಘಾತಗಳ ಕುರಿತು ಹೆಚ್ಚಿನ ಸುದ್ದಿ ವರದಿಗಳಿವೆ. ಲಭ್ಯತೆಯ ಕಾರಣದಿಂದಾಗಿ, ಶಾರ್ಕ್ ದಾಳಿಯಂತಹ ಕಾರುಗಳು ಹೆಚ್ಚು ಅಪಾಯಕಾರಿಯಾಗಿದ್ದರೂ ಸಹ, ವಿಮಾನಗಳು ಹೆಚ್ಚು ಅಪಾಯಕಾರಿ ಎಂದು ಜನರು ಭಾವಿಸುತ್ತಾರೆ. ಮೂಲಭೂತವಾಗಿ ಎಂದರೆ ಮೊದಲು ಮನಸ್ಸಿಗೆ ಬರುವುದನ್ನು ಆಧರಿಸಿ ನಿರ್ಧಾರಗಳನ್ನು ತೆಗೆದುಕೊಳ್ಳುವುದು.

ಜೂಜುಗಾರನ ತಪ್ಪು-

ಈ ಹ್ಯೂರಿಸ್ಟಿಕ್ ಸಂಭವನೀಯತೆಗೆ ಸಂಬಂಧಿಸಿದೆ. ಯಾದೃಚ್ಛಿಕ ಘಟನೆಯು ಒಂದು ನಿರ್ದಿಷ್ಟ ರೀತಿಯಲ್ಲಿ ಸಂಭವಿಸುತ್ತಿದ್ದರೆ, ಭವಿಷ್ಯದ ಘಟನೆಗಳು ಬದಲಾಗಬೇಕು ಎಂಬ ನಂಬಿಕೆಯಾಗಿದೆ. ಆದ್ದರಿಂದ ಇಸ್ಪೀಟೆಲೆಗಳಲ್ಲಿ ಸೋತಿರುವ ಜೂಜುಕೋರ ಪ್ರತಿ ಸೋಲನ್ನು ಮುಂದಿನ ಬಾರಿ ಅವಳು ಗೆಲ್ಲುವ ಸೂಚನೆಯಾಗಿ ತೆಗೆದುಕೊಳ್ಳುತ್ತಾಳೆ. ಸಹಜವಾಗಿ, ಘಟನೆಗಳು ಯಾದೃಚ್ಛಿಕವಾಗಿರುವುದರಿಂದ, ಹಿಂದಿನ ಘಟನೆಗಳು ಭವಿಷ್ಯದಲ್ಲಿ ಏನಾಗುತ್ತದೆ ಎಂಬುದರ ಮೇಲೆ ಯಾವುದೇ ಪರಿಣಾಮ ಬೀರುವುದಿಲ್ಲ.

ಆಂಕರಿಂಗ್ ಮತ್ತು ಹೊಂದಾಣಿಕೆ- ಈ ಹ್ಯೂರಿಸ್ಟಿಕ್ ಸಂಕೀರ್ಣವಾಗಿದೆ, ಆದರೆ ಮೂಲಭೂತವಾಗಿ ಇದು ಒಂದು ವಸ್ತುವಿನ ಬಗ್ಗೆ ವ್ಯಕ್ತಿಯು ಪಡೆಯುವ ಮೊದಲ ಮಾಹಿತಿಯು ಆ ವಸ್ತುವಿನ ವ್ಯಕ್ತಿಯ ದೃಷ್ಟಿಕೋನವನ್ನು ಹೊಂದಿಸುತ್ತದೆ ಎಂದು ಸೂಚಿಸುತ್ತದೆ. ಹಾಗಾಗಿ ಕಾಲೇಜು ಟ್ಯೂಷನ್ ಬಗ್ಗೆ ತಿಳಿಯದ ವ್ಯಕ್ತಿ ಕಾಲೇಜು ವೆಚ್ಚ ನೋಡುತ್ತಿದ್ದಾರೆ. ಅವರು ಹಾರ್ವರ್ಡ್ ಅನ್ನು ನೋಡಲು ಪ್ರಾರಂಭಿಸಿದರೆ, ನಂತರ ODU ಅಗ್ಗವಾಗಿ ಕಾಣುತ್ತದೆ. ಅವರು TCC ಯನ್ನು ನೋಡುವ ಮೂಲಕ ಪ್ರಾರಂಭಿಸಿದರೆ, ODU ದುಬಾರಿಯಾಗಿ ಕಾಣುತ್ತದೆ! ಮಾಹಿತಿಯ ಮೊದಲ ತುಣುಕು ("ಆಂಕರ್") "ಸಾಮಾನ್ಯ" ಪ್ರಜ್ಞೆಯನ್ನು ಹೊಂದಿಸುತ್ತದೆ ಮತ್ತು ಪರಿಣಾಮವಾಗಿ ಜನರ ಆಲೋಚನೆ ಬದಲಾಗುತ್ತದೆ. "ಆಂಕರ್" ಮಾಡಿದ

ನಂತರ ವ್ಯಕ್ತಿಯು ಅದನ್ನು ಇತರ ಘಟನೆಗಳನ್ನು ಪರಿಗಣಿಸುವ ಬಿಂದುವಾಗಿ ಬಳಸುತ್ತಾನೆ. ಹಾರ್ವರ್ಡ್ ಟ್ಯೂಷನ್‌ಗೆ ಒಡ್ಡಿಕೊಂಡ ವ್ಯಕ್ತಿಯನ್ನು ಸಮಂಜಸವಾದ ಕಾಲೇಜು ಶಿಕ್ಷಣ ಯಾವುದು ಎಂದು ಕೇಳಿದರೆ, ಅವರು ಹಾರ್ವರ್ಡ್ ಟ್ಯೂಷನ್‌ನಂದ "ಹೊಂದಿಕೊಳ್ಳುತ್ತಾರೆ" ಮತ್ತು ಬದಲಿಗೆ ODU ಟ್ಯೂಷನ್‌ಗೆ ಒಡ್ಡಿಕೊಂಡ ವ್ಯಕ್ತಿಗಿಂತ ಹೆಚ್ಚಿನ ಸಂಖ್ಯೆಯನ್ನು ನೀಡುತ್ತಾರೆ.

ಬದ್ಧತೆಯ ಹೆಚ್ಚಳ-

ಒಬ್ಬ ವ್ಯಕ್ತಿಯನ್ನು ಒಳಗೊಂಡಿರುತ್ತದೆ, ಒಮ್ಮೆ ಆರಂಭಿಕ ಪ್ರಯತ್ನ ಅಥವಾ ಕೆಲವು ಪ್ರಯತ್ನಗಳಿಗೆ ಕೊಡುಗೆ ನೀಡುವುದು, ಮೊದಲನೆಯದರಿಂದ ಹೆಚ್ಚಿನ ಕೊಡುಗೆಗಳನ್ನು ಮಾಡುವುದು. ಯುದ್ಧಗಳಲ್ಲಿ ಹೆಚ್ಚಿದ ಬದ್ಧತೆಯನ್ನು ಸಮರ್ಥಿಸಲು ಇದನ್ನು ಹೆಚ್ಚಾಗಿ ಬಳಸಲಾಗುತ್ತದೆ- ನಾವು ಈಗ ಹಿಂದೆ ಸರಿದರೆ ನಮ್ಮ ತ್ಯಾಗಗಳು ಹೇಗೆ ವ್ಯರ್ಥವಾಗುತ್ತವೆ ಮತ್ತು ನಾವು ಯುದ್ಧಕ್ಕೆ ಹೆಚ್ಚು ಬದ್ಧರಾಗಬೇಕು ಎಂಬುದರ ಕುರಿತು ರಾಜಕಾರಣಿಯೊಬ್ಬರು ಏನಾದರೂ ಹೇಳುತ್ತಾರೆ. ಈ ಹ್ಯೂರಿಸ್ಟಿಕ್ ಪ್ರಶ್ನೆಯಲ್ಲಿರುವ ಪ್ರಯತ್ನದ ಸಿಂಧುತ್ವದಿಂದ ಪ್ರತ್ಯೇಕವಾಗಿದೆ; ಹೆಚ್ಚಿನ ಹೂಡಿಕೆಗೆ ಸಮರ್ಥನೆಯಾಗಿ ಆರಂಭಿಕ ಹೂಡಿಕೆಯನ್ನು ಬಳಸುವುದರಿಂದ ಸಮಸ್ಯೆ ಹೊರಬರುತ್ತದೆ. ಸಮಸ್ಯೆಯೆಂದರೆ ಹೊಸ ಹೂಡಿಕೆಯ ಹಿಂದಿನ ಹೂಡಿಕೆಯಂತೆಯೇ ಕೆಟ್ಟದಾಗಿ ಹೊರಹೊಮ್ಮಬಹುದು. ಈ ತಪ್ಪನ್ನು ಮಾಡುವವರಲ್ಲಿ, ಈಗ ಎರಡು ಬದ್ಧತೆಗಳು ಇನ್ನೊಂದನ್ನು "ಸಮರ್ಥಿಸುತ್ತವೆ", ಮತ್ತು ಇನ್ನೊಂದನ್ನು, ಇತ್ಯಾದಿ. ಇದು ವ್ಯಕ್ತಿಯು ಮೊದಲ ಸ್ಥಾನದಲ್ಲಿ ಹೊರಬಂದಿದ್ದಕ್ಕಿಂತ ಹೆಚ್ಚಿನ ನಷ್ಟಕ್ಕೆ ಕಾರಣವಾಗಬಹುದು.

ಪರಿಚಿತತೆ-

ಈ ಹ್ಯೂರಿಸ್ಟಿಕ್ ಎಂದರೆ ಒಬ್ಬ ವ್ಯಕ್ತಿಯು ಹೊಸ ಸಮಸ್ಯೆಯನ್ನು ಪರಿಶೀಲಿಸುವುದು, ಅದನ್ನು ಹಿಂದಿನ ಸಮಸ್ಯೆಯಂತೆ ನೋಡುವುದು ಮತ್ತು ಹೊಸದಕ್ಕೆ ಹಿಂದಿನ ಸಮಸ್ಯೆಯ ಪರಿಹಾರವನ್ನು ಬಳಸುವುದು. ವ್ಯಕ್ತಿಯು ಹಳೆಯ ಮತ್ತು ಹೊಸ ಸಮಸ್ಯೆಗಳ ನಡುವಿನ ವ್ಯತ್ಯಾಸವನ್ನು ಗಮನಿಸುವುದಿಲ್ಲ ಮತ್ತು ಹಳೆಯ ಪರಿಹಾರವನ್ನು ಹಿಂಪಡೆಯುವುದು ಅವರಿಗೆ ಸುಲಭವಾಗಿದೆ. ಆದಾಗ್ಯೂ, ಹೊಸ ಸಮಸ್ಯೆಯು ಕೆಲಸ ಮಾಡಲು ಹಳೆಯದಕ್ಕೆ ಸಾಕಾಗುವುದಿಲ್ಲ.

2

ಘಟಕ-2 ಬುದ್ಧಿವಂತಿಕೆ, ಸೃಜನಶೀಲತೆ ಮತ್ತು ಪ್ರೇರಣೆ

2.1 ಬುದ್ಧಿವಂತಿಕೆ: ಪರಿಕಲ್ಪನೆ, ವ್ಯಾಖ್ಯಾನ, ವಿಧಗಳು, ಬುದ್ಧಿವಂತಿಕೆಯಪರೀಕ್ಷೆ, ಆರ್‌ಪಿಎಂ, ಬಾಟಿಯಾ, ಓಟಿಸ್

ಶಾಲಾ ಶಿಕ್ಷಣದ ಮೇಲೆ ಪರಿಣಾಮ ಬೀರುವ ಪ್ರಮುಖ ಏಕ ಅಸ್ಥಿರಗಳಲ್ಲಿ ಒಂದು ಬುದ್ಧಿವಂತಿಕೆಯಾಗಿದೆ. ಬುದ್ಧಿವಂತಿಕೆಯು ಜ್ಞಾನವನ್ನು ಪಡೆದುಕೊಳ್ಳುವ ಮತ್ತು ಅನ್ವಯಿಸುವ ಸಾಮರ್ಥ್ಯವಾಗಿದೆ. ಶಾಲೆ ಮತ್ತು ಕಾಲೇಜುಗಳಲ್ಲಿ ಮತ್ತು ಒಬ್ಬರ ಸ್ವಂತ ವೃತ್ತಿಯಲ್ಲಿನ ಯಶಸ್ಸುಗಳು, ಸಾಮಾಜಿಕ ಹೊಂದಾಣಿಕೆ, ಸಾಮಾನ್ಯ ಮಾಹಿತಿಯ ಸ್ವಾಧೀನ ಇತ್ಯಾದಿಗಳೆಲ್ಲವೂ "ಬುದ್ಧಿವಂತಿಕೆ" ಎಂಬ ಪರಿಕಲ್ಪನೆಯೊಂದಿಗೆ ಸಂಬಂಧ ಹೊಂದಿವೆ. ಬುದ್ಧಿಮತ್ತೆ ಎಂಬ ಪದವು ಲ್ಯಾಟಿನ್ ಕ್ರಿಯಾಪದ 'ಇಂಟೆಲಿಗೆರೆ' ಯಿಂದ ಬಂದಿದೆ, ಇದರರ್ಥ ಅರ್ಥಮಾಡಿಕೊಳ್ಳುವುದು. ಆಲ್ಫ್ರೆಡ್ ಬಿನೆಟ್ ಪ್ರಕಾರ ಬುದ್ಧಿವಂತಿಕೆಯು ತೀರ್ಪು/ಸಾಮಾನ್ಯ ಜ್ಞಾನದ ಸಾಮರ್ಥ್ಯವಾಗಿದೆ. ಥಾರ್ನ್‌ಡೈಕ್ ಬುದ್ಧಿವಂತಿಕೆಯನ್ನು "ಸಂದರ್ಭಗಳಲ್ಲಿ ಪರಿಣಾಮಕಾರಿಯಾಗಿ ವ್ಯವಹರಿಸುವ ಸಾಮರ್ಥ್ಯ" ಎಂದು ವ್ಯಾಖ್ಯಾನಿಸಿದ್ದಾರೆ. ಜೀನ್ ಪಿಯಾಗೆಟ್‌ಗೆ, 'ಬುದ್ಧಿವಂತಿಕೆಯು ಒಬ್ಬರ ಸುತ್ತಮುತ್ತಲಿನ ಪರಿಸ್ಥಿತಿಗಳಿಗೆ ಹೊಂದಿಕೊಳ್ಳುವ ಸಾಮರ್ಥ್ಯವಾಗಿದೆ'. ಸಿರಿಲ್ ಬರ್ಟ್ ಅವರ ಮಾತುಗಳಲ್ಲಿ, "ಬುದ್ಧಿವಂತಿಕೆಯು ಹೊಂದಿಕೊಳ್ಳುವ ಹೊಂದಾಣಿಕೆಯ ಸಾಮರ್ಥ್ಯವಾಗಿದೆ." ಡೇವಿಡ್ ವೆಚ್‌ಸ್ಲರ್ (1977) ಪ್ರಕಾರ: 'ತಾರ್ಕಿಕವಾಗಿ ಯೋಚಿಸುವ, ಉದ್ದೇಶಪೂರ್ವಕವಾಗಿ ವರ್ತಿಸುವ ಮತ್ತು ಪರಿಸರದೊಂದಿಗೆ ಪರಿಣಾಮಕಾರಿಯಾಗಿ ವ್ಯವಹರಿಸುವ ಜಾಗತಿಕ ಸಾಮರ್ಥ್ಯ.' ಬುದ್ಧಿಮತ್ತೆಯನ್ನು ಮಾನಸಿಕ ಸಾಮರ್ಥ್ಯ ಎಂದು ವ್ಯಾಖ್ಯಾನಿಸಲಾಗಿದೆ, ಅದು ತಾರ್ಕಿಕವಾಗಿ ಯೋಚಿಸುವ, ಯೋಜಿಸುವ, ಸಮಸ್ಯೆಗಳನ್ನು ಪರಿಹರಿಸುವ, ಅಮೂರ್ತವಾಗಿ ಯೋಚಿಸುವ ಸಾಮರ್ಥ್ಯವನ್ನು ಒಳಗೊಂಡಿರುತ್ತದೆ.

ಸಂಕೀರ್ಣ ವಿಚಾರಗಳನ್ನು ಗ್ರಹಿಸಲು, ತ್ವರಿತವಾಗಿ ಕಲಿಯಲು ಮತ್ತು ಅನುಭವದಿಂದ ಕಲಿಯಲು. ಇದು ಕೇವಲ ಪುಸ್ತಕ ಕಲಿಕೆ, ಕಿರಿದಾದ ಶೈಕ್ಷಣಿಕ ಕೌಶಲ್ಯ ಅಥವಾ ಪರೀಕ್ಷೆ ತೆಗೆದುಕೊಳ್ಳುವ ಜಾಣತನವಲ್ಲ. ಸರಳವಾಗಿ ಹೇಳುವುದಾದರೆ, ಬುದ್ಧಿವಂತಿಕೆಯ ಆಲೋಚನಾ ಕೌಶಲ್ಯ ಮತ್ತು ಜೀವನದ ದ್ಯನಂದಿನ ಅನುಭವಗಳಿಗೆ ಹೊಂದಿಕೊಳ್ಳುವ ಮತ್ತು ಕಲಿಯುವ ಸಾಮರ್ಥ್ಯವನ್ನು ಹೊರತುಪಡಿಸಿ ಬೇರೇನೂ ಅಲ್ಲ.

ಪರಿಕಲ್ಪನೆಗಳು ಮತ್ತು ವ್ಯಾಖ್ಯಾನಗಳು:

ಬುದ್ಧಿವಂತಿಕೆಯನ್ನು ತರ್ಕ, ಅಮೂರ್ತ ಚಿಂತನೆ, ತಿಳುವಳಿಕೆ, ಸ್ವಯಂ-ಅರಿವು, ಸಂವಹನ, ಕಲಿಕೆ, ಭಾವನಾತ್ಮಕ ಜ್ಞಾನ, ಸ್ಮರಣೆ, ಯೋಜನೆ, ಸೃಜನಶೀಲತೆ ಮತ್ತು ಸಮಸ್ಯೆಗಳನ್ನು ಪರಿಹರಿಸುವ ಸಾಮರ್ಥ್ಯದಂತಹ ವಿವಿಧ ರೀತಿಯಲ್ಲಿ ವ್ಯಾಖ್ಯಾನಿಸಲಾಗಿದೆ. ಬುದ್ಧಿವಂತಿಕೆಯನ್ನು ಮಾನವರಲ್ಲಿ ವ್ಯಾಪಕವಾಗಿ ಅಧ್ಯಯನ ಮಾಡಲಾಗುತ್ತದೆ, ಆದರೆ ಪ್ರಾಣಿಗಳು ಮತ್ತು ಸಸ್ಯಗಳಲ್ಲಿಯೂ ಸಹ ಗಮನಿಸಲಾಗಿದೆ. ಕೃತಕ ಬುದ್ಧಿಮತ್ತೆಯ ಯಂತ್ರಗಳಲ್ಲಿನ ಬುದ್ಧಿಮತ್ತೆಯ ಅನುಕರಣೆಯಾಗಿದೆ. ಮನೋವಿಜ್ಞಾನದ ವಿಭಾಗದಲ್ಲಿ, ಮಾನವ ಬುದ್ಧಿಮತ್ತೆಗೆ ವಿವಿಧ ವಿಧಾನಗಳನ್ನು ಅಳವಡಿಸಿಕೊಳ್ಳಲಾಗಿದೆ. ಸೈಕೋಮೆಟ್ರಿಕ್ ವಿಧಾನವು ವಿಶೇಷವಾಗಿ ಸಾರ್ವಜನಿಕರಿಗೆ ಪರಿಚಿತವಾಗಿದೆ, ಜೊತೆಗೆ ಹೆಚ್ಚು ಸಂಶೋಧನೆ ಮತ್ತು ಪ್ರಾಯೋಗಿಕ ಸೆಟ್ಟಿಂಗ್‌ಗಳಲ್ಲಿ ಹೆಚ್ಚು ವ್ಯಾಪಕವಾಗಿ ಬಳಸಲ್ಪಡುತ್ತದೆ. ಬುದ್ಧಿವಂತಿಕೆಯ ಅರ್ಥಮಾಡಿಕೊಳ್ಳಲು ಅಥವಾ ಗ್ರಹಿಸಲು ಲ್ಯಾಟಿನ್ ಕ್ರಿಯಾಪದ ಇಂಟಲಿಗೇರ್‌ನಂದ ಬಂದಿದೆ.

ಈ ಕ್ರಿಯಾಪದದ ಒಂದು ರೂಪ, ಇಂಟೆಲೆಕ್ಟಸ್, ಅರ್ಥಮಾಡಿಕೊಳ್ಳಲು ಮಧ್ಯಕಾಲೀನ ತಾಂತ್ರಿಕ ಪದವಾಯಿತು ಮತ್ತು ಗ್ರೀಕ್ ತಾತ್ವಿಕ ಪದ ನೌಸ್‌ಗ ಅನುವಾದವಾಗಿದೆ. ಆದಾಗ್ಯೂ, ಈ ಪದವು ಆತ್ಮದ ಅಮರತ್ವದ ಸಿದ್ಧಾಂತಗಳು ಮತ್ತು ಸಕ್ರಿಯ ಬುದ್ಧಿಶಕ್ತಿಯ ಪರಿಕಲ್ಪನೆಯನ್ನು ಒಳಗೊಂಡಂತೆ ಟೆಲಿಯೊಲಾಜಿಕಲ್ ಪಾಂಡಿತ್ಯದ ಆಧ್ಯಾತ್ಮಿಕ ಮತ್ತು ವಿಶ್ವವಿಜ್ಞಾನದ ಸಿದ್ಧಾಂತಗಳಿಗೆ ಬಲವಾಗಿ ಸಂಬಂಧ ಹೊಂದಿದೆ (ಸಕ್ರಿಯ ಬುದ್ಧಿವಂತಿಕೆ ಎಂದೂ ಸಹ ಕರೆಯಲಾಗುತ್ತದೆ). ಫ್ರಾನ್ಸಿಸ್ ಬೇಕನ್, ಥಾಮಸ್ ಹಾಬ್ಸ್, ಜಾನ್ ಲಾಕ್, ಮತ್ತು ಡೇವಿಡ್ ಹ್ಯೂಮ್ ಅವರಂತಹ ಆರಂಭಿಕ ಆಧುನಿಕ ತತ್ವಜ್ಞಾನಿಗಳು ಪ್ರಕೃತಿಯ ಅಧ್ಯಯನದ ಈ ಸಂಪೂರ್ಣ ವಿಧಾನವನ್ನು ಬಲವಾಗಿ ತಿರಸ್ಕರಿಸಿದರು, ಅವರೆಲ್ಲರೂ ತಮ್ಮ ಇಂಗ್ಲಿಷ್ ತಾತ್ವಿಕ ಕೃತಿಗಳಲ್ಲಿ "ತಿಳುವಳಿಕೆ" ಎಂಬ ಪದವನ್ನು ಆದ್ಯತೆ ನೀಡಿದರು. ಉದಾಹರಣೆಗೆ, ಹಾಬ್ಸ್ ತನ್ನ ಲ್ಯಾಟಿನ್ ಡಿ ಕಾರ್ಪೋರ್‌ನಲ್ಲಿ, ತಾರ್ಕಿಕ ಅಸಂಬದ್ಧತೆಯ ವಿಶಿಷ್ಟ ಉದಾಹರಣೆಯಾಗಿ "ಇಂಟಲೆಕ್ಟಸ್ ಇಂಟೆಲಿಜಿಟ್" (ಇಂಗ್ಲಿಷ್ ಆವೃತ್ತಿಯಲ್ಲಿ "ಅರ್ಥಮಾಡಿಕೊಳ್ಳುವ ಅರ್ಥ" ಎಂದು ಅನುವಾದಿಸಲಾಗಿದೆ) ಅನ್ನು ಬಳಸಿದ್ದಾರೆ. ಆದ್ದರಿಂದ "ಬುದ್ಧಿವಂತಿಕೆ" ಎಂಬ ಪದವು ಇಂಗ್ಲಿಷ್ ಭಾಷಾ ತತ್ವಶಾಸ್ತ್ರದಲ್ಲಿ ಕಡಿಮೆ ಸಾಮಾನ್ಯವಾಗಿದೆ, ಆದರೆ ನಂತರ ಇದನ್ನು ಹೆಚ್ಚು ಸಮಕಾಲೀನ ಮನೋವಿಜ್ಞಾನದಲ್ಲಿ (ಈಗ ಸೂಚಿಸುವ ಪಾಂಡಿತ್ಯಪೂರ್ಣ ಸಿದ್ಧಾಂತಗಳೊಂದಿಗೆ) ತೆಗೆದುಕೊಳ್ಳಲಾಗಿದೆ. ವ್ಯಾಖ್ಯಾನಗಳು ಬುದ್ಧಿವಂತಿಕೆಯ ವ್ಯಾಖ್ಯಾನವು ವಿವಾದಾಸ್ಪದವಾಗಿದೆ. ಮನಶ್ಶಾಸ್ತ್ರಜ್ಞರ ಕೆಲವು ಗುಂಪುಗಳು ಈ ಕೆಳಗಿನ ವ್ಯಾಖ್ಯಾನಗಳನ್ನು ಸೂಚಿಸಿವೆ: "ಮೇನ್‌ಸ್ಟ್ರೇಮ್ ಸೈನ್ಸ್ ಆನ್ ಇಂಟೆಲಿಜೆನ್ಸ್" (1994), ಐವತ್ತೆರಡು ಸಂಶೋಧಕರ ಸಂಪಾದಕೀಯ ಹೇಳಿಕೆಯಿಂದ: SEC 4 Page 2 of 7 ಇತರ ವಿಷಯಗಳ ಜೊತೆಗೆ, ಸಾಮರ್ಥ್ಯವನ್ನು ಒಳಗೊಂಡಿರುವ ಸಾಮಾನ್ಯ ಮಾನಸಿಕ ಸಾಮರ್ಥ್ಯ ತರ್ಕಿಸಲು, ಯೋಜಿಸಲು, ಸಮಸ್ಯೆಗಳನ್ನು ಪರಿಹರಿಸಲು, ಅಮೂರ್ತವಾಗಿ ಯೋಚಿಸಲು, ಸಂಕೀರ್ಣ ವಿಚಾರಗಳನ್ನು ಗ್ರಹಿಸಲು, ತ್ವರಿತವಾಗಿ ಕಲಿಯಲು ಮತ್ತು ಅನುಭವದಿಂದ ಕಲಿಯಲು. ಇದು ಕೇವಲ ಪುಸ್ತಕ ಕಲಿಕೆಯಲ್ಲ, ಕಿರಿದಾದ ಶೈಕ್ಷಣಿಕ ಕೌಶಲ್ಯ/ಪರೀಕ್ಷೆ ತೆಗೆದುಕೊಳ್ಳುವ ಜಾಣತನ. ಬದಲಿಗೆ, ಇದು ನಮ್ಮ ಸುತ್ತಮುತ್ತಲಿನ ಪ್ರದೇಶಗಳನ್ನು ಗ್ರಹಿಸಲು ವಿಶಾಲವಾದ ಮತ್ತು ಆಳವಾದ ಸಾಮರ್ಥ್ಯವನ್ನು ಪ್ರತಿಬಿಂಬಿಸುತ್ತದೆ - "ಹಿಡಿಯುವುದು", "ಅರ್ಥವನ್ನು" ಮಾಡುವುದು/"ಏನು ಮಾಡಬೇಕೆಂದು ಲೆಕ್ಕಾಚಾರ ಮಾಡುವುದು". ಅಮೇರಿಕನ್ ಸೈಕಲಾಜಿಕಲ್ ಅಸೋಸಿಯೇಷನ್‌ನ ಬೋರ್ಡ್ ಆಫ್ ಸೈಂಟಿಫಿಕ್ ಅಫೇರ್ಸ್ ಪ್ರಕಟಿಸಿದ "ಇಂಟೆಲಿಜೆನ್ಸ್: ನೋನ್ಸ್

ಮತ್ತು ಅಜ್ಞಾತ" (1995) ವರದಿಯಿಂದ: ಸಂಕೀರ್ಣ ವಿಚಾರಗಳನ್ನು ಅರ್ಥಮಾಡಿಕೊಳ್ಳುವ, ಪರಿಸರಕ್ಕೆ ಪರಿಣಾಮಕಾರಿಯಾಗಿ ಹೊಂದಿಕೊಳ್ಳುವ, ಕಲಿಯುವ ಸಾಮರ್ಥ್ಯದಲ್ಲಿ ವ್ಯಕ್ತಿಗಳು ಪರಸ್ಪರ ಭಿನ್ನರಾಗಿದ್ದಾರೆ.

ಅನುಭವ, ತಾರ್ಕಿಕತೆಯ ವಿವಿಧ ರೂಪಗಳಲ್ಲಿ ತೊಡಗಿಸಿಕೊಳ್ಳಲು, ಆಲೋಚನೆಯನ್ನು ತೆಗೆದುಕೊಳ್ಳುವ ಮೂಲಕ ಅಡೆತಡೆಗಳನ್ನು ಜಯಿಸಲು. ಈ ವೈಯಕ್ತಿಕ ವ್ಯತ್ಯಾಸಗಳು ಗಣನೀಯವಾಗಿದ್ದರೂ, ಅವು ಎಂದಿಗೂ ಸಂಪೂರ್ಣವಾಗಿ ಸ್ಥಿರವಾಗಿರುವುದಿಲ್ಲ: ನಿರ್ದಿಷ್ಟ ವ್ಯಕ್ತಿಯ ಬೌದ್ಧಿಕ ಕಾರ್ಯಕ್ಷಮತೆಯ ವಿಭಿನ್ನ ಸಂದರ್ಭಗಳಲ್ಲಿ, ವಿಭಿನ್ನ ಡೊಮೇನ್‌ಗಳಲ್ಲಿ, ವಿಭಿನ್ನ ಮಾನದಂಡಗಳಿಂದ ನಿರ್ಣಯಿಸಲ್ಪಟ್ಟಂತೆ ಬದಲಾಗುತ್ತದೆ. "ಬುದ್ಧಿವಂತಿಕೆ" ಯ ಪರಿಕಲ್ಪನೆಗಳು ಈ ಸಂಕೀರ್ಣ ವಿದ್ಯಮಾನಗಳನ್ನು ಸ್ಪಷ್ಟಪಡಿಸುವ ಮತ್ತು ಸಂಘಟಿಸುವ ಪ್ರಯತ್ನಗಳಾಗಿವೆ. ಕೆಲವು ಕ್ಷೇತ್ರಗಳಲ್ಲಿ ಸಾಕಷ್ಟು ಸ್ಪಷ್ಟತೆಯನ್ನು ಸಾಧಿಸಲಾಗಿದ್ದರೂ, ಅಂತಹ ಯಾವುದೇ ಪರಿಕಲ್ಪನೆಯು ಇನ್ನೂ ಎಲ್ಲಾ ಪ್ರಮುಖ ಪ್ರಶ್ನೆಗಳಿಗೆ ಉತ್ತರಿಸಿಲ್ಲ, ಮತ್ತು ಯಾವುದೂ ಸಾರ್ವತ್ರಿಕ ಒಪ್ಪಿಗೆಯನ್ನು ನೀಡುವುದಿಲ್ಲ. ವಾಸ್ತವವಾಗಿ, ಎರಡು ಡಜನ್ ಪ್ರಮುಖ ಸಿದ್ಧಾಂತಿಗಳನ್ನು ಇತ್ತೀಚೆಗೆ ಬುದ್ಧಿವಂತಿಕೆಯನ್ನು ವ್ಯಾಖ್ಯಾನಿಸಲು ಕೇಳಿದಾಗ, ಅವರು ಎರಡು ಡಜನ್, ಸ್ವಲ್ಪ ವಿಭಿನ್ನವಾದ ವ್ಯಾಖ್ಯಾನಗಳನ್ನು ನೀಡಿದರು. ಆ ವ್ಯಾಖ್ಯಾನಗಳಲ್ಲದೆ, ಮನೋವಿಜ್ಞಾನ ಮತ್ತು ಕಲಿಕೆಯ ಸಂಶೋಧಕರು ಬುದ್ಧಿಮತ್ತೆಯ ವ್ಯಾಖ್ಯಾನಗಳನ್ನು ಸೂಚಿಸಿದ್ದಾರೆ: ಆಲ್ಫ್ರೆಡ್ ಬಿನೆಟ್ ಜಡ್ಜ್‌ಮೆಂಟ್, ಇಲ್ಲದಿದ್ದರೆ "ಒಳ್ಳೆಯ ಅರ್ಥ," "ಪ್ರಾಯೋಗಿಕ ಪ್ರಜ್ಞೆ," "ಉಪಕ್ರಮ," ತನ್ನನ್ನು ಸಂದರ್ಭಗಳಿಗೆ ಹೊಂದಿಕೊಳ್ಳುವ ಅಧ್ಯಾಪಕರು ... ಸ್ವಯಂ ವಿಮರ್ಶೆ.

ಡೇವಿಡ್ ವೆಕ್ಸ್‌ಲರ್: ಉದ್ದೇಶಪೂರ್ವಕವಾಗಿ ವರ್ತಿಸಲು, ತರ್ಕಬದ್ಧವಾಗಿ ಯೋಚಿಸಲು ಮತ್ತು ತನ್ನ ಪರಿಸರದೊಂದಿಗೆ ಪರಿಣಾಮಕಾರಿಯಾಗಿ ವ್ಯವಹರಿಸಲು ವ್ಯಕ್ತಿಯ ಒಟ್ಟು/ಜಾಗತಿಕ ಸಾಮರ್ಥ್ಯ. ಲಾಯ್ಡ್ ಹಂಫ್ರೀಸ್ "...ಹೊಸ ಸಂದರ್ಭಗಳಲ್ಲಿ ಮಾಹಿತಿ ಮತ್ತು ಪರಿಕಲ್ಪನಾ ಕೌಶಲ್ಯಗಳನ್ನು ಪಡೆದುಕೊಳ್ಳುವ, ಸ್ಮರಣೆಯಲ್ಲಿ ಸಂಗ್ರಹಿಸುವ, ಹಿಂಪಡೆಯುವ, ಸಂಯೋಜಿಸುವ, ಹೋಲಿಸುವ ಮತ್ತು ಬಳಸುವ ಪ್ರಕ್ರಿಯೆಯ ಫಲಿತಾಂಶ." SEC 4 Page 3 of 7 ಹೊವಾರ್ಡ್ ಗಾರ್ಡ್ನರ್ ನನ್ನ ಮನಸ್ಸಿನಲ್ಲಿ, ಮಾನವನ ಬೌದ್ಧಿಕ ಸಾಮರ್ಥ್ಯವು ಸಮಸ್ಯೆಗಳನ್ನು ಪರಿಹರಿಸುವ ಕೌಶಲ್ಯಗಳ ಗುಂಪನ್ನು ಹೊಂದಿರಬೇಕು - ಒಬ್ಬ ವ್ಯಕ್ತಿಯು ಅವನು/ಅವಳು ಎದುರಿಸುವ ನಿಜವಾದ ಸಮಸ್ಯೆಗಳು/ ತೊಂದರೆಗಳನ್ನು ಪರಿಹರಿಸಲು ಮತ್ತು ಸೂಕ್ತವಾದಾಗ, ಪರಿಣಾಮಕಾರಿ ಉತ್ಪನ್ನವನ್ನು ರಚಿಸಲು ಅನುವು ಮಾಡಿಕೊಡುತ್ತದೆ. ಸಮಸ್ಯೆಗಳನ್ನು ಹುಡುಕುವ/ಸೃಷ್ಟಿಸುವ ಮತ್ತು ಆ ಮೂಲಕ ಹೊಸ ಜ್ಞಾನದ ಸ್ವಾಧೀನಕ್ಕೆ ಅಡಿಪಾಯ ಹಾಕುವ ಸಾಮರ್ಥ್ಯವನ್ನು ಸಹ ಹೊಂದಿರಬೇಕು. ಲಿಂಡಾ ಗಾಟ್‌ಫ್ರೆಡ್ಸನ್ ಅರಿವಿನ ಸಂಕೀರ್ಣತೆಯನ್ನು ನಿಭಾಯಿಸುವ ಸಾಮರ್ಥ್ಯ. ಸ್ಟರ್ನ್‌ಬರ್ಗ್ ಮತ್ತು ಸಾಲ್ಟರ್ ಗುರಿ-ನಿರ್ದೇಶಿತ ಹೊಂದಾಣಿಕೆಯ ನಡವಳಿಕೆ.

<u>ಮಲ್ಟಿಪಲ್ ಇಂಟೆಲಿಜೆನ್ಸ್ ಥಿಯರಿಎಂದರೇನು?</u>

ಹೊವಾರ್ಡ್ ಗಾರ್ಡ್ನರ್ ಅವರ ಬಹು ಬುದ್ಧಿವಂತಿಕೆಗಳ ಸಿದ್ಧಾಂತವು ಜನರು ತಮ್ಮಲ್ಲಿರುವ ಎಲ್ಲ ಬುದ್ಧಿವಂತಿಕೆಯೊಂದಿಗೆ ಜನಿಸುವುದಿಲ್ಲ ಎಂದು ಪ್ರತಿಪಾದಿಸುತ್ತದೆ. ಈ ಸಿದ್ಧಾಂತವು ಒಂದೇ ರೀತಿಯ ಬುದ್ಧಿವಂತಿಕೆಯನ್ನು ಹೊಂದಿದೆ ಎಂಬ ಸಾಂಪ್ರದಾಯಿಕ ಕಲ್ಪನೆಯನ್ನು ಸವಾಲು ಮಾಡಿದೆ, ಇದನ್ನು ಕೆಲವೊಮ್ಮೆ ಸಾಮಾನ್ಯ ಬುದ್ಧಿವಂತಿಕೆಗಾಗಿ "g" ಎಂದು ಕರೆಯಲಾಗುತ್ತದೆ, ಅದು ಕೇವಲ ಅರಿವಿನ ಸಾಮರ್ಥ್ಯಗಳ ಮೇಲೆ ಕೇಂದ್ರೀಕರಿಸುತ್ತದೆ. ಬುದ್ಧಿವಂತಿಕೆಯ ಈ ಕಲ್ಪನೆಯನ್ನು ವಿಸ್ತರಿಸಲು, ಗಾರ್ಡ್ನರ್

ಎಂಟು ವಿಭಿನ್ನ ರೀತಿಯ ಬುದ್ಧಿಮತ್ತೆಗಳನ್ನು ಪರಿಚಯಿಸಿದರು: ಭಾಷಾಶಾಸ್ತ್ರ, ತಾರ್ಕಿಕ/ಗಣಿತ, ಪ್ರಾದೇಶಿಕ, ದೈಹಿಕ ಚಲನಶೀಲ, ಸಂಗೀತ, ಅಂತರ್ವ್ಯಕ್ತೀಯ, ಅಂತರ್ವ್ಯಕ್ತೀಯ ಮತ್ತು ನೈಸರ್ಗಿಕವಾದಿ.

ಶಾಲೆ ಮತ್ತು ಸಮಾಜದಲ್ಲಿ ಭಾಷಾಶಾಸ್ತ್ರ ಮತ್ತು ತಾರ್ಕಿಕ-ಗಣಿತದ ವಿಧಾನಗಳನ್ನು ಹೆಚ್ಚು ಮೌಲ್ಯಯುತವಾಗಿ ಟೈಪ್ ಮಾಡಲಾಗುತ್ತದೆ ಎಂದು ಗಾರ್ಡ್ನರ್ ಗಮನಿಸುತ್ತಾರೆ. ಆಧ್ಯಾತ್ಮಿಕ ಬುದ್ಧಿವಂತಿಕೆ, ಅಸ್ತಿತ್ವವಾದದ ಬುದ್ಧಿಮತ್ತೆ ಮತ್ತು ನೈತಿಕ ಬುದ್ಧಿವಂತಿಕೆಯಂತಹ ಇತರ "ಅಭ್ಯರ್ಥಿ" ಬುದ್ಧಿಮತ್ತೆಗಳು ಇರಬಹುದು ಎಂದು ಅವರು ಸೂಚಿಸುತ್ತಾರೆ ಆದರೆ ಇದು ಅವರ ಮೂಲ ಸೇರ್ಪಡೆ ಮಾನದಂಡಗಳನ್ನು ಪೂರೈಸುವುದಿಲ್ಲ ಎಂದು ನಂಬುತ್ತಾರೆ. (ಗಾರ್ಡ್ನರ್, 2011).

ಬಹು ಬುದ್ಧಿವಂತಿಕೆಗಳ ಸಿದ್ಧಾಂತವನ್ನು ಮೊದಲು ಹೊವಾರ್ಡ್ ಗಾರ್ಡ್ನರ್ ಅವರು ತಮ್ಮ 1983 ರ ಪುಸ್ತಕ "ಫ್ರೇಮ್ಸ್ ಆಫ್ ಮೈಂಡ್" ನಲ್ಲಿ ಪ್ರಸ್ತಾಪಿಸಿದರು, ಅಲ್ಲಿ ಅವರು ಬುದ್ಧಿವಂತಿಕೆಯ ವ್ಯಾಖ್ಯಾನವನ್ನು ವಿಸ್ತರಿಸುತ್ತಾರೆ ಮತ್ತು ಹಲವಾರು ವಿಭಿನ್ನ ರೀತಿಯ ಬೌದ್ಧಿಕ ಸಾಮರ್ಥ್ಯಗಳನ್ನು ವಿವರಿಸುತ್ತಾರೆ.

ವಿವಿಧ ವೈಜ್ಞಾನಿಕ ವಿಭಾಗಗಳ ಆಧಾರದ ಮೇಲೆ ಪ್ರತಿ "ಅಭ್ಯರ್ಥಿ" ಬುದ್ಧಿಮತ್ತೆಯನ್ನು ಮೌಲ್ಯಮಾಪನ ಮಾಡುವಾಗ ಗಾರ್ಡ್ನರ್ ಎಂಟು ಸೇರ್ಪಡೆ ಮಾನದಂಡಗಳ ಸರಣಿಯನ್ನು ಅಭಿವೃದ್ಧಿಪಡಿಸಿದರು.

ನಾವೆಲ್ಲರೂ ಈ ಬುದ್ಧಿವಂತಿಕೆಗಳನ್ನು ಹೊಂದಿರಬಹುದು ಎಂದು ಅವರು ಬರೆಯುತ್ತಾರೆ, ಆದರೆ ಈ ಬುದ್ಧಿವಂತಿಕೆಯ ನಮ್ಮ ಪ್ರೊಫೈಲ್ ತಳಿಶಾಸ್ತ್ರ/ಅನುಭವದ ಆಧಾರದ ಮೇಲೆ ಪ್ರತ್ಯೇಕವಾಗಿ ಭಿನ್ನವಾಗಿರಬಹುದು.

ಗಾರ್ಡ್ನರ್ ಬುದ್ಧಿವಂತಿಕೆಯನ್ನು "ಸಂಸ್ಕಾರದಲ್ಲಿ ಸಮಸ್ಯೆಗಳನ್ನು ಪರಿಹರಿಸಲು/ಸಂಸ್ಕೃತಿಯಲ್ಲಿ ಮೌಲ್ಯಯುತವಾದ ಉತ್ಪನ್ನಗಳನ್ನು ರಚಿಸಲು ಸಾಂಸ್ಕೃತಿಕ ವ್ಯವಸ್ಥೆಯಲ್ಲಿ ಸಕ್ರಿಯಗೊಳಿಸಬಹುದಾದ ಮಾಹಿತಿಯನ್ನು ಪ್ರಕ್ರಿಯೆಗೊಳಿಸಲು ಜೈವಿಕ ಮನೋವೈಜ್ಞಾನಿಕ ಸಾಮರ್ಥ್ಯ" ಎಂದು ವ್ಯಾಖ್ಯಾನಿಸುತ್ತಾರೆ (ಗಾರ್ಡ್ನರ್, 2000, ಪುಟ.28).

• ಭಾಷಾ ಬುದ್ಧಿಮತ್ತೆ ("ವರ್ಡ್ ಸ್ಮಾರ್ಟ್"):

ಭಾಷಾ ಬುದ್ಧಿವಂತಿಕೆಯು ಹೊವರ್ಡ್ ಗಾರ್ಡ್ನರ್ ಅವರ ಬಹು ಬುದ್ಧಿವಂತಿಕೆಯ ಸಿದ್ಧಾಂತದ ಒಂದು ಭಾಗವಾಗಿದೆ, ಇದು ಮಾತನಾಡುವ ಮತ್ತು ಲಿಖಿತ ಭಾಷೆಗೆ ಸೂಕ್ಷ್ಮತೆ, ಭಾಷೆಗಳನ್ನು ಕಲಿಯುವ ಸಾಮರ್ಥ್ಯ ಮತ್ತು ಕೆಲವು ಗುರಿಗಳನ್ನು ಸಾಧಿಸಲು ಭಾಷೆಯನ್ನು ಬಳಸುವ ಸಾಮರ್ಥ್ಯದೊಂದಿಗೆ ವ್ಯವಹರಿಸುತ್ತದೆ.

ವಿಲಿಯಂ ಷೇಕ್ಸ್‌ಪಿಯರ್ ಮತ್ತು ಓಪ್ರಾ ವಿನ್ಫ್ರೇಯಂತಹ ಭಾಷಾ ಬುದ್ಧಿಮತ್ತೆಯನ್ನು ಹೊಂದಿರುವ ಜನರು ಮಾಹಿತಿಯನ್ನು ವಿಶ್ಲೇಷಿಸಲು ಮತ್ತು ಭಾಷಣಗಳು, ಪುಸ್ತಕಗಳು ಮತ್ತು ಮೆಮೊಗಳಂತಹ ಮೌಖಿಕ ಮತ್ತು ಲಿಖಿತ ಭಾಷೆಯನ್ನು ಒಳಗೊಂಡ ಉತ್ಪನ್ನಗಳನ್ನು ರಚಿಸುವ ಸಾಮರ್ಥ್ಯವನ್ನು ಹೊಂದಿದ್ದಾರೆ.

ಸಂಭಾವ್ಯ ವೃತ್ತಿ ಆಯ್ಕೆಗಳು

ನಿಮ್ಮ ಭಾಷಾ ಬುದ್ಧಿವಂತಿಕೆಯೊಂದಿಗೆ ನೀವು ಪ್ರಾಬಲ್ಯ ಸಾಧಿಸಬಹುದಾದ ವೃತ್ತಿಗಳು:

ವಕೀಲ, ಸ್ಪೀಕರ್ / ಹೋಸ್ಟ್, ಲೇಖಕ, ಪತ್ರಕರ್ತ, ಕ್ಯುರೇಟರ್.

- ತಾರ್ಕಿಕ-ಗಣಿತದ ಬುದ್ಧಿವಂತಿಕೆ ("ಸಂಖ್ಯೆ/ತಾರ್ಕಿಕ ಬುದ್ಧಿವಂತಿಕೆ"):

ತಾರ್ಕಿಕ-ಗಣಿತದ ಬುದ್ಧಿವಂತಿಕೆಯು ಸಮಸ್ಯೆಗಳನ್ನು ತಾರ್ಕಿಕವಾಗಿ ವಿಶ್ಲೇಷಿಸಲು, ಗಣಿತದ ಕಾರ್ಯಾಚರಣೆಗಳನ್ನು ನಿರ್ವಹಿಸಲು ಮತ್ತು ಸಮಸ್ಯೆಗಳನ್ನು ವೈಜ್ಞಾನಿಕವಾಗಿ ತನಿಖೆ ಮಾಡುವ ಸಾಮರ್ಥ್ಯವನ್ನು ಸೂಚಿಸುತ್ತದೆ.

ಆಲ್ಬರ್ಟ್ ಐನ್‌ಸ್ಟ್ಯನ್ ಮತ್ತು ಬಿಲ್ ಗೇಟ್ಸ್‌ನಂತಹ ತಾರ್ಕಿಕ-ಗಣಿತದ ಬುದ್ಧಿಮತ್ತೆಯನ್ನು ಹೊಂದಿರುವ ಜನರು ಸಮೀಕರಣಗಳು ಮತ್ತು ಪುರಾವೆಗಳನ್ನು ಅಭಿವೃದ್ಧಿಪಡಿಸಲು, ಲೆಕ್ಕಾಚಾರಗಳನ್ನು ಮಾಡಲು ಮತ್ತು ಅಮೂರ್ತ ಸಮಸ್ಯೆಗಳನ್ನು ಪರಿಹರಿಸುವ ಸಾಮರ್ಥ್ಯವನ್ನು ಹೊಂದಿದ್ದಾರೆ.

ಸಂಭಾವ್ಯ ವೃತ್ತಿ ಆಯ್ಕೆಗಳು

ನಿಮ್ಮ ತಾರ್ಕಿಕ-ಗಣಿತದ ಬುದ್ಧಿಮತ್ತೆಯೊಂದಿಗೆ ನೀವು ಪ್ರಾಬಲ್ಯ ಸಾಧಿಸಬಹುದಾದ ವೃತ್ತಿಗಳು: ಗಣಿತಶಾಸ್ತ್ರಜ್ಞ, ಲೆಕ್ಕಪರಿಶೋಧಕ, ಸಂಖ್ಯಾಶಾಸ್ತ್ರಜ್ಞ, ವಿಜ್ಞಾನಿ, ಕಂಪ್ಯೂಟರ್ ವಿಶ್ಲೇಷಕ.

- ಪ್ರಾದೇಶಿಕ ಬುದ್ಧಿವಂತಿಕೆ ("ಪಿಕ್ಚರ್ ಸ್ಮಾರ್ಟ್"):

ಪ್ರಾದೇಶಿಕ ಬುದ್ಧಿಮತ್ತೆಯು ವಿಶಾಲವಾದ ಜಾಗದ ಮಾದರಿಗಳನ್ನು ಗುರುತಿಸುವ ಮತ್ತು ಕುಶಲತೆಯಿಂದ ನಿರ್ವಹಿಸುವ ಸಾಮರ್ಥ್ಯವನ್ನು ಹೊಂದಿದೆ (ಉದಾಹರಣೆಗೆ, ನ್ಯಾವಿಗೇಟರ್‌ಗಳು ಮತ್ತು ಪೈಲಟ್‌ಗಳು ಬಳಸಿದವರು) ಹಾಗೆಯೇ ಶಿಲ್ಪಿಗಳು, ಶಸ್ತ್ರಚಿಕಿತ್ಸಕರು, ಚೆಸ್ ಆಟಗಾರರು, ಗ್ರಾಫಿಕ್‌ಗ ಪ್ರಾಮುಖ್ಯತೆಯಂತಹ ಹೆಚ್ಚು ಸೀಮಿತ ಪ್ರದೇಶಗಳ ಮಾದರಿಗಳು. ಕಲಾವಿದರು/ ವಾಸ್ತುಶಿಲ್ಪಿಗಳು.

ಫ್ರಾಂಕ್ ಲಾಯ್ಡ್ ರೈಟ್ ಮತ್ತು ಅಮೆಲಿಯಾ ಇಯರ್‌ಹಟ್‌ರ್‌ನಂತಹ ಪ್ರಾದೇಶಿಕ ಬುದ್ಧಿವಂತಿಕೆ ಹೊಂದಿರುವ ಜನರು ದೊಡ್ಡ ಪ್ರಮಾಣದ ಮತ್ತು ಸೂಕ್ಷ್ಮವಾದ ಪ್ರಾದೇಶಿಕ ಚಿತ್ರಗಳನ್ನು ಗುರುತಿಸುವ ಮತ್ತು ಕುಶಲತೆಯಿಂದ ನಿರ್ವಹಿಸುವ ಸಾಮರ್ಥ್ಯವನ್ನು ಹೊಂದಿದ್ದಾರೆ.

ಸಂಭಾವ್ಯ ವೃತ್ತಿ ಆಯ್ಕೆಗಳು

ನಿಮ್ಮ ಪ್ರಾದೇಶಿಕ ಬುದ್ಧಿವಂತಿಕೆಯೊಂದಿಗೆ ನೀವು ಪ್ರಾಬಲ್ಯ ಸಾಧಿಸಬಹುದಾದ ವೃತ್ತಿಗಳು: ಪೈಲಟ್, ಸರ್ಜನ್, ಆರ್ಕಿಟೆಕ್ಟ್, ಗ್ರಾಫಿಕ್ ಆರ್ಟಿಸ್ಟ್, ಇಂಟೀರಿಯರ್ ಡೆಕೋರೇಟರ್.

- ಬಾಡಿಲಿ-ಕೈನೆಸ್ಥೆಟಿಕ್ ಇಂಟೆಲಿಜೆನ್ಸ್ ("ದೇಹ ಸ್ಮಾರ್ಟ್"):

ದೈಹಿಕ ಕೈನೆಸ್ಥೆಟಿಕ್ ಬುದ್ಧಿಮತ್ತೆಯು ಸಮಸ್ಯೆಗಳನ್ನು ಪರಿಹರಿಸಲು/ಫ್ಯಾಶನ್ ಉತ್ಪನ್ನಗಳಿಗೆ ಒಬ್ಬರ ಸಂಪೂರ್ಣ ದೇಹ/ದೇಹದ ಭಾಗಗಳನ್ನು (ಕೈ/ಬಾಯಿಯಂತೆ) ಬಳಸುವ ಸಾಮರ್ಥ್ಯವಾಗಿದೆ.

ಮೈಕೆಲ್ ಜೋರ್ಡಾನ್ ಮತ್ತು ಸಿಮೋನ್ ಬೈಲ್ಸ್‌ನಂತಹ ದೈಹಿಕ-ಕೈನೆಸ್ಥೆಟಿಕ್ ಬುದ್ಧಿಮತ್ತೆ ಹೊಂದಿರುವ ಜನರು, ಉತ್ಪನ್ನಗಳನ್ನು ರಚಿಸಲು, ಕೌಶಲ್ಯಗಳನ್ನು ನಿರ್ವಹಿಸಲು / ಮನಸ್ಸು-ದೇಹದ ಒಕ್ಕೂಟದ ಮೂಲಕ ಸಮಸ್ಯೆಗಳನ್ನು ಪರಿಹರಿಸಲು ಒಬ್ಬರ ಸ್ವಂತ ದೇಹವನ್ನು ಬಳಸಿಕೊಳ್ಳುವ ಸಾಮರ್ಥ್ಯವನ್ನು ಹೊಂದಿರುತ್ತಾರೆ.

ಸಂಭಾವ್ಯ ವೃತ್ತಿ ಆಯ್ಕೆಗಳು

ನಿಮ್ಮ ದೈಹಿಕ-ಕೈನೆಸ್ಥೆಟಿಕ್ ಬುದ್ಧಿಮತ್ತೆಯೊಂದಿಗೆ ನೀವು ಪ್ರಾಬಲ್ಯ ಸಾಧಿಸಬಹುದಾದ ವೃತ್ತಿಗಳು:

ಡ್ಯಾನ್ಸರ್, ಅಥ್ಲೀಟ್, ಸರ್ಜನ್, ಮೆಕ್ಯಾನಿಕ್, ಕಾರ್ಪೆಂಟರ್, ಫಿಸಿಕಲ್ ಥೆರಪಿಸ್ಟ್.

• ಮ್ಯೂಸಿಕಲ್ ಇಂಟೆಲಿಜೆನ್ಸ್ ("ಸಂಗೀತ ಸ್ಮಾರ್ಟ್"):

ಸಂಗೀತ ಬುದ್ಧಿವಂತಿಕೆಯು ಸಂಗೀತದ ಮಾದರಿಗಳ ಕಾರ್ಯಕ್ಷಮತೆ, ಸಂಯೋಜನೆ ಮತ್ತು ಮೆಚ್ಚುಗೆಯಲ್ಲಿನ ಕೌಶಲ್ಯವನ್ನು ಸೂಚಿಸುತ್ತದೆ.

ಬೀಥೋವನ್ ಮತ್ತು ಎಡ್ ಶೀರಾನ್‌ನಂತಹ ಸಂಗೀತ ಬುದ್ಧಿವಂತಿಕೆ ಹೊಂದಿರುವ ಜನರು ಸಂಗೀತದ ಪಿಚ್, ರಿದಮ್, ಟಿಂಬ್ರೆ ಮತ್ತು ಟೋನ್ ಅನ್ನು ಗುರುತಿಸುವ ಮತ್ತು ರಚಿಸುವ ಸಾಮರ್ಥ್ಯವನ್ನು ಹೊಂದಿದ್ದಾರೆ.

ಸಂಭಾವ್ಯ ವೃತ್ತಿ ಆಯ್ಕೆಗಳು

ನಿಮ್ಮ ಸಂಗೀತ ಬುದ್ಧಿವಂತಿಕೆಯೊಂದಿಗೆ ನೀವು ಪ್ರಾಬಲ್ಯ ಸಾಧಿಸಬಹುದಾದ ವೃತ್ತಿಗಳು:

ಗಾಯಕ, ಸಂಯೋಜಕ, ಡಿಜೆ, ಸಂಗೀತಗಾರ.

• ಇಂಟರ್ ಪರ್ಸನಲ್ ಇಂಟೆಲಿಜೆನ್ಸ್ ("ಜನರು ಸ್ಮಾರ್ಟ್"):

ಪರಸ್ಪರ ಬುದ್ಧಿವಂತಿಕೆಯು ಇತರ ಜನರ ಉದ್ದೇಶಗಳು, ಪ್ರೇರಣೆಗಳು ಮತ್ತು ಬಯಕೆಗಳನ್ನು ಅರ್ಥಮಾಡಿಕೊಳ್ಳುವ ಸಾಮರ್ಥ್ಯ ಮತ್ತು ಪರಿಣಾಮವಾಗಿ ಇತರರೊಂದಿಗೆ ಪರಿಣಾಮಕಾರಿಯಾಗಿ ಕೆಲಸ ಮಾಡುವ ಸಾಮರ್ಥ್ಯವಾಗಿದೆ.

ಮಹಾತ್ಮ ಗಾಂಧಿ ಮತ್ತು ಮದರ್ ತೆರೇಸಾ ಅವರಂತಹ ವ್ಯಕ್ತಿಗತ ಬುದ್ಧಿವಂತಿಕೆ ಹೊಂದಿರುವ ಜನರು ಇತರ ಜನರ ಮನಸ್ಥಿತಿಗಳು, ಆಸೆಗಳು, ಪ್ರೇರಣೆಗಳು ಮತ್ತು ಉದ್ದೇಶಗಳನ್ನು ಗುರುತಿಸುವ ಮತ್ತು ಅರ್ಥಮಾಡಿಕೊಳ್ಳುವ ಸಾಮರ್ಥ್ಯವನ್ನು ಹೊಂದಿದ್ದಾರೆ.

ಸಂಭಾವ್ಯ ವೃತ್ತಿ ಆಯ್ಕೆಗಳು

ನಿಮ್ಮ ವೈಯಕ್ತಿಕ ಬುದ್ಧಿವಂತಿಕೆಯೊಂದಿಗೆ ನೀವು ಪ್ರಾಬಲ್ಯ ಸಾಧಿಸಬಹುದಾದ ವೃತ್ತಿಗಳು:

ಶಿಕ್ಷಕ, ಮನಶ್ಶಾಸ್ತ್ರಜ್ಞ, ವ್ಯವಸ್ಥಾಪಕ, ಮಾರಾಟಗಾರರು, ಸಾರ್ವಜನಿಕ ಸಂಪರ್ಕಗಳು.

• ಅಂತರ್ವ್ಯಕ್ತೀಯ ಬುದ್ಧಿಮತ್ತೆ ("ಸ್ವಯಂ ಸ್ಮಾರ್ಟ್"):

ಅಂತರ್ವ್ಯಕ್ತೀಯ ಬುದ್ಧಿಮತ್ತೆಯು ತನ್ನನ್ನು ತಾನು ಅರ್ಥಮಾಡಿಕೊಳ್ಳುವ ಸಾಮರ್ಥ್ಯವಾಗಿದೆ, ತನ್ನ ಸ್ವಂತ ಬಯಕೆಗಳು, ಭಯಗಳು ಮತ್ತು ಸಾಮರ್ಥ್ಯಗಳನ್ನು ಒಳಗೊಂಡಂತೆ ಪರಿಣಾಮಕಾರಿ ಕಾರ್ಯ ಮಾದರಿಯನ್ನು ಹೊಂದಲು ಮತ್ತು ಒಬ್ಬರ ಸ್ವಂತ ಜೀವನವನ್ನು ನಿಯಂತ್ರಿಸುವಲ್ಲಿ ಅಂತಹ ಮಾಹಿತಿಯನ್ನು ಪರಿಣಾಮಕಾರಿಯಾಗಿ ಬಳಸುವುದು.

ಅರಿಸ್ಟಾಟಲ್ ಮತ್ತು ಮಾಯಾ ಏಂಜೆಲೋ ಅವರಂತಹ ವ್ಯಕ್ತಿಗತ ಬುದ್ಧಿವಂತಿಕೆಯನ್ನು ಹೊಂದಿರುವ ಜನರು, ಅವನ/ಅವಳ ಸ್ವಂತ ಮನಸ್ಥಿತಿಗಳು, ಆಸೆಗಳು, ಪ್ರೇರಣೆಗಳು ಮತ್ತು ಉದ್ದೇಶಗಳನ್ನು ಗುರುತಿಸುವ ಮತ್ತು ಅರ್ಥಮಾಡಿಕೊಳ್ಳುವ ಸಾಮರ್ಥ್ಯವನ್ನು ಹೊಂದಿರುತ್ತಾರೆ. ಈ ರೀತಿಯ ಬುದ್ಧಿವಂತಿಕೆಯು ಒಬ್ಬ ವ್ಯಕ್ತಿಗೆ ಯಾವ ಜೀವನ ಗುರಿಗಳು ಮುಖ್ಯ ಮತ್ತು ಅವುಗಳನ್ನು ಹೇಗೆ ಸಾಧಿಸುವುದು ಎಂಬುದನ್ನು ಅರ್ಥಮಾಡಿಕೊಳ್ಳಲು ಸಹಾಯ ಮಾಡುತ್ತದೆ.

ಸಂಭಾವ್ಯ ವೃತ್ತಿ ಆಯ್ಕೆಗಳು
ನಿಮ್ಮ ಆಂತರಿಕ ಬುದ್ಧಿವಂತಿಕೆಯೊಂದಿಗೆ ನೀವು ಪ್ರಾಬಲ್ಯ ಸಾಧಿಸಬಹುದಾದ ವೃತ್ತಿಗಳು:
ಚಿಕಿತ್ಸಕ, ಮನಶ್ಯಾಸ್ತ್ರಜ್ಞ, ಸಲಹೆಗಾರ, ಉದ್ಯಮಿ, ಪಾದ್ರಿ.

• ನ್ಯಾಚುರಲಿಸ್ಟ್ ಇಂಟೆಲಿಜೆನ್ಸ್ ("ಪ್ರಕೃತಿ ಸ್ಮಾರ್ಟ್"):

ನೈಸರ್ಗಿಕ ಬುದ್ಧಿಮತ್ತೆಯು ಅವನ/ಅವಳ ಪರಿಸರದ ಸಸ್ಯ ಮತ್ತು ಪ್ರಾಣಿಗಳ ಹಲವಾರು ಜಾತಿಗಳ ಗುರುತಿಸುವಿಕೆ ಮತ್ತು ವರ್ಗೀಕರಣದಲ್ಲಿ ಪರಿಣತಿಯನ್ನು ಒಳಗೊಂಡಿರುತ್ತದೆ.

ಚಾರ್ಲ್ಸ್ ಡಾರ್ವಿನ್ ಮತ್ತು ಜೇನ್ ಗಾಡಾಲ್ ಅವರಂತಹ ನೈಸರ್ಗಿಕ ಬುದ್ಧಿಮತ್ತೆಯನ್ನು ಹೊಂದಿರುವ ಜನರು ನೈಸರ್ಗಿಕ ಜಗತ್ತಿನಲ್ಲಿ ಕಂಡುಬರುವ ವಿವಿಧ ರೀತಿಯ ಸಸ್ಯಗಳು, ಪ್ರಾಣಿಗಳು ಮತ್ತು ಹವಾಮಾನ ರಚನೆಗಳನ್ನು ಗುರುತಿಸುವ ಮತ್ತು ಪ್ರತ್ಯೇಕಿಸುವ ಸಾಮರ್ಥ್ಯವನ್ನು ಹೊಂದಿದ್ದಾರೆ.

ಸಂಭಾವ್ಯ ವೃತ್ತಿ ಆಯ್ಕೆಗಳು
ನಿಮ್ಮ ನೈಸರ್ಗಿಕ ಬುದ್ಧಿಮತ್ತೆಯೊಂದಿಗೆ ನೀವು ಪ್ರಾಬಲ್ಯ ಸಾಧಿಸಬಹುದಾದ ವೃತ್ತಿಗಳು:
ಸಸ್ಯಶಾಸ್ತ್ರಜ್ಞ, ಜೀವಶಾಸ್ತ್ರಜ್ಞ, ಖಗೋಳಶಾಸ್ತ್ರಜ್ಞ, ಹವಾಮಾನಶಾಸ್ತ್ರಜ್ಞ, ಭೂವಿಜ್ಞಾನಿ.
ಆರ್ ಪಿ ಎಂ:

ರಾವೆನ್ ಐಕ್ಯೂ ಟೆಸ್ಟ್ ಅನ್ನು ಸಾಮಾನ್ಯವಾಗಿ ರಾವೆನ್ಸ್ ಪ್ರೋಗ್ರೆಸ್ಸಿವ್ ಮ್ಯಾಟ್ರಿಸಸ್ ಎಂದು ಕರೆಯಲಾಗುತ್ತದೆ, ಇದು ಅರಿವಿನ ಸಂಸ್ಕರಣಾ ಕೌಶಲ್ಯಗಳ ಅಮೌಖಿಕ ಪರೀಕ್ಷೆಯಾಗಿದೆ. ಈ ಪರೀಕ್ಷೆಯನ್ನು ಮೂಲತಃ ಡಾ. ಜಾನ್ ಸಿ. ರಾವೆನ್ ಅವರು 1936 ರಲ್ಲಿ ಅಭಿವೃದ್ಧಿಪಡಿಸಿದರು ಮತ್ತು ಸಾಮಾನ್ಯ ಬುದ್ಧಿಮತ್ತೆಯ ಎರಡು ಪ್ರಮುಖ ಅಂಶಗಳನ್ನು ಅಳೆಯಲು ವಿನ್ಯಾಸಗೊಳಿಸಲಾಗಿದೆ: ಸಂಕೀರ್ಣತೆಯನ್ನು ಅರ್ಥಮಾಡಿಕೊಳ್ಳುವ ಸಾಮರ್ಥ್ಯ ಮತ್ತು ಮಾಹಿತಿಯನ್ನು ಸಂಗ್ರಹಿಸುವ ಮತ್ತು ಪುನರುತ್ಪಾದಿಸುವ ಸಾಮರ್ಥ್ಯ.

ರಾವೆನ್‌ನ ಐಕ್ಯೂ ಪರೀಕ್ಷೆಯು ಶಾಲೆಯಲ್ಲಿನ ಯಶಸ್ಸಿಗೆ ಸಾಮಾನ್ಯವಾಗಿ ಪರಸ್ಪರ ಸಂಬಂಧ ಹೊಂದಿರುವ ತಾರ್ಕಿಕ ಸಾಮರ್ಥ್ಯಗಳಂತಹ ಕೌಶಲ್ಯಗಳನ್ನು ನಿರ್ಣಯಿಸುತ್ತದೆ. ಇದು ವಿದ್ಯಾರ್ಥಿಗಳು ಪರಿಹರಿಸಲು 60 ಸಮಸ್ಯೆಗಳನ್ನು ಒಳಗೊಂಡಿರುವ ಬಹು ಆಯ್ಕೆ ಪರೀಕ್ಷೆಯಾಗಿದೆ. ಪರೀಕ್ಷೆಯ ಮುಂದುವರೆದಂತೆ ಸಮಸ್ಯೆಗಳು ಹೆಚ್ಚು ಗಟ್ಟಿಯಾಗುತ್ತವೆ, ಆದರೆ ಅವುಗಳು ಒಂದಕ್ಕೊಂದ ನಿರ್ಮಿಸುತ್ತವೆ ಆದ್ದರಿಂದ ತಾರ್ಕಿಕ ಮಾದರಿಗಳನ್ನು ವಿದ್ಯಾರ್ಥಿ ನಿರ್ಧರಿಸಬಹುದು ಮತ್ತು ಸ್ಥಾಪಿಸಬಹುದು. ವಿದ್ಯಾರ್ಥಿಯ ಸಾಧನೆಯ ಮಟ್ಟವನ್ನು ಪರೀಕ್ಷಿಸುವ ಬದಲು, ರಾವೆನ್ ಅರಿವಿನ ಪ್ರಕ್ರಿಯೆ ಮತ್ತು ದ್ರವ ಬುದ್ಧಿಮತ್ತೆಯನ್ನು ನಿರ್ಣಯಿಸುತ್ತದೆ. ಇದರರ್ಥ ಪರೀಕ್ಷೆಯ ವಿದ್ಯಾರ್ಥಿಗಳಿಗೆ ಅವರ ಭಾಷೆ, ಓದುವ ಸಾಮರ್ಥ್ಯಗಳು ಅಥವಾ ಶೈಕ್ಷಣಿಕ ಹಿನ್ನೆಲೆಯನ್ನು ಲೆಕ್ಕಿಸದೆ ನಿಷ್ಪಕ್ಷಪಾತವಾಗಿದೆ. ಪರೀಕ್ಷೆಯು ಬಹು ಆಕಾರಗಳು, ಐಟಂಗಳು/ಅಂಕಿಗಳ ಮ್ಯಾಟ್ರಿಕ್ಸ್ ಹೊಂದಿರುವ ಪ್ರಶ್ನೆಗಳಿಂದ ಮಾಡಲ್ಪಟ್ಟಿದೆ. ಪ್ರತಿ ಮ್ಯಾಟ್ರಿಕ್ಸ್‌ನಲ್ಲಿ, ಒಂದು ಕಾಣೆಯಾಗಿದೆ, ಮತ್ತು ಮ್ಯಾಟ್ರಿಕ್ಸ್‌ಗೆ ಯಾವುದು ಉತ್ತಮವಾಗಿ ಹೊಂದಿಕೊಳ್ಳುತ್ತದೆ ಎಂಬುದನ್ನು ನಿರ್ಧರಿಸಲು ವಿದ್ಯಾರ್ಥಿಯು ಆಯ್ಕೆಗಳಿಂದ ಆರಿಸಿಕೊಳ್ಳಬೇಕು.

ರಾವೆನ್ ಐಕ್ಯೂ ಪರೀಕ್ಷೆಯನ್ನು ಹೇಗೆ ಬಳಸಲಾಗುತ್ತದೆ?

ರಾವೆನ್ ಐಕ್ಯೂ ಪರೀಕ್ಷೆಯನ್ನು ಸಾಮಾನ್ಯವಾಗಿ ಐಕ್ಯೂ ಮತ್ತು ಬುದ್ಧಿವಂತಿಕೆಯ ಸಾಮಾನ್ಯ ಅಳತೆಯಾಗಿ ಬಳಸಲಾಗುತ್ತದೆ, ಆದರೆ ಪ್ರತಿಭಾವಂತ ಮತ್ತು ಪ್ರತಿಭಾನ್ವಿತ ಕಾರ್ಯಕ್ರಮಗಳು ಮತ್ತು ಶಾಲೆಗಳಲ್ಲಿ ಇತರ ವಿಶೇಷ ಕಾರ್ಯಕ್ರಮಗಳಿಗೆ ಪ್ರವೇಶಕ್ಕಾಗಿ ಬಳಸಲಾಗುತ್ತದೆ. ಈ ಪರೀಕ್ಷೆಯು ಅದರ ನಿಖರತೆ ಮತ್ತು ಪಕ್ಷಪಾತವಿಲ್ಲದ ಫಲಿತಾಂಶಗಳಿಗೆ ಹೆಸರುವಾಸಿಯಾಗಿದೆ.

ರಾವೆನ್ ಐಕ್ಯೂ ಪರೀಕ್ಷೆಯಲ್ಲಿ ಏನಿದೆ?

ರಾವೆನ್‌ನ ಪ್ರಗತಿಪರ ಮ್ಯಾಟ್ರಿಕ್ಸ್‌ಗಳು 60 ವಿಭಿನ್ನ ಬಹು ಆಯ್ಕೆಯ ಪ್ರಶ್ನೆಗಳಿಂದ ಮಾಡಲ್ಪಟ್ಟಿದೆ, ಅವುಗಳ ಸಂಕೀರ್ಣತೆಯ ಕ್ರಮದಲ್ಲಿ ಪಟ್ಟಿಮಾಡಲಾಗಿದೆ. ಸಮಸ್ಯೆಗಳನ್ನು ಮ್ಯಾಟ್ರಿಕ್ಸ್ ರೂಪದಲ್ಲಿ 6×6, 4×4, 3×3, ಅಥವಾ 2×2 ಚೌಕಗಳಲ್ಲಿ ಪ್ರಸ್ತುತಪಡಿಸಲಾಗುತ್ತದೆ. ಪರೀಕ್ಷೆಯು ಸಾಮಾನ್ಯವಾಗಿ ಪೂರ್ಣಗೊಳ್ಳಲು ಸುಮಾರು 45 ನಿಮಿಷಗಳನ್ನು ತೆಗೆದುಕೊಳ್ಳುತ್ತದೆ ಮತ್ತು ಗುಂಪು ಸೆಟ್ಟಿಂಗ್‌ನಲ್ಲಿ ನೀಡಲಾಗುತ್ತದೆ.

ರಾವೆನ್ ಐಕ್ಯೂ ಪರೀಕ್ಷೆಯು ಬುದ್ಧಿಮತ್ತೆಯ ವಿವಿಧ ಅಂಶಗಳನ್ನು ನಿರ್ಣಯಿಸುತ್ತದೆ, ಅವುಗಳೆಂದರೆ:

• ವಿವರಗಳಿಗೆ ಗಮನ

• ವರ್ಗೀಯ ಚಿಂತನೆ

• ಕಲ್ಪನಾ ತರ್ಕ

• ಡಿಕೋಡಿಂಗ್

• ಸಮಸ್ಯೆ-ಪರಿಹರಿಸುವ ಸಾಮರ್ಥ್ಯಗಳು

• ಅನುಕ್ರಮ

• ಸಂಶ್ಲೇಷಣೆ ಮತ್ತು ವಿಶ್ಲೇಷಣೆ

• ಮಾಹಿತಿ-ಸಂಸ್ಕರಣ ಕೌಶಲ್ಯಗಳು.

ಬುದ್ಧಿವಂತಿಕೆಯನ್ನು ಮಾಪನ ಮಾಡುವುದು: ಪ್ರಮಾಣೀಕರಣ ಮತ್ತು ಗುಪ್ತಚರ ಅಂಶ. ಹೆಚ್ಚಿನ ಗುಪ್ತಚರ ಪರೀಕ್ಷೆಗಳ ಗುರಿಯು "g" ಅನ್ನು ಅಳೆಯುವುದು, ಸಾಮಾನ್ಯ ಗುಪ್ತಚರ ಅಂಶವಾಗಿದೆ. ಉತ್ತಮ ಬುದ್ಧಿಮತ್ತೆಯ ಪರೀಕ್ಷೆಗಳು ವಿಶ್ವಾಸಾರ್ಹವಾಗಿವೆ, ಅಂದರೆ ಅವು ಕಾಲಾನಂತರದಲ್ಲಿ ಸ್ಥಿರವಾಗಿರುತ್ತವೆ ಮತ್ತು ಸಿಂಧುತ್ವವನ್ನು ಪ್ರದರ್ಶಿಸುತ್ತವೆ, ಅಂದರೆ ಅವು ಬೇರೆ ಯಾವುದೋ ಬದಲಿಗೆ ಬುದ್ಧಿವಂತಿಕೆಯನ್ನು ಅಳೆಯುತ್ತವೆ. ಬುದ್ಧಿವಂತಿಕೆಯ ಅಂತಹ ಪ್ರಮುಖ ವೈಯಕ್ತಿಕ ವ್ಯತ್ಯಾಸದ ಆಯಾಮವಾಗಿರುವುದರಿಂದ, ಮನೋವಿಜ್ಞಾನಿಗಳು ಬುದ್ಧಿವಂತಿಕೆಯ ಕ್ರಮಗಳನ್ನು ರಚಿಸಲು ಮತ್ತು ಸುಧಾರಿಸಲು ಗಣನೀಯ ಪ್ರಯತ್ನವನ್ನು ಹೂಡಿಕೆ ಮಾಡಿದ್ದಾರೆ ಮತ್ತು ಈ ಪರೀಕ್ಷೆಗಳನ್ನು ಈಗ ಎಲ್ಲಾ ಮಾನಸಿಕ ಪರೀಕ್ಷೆಗಳಲ್ಲಿ ಅತ್ಯಂತ ನಿಖರವೆಂದು ಪರಿಗಣಿಸಲಾಗಿದೆ. ವಾಸ್ತವವಾಗಿ, ಬುದ್ಧಿವಂತಿಕೆಯನ್ನು ನಿಖರವಾಗಿ ನಿರ್ಣಯಿಸುವ ಸಾಮರ್ಥ್ಯವು ದೈನಂದಿನ ಸಾರ್ವಜನಿಕ ಜೀವನಕ್ಕೆ ಮನೋವಿಜ್ಞಾನದ ಪ್ರಮುಖ ಕೊಡುಗೆಗಳಲ್ಲಿ ಒಂದಾಗಿದೆ.

ವಯಸ್ಸಿನೊಂದಿಗೆ ಬುದ್ಧಿವಂತಿಕೆಯು ಬದಲಾಗುತ್ತದೆ. 183 ರಿಂದ 39 ರಿಂದ ನಿಖರವಾಗಿ ಗುಣಿಸಬಹುದಾದ 3 ವರ್ಷದ ಮಗು ಖಂಡಿತವಾಗಿಯೂ ಬುದ್ಧಿವಂತನಾಗಿರುತ್ತಾನೆ, ಆದರೆ ಹಾಗೆ ಮಾಡಲು ಸಾಧ್ಯವಾಗದ 25 ವರ್ಷ ವಯಸ್ಸಿನವನು ಬುದ್ಧಿಹೀನನಾಗಿ ಕಾಣುತ್ತಾನೆ. ಆದ್ದರಿಂದ ಬುದ್ಧಿವಂತಿಕೆಯನ್ನು ಅರ್ಥಮಾಡಿಕೊಳ್ಳಲು ನಾವು ನಿರ್ದಿಷ್ಟ ವಯಸ್ಸಿನ ಜನರ ನಿರ್ದಿಷ್ಟ ಜನಸಂಖ್ಯೆಯಲ್ಲಿನ ಮಾನದಂಡಗಳು / ಮಾನದಂಡಗಳನ್ನು ತಿಳಿದಿರುವ ಅಗತ್ಯವಿದೆ. ಪರೀಕ್ಷೆಯ ಪ್ರಮಾಣೀಕರಣವು ವಿವಿಧ ವಯಸ್ಸಿನ ಜನರಿಗೆ ಹೆಚ್ಚಿನ ಸಂಖ್ಯೆಯ ಜನರಿಗೆ ನೀಡುವುದನ್ನು

ಒಳಗೊಂಡಿರುತ್ತದೆ ಮತ್ತು ಪ್ರತಿ ವಯಸ್ಸಿನ ಮಟ್ಟದಲ್ಲಿ ಪರೀಕ್ಷೆಯ ಸರಾಸರಿ ಸ್ಕೋರ್ ಅನ್ನು ಲೆಕ್ಕಾಚಾರ ಮಾಡುತ್ತದೆ.

ಗುಪ್ತಚರ ಪರೀಕ್ಷೆಗಳನ್ನು ನಿಯಮಿತವಾಗಿ ಪ್ರಮಾಣೀಕರಿಸುವುದು ಮುಖ್ಯವಾಗಿದೆ, ಏಕೆಂದರೆ ಜನಸಂಖ್ಯೆಯಲ್ಲಿನ ಬುದ್ಧಿವಂತಿಕೆಯ ಒಟ್ಟಾರೆ ಮಟ್ಟವು ಕಾಲಾನಂತರದಲ್ಲಿ ಬದಲಾಗಬಹುದು.

ಫ್ಲಿನ್ ಪರಿಣಾಮವು ಕಳೆದ ದಶಕಗಳಲ್ಲಿ ವಿಶ್ವಾದ್ಯಂತ ಗುಪ್ತಚರ ಪರೀಕ್ಷೆಗಳಲ್ಲಿ ಸ್ಕೋರ್‌ಗಳು ಗಣನೀಯವಾಗಿ ಹೆಚ್ಚಾಗಿದೆ ಎಂದು ಗಮನಿಸುವುದನ್ನು ಉಲ್ಲೇಖಿಸುತ್ತದೆ (ಫ್ಲಿನ್, 1999). ಹೆಚ್ಚಳವು ದೇಶದಿಂದ ದೇಶಕ್ಕೆ ಸ್ವಲ್ಪಮಟ್ಟಿಗೆ ಬದಲಾಗುತ್ತದೆಯಾದರೂ, ಸರಾಸರಿ ಹೆಚ್ಚಳವು ಪ್ರತಿ 10 ವರ್ಷಗಳಿಗೊಮ್ಮೆ ಸುಮಾರು 3 ಐಕ್ಯೂ ಪಾಯಿಂಟ್‌ಗಳಾಗಿರುತ್ತದೆ. ಉತ್ತಮ ಪೋಷಣೆ, ಮಾಹಿತಿಗೆ ಹೆಚ್ಚಿದ ಪ್ರವೇಶ ಮತ್ತು ಬಹು-ಆಯ್ಕೆಯ ಪರೀಕ್ಷೆಗಳೊಂದಿಗೆ ಹೆಚ್ಚು ಪರಿಚಿತತೆ ಸೇರಿದಂತೆ ಫ್ಲಿನ್ ಪರಿಣಾಮಕ್ಕೆ ಹಲವು ವಿವರಣೆಗಳಿವೆ (ನೀಸರ್, 1998). ಆದರೆ ಜನರು ನಿಜವಾಗಿಯೂ ಬುದ್ಧಿವಂತರಾಗುತ್ತಿದ್ದಾರೆಯೇ ಎಂಬುದು ಚರ್ಚಾಸ್ಪದವಾಗಿದೆ (ನೀಸರ್, 1997).

ಪ್ರಮಾಣೀಕರಣವನ್ನು ಸಾಧಿಸಿದ ನಂತರ, ನಾವು ವಿವಿಧ ವಯಸ್ಸಿನ ಜನರ ಸರಾಸರಿ ಸಾಮರ್ಥ್ಯಗಳ ಚಿತ್ರವನ್ನು ಹೊಂದಿದ್ದೇವೆ ಮತ್ತು ವ್ಯಕ್ತಿಯ ಮಾನಸಿಕ ವಯಸ್ಸನ್ನು ಲೆಕ್ಕ ಹಾಕಬಹುದು, ಇದು ವ್ಯಕ್ತಿಯು ಬೌದ್ಧಿಕವಾಗಿ ಕಾರ್ಯನಿರ್ವಹಿಸುತ್ತಿರುವ ವಯಸ್ಸು. ನಾವು ವ್ಯಕ್ತಿಯ ಮಾನಸಿಕ ವಯಸ್ಸನ್ನು ವ್ಯಕ್ತಿಯ ಕಾಲಾನುಕ್ರಮದ ವಯಸ್ಸಿಗೆ ಹೋಲಿಸಿದರೆ, ಫಲಿತಾಂಶವು ಬುದ್ಧಿಮತ್ತೆಯ ಪ್ರಮಾಣ (IQ), ವಯಸ್ಸಿಗೆ ಸರಿಹೊಂದಿಸಲಾದ ಬುದ್ಧಿವಂತಿಕೆಯ ಅಳತೆಯಾಗಿದೆ. ಕೆಳಗಿನ ಸೂತ್ರವನ್ನು ಬಳಸಿಕೊಂಡು ಐಕ್ಯೂ ಅನ್ನು ಲೆಕ್ಕಾಚಾರ ಮಾಡಲು ಸರಳವಾದ ಮಾರ್ಗವಾಗಿದೆ:

$$IQ = \text{ಮಾನಸಿಕ ವಯಸ್ಸು} \div \text{ಕಾಲಾನುಕ್ರಮದ ವಯಸ್ಸು} \times 100.$$

ಹೀಗೆ ಮಾಡುವ 10 ವರ್ಷದ ಮಗು ಮತ್ತು ಸರಾಸರಿ 10 ವರ್ಷದ ಮಗುವಿನ ಐಕ್ಯೂ 100 (10 ÷ 10 × 100) ಇರುತ್ತದೆ, ಆದರೆ 8 ವರ್ಷದ ಮಗು ಸರಾಸರಿ 10 -ವರ್ಷದ ಮಗು 125 (10 ÷ 8 × 100) IQ ಅನ್ನು ಹೊಂದಿರುತ್ತದೆ. ಹೆಚ್ಚಿನ ಆಧುನಿಕ ಬುದ್ಧಿಮತ್ತೆ ಪರೀಕ್ಷೆಗಳು ಈ ಸೂತ್ರದ ಆಧಾರದ ಮೇಲೆ ಬದಲಾಗಿ ಅದೇ ವಯಸ್ಸಿನ ಜನರ ನಡುವಿನ ವ್ಯಕ್ತಿಯ ಸ್ಕೋರ್‌ನ ಸಂಬಂಧಿತ ಸ್ಥಾನವನ್ನು ಆಧರಿಸಿವೆ, ಆದರೆ ಬುದ್ಧಿಮತ್ತೆಯ "ಅನುಪಾತ"/"ಪ್ರಮಾಣ"ದ ಕಲ್ಪನೆಯು ಸ್ಕೋರ್‌ನ ಉತ್ತಮ ವಿವರಣೆಯನ್ನು ಒದಗಿಸುತ್ತದೆ. ಅರ್ಥ.

ಟೆಸ್ಟ್ ಸ್ಕೋರ್ ಹೇಗೆ?

ಪರೀಕ್ಷೆಯನ್ನು ಶೇಕಡಾವಾರು ಪ್ರಮಾಣದಲ್ಲಿ ಒದಗಿಸಲಾದ ಒಂದು ಒಟ್ಟಾರೆ ಸ್ಕೋರ್‌ಗೆ ವಿಭಜಿಸಲಾಗಿದೆ. ಆದಾಗ್ಯೂ, ಈ ಶೇಕಡಾವಾರು ಶೇಕಡಾವಾರು ಸರಿಯಾಗಿಲ್ಲ. ಶೇಕಡಾವಾರು ಅಂಕವು ವಯಸ್ಸು-ಆಧಾರಿತ/ಗ್ರೇಡ್-ಆಧಾರಿತ ಸ್ಕೋರ್ ಆಗಿದ್ದು, ಇದು ಪರೀಕ್ಷೆಯನ್ನು ತೆಗೆದುಕೊಂಡ ಮಗುವಿನಿಗಿಂತ ಕಡಿಮೆ ಅಂಕಗಳನ್ನು ಗಳಿಸಿದ ವಿದ್ಯಾರ್ಥಿಗಳ ಸಾಮಾನ್ಯ ಗುಂಪಿನ ಶೇಕಡಾವನ್ನು ಸೂಚಿಸುತ್ತದೆ.

ಉದಾಹರಣೆಗೆ, ನಿಮ್ಮ ಮಗು ರಾವೆನ್ಸ್ ಪರೀಕ್ಷೆಯಲ್ಲಿ 90 ನೇ ಶೇಕಡಾವಾರು ಅಂಕಗಳನ್ನು ಗಳಿಸಿದರೆ, 90% ರಷ್ಟು ವಿದ್ಯಾರ್ಥಿಗಳು ನಿಮ್ಮ ಮಗುಕ್ಕಿಂತ ಕಡಿಮೆ ಅಂಕಗಳನ್ನು ಗಳಿಸಿದ್ದಾರೆ ಎಂದು ಸೂಚಿಸುತ್ತದೆ, ಆದರೆ ಅವರು 90% ಪ್ರಶ್ನೆಗಳನ್ನು ಸರಿಯಾಗಿ ಪಡೆದಿದ್ದಾರೆ ಎಂದು ಅಲ್ಲ. ರಾವೆನ್ಸ ಪ್ರಗತಿಶೀಲ ಮ್ಯಾಟ್ರಿಕ್ಸ್‌ಗಳು ಐಕ್ಯೂ ಪರೀಕ್ಷೆಯಾಗಿದ್ದರೂ, ಫಲಿತಾಂಶಗಳನ್ನು ಸಾಮಾನ್ಯ ಐಕ್ಯೂ ಸ್ಕೋರ್‌ಗ ವಿರುದ್ಧವಾಗಿ ವರದಿ ಮಾಡಲು ಶೇಕಡಾವಾರು ಹೆಚ್ಚು ಪರಿಣಾಮಕಾರಿ ಮಾರ್ಗವಾಗಿದೆ

ಎಂದು ನಿರ್ಧರಿಸಲಾಯಿತು. ಆದಾಗ್ಯೂ, ಈ ಶೇಕಡಾವಾರು ಅಂಕಗಳನ್ನು ಸುಲಭವಾಗಿ ಪ್ರಮಾಣಿತ ಅಥವಾ IQ ಸ್ಕೋರ್‌ಗಳಾಗಿ ಪರಿವರ್ತಿಸಬಹುದು; 97ನೇ ಶೇಕಡಾವಾರು ಅಂಕವು 130/ಮೇಲಿನ IQ ಸ್ಕೋರ್‌ಗ ಸಮನಾಗಿರುತ್ತದೆ.

ಮಗುವು ಪ್ರತಿಭಾನ್ವಿತವಾಗಿದೆಯೇ ಎಂದು ನಿರ್ಧರಿಸುವಾಗ ಪರಿಗಣನೆಗೆ ತೆಗೆದುಕೊಳ್ಳಬೇಕಾದ ಇತರ ಅಂಶಗಳಿದ್ದರೂ, 97 ನೇ ಶೇಕಡಾ/ಮೇಲಿನ ಅಂಕವು ಅವರು ಬುದ್ಧಿವಂತಿಕೆಯ ವಿಷಯದಲ್ಲಿ ಹೆಚ್ಚು ಪ್ರತಿಭಾನ್ವಿತರಾಗಿದ್ದಾರೆ ಎಂದು ಸೂಚಿಸುತ್ತದೆ.

ರಾವೆನ್ ಐಕ್ಯೂ ಪರೀಕ್ಷೆಯು ಇತರ ಐಕ್ಯೂ ಪರೀಕ್ಷೆಗಳಿಗೆ ಹೇಗೆ ಹೋಲಿಸುತ್ತದೆ?

ಮಕ್ಕಳಿಗಾಗಿ ಇತರ ಹಲವು ರೀತಿಯ ಐಕ್ಯೂ ಪರೀಕ್ಷೆಗಳಿವೆ, ಆದಾಗ್ಯೂ, ರಾವೆನ್ ಪ್ರೊಗ್ರೆಸ್ಸಿವ್ ಮ್ಯಾಟ್ರಿಸಸ್ ಅನ್ನು ಐಕ್ಯೂ ಪರೀಕ್ಷೆಗಳು ಮತ್ತು ಅಮೌಖಿಕ ಮೌಲ್ಯಮಾಪನಗಳಿಗೆ ಗೋಲ್ಡನ್ ಸ್ಟ್ಯಾಂಡರ್ಡ್ ಎಂದು ಕರೆಯಲಾಗುತ್ತದೆ.

OLSAT/ಓಟಿಸ್-ಲೆನ್ನನ್ ಸ್ಕೂಲ್ ಎಬಿಲಿಟಿ ಟೆಸ್ಟ್‌ನಂತಹ ಇತರ ಪ್ರಮಾಣಿತ ಪರೀಕ್ಷೆಗಳು 80 ನಿಮಿಷಗಳವರೆಗೆ ತೆಗೆದುಕೊಳ್ಳಬಹುದು, ಆದರೆ ರಾವೆನ್ ಅರ್ಧದಷ್ಟು ಸಮಯವನ್ನು ತೆಗೆದುಕೊಳ್ಳುತ್ತದೆ. ಇದು ಪದಗಳನ್ನು ಸಹ ಒಳಗೊಂಡಿಲ್ಲ ಆದ್ದರಿಂದ ವಿದ್ಯಾರ್ಥಿಯು ತಮ್ಮ ಮೊದಲ ಭಾಷೆ ಇಂಗ್ಲಿಷ್ ಅನ್ನು ಓದಲು / ಹೊಂದಲು ಸಾಧ್ಯವಾಗುವ ಅಗತ್ಯವಿಲ್ಲ. ಮತ್ತೊಂದು ಸಾಮಾನ್ಯ ಪ್ರಕಾರದ IQ ಪರೀಕ್ಷೆಯು KBIT ಆಗಿದೆ, ಇದನ್ನು ಕೌಫ್‌ಮನ್ ಬ್ರೀಫ್ ಇಂಟೆಲಿಜೆನ್ಸ್ ಟೆಸ್ಟ್ ಎಂದೂ ಕರೆಯಲಾಗುತ್ತದೆ. ಈ ಪರೀಕ್ಷೆಯು ಅದರ ವೇಗಕ್ಕೆ ಗುರುತಿಸಲ್ಪಟ್ಟಿದೆ, ಸಾಮಾನ್ಯವಾಗಿ 15/20 ನಿಮಿಷಗಳ ನಡುವೆ ತೆಗೆದುಕೊಳ್ಳುತ್ತದೆ ಮತ್ತು ಶಾಲಾ ವಯಸ್ಸಿನ ಮಕ್ಕಳಿಗೆ ಮಾತ್ರವಲ್ಲದೆ ಎಲ್ಲಾ ವಯಸ್ಸಿನ ಜನರಿಗೆ ಬಳಸಬಹುದು. ಪ್ರತಿಭಾನ್ವಿತ ವಿದ್ಯಾರ್ಥಿಗಳನ್ನು ಗುರುತಿಸಲು ಇದು ಪ್ರಯೋಜನಕಾರಿಯಾದರೂ, ಅರಿವಿನ/ಅಭಿವೃದ್ಧಿ ಅಸಾಮರ್ಥ್ಯ ಹೊಂದಿರುವ ಜನರನ್ನು ಗುರುತಿಸಲು ಸಹ ಇದನ್ನು ಬಳಸಿಕೊಳ್ಳಲಾಗುತ್ತದೆ.

ರಾವೆನ್ ಐಕ್ಯೂ ಪರೀಕ್ಷೆಗೆ ತಯಾರಿ ಹೇಗೆ?

ಯಾವುದೇ ರೀತಿಯ ಪ್ರಮಾಣಿತ ಪರೀಕ್ಷೆಯಂತೆ, ನಿಮ್ಮ ಮಗುವಿಗೆ ಮ್ಯಾಟ್ರಿಕ್ಸ್ ಸ್ವರೂಪದೊಂದಿಗೆ ಪರಿಚಿತರಾಗಲು ಸಹಾಯ ಮಾಡುವ ಮಾದರಿ ಪ್ರಶ್ನೆಗಳನ್ನು ಒದಗಿಸುವುದು ಮುಖ್ಯವಾಗಿದೆ. ಪರೀಕ್ಷೆಯಲ್ಲಿ ಇರುವಂತಹ ನಿಖರವಾದ ಸಮಸ್ಯೆಗಳನ್ನು ನೀವು ಅವರಿಗೆ ನೀಡಲು ಸಾಧ್ಯವಾಗದಿದ್ದರೂ, ಅವರು ಎದುರಿಸಬಹುದಾದ ಸಮಸ್ಯೆಗಳ ಪ್ರಕಾರಗಳೊಂದಿಗೆ ಅವರಿಗೆ ಪರಿಚಿತವಾಗಿರುವ ಅನೇಕ ಮಾದರಿ ಮೌಲ್ಯಮಾಪನಗಳು ಲಭ್ಯವಿವೆ. ರಾವೆನ್ ಐಕ್ಯೂ ಪರೀಕ್ಷೆಯು ಅಮೌಖಿಕವಾಗಿರುವುದರಿಂದ, ಅದು ಹೇಗೆ ಕಾರ್ಯನಿರ್ವಹಿಸುತ್ತದೆ ಮತ್ತು ಕಾಣೆಯಾದ ಅಂಶವನ್ನು ಹೇಗೆ ಪರಿಹರಿಸಲು ಸಾಧ್ಯವಾಗುತ್ತದೆ ಎಂಬುದನ್ನು ಅವರಿಗೆ ವಿವರಿಸುವುದು ಅಗತ್ಯವಾಗಿರುತ್ತದೆ. ಇದನ್ನು ಮಾಡಲು ಉತ್ತಮ ಮಾರ್ಗವೆಂದರೆ ಅವರಿಗೆ ಕೆಲವು ಸಮಸ್ಯೆಗಳನ್ನು ಜೋರಾಗಿ ಪರಿಹರಿಸುವುದು ಮತ್ತು ನಿಮ್ಮ ಆಲೋಚನೆಯನ್ನು ಸ್ಪಷ್ಟವಾಗಿ ಹೇಳುವುದು. "ಗಟ್ಟಿಯಾಗಿ ಯೋಚಿಸುವ" ಈ ತಂತ್ರವು ಅವರು ಈ ಪ್ರಶ್ನೆಗಳನ್ನು ಹೇಗೆ ಪರಿಹರಿಸಬಹುದು ಮತ್ತು ಅವರು ಸಮಸ್ಯೆಯನ್ನು ಹೇಗೆ ಪರಿಹರಿಸಬಹುದು ಎಂಬುದನ್ನು ಅರ್ಥಮಾಡಿಕೊಳ್ಳಲು ಸಹಾಯ ಮಾಡುತ್ತದೆ.

ಬುದ್ಧಿವಂತಿಕೆಯನ್ನು ನಿರ್ಣಯಿಸಲು ಬಳಸಿದಾಗ ರಾವೆನ್ ಐಕ್ಯೂ ಪರೀಕ್ಷೆಯು ಅದರ ನಿಖರತೆ ಮತ್ತು ಪಕ್ಷಪಾತವಿಲ್ಲದ ಸ್ವಭಾವಕ್ಕೆ ಹೆಸರುವಾಸಿಯಾಗಿದೆ. ವಿಷಯ ಮತ್ತು ಸಮಸ್ಯೆಯ ಪ್ರಕಾರಗಳೊಂದಿಗೆ ಪರಿಚಿತರಾಗುವ ಮೂಲಕ, ನಿಮ್ಮ ಮಗುವಿಗೆ ಪರೀಕ್ಷೆಯಲ್ಲಿ ಯಶಸ್ವಿಯಾಗುವ

ಅತ್ಯುತ್ತಮ ಅವಕಾಶವಿದೆ.

ಚಂದ್ರ ಮೋಹನ್ ಭಾಟಿಯಾ, ಉತ್ತರ ಪ್ರದೇಶದ ಮಾಜಿ ನಿರ್ದೇಶಕ ಮನೋ ವಿಜ್ಞಾನಶಾಲಾ 1955 ರಲ್ಲಿ ಭಾರತೀಯ ಜನಸಂಖ್ಯೆಗಾಗಿ ಈ ಪರೀಕ್ಷೆಯನ್ನು ನಿರ್ಮಿಸಿದರು. ಐದು ಉಪ-ಪರೀಕ್ಷೆಗಳು: §ಕೋಹ್ಸ್ ಬ್ಲಾಕ್ ವಿನ್ಯಾಸ § ಅಲೆಕ್ಸಾಂಡರ್ ದೀರ್ಘ ಮಾದರಿಯ ರೇಖಾಚಿತ್ರ ಪರೀಕ್ಷೆ § ತಕ್ಷಣದ ಮೆಮೊರಿ ಪರೀಕ್ಷೆ § ಕನ್ಸ್ಟ್ರಕ್ಟನ್ ಪರೀಕ್ಷೆ.

5 ಉಪಪರೀಕ್ಷೆಗಳ ಪ್ರಮಾಣೀಕರಣವನ್ನು ಗ್ರಾಮ ಮತ್ತು ನಗರಗಳಲ್ಲಿ ಕ್ರಾಸ್ ಕಲ್ಚರಲ್ ಸೆಟ್ಟಿಂಗ್‌ಗಳ ಬದಲಿಗೆ 4 ವರ್ಗಗಳಿಂದ ಮಾಡಲಾಗಿದೆ. §ಸ್ಪ್ಲಿಟ್ ಹಾಫ್ ವಿಶ್ವಾಸಾರ್ಹತೆ: .55 § ಮಾನ್ಯತೆ: .77 §ಇತರ ಗುಪ್ತಚರ ಪರೀಕ್ಷೆಗಳೊಂದಿಗೆ ಪರಸ್ಪರ ಸಂಬಂಧ: .67-.82 §ಒಟ್ಟು ಗರಿಷ್ಠ ಸಮಯ: 1 ಗಂಟೆ. §ಒಟ್ಟು ಗರಿಷ್ಠ ಸ್ಕೋರ್: 95

ಕೋಹ್ಸ್ ಬ್ಲಾಕ್ ಡಿಸೈನ್ ಟೆಸ್ಟ್- ಕೋಹ್ಸ್ ಬ್ಲಾಕ್ ಡಿಸೈನ್ ಟೆಸ್ಟ್‌ನ 10 ವಿಧದ ಪರೀಕ್ಷೆಗಳನ್ನು ಬ್ಯಾಟರಿಯಲ್ಲಿ ಸೇರಿಸಲಾಗಿದೆ. ಪ್ರತಿ ವಿಷಯದ ಮೇಲೆ ಒಂದು ಕಾರ್ಡ್ ಇದೆ, ಅದರ ಮೇಲೆ ಬಣ್ಣದ ವಿನ್ಯಾಸವನ್ನು ಚಿತ್ರಿಸಲಾಗಿದೆ. ವಿಷಯ/ಪರೀಕ್ಷಕರು ವಿನ್ಯಾಸವನ್ನು ನೋಡಿ ಮತ್ತು ಕೆಳಗಿನ ಚಿತ್ರದಲ್ಲಿ ತೋರಿಸಿರುವಂತೆ ಬ್ಲಾಕ್‌ನಿಂದ ಇದೇ ರೀತಿಯದನ್ನು ಮಾಡಿ. ಈ ವಿನ್ಯಾಸಗಳು ಪ್ರಾರಂಭದಲ್ಲಿ ಸರಳವಾದ ಕಾರಣಕ್ಕೆ ಅನುಗುಣವಾಗಿ ಹೆಚ್ಚು ಸಂಕೀರ್ಣವಾಗುತ್ತವೆ.

ಪರೀಕ್ಷೆಯ ಉದ್ದಕ್ಕೂ ಅಲೆಕ್ಸಾಂಡರ್ ಪಾಸ್- ಭಾಟಿಯಾ ಬ್ಯಾಟರಿಯ ಅಲೆಕ್ಸಾಂಡರ್ ಪಾಸ್ ಅನ್ನು ಟೆಸ್ಟ್ ಜೊತೆಗೆ ಒಳಗೊಂಡಿದೆ, ಕೆಲವು ವಿನ್ಯಾಸಗಳಿವೆ. ವಿಷಯವು ತೆರೆದ ಪೆಟ್ಟಿಗೆಯಲ್ಲಿ ಬಣ್ಣದ ತುಣುಕುಗಳನ್ನು ಬದಲಾಯಿಸುತ್ತದೆ ಮತ್ತು ಅವುಗಳನ್ನು ಒಂದೇ ರೀತಿಯ ವಿನ್ಯಾಸವನ್ನು ಇರಿಸುತ್ತದೆ.

ಪ್ಯಾಟರ್ನ್ ಡ್ರಾಯಿಂಗ್ ಟೆಸ್ಟ್- ಈ ಪರೀಕ್ಷೆಯನ್ನು ಸ್ವತಃ ಡಾ. ಭಾಟಿಯಾ ಅಭಿವೃದ್ಧಿಪಡಿಸಿದ್ದಾರೆ. ಇದರಲ್ಲಿ ಎಂಟು ಕಾರ್ಡುಗಳಿದ್ದು ಪ್ರತಿಯೊಂದರಲ್ಲೂ ನಿರ್ದಿಷ್ಟ ರೂಪವಿದೆ. ಈ ಫಾರ್ಮ್ ಅನ್ನು ನೋಡಿದ ನಂತರ ವಿಷಯವು ಮಾದರಿಯ ನಿರ್ದಿಷ್ಟ ಆಕೃತಿಯನ್ನು ಸೆಳೆಯುತ್ತದೆ.

ತಕ್ಷಣದ ಸ್ಮರಣೆ ಪರೀಕ್ಷೆ- ಕೆಲವು ಅಂಕೆಗಳನ್ನು ಪಠಿಸಲಾಗುತ್ತದೆ, ಅದನ್ನು ವಿಷಯದಿಂದ ತಕ್ಷಣವೇ ಪುನರಾವರ್ತಿಸಲಾಗುತ್ತದೆ. ಈ ಚಟುವಟಿಕೆಯು ವಿಷಯದ ತಕ್ಷಣದ ಸ್ಮರಣೆಯ ಮೇಲೆ ಸ್ವಲ್ಪ ಬೆಳಕನ್ನು ನೀಡುತ್ತದೆ.

ಚಿತ್ರ ನಿರ್ಮಾಣ ಪರೀಕ್ಷೆ- ಈ ಉಪ-ಪರೀಕ್ಷೆಯಲ್ಲಿ, ಐದು ವಿಷಯಗಳಿವೆ, ಇದರಲ್ಲಿ ಭಾರತೀಯ ಗ್ರಾಮೀಣ ಜೀವನಕ್ಕೆ ಸಂಬಂಧಿಸಿದ ಚಿತ್ರಗಳನ್ನು ಕ್ರಮವಾಗಿ 2, 4, 6, 8 ಮತ್ತು 12 ತುಣುಕುಗಳಾಗಿ ವಿಂಗಡಿಸಲಾಗಿದೆ. ಒಂದು ಸಮಯದಲ್ಲಿ, ಚಿತ್ರದ ತುಣುಕುಗಳನ್ನು ಕ್ರಮವಾಗಿ ಇರಿಸುವ ಮತ್ತು ಚಿತ್ರವನ್ನು ನಿರ್ಮಿಸುವ ವಿಷಯದ ಮುಂದೆ ಇರಿಸಲಾಗುತ್ತದೆ.

ಪಿಯರ್ಸನ್ ಪಿಎಲ್‌ಸಿಯ ಅಂಗಸಂಸ್ಥೆಯಾದ ಹಾರ್ಕೋರ್ಟ್ ಅಸೆಸ್‌ಮೆಂಟ್-ಪಿಯರ್ಸನ್ ಎಜುಕೇಶನ್, ಇಂಕ್‌ನ ಉತ್ತರಾಧಿಕಾರಿ ಪ್ರಕಟಿಸಿದ ಓಟಿಸ್-ಲೆನ್ನನ್ ಸ್ಕೂಲ್ ಎಬಿಲಿಟಿ ಟೆಸ್ಟ್ (ಓಎಲ್‌ಎಸ್‌ಎಟಿ), ಪ್ರಕಾಶಕರ ಪ್ರಕಾರ, ಮಕ್ಕಳ ಅಮೂರ್ತ ಚಿಂತನೆ ಮತ್ತು ತಾರ್ಕಿಕ ಸಾಮರ್ಥ್ಯದ ಪರೀಕ್ಷೆಯಾಗಿದೆ. K ನಿಂದ 18. Otis-Lennon ಒಂದು ಗುಂಪು-ಆಡಳಿತ (ಪ್ರಿಸ್ಕೂಲ್ ಹೊರತುಪಡಿಸಿ), ಬಹು ಆಯ್ಕೆ, ಪೆನ್ಸಿಲ್ ಮತ್ತು ಕಾಗದದೊಂದಿಗೆ ತೆಗೆದುಕೊಳ್ಳಲಾಗಿದೆ, ಮೌಖಿಕ, ಪರಿಮಾಣಾತ್ಮಕ ಮತ್ತು ಪ್ರಾದೇಶಿಕ ತಾರ್ಕಿಕ ಸಾಮರ್ಥ್ಯವನ್ನು ಅಳೆಯುತ್ತದೆ. ಪರೀಕ್ಷೆಯು ಮೌಖಿಕ ಮತ್ತು ಅಮೌಖಿಕ ಸ್ಕೋರ್‌ಗಳನ್ನು ನೀಡುತ್ತದೆ, ಇದರಿಂದ ಒಟ್ಟು ಸ್ಕೋರ್ ಅನ್ನು ಸ್ಕೂಲ್ ಎಬಿಲಿಟಿ ಇಂಡೆಕ್ಸ್ ಎಂದು ಕರೆಯಲಾಗುತ್ತದೆ

(SAI). SAI 100 ಮತ್ತು 16 ರ ಪ್ರಮಾಣಿತ ವಿಚಲನದೊಂದಿಗೆ ಸಾಮಾನ್ಯೀಕರಿಸಿದ ಪ್ರಮಾಣಿತ ಸ್ಕೋರ್ ಆಗಿದೆ. ಪೂರ್ವ-ಕೆ ಹೊರತುಪಡಿಸಿ, ಪರೀಕ್ಷೆಯನ್ನು ಗುಂಪುಗಳಲ್ಲಿ ನಿರ್ವಹಿಸಲಾಗುತ್ತದೆ.

ಪರೀಕ್ಷಾ ಘಟಕಗಳು:

ಪರೀಕ್ಷೆಯ ಇಪ್ಪತ್ತೊಂದು ಉಪಪರೀಕ್ಷೆಗಳನ್ನು ಹೊಂದಿದ್ದು ಅದನ್ನು ಐದು ಕ್ಷೇತ್ರಗಳಲ್ಲಿ ಆಯೋಜಿಸಲಾಗಿದೆ-ಮೌಖಿಕ ಗ್ರಹಿಕೆ, ಮೌಖಿಕ ತಾರ್ಕಿಕ, ಚಿತ್ರಾತ್ಮಕ ತಾರ್ಕಿಕ, ಸಾಂಕೇತಿಕ ತಾರ್ಕಿಕ ಮತ್ತು ಪರಿಮಾಣಾತ್ಮಕ ತಾರ್ಕಿಕ-ಪ್ರತಿಯೊಂದೂ ಸಮಾನ ಸಂಖ್ಯೆಯ ಮೌಖಿಕ ಮತ್ತು ಮೌಖಿಕ ಅಂಶಗಳೊಂದಿಗೆ:

Verbal-Nonverbal

Verbal Comprehension-Pictorial Reasoning

Following Directions-Picture Classification

Antonyms-Picture Analogies

Sentence Completion-Picture Series

Sentence Arrangement-Figural Reasoning

Verbal Reasoning-Figural Classification

Aural Reasoning-Figural Analogies

Arithmetic Reasoning-Pattern Matrix

Logical Selection-Figural Series

Word/Letter Matrix-Quantitative Reasoning

Verbal Analogies-Number Series

Verbal Classification-Numeric Inference

Inference-Number Matrix

ಪ್ರಶ್ನೆಗಳ ಸಂಖ್ಯೆ ಮತ್ತು ಸಮಯದ ಮಿತಿಯು ಅನುಗುಣವಾಗಿ ಬದಲಾಗುತ್ತದೆ:

Level-Verbal/Nonverbal-Total/Time Limit

A (Pre-K)/16/24/40/77 min.

A (K)/30/30/60/77 min.

B/30/30/60/77 min.

C/30/30/60/72 min.

D/32/32/64/50 min.

E/36/36/72/40 min.

F/36/36/72/60 min.

G/36/36/72/60 min.

ಮೌಖಿಕ ವಿಭಾಗ:

ಮೌಖಿಕ ವಿಭಾಗವು ಮೌಖಿಕ ಗ್ರಹಿಕೆ ಮತ್ತು ಮೌಖಿಕ ತಾರ್ಕಿಕ ಪ್ರಶ್ನೆಗಳನ್ನು ಒಳಗೊಂಡಿದೆ. ಮೌಖಿಕ ಗ್ರಹಿಕೆಯ ಪ್ರಶ್ನೆಗಳು ನಾಲ್ಕು ವಿಧದ ಪ್ರಶ್ನೆಗಳಿಂದ ಮಾಡಲ್ಪಟ್ಟಿದೆ: ಕೆಳಗಿನ ನಿರ್ದೇಶನಗಳು, ಆಂಟೋನಿಮ್ಸ್, ವಾಕ್ಯ ಪೂರ್ಣಗೊಳಿಸುವಿಕೆ ಮತ್ತು ವಾಕ್ಯದ ವ್ಯವಸ್ಥೆ. ಪದಗಳ ನಡುವಿನ ಸಂಬಂಧಗಳನ್ನು ವೀಕ್ಷಿಸಲು ಮತ್ತು ಗ್ರಹಿಸಲು, ವಾಕ್ಯಗಳನ್ನು ನಿರ್ಮಿಸಲು ಮತ್ತು ಸಂದರ್ಭದ ಆಧಾರದ ಮೇಲೆ ಪದಗಳ ವಿಭಿನ್ನ ವ್ಯಾಖ್ಯಾನಗಳನ್ನು ಅರ್ಥಮಾಡಿಕೊಳ್ಳಲು ಮಗುವಿನ

ಸಾಮರ್ಥ್ಯವನ್ನು ಮೌಲ್ಯಮಾಪನ ಮಾಡಲು ಈ ವಿಭಾಗವನ್ನು ಬಳಸಲಾಗುತ್ತದೆ.

ಏಳು ವಿಧದ ಮೌಖಿಕ ತಾರ್ಕಿಕ ಪ್ರಶ್ನೆಗಳಿವೆ: ಆರಲ್ ರೀಸನಿಂಗ್, ಅಂಕಗಣಿತದ ತಾರ್ಕಿಕತೆ, ತಾರ್ಕಿಕ ಆಯ್ಕೆ, ಪದ/ಅಕ್ಷರ ಮ್ಯಾಟ್ರಿಕ್ಸ್, ಮೌಖಿಕ ಸಾದೃಶ್ಯಗಳು, ಮೌಖಿಕ ವರ್ಗೀಕರಣ, ಮತ್ತು ತೀರ್ಮಾನ. ಈ ವಿಭಾಗವು ಪದಗಳ ನಡುವಿನ ಸಂಬಂಧಗಳನ್ನು ನಿರ್ಧರಿಸಲು, ಹೋಲಿಕೆಗಳು ಮತ್ತು ವ್ಯತ್ಯಾಸಗಳನ್ನು ವೀಕ್ಷಿಸಲು ಮತ್ತು ವಿಭಿನ್ನ ಸನ್ನಿವೇಶಗಳಲ್ಲಿ ತೀರ್ಮಾನಗಳನ್ನು ಅನ್ವಯಿಸಲು ಮಗುವಿನ ಸಾಮರ್ಥ್ಯವನ್ನು ನಿರ್ಣಯಿಸುತ್ತದೆ.

ಅಮೌಖಿಕ ವಿಭಾಗ:

ಅಮೌಖಿಕ ವಿಭಾಗವು ಮೂರು ವಿಭಾಗಗಳನ್ನು ಒಳಗೊಂಡಿದೆ: ಪಿಕ್ಟೋರಿಯಲ್ ರೀಸನಿಂಗ್, ಫಿಗುರಲ್ ರೀಸನಿಂಗ್ ಮತ್ತು ಕ್ವಾಂಟಿಟೇಟಿವ್ ರೀಸನಿಂಗ್. ಪಿಕ್ಟೋರಿಯಲ್ ರೀಸನಿಂಗ್ ವಿಭಾಗದಲ್ಲಿ, ಮೂರು ರೀತಿಯ ಪ್ರಶ್ನೆಗಳಿವೆ: ಚಿತ್ರ ವರ್ಗೀಕರಣ, ಚಿತ್ರ ಸಾದೃಶ್ಯಗಳು ಮತ್ತು ಚಿತ್ರ ಸರಣಿ. ಈ ವಿಭಾಗವು ವಿಭಿನ್ನ ಚಿತ್ರಗಳು ಮತ್ತು ವಿವರಣೆಗಳನ್ನು ಬಳಸಿಕೊಂಡು ತರ್ಕಿಸುವ ಮಗುವಿನ ಸಾಮರ್ಥ್ಯವನ್ನು ಮೌಲ್ಯಮಾಪನ ಮಾಡುತ್ತದೆ, ಹೋಲಿಕೆಗಳು ಮತ್ತು ವ್ಯತ್ಯಾಸಗಳನ್ನು ಹುಡುಕಲು ಮತ್ತು ಪ್ರಗತಿಯನ್ನು ಗ್ರಹಿಸಲು ಮತ್ತು ಮುಂದುವರಿಸಲು.

ಚಿತ್ರಾತ್ಮಕ ತರ್ಕ ವಿಭಾಗ:

ಫಿಗುರಲ್ ರೀಸನಿಂಗ್ ವರ್ಗವು ನಾಲ್ಕು ಪ್ರಶ್ನೆ ಪ್ರಕಾರಗಳಿಂದ ಮಾಡಲ್ಪಟ್ಟಿದೆ: ಆಕೃತಿಯ ವರ್ಗೀಕರಣ, ಆಕೃತಿಯ ಸಾದೃಶ್ಯಗಳು, ಪ್ಯಾಟರ್ನ್ ಮ್ಯಾಟ್ರಿಕ್ಸ್, ಮತ್ತು ಫಿಗುರಲ್ ಸರಣಿ. ಸಂಬಂಧಗಳನ್ನು ನಿರ್ಧರಿಸಲು, ಗ್ರಹಿಸಲು, ಪ್ರಗತಿಯನ್ನು ಮುಂದುವರಿಸಲು, ವಿಭಿನ್ನ ಅಂಕಿಗಳನ್ನು ಹೋಲಿಸಲು ಮತ್ತು ವ್ಯತಿರಿಕ್ತಗೊಳಿಸಲು ಜ್ಯಾಮಿತೀಯ ಆಕಾರಗಳು ಮತ್ತು ಅಂಕಿಗಳನ್ನು ಬಳಸಿಕೊಳ್ಳುವ ಮಗುವಿನ ಸಾಮರ್ಥ್ಯವನ್ನು ನಿರ್ಣಯಿಸಲು ಈ ವಿಭಾಗವನ್ನು ಬಳಸಲಾಗುತ್ತದೆ. ಕ್ವಾಂಟಿಟೇಟಿವ್ ರೀಸನಿಂಗ್ ವಿಭಾಗದಲ್ಲಿ ಮೂರು ವಿಭಿನ್ನ ರೀತಿಯ ಪ್ರಶ್ನೆಗಳಿವೆ: ಸಂಖ್ಯೆ ಸರಣಿ, ಸಂಖ್ಯಾ ನಿರ್ಣಯ ಮತ್ತು ಸಂಖ್ಯೆ ಮ್ಯಾಟ್ರಿಕ್ಸ್. ಈ ವಿಭಾಗವು ಸಂಖ್ಯೆಗಳೊಂದಿಗೆ ಸಂಬಂಧಗಳನ್ನು ನಿರ್ಧರಿಸಲು ಮಗುವಿನ ಸಾಮರ್ಥ್ಯವನ್ನು ನಿರ್ಣಯಿಸುತ್ತದೆ ಮತ್ತು ಲೆಕ್ಕಾಚಾರದ ನಿಯಮಗಳನ್ನು ಲೆಕ್ಕಾಚಾರ ಮಾಡುತ್ತದೆ ಮತ್ತು ಬಳಸಿಕೊಳ್ಳುತ್ತದೆ.

ಅಂಕಗಳು:

ಪರೀಕ್ಷೆಯ ನಂತರ ಸರಿಸುಮಾರು ಎರಡು ತಿಂಗಳ ನಂತರ OLSAT ಸ್ಕೋರ್ ವರದಿಗಳನ್ನು ಮೇಲ್ ಮೂಲಕ ಸ್ವೀಕರಿಸಲಾಗುತ್ತದೆ. OLSAT ಫಲಿತಾಂಶಗಳನ್ನು ಕಚ್ಚಾ ಸ್ಕೋರ್ ಎಂದು ವರದಿ ಮಾಡಲಾಗಿದೆ; ಶಾಲಾ ಸಾಮರ್ಥ್ಯ ಸೂಚ್ಯಂಕ (SAI), ಫಲಿತಾಂಶಗಳನ್ನು ಅದೇ ವಯಸ್ಸಿನ ಇತರರಿಗೆ ಹೋಲಿಸುತ್ತದೆ; & ಶೇಕಡಾವಾರು ಶ್ರೇಣಿ, ಇದು ಅದೇ ವಯಸ್ಸಿನ ಇತರರೊಂದಿಗೆ ಫಲಿತಾಂಶವನ್ನು ಶ್ರೇಣೀಕರಿಸುತ್ತದೆ.

ಪ್ರಾಥಮಿಕಮತ್ತುಮಾಧ್ಯಮಿಕಶಿಕ್ಷಣದಲ್ಲಿಉಪಯೋಗಗಳು.

ಶಿಶುವಿಹಾರದಿಂದ 12 ನೇ ತರಗತಿಯವರೆಗೆ ಬಳಸಲು ವಿನ್ಯಾಸಗೊಳಿಸಲಾದ OLSAT ನ ಏಳು ವಿಭಿನ್ನ ಹಂತಗಳಿವೆ. OLSAT ನ ಪ್ರತಿಯೊಂದು ಹಂತವು ಒಂದು ದರ್ಜೆಗೆ ಅನುರೂಪವಾಗಿದೆ. ಉದಾ: 2ನೇ ತರಗತಿಯಲ್ಲಿರುವ ಮಕ್ಕಳು ಸಾಮಾನ್ಯವಾಗಿ OLSAT ಮಟ್ಟ C ಅನ್ನು ತೆಗೆದುಕೊಳ್ಳುತ್ತಾರೆ. ಕೆಲವು OLSAT ಮಟ್ಟಗಳು ಒಂದಕ್ಕಿಂತ ಹೆಚ್ಚು ಗ್ರೇಡ್‌ಗಳಿಗೆ ಹೊಂದಿಕೆಯಾಗುತ್ತವೆ (ಉದಾ: OLSAT ಮಟ್ಟ A ಅನ್ನು ಪ್ರಿ-ಕೆ ಮತ್ತು ಕಿಂಡರ್‌ಗಾರ್ಟನ್‌ನಲ್ಲಿ ವಿದ್ಯಾರ್ಥಿಗಳಿಗೆ ನೀಡಲಾಗುತ್ತದೆ).

ಪ್ರತಿ ದರ್ಜೆಯ ಅನುಗುಣವಾದ ಪರೀಕ್ಷಾ ಮಟ್ಟಕ್ಕಾಗಿ ಕೆಳಗಿನ ಕೋಷ್ಟಕವನ್ನು ನೋಡಿ. OLSAT ಹಲವಾರು ಉದ್ದೇಶಗಳನ್ನು ಪೂರೈಸುತ್ತದೆ: ಇದು ವೈಯಕ್ತಿಕ ವರ್ಷದಿಂದ ವರ್ಷಕ್ಕೆ ಪ್ರಗತಿಯನ್ನು ಅಳೆಯಲು ಮಾರ್ಕರ್ ಅನ್ನು ಒದಗಿಸುತ್ತದೆ; ಕೆಲವು ಶಿಕ್ಷಕರು ವೈಯಕ್ತಿಕ ಶೈಕ್ಷಣಿಕ ಅಗತ್ಯಗಳನ್ನು ಊಹಿಸಲು ಸಹಾಯಕವಾಗಬಹುದು; ಮತ್ತು ಕೆಲವು ಶಾಲಾ ವ್ಯವಸ್ಥೆಗಳಿಗೆ, ಆರಂಭಿಕ ವರ್ಷಗಳಲ್ಲಿ ಪ್ರತಿಭಾನ್ವಿತ ಮತ್ತು ಪ್ರತಿಭಾವಂತ ಅಭ್ಯರ್ಥಿಗಳನ್ನು ವ್ಯಾಪಕವಾಗಿ ಮೌಲ್ಯಮಾಪನ ಮಾಡಲು ಇದು ಆರ್ಥಿಕ ಮಾರ್ಗವಾಗಿ ಕಾರ್ಯನಿರ್ವಹಿಸುತ್ತದೆ. ಲೆವೆಲ್ A OLSAT, ಪ್ರಕಾಶಕರ ಕೆಳಮಟ್ಟದ, ಶಿಶುವಿಹಾರದ ಶಾಲಾ ಸಾಮರ್ಥ್ಯಗಳನ್ನು ನಿರ್ಣಯಿಸಲು ವಿನ್ಯಾಸಗೊಳಿಸಲಾಗಿದೆ ("ಸರಾಸರಿ" ಗಿಂತ ಹೆಚ್ಚಿನ ಮಟ್ಟಕ್ಕೆ), ಆದರೆ ಇದು ಸಾರ್ವತ್ರಿಕವಾಗಿ ಕಲಿಸದ ಪ್ರದೇಶಗಳನ್ನು ನಿರ್ಣಯಿಸುತ್ತದೆ (ಅಂದರೆ, ಇದು ಓದುವಿಕೆ ಮತ್ತು ಗಣಿತದ ಸಾಮರ್ಥ್ಯಗಳನ್ನು ನಿರ್ಣಯಿಸುವುದಿಲ್ಲ.) ಕೆಲವು ಶಿಕ್ಷಣತಜ್ಞರು ಶಾಲಾಪೂರ್ವ ಮಕ್ಕಳನ್ನು ನಿರ್ಣಯಿಸಲು ಲೆವೆಲ್ ಎ ಪರೀಕ್ಷೆಯನ್ನು ಬಳಸುತ್ತಾರೆ, ಆದರೆ, ಮೂರು ವರ್ಷ ವಯಸ್ಸಿನವರಿಗೆ, 60 ಪ್ರಶ್ನೆಗಳಲ್ಲಿ 40 ಮಾತ್ರ ಅಗತ್ಯವಿದೆ.

ನಾಲ್ಕು ವರ್ಷ ವಯಸ್ಸಿನವರಿಗೆ, ಎಲ್ಲಾ 60 ಪ್ರಶ್ನೆಗಳನ್ನು ನೀಡಲಾಗಿದೆ. ಸ್ಕೋರಿಂಗ್ ಅನ್ನು 3-ತಿಂಗಳ ಬ್ಯಾಂಡ್‌ಗಳ ವಯಸ್ಸಿನ ಗುಂಪುಗಳಲ್ಲಿ ಗೆಳೆಯರ ವಿರುದ್ಧ ಅಳೆಯಲಾಗುತ್ತದೆ. ಉದಾ: ಅಕ್ಟೋಬರ್ 4 ರಿಂದ ಜನವರಿ 4 ರವರೆಗೆ ಜನಿಸಿದ ಮಕ್ಕಳನ್ನು ಪರಸ್ಪರ ಹೋಲಿಸಲಾಗುತ್ತದೆ ಮತ್ತು ಜನವರಿ 4 ರಿಂದ ಏಪ್ರಿಲ್ 4 ರವರೆಗೆ ಜನಿಸಿದ ಮಕ್ಕಳನ್ನು ಪರಸ್ಪರ ಹೋಲಿಸಲಾಗುತ್ತದೆ ಮತ್ತು ಹೀಗೆ.

ಪ್ರತಿಭಾನ್ವಿತ ಮತ್ತು ಪ್ರತಿಭಾವಂತ ಅಗತ್ಯಗಳನ್ನು ಊಹಿಸಲು ಇತರ ಪರೀಕ್ಷೆಗಳೊಂದಿಗೆ ಬಳಸುತ್ತದೆ: 2012 ರಲ್ಲಿ ನ್ಯೂಯಾರ್ಕ್ ಸಿಟಿ ಡಿಪಾರ್ಟ್‌ಮೆಂಟ್ ಆಫ್ ಎಜುಕೇಶನ್ (NYC DOE) 3 ನೇ ತರಗತಿಯ ಮೂಲಕ ಶಿಶುವಿಹಾರದ ವಿದ್ಯಾರ್ಥಿಗಳ ಪ್ರತಿಭಾನ್ವಿತ ಮತ್ತು ಪ್ರತಿಭಾವಂತ ಅಗತ್ಯಗಳನ್ನು ಊಹಿಸಲು ಅದರ ಮಾನದಂಡಗಳನ್ನು ಸರಿಹೊಂದಿಸಿತು. ವಿತರಣಾ ರೇಖೆಯ ಬಲಭಾಗದ ಬಲಭಾಗದ 99 ನೇ ಶೇಕಡಾವಾರು ಅಂಕಗಳನ್ನು ಗಳಿಸುವ ವಿದ್ಯಾರ್ಥಿಗಳ ಅಸಮಾನ ಸಂಖ್ಯೆಯನ್ನು ಉಲ್ಲೇಖಿಸಿ NYC DOE ಬ್ರಾಕೆನ್ (BSRA) ಅನ್ನು Naglieri ನಾನ್‌ವರ್ಬಲ್ ಎಬಿಲಿಟಿ ಟೆಸ್ಟ್ (NNAT) ನೊಂದಿಗೆ ಬದಲಾಯಿಸಿತು, ಮತ್ತು ತೂಕವನ್ನು ಬದಲಾಯಿಸಿತು, OLSAT ಅನ್ನು ಮೂರನೇ ಎರಡರಿಂದ ಇಳಿಸಿತು. ಮೂರನೇ ಒಂದು ಭಾಗಕ್ಕೆ ಮತ್ತು NNAT ಗೆ ಮೂರನೇ ಎರಡರಷ್ಟು ನೀಡುತ್ತದೆ.

OLSAT ನ ತೂಕದಲ್ಲಿನ ಇಳಿಕೆ ಮತ್ತು NNAT ನ ಅನುಷ್ಠಾನದ ಬಗ್ಗೆ ಅನೇಕ ಪೋಷಕರು ಅತೃಪ್ತರಾಗಿದ್ದಾರೆಂದು ಸ್ಥಳೀಯ ಸುದ್ದಿ ಮೂಲವೊಂದು ವರದಿ ಮಾಡಿದೆ. NYC DOE ಪ್ರಕಾರ, ಪೂರ್ವಭಾವಿ ಬೋಧನೆಯನ್ನು ಪಡೆಯುವ ಮಕ್ಕಳ ಅನುಕೂಲಗಳನ್ನು ಎದುರಿಸುವುದು ಉದ್ದೇಶವಾಗಿದೆ. NYC DOE OLSAT ಹೆಚ್ಚು ಪೂರ್ವಸಿದ್ಧತೆಯಾಗಿದೆ ಮತ್ತು NNAT ಕಡಿಮೆ ಪೂರ್ವಸಿದ್ಧತೆಯಾಗಿದೆ ಎಂದು ಹೇಳುತ್ತದೆ.

ಸೆಪ್ಟೆಂಬರ್ 2006 ರ ಮೊದಲು, ನ್ಯೂಯಾರ್ಕ್ ನಗರದ ಸಾರ್ವಜನಿಕ ಶಾಲೆಗಳು G&T ಸ್ಕ್ರೀನಿಂಗ್‌ಗಾಗಿ ಸ್ಟ್ಯಾನ್‌ಫೋರ್ಡ್ ಬಿನೆಟ್ ಅನ್ನು ದೀರ್ಘಕಾಲ ಬಳಸುತ್ತಿದ್ದವು. ಆದರೆ ಸ್ಪರ್ಧಾತ್ಮಕ ಬಿಡ್ಡಿಂಗ್ ಪ್ರಕ್ರಿಯೆಯ ನಂತರ, NYC DOE ತನ್ನ ಪೂರ್ವ ಶಿಶುವಿಹಾರಕ್ಕೆ 2ನೇ ದರ್ಜೆಯ ಪ್ರತಿಭಾನ್ವಿತ ಮತ್ತು ಪ್ರತಿಭಾವಂತ ಪ್ರವೇಶಗಳ ಮೂಲಕ ಪರೀಕ್ಷಾ ಸಾಮಗ್ರಿಗಳನ್ನು ಒದಗಿಸಲು, ಶಿಕ್ಷಕರು ಮತ್ತು ನಿರ್ವಾಹಕರಿಗೆ ವೃತ್ತಿಪರ ಅಭಿವೃದ್ಧಿಯನ್ನು ಒದಗಿಸಲು ಹಾರ್ಕೋರ್ಟ್ ಅಸೆಸ್‌ಮೆಂಟ್‌ಗ ಐದು ವರ್ಷಗಳ $5.3 ಮಿಲಿಯನ್ ಒಪ್ಪಂದವನ್ನು ನೀಡಿತು. ಪೋಷಕ ಮಾಹಿತಿ

ಸಾಮಗ್ರಿಗಳನ್ನು ಒದಗಿಸಿ. ಒಪ್ಪಂದದ ಅಡಿಯಲ್ಲಿ, ಹಾರ್ಕೋರ್ಟ್ ಸ್ಕೋರಿಂಗ್ ವಿಧಾನವನ್ನು ಅಭಿವೃದ್ಧಿಪಡಿಸುತ್ತದೆ ಮತ್ತು ಕಾರ್ಯಗತಗೊಳಿಸುತ್ತದೆ ಮತ್ತು ಸರಿಯಾದ ಪರೀಕ್ಷಾ ಆಡಳಿತವನ್ನು ಖಚಿತಪಡಿಸಿಕೊಳ್ಳಲು ಸ್ಕೋರಿಂಗ್ ಪ್ರವೃತ್ತಿಯನ್ನು ನಿಕಟವಾಗಿ ಟ್ರ್ಯಾಕ್ ಮಾಡುತ್ತದೆ.

Level---Grade

A---Pre-K & K

B---1st Grade

C---2nd Grade

D---3rd Grade

E---4th-5th Grade

F---6th-8th Grade

G---9th-12th Grade

2.2 ಬುದ್ಧಿವಂತಿಕೆಯಸಿದ್ಧಾಂತಗಳು: ಎರಡುಅಂಶ, ಬಹುಅಂಶ, ಗಿಲ್ಫೋರ್ಡ್‌ಎಸ್‌ಒಐಮಾದರಿ,

1. ಬುದ್ಧಿಮತ್ತೆಯ ಎರಡು ಅಂಶಗಳ ಸಿದ್ಧಾಂತ:

ಚಾರ್ಲ್ಸ್ ಸ್ಪಿಯರ್‌ಮ್ಯಾನ್, ಬ್ರಿಟಿಷ್ ಮನಶ್ಯಾಸ್ತ್ರಜ್ಞ, ಬುದ್ಧಿವಂತಿಕೆಯ ಆರಂಭಿಕ ಸಿದ್ಧಾಂತಗಳಲ್ಲಿ ಒಂದನ್ನು ಮಂಡಿಸಿದರು. ಅವರು ಬಿನೆಟ್ ಮತ್ತು ಸೈಮನ್ ನಡೆಸಿದ ಪರೀಕ್ಷೆಯ ಫಲಿತಾಂಶಗಳನ್ನು ಅಧ್ಯಯನ ಮಾಡಿದರು. ಒಂದು ವಿಷಯದಲ್ಲಿ ಉತ್ತಮ ಸಾಧನೆ ಮಾಡಿದ ವಿದ್ಯಾರ್ಥಿಗಳು ಅನುಗುಣವಾದ ವಿಷಯಗಳಲ್ಲಿ ಉತ್ತಮ ಸಾಧನೆ ಮಾಡುವ ಸಾಧ್ಯತೆಯಿದೆ ಎಂದು ಅವರು ಗಮನಿಸಿದರು.

ಉದಾಹರಣೆಗೆ, ಗಣಿತದಲ್ಲಿ ಉತ್ತಮ ಸಾಧನೆ ಮಾಡಿದ ವಿದ್ಯಾರ್ಥಿ ಸಂಗೀತದಲ್ಲಿಯೂ ಉತ್ತಮ ಪ್ರದರ್ಶನ ನೀಡುವುದನ್ನು ಅವನು ನೋಡಿದನು. ಒಬ್ಬ ವ್ಯಕ್ತಿಯು ಅನುಗುಣವಾದ ಸಾಮರ್ಥ್ಯಗಳನ್ನು ಬಳಸಿಕೊಳ್ಳಲು ಸಹಾಯ ಮಾಡುವ ಏಕೈಕ ಆಧಾರವಾಗಿರುವ ಅಂಶವಿದೆ ಎಂದು ಅವರು ಊಹಿಸಿದ್ದಾರೆ. ಅವರು ಬುದ್ಧಿಮತ್ತೆಯ ಈ 'ಸಾಮಾನ್ಯ' ರೂಪವನ್ನು 'g' ಅಂಶ ಎಂದು ಕರೆದರು, ಇದು 's' ಅಂಶ ಎಂದು ಕರೆಯಲ್ಪಡುವ ಬುದ್ಧಿಮತ್ತೆಯ 'ವಿಶೇಷ' ರೂಪಕ್ಕೆ ಕಾರಣವಾಗಬಹುದು. ಬೇರೆ ರೀತಿಯಲ್ಲಿ ಹೇಳುವುದಾದರೆ, 'g' ಅಂಶವು ಬಹು s- ಫ್ಯಾಕ್ಟರ್ ಸ್ಕೋರ್‌ಗಳ ಮೊತ್ತವಾಗಿದೆ. ಇದನ್ನು ಮನೋವಿಜ್ಞಾನದಲ್ಲಿ ಬುದ್ಧಿಮತ್ತೆಯ ಎರಡು ಅಂಶಗಳ ಸಿದ್ಧಾಂತ ಎಂದು ಕರೆಯಲಾಯಿತು.

ಒಬ್ಬರ ಸಾಮಾನ್ಯ ಅರಿವಿನ ಸಾಮರ್ಥ್ಯಗಳನ್ನು ಅಳೆಯುವ ಐಕ್ಯೂ ಅಥವಾ ಇಂಟೆಲಿಜೆನ್ಸ್ ಕೋಡಿಯೆಂಟ್ ಪರೀಕ್ಷೆಯನ್ನು ಸ್ಪಿಯರ್‌ಮ್ಯಾನ್‌ನ ಸಾಮಾನ್ಯ ಬುದ್ಧಿಮತ್ತೆಯ ಸಿದ್ಧಾಂತದಿಂದ ಪಡೆಯಲಾಗಿದೆ.

ಸ್ಪಿಯರ್‌ಮ್ಯಾನ್ 1904 ರಲ್ಲಿ ತನ್ನ ಎರಡು ಅಂಶಗಳ ಬುದ್ಧಿಮತ್ತೆಯ ಸಿದ್ಧಾಂತವನ್ನು ನೀಡಿದರು. "ಮಾನಸಿಕ ಪರೀಕ್ಷೆಯ ಇತಿಹಾಸದಲ್ಲಿ ಯಾವುದೇ ಒಂದು ಘಟನೆಯು ಅವರ ಪ್ರಸಿದ್ಧ ಎರಡು ಅಂಶಗಳ ಸಿದ್ಧಾಂತದಂತಹ ಮಹತ್ವದ ಪ್ರಾಮುಖ್ಯತೆಯನ್ನು ಸಾಬೀತುಪಡಿಸಿಲ್ಲ"- (ಗಿಲ್ಫೋರ್ಡ್-ಸೈಕೋ-ಮೆಟ್ರಿಕ್ ವಿಧಾನಗಳು).

ಸ್ಪಿಯರ್‌ಮ್ಯಾನ್ ಪ್ರಕಾರ ಮಾನಸಿಕ ಲಕ್ಷಣಗಳು ಸ್ವತಂತ್ರ್ಯವಾಗಿಲ್ಲ; ನಮ್ಮ ಎಲ್ಲಾ ಅರಿವಿನ ಸಾಮರ್ಥ್ಯಗಳಲ್ಲಿ ಒಂದು ಸಾಮಾನ್ಯ ಅಂಶವಿದೆ. ಪ್ರತಿ ವಿಭಿನ್ನ ಬೌದ್ಧಿಕ ಚಟುವಟಿಕೆಯು ಇತರ ಎಲ್ಲ ಬೌದ್ಧಿಕ ಚಟುವಟಿಕೆಗಳೊಂದಿಗೆ ಹಂಚಿಕೊಳ್ಳುವ ಸಾಮಾನ್ಯ ಅಂಶವನ್ನು ಒಳಗೊಂಡಿರುತ್ತದೆ ಮತ್ತು ಯಾವುದರೊಂದಿಗೂ ಹಂಚಿಕೊಳ್ಳದ ನಿರ್ದಿಷ್ಟ ಅಂಶವನ್ನು ಒಳಗೊಂಡಿರುತ್ತದೆ ಎಂಬ ಸಿದ್ಧಾಂತದ

ಬುದ್ಧಿವಂತಿಕೆಯ ಅವರ ಪ್ರಸಿದ್ಧ ಎರಡು ಅಂಶಗಳ ಸಿದ್ಧಾಂತದ ಆಧಾರವಾಗಿದೆ.

ಈ ಸಾಮಾನ್ಯ ಅಂಶವನ್ನು ಸಾಮಾನ್ಯ ಬುದ್ಧಿಮತ್ತೆ ಎಂದು ಹೆಸರಿಸಲು ಸ್ಪಿಯರ್‌ಮ್ಯಾನ್ ನಿರಾಕರಿಸುತ್ತಾನೆ, ಅದು ಅವನಿಗೆ "ಹಲವು ಅರ್ಥಗಳನ್ನು ಹೊಂದಿರುವ ಪದವಾಗಿದೆ, ಅದು ಅಂತಿಮವಾಗಿ ಯಾವುದೂ ಇಲ್ಲ" ಎಂದು ತೋರುತ್ತದೆ. ಅವರು ಅದನ್ನು "g" ಅಕ್ಷರದಿಂದ ಮತ್ತು ನಿರ್ದಿಷ್ಟ ಅಂಶದಿಂದ "s" ನಿಂದ ಸೂಚಿಸಲು ಬಯಸುತ್ತಾರೆ. ಸ್ಪಿಯರ್‌ಮ್ಯಾನ್‌ನ 'g' ಅನ್ನು ಸಾಮಾನ್ಯವಾಗಿ ನಾವು ಸಾಮಾನ್ಯವಾಗಿ "ಸಾಮಾನ್ಯ ಬುದ್ಧಿಮತ್ತೆ" ಎಂದು ಕರೆಯುವುದರೊಂದಿಗೆ ಗುರುತಿಸಲಾಗುತ್ತದೆ ಎಂಬುದು ನಿಜ, ಆದರೆ ಇದು ಪ್ರಾಥಮಿಕವಾಗಿ ಗಣಿತದ ಪ್ರಕ್ರಿಯೆಗಳಿಂದ ಮಾಪನ ಮಾಡಿದ ಡೇಟಾದಿಂದ ಪಡೆದ ಗಣಿತದ ಪ್ರಮಾಣವಾಗಿದೆ ಎಂದು ನೆನಪಿಟ್ಟುಕೊಳ್ಳುವುದು ಒಳ್ಳೆಯದು.

ಗಣಿತದ ಪ್ರಕಾರ, ಸ್ಪಿಯರ್‌ಮ್ಯಾನ್‌ನ ಸಿದ್ಧಾಂತವು ಸಂಕ್ಷಿಪ್ತವಾಗಿ ಹೇಳುವುದಾದರೆ, ಪ್ರತಿ ಬೌದ್ಧಿಕ ಸಾಮರ್ಥ್ಯದ ಪ್ರತಿಯೊಂದು ಮಾಪನವನ್ನು ಎರಡು ಅಂಶಗಳಾಗಿ ಪರಿಹರಿಸಬಹುದು, ಅವುಗಳಲ್ಲಿ ಒಂದು "ಸಾಮಾನ್ಯ ಅಂಶ" (g) ಮಾಪನ ಮಾಡಿದ ಎಲ್ಲಾ ಸಾಮರ್ಥ್ಯಗಳಿಗೆ ಸಾಮಾನ್ಯವಾಗಿದೆ ಮತ್ತು ಇತರವು "ನಿರ್ದಿಷ್ಟ ಅಂಶ" (ಗಳು) ಪ್ರತಿ ನಿರ್ದಿಷ್ಟ ಸಾಮರ್ಥ್ಯಕ್ಕೆ ವಿಶಿಷ್ಟವಾಗಿದೆ. ಈ ಹೇಳಿಕೆಯನ್ನು ಸರಳ ಸಮೀಕರಣದ ಮೂಲಕ ಮಾನಸಿಕ ಪರೀಕ್ಷೆಯಲ್ಲಿ ವ್ಯಕ್ತಿಯ ಸ್ಕೋರ್ (S) ಅನ್ನು ಪ್ರತಿನಿಧಿಸುವ ಮೂಲಕ ಗಣಿತದ ರೂಪಕ್ಕೆ ಅನುವಾದಿಸಬಹುದು: $S = a_1g + a_2S$, ಇಲ್ಲಿ "a_1" ಮತ್ತು "a_2" ಅಕ್ಷರಗಳು "ತೂಕ"/ ಕ್ರಮವಾಗಿ 'g' & 's' ಎರಡು ಅಂಶಗಳ "ಲೋಡ್‌ಗಳು".

2. ತೋಟಗಾರನ ಬಹು ಬುದ್ಧಿವಂತಿಕೆಗಳು:

ಅಭಿವೃದ್ಧಿಶೀಲ ಮನಶ್ಶಾಸ್ತ್ರಜ್ಞ ಹೊವಾರ್ಡ್ ಗಾರ್ಡ್ನರ್ ತನ್ನ ಬಹು ಬುದ್ಧಿವಂತಿಕೆಯ ಸಿದ್ಧಾಂತಕ್ಕೆ ಹೆಸರುವಾಸಿಯಾಗಿದ್ದಾನೆ. ಬುದ್ಧಿವಂತಿಕೆಯ ಸಾಂಪ್ರದಾಯಿಕ ಪರೀಕ್ಷೆಯು ವ್ಯಕ್ತಿಯ ಸಾಮರ್ಥ್ಯಗಳನ್ನು ನಿಖರವಾಗಿ ಚಿತ್ರಿಸುವುದಿಲ್ಲ ಎಂದು ಅವರು ನಂಬಿದ್ದರು. ಅವರು ಎಂಟು ಪ್ರಮುಖ ರೀತಿಯ ಬುದ್ಧಿಮತ್ತೆಯನ್ನು ವಿವರಿಸಿದರು:

• ನ್ಯಾಚುರಲಿಸ್ಟಿಕ್ ಇಂಟೆಲಿಜೆನ್ಸ್:

ಹೊರಗಿನ ಪ್ರಪಂಚದೊಂದಿಗೆ ಬಲವಾದ ಸಂಪರ್ಕವನ್ನು ಹೊಂದಿರುವ ಮತ್ತು ಪ್ರಕೃತಿಯಲ್ಲಿರುವ ವಸ್ತುಗಳನ್ನು ವರ್ಗೀಕರಿಸುವ ಸಾಮರ್ಥ್ಯ.

• ಮ್ಯೂಸಿಕಲ್ ಇಂಟೆಲಿಜೆನ್ಸ್:

ಧ್ವನಿ, ಲಯ, ಪಿಚ್ ಮತ್ತು ಟಿಂಬ್ರೆಗಳನ್ನು ಗುರುತಿಸುವ ಮತ್ತು ಉತ್ಪಾದಿಸುವ ಸಾಮರ್ಥ್ಯವನ್ನು ಹೊಂದಿರುವುದು.

• ತಾರ್ಕಿಕ-ಗಣಿತದ ಬುದ್ಧಿವಂತಿಕೆ:

ತಾರ್ಕಿಕ ಮಾದರಿಗಳು/ಪರಿಕಲ್ಪನೆಗಳನ್ನು ಗುರುತಿಸಲು ತಾರ್ಕಿಕವಾಗಿ ಯೋಚಿಸುವ ಮತ್ತು ಅನುಮಾನಾತ್ಮಕ ತಾರ್ಕಿಕತೆಯನ್ನು ಬಳಸುವ ಸಾಮರ್ಥ್ಯ.

- ದೇಹ-ಕೈನೆಸ್ಥೆಟಿಕ್ ಬುದ್ಧಿವಂತಿಕೆ:

ನಿಮ್ಮ ದೈಹಿಕ ಚಲನೆಗಳಂತಹ ಭೌತಿಕ ರೂಪವನ್ನು ನಿಯಂತ್ರಿಸುವ ಸಾಮರ್ಥ್ಯ ಮತ್ತು ಪರಿಣಾಮಕಾರಿ ದೈಹಿಕ ಸಂವಹನಕಾರರಾಗಿ.

- ಮೌಖಿಕ-ಭಾಷಾ ಬುದ್ಧಿವಂತಿಕೆ:

ಕಲ್ಪನೆಗಳು, ಭಾವನೆಗಳು/ಸಿದ್ಧಾಂತಗಳನ್ನು ತಿಳಿಸುವ/ಸಂವಹನ ಮಾಡುವ ಸಾಮರ್ಥ್ಯ. ಶಬ್ದ ಮತ್ತು ಪದಗಳ ಅರ್ಥಕ್ಕೆ ಸೂಕ್ಷ್ಮತೆ ಇದೆ.

- ವಿಷುಯಲ್-ಸ್ಪೇಷಿಯಲ್ ಇಂಟೆಲಿಜೆನ್ಸ್:

ಸುತ್ತಮುತ್ತಲಿನ ಪರಿಸರದೊಂದಿಗೆ ಚೆನ್ನಾಗಿ ಸಂಬಂಧ ಹೊಂದುವ ಸಾಮರ್ಥ್ಯ. ಇದು ಆಲೋಚನೆಗಳನ್ನು ದೃಶ್ಯೀಕರಿಸುವ ಮತ್ತು ಮಾನಸಿಕ ನಕ್ಷೆಗಳನ್ನು ಸೆಳೆಯುವ ಸಾಮರ್ಥ್ಯವಾಗಿದೆ.

- ಇಂಟರ್ ಪರ್ಸನಲ್ ಇಂಟೆಲಿಜೆನ್ಸ್:

ಭಾವನಾತ್ಮಕ ಬುದ್ಧಿವಂತಿಕೆಯನ್ನು ಬಳಸಿಕೊಂಡು ಇತರರನ್ನು ಅರ್ಥಮಾಡಿಕೊಳ್ಳುವ ಸಾಮರ್ಥ್ಯ. ಇದು ಇತರರ ಮನಸ್ಥಿತಿ ಮತ್ತು ಪ್ರೇರಣೆಯನ್ನು ಕಂಡುಹಿಡಿಯುವ ಸಾಮರ್ಥ್ಯವಾಗಿದೆ.

- ಇಂಟ್ರಾಪರ್ಸನಲ್ ಇಂಟೆಲಿಜೆನ್ಸ್:

ಸ್ವಯಂ-ಅರಿವು ಮತ್ತು ಸ್ವಯಂ-ತಿಳಿವಳಿಕೆ ಸಾಮರ್ಥ್ಯ. ಇದನ್ನು ಸ್ವಯಂ ಬುದ್ಧಿವಂತಿಕೆ ಎಂದೂ ಕರೆಯುತ್ತಾರೆ.

3. ಬುದ್ಧಿಮತ್ತೆಯ ಟ್ರೈಆರ್ಚಿಕ್ ಸಿದ್ಧಾಂತ:

ಗಾರ್ಡನರ್ ಸಿದ್ಧಾಂತದ ಎರಡು ವರ್ಷಗಳ ನಂತರ ಅಮೇರಿಕನ್ ಮನಶ್ಯಾಸ್ತ್ರಜ್ಞ ರಾಬರ್ಟ್ ಸ್ಟರ್ನ್‌ಬರ್ಗ್ ಟ್ರಯಾರ್ಕಿಕ್ ಸಿದ್ಧಾಂತವನ್ನು ಪ್ರಸ್ತಾಪಿಸಿದರು. ಇದು ಮೂರು-ವರ್ಗದ ವಿಧಾನವಾಗಿದ್ದು, ಮನೋವಿಜ್ಞಾನದಲ್ಲಿ ಗಾರ್ಡ್‌ನರ್ ಬುದ್ಧಿಮತ್ತೆಯ ಸಿದ್ಧಾಂತದಲ್ಲಿನ ಅಂತರವನ್ನು ಪರಿಹರಿಸುತ್ತದೆ. ಅವರು ಗಾರ್ಡ್‌ನರ್ ಅವರ ಬುದ್ಧಿವಂತಿಕೆಯ ವ್ಯಾಖ್ಯಾನವನ್ನು ಹೆಚ್ಚು ವಿಶಾಲವಾದ, ಏಕ ಮತ್ತು ಸಾಮಾನ್ಯ ಸಾಮರ್ಥ್ಯ ಎಂದು ಕಂಡುಕೊಂಡರು. ಸ್ಟರ್ನ್‌ಬರ್ಗ್ ಪ್ರಕಾರ, ಬುದ್ಧಿವಂತಿಕೆಯ ಪರಿಕಲ್ಪನೆಯು ಮೂರು ವಿಭಿನ್ನ ಅಂಶಗಳನ್ನು ಒಳಗೊಂಡಿರುತ್ತದೆ:

ವಿಶ್ಲೇಷಣಾತ್ಮಕ ಬುದ್ಧಿವಂತಿಕೆ:

ಇದು ಮಾಹಿತಿಯನ್ನು ಪ್ರವೇಶಿಸಲು ವ್ಯಕ್ತಿಯ ಸಾಮರ್ಥ್ಯವನ್ನು ಸೂಚಿಸುತ್ತದೆ ಮತ್ತು ಅವರು ಸಮಸ್ಯೆಗಳನ್ನು ವಿಶ್ಲೇಷಿಸಲು ಮತ್ತು ಪರಿಹಾರಗಳನ್ನು ತಲುಪಲು ಮಾಹಿತಿಯನ್ನು ಹೇಗೆ ಬಳಸುತ್ತಾರೆ.

ಕ್ರಿಯೇಟಿವ್ ಇಂಟೆಲಿಜೆನ್ಸ್:

ಹೊಸ ಆಲೋಚನೆಗಳು/ಅನುಭವಗಳನ್ನು ಸೃಷ್ಟಿಸಲು ಕಾದಂಬರಿ/ನವೀನ ರೀತಿಯಲ್ಲಿ ಏನನ್ನಾದರೂ ಮಾಡುವ ಸಾಮರ್ಥ್ಯ. ಇದು ಕಲ್ಪನೆ ಮತ್ತು ಸಮಸ್ಯೆ-ಪರಿಹರಿಸುವ ಕೌಶಲ್ಯಗಳನ್ನು ಒಳಗೊಂಡಿರುತ್ತದೆ.

ಪ್ರಾಕ್ಟಿಕಲ್ ಇಂಟೆಲಿಜೆನ್ಸ್:

ದೈನಂದಿನ ಜೀವನದಲ್ಲಿ ಸಮಸ್ಯೆಗಳನ್ನು ಪರಿಹರಿಸುವ ಮತ್ತು ಬದಲಾಗುತ್ತಿರುವ ಪರಿಸರಕ್ಕೆ ಹೊಂದಿಕೊಳ್ಳುವ ಸಾಮರ್ಥ್ಯ. ಪ್ರಾಯೋಗಿಕ ಬುದ್ಧಿವಂತಿಕೆಯನ್ನು ಹೊಂದಿರುವ ಜನರನ್ನು 'ಸ್ಟ್ರೀಟ್ ಸ್ಮಾರ್ಟ್' ಎಂದೂ ಕರೆಯುತ್ತಾರೆ.

<u>ಬಹುಅಂಶಸಿದ್ಧಾಂತ:</u>

ಮಲ್ಟಿಫ್ಯಾಕ್ಟರ್ ಸಿದ್ಧಾಂತವು ನಿರ್ದಿಷ್ಟ ಪರೀಕ್ಷೆಯಲ್ಲಿನ ಕಾರ್ಯಕ್ಷಮತೆಯು ಒಂದು/ಹೆಚ್ಚು ಸಾಮಾನ್ಯ ಅಂಶಗಳ ಮೇಲೆ ಅವಲಂಬಿತವಾಗಿದೆ, ಪ್ರತಿಯೊಂದೂ ಕಾರ್ಯದಲ್ಲಿನ ಯಶಸ್ಸಿಗೆ ಅದರ ಪ್ರಾಮುಖ್ಯತೆಗೆ ಅನುಗುಣವಾಗಿ ತೂಕವನ್ನು ಹೊಂದಿರುತ್ತದೆ.

ಸಿದ್ಧಾಂತವು ಅಂಶ ವಿಶ್ಲೇಷಣೆಯ ವಿವಿಧ ವಿಧಾನಗಳನ್ನು ಆಧರಿಸಿದೆ:

"ಚಾರ್ಲ್ಸ್ ಸ್ಪಿಯರ್‌ಮ್ಯಾನ್ ಫ್ಯಾಕ್ಟರ್ ವಿಶ್ಲೇಷಣೆಯ ಪಿತಾಮಹ ಎಂಬ ಹೆಗ್ಗಳಿಕೆಗೆ ಪಾತ್ರರಾಗಿದ್ದರೂ, ಅವರು ಮತ್ತು ಅವರ ಅನುಯಾಯಿಗಳು ಗುಂಪು ಅಂಶಗಳ ಪ್ರಾಮುಖ್ಯತೆಯನ್ನು ಒಪ್ಪಿಕೊಳ್ಳಲು ಬಯಸುವುದಿಲ್ಲ. ಅವರು 'ಜಿ' ಅಂಶದ ಪಾತ್ರವನ್ನು ನಿರ್ವಹಿಸಿದ್ದಾರೆ. ಇದು ವಿಶೇಷವಾಗಿ ಸಿರಿಲ್ ಬರ್ಟ್, ಫಿಲಿಪ್ ವೆರ್ನಾನ್ ಮತ್ತು R. B. ಕ್ಯಾಟೆಲ್‌ಗೆ ನಿಜವಾಗಿತ್ತು. "ಮನಶ್ಶಾಸ್ತ್ರದಲ್ಲಿ ಮಲ್ಟಿಫ್ಯಾಕ್ಟರ್ ಸಿದ್ಧಾಂತ ಮತ್ತು ವಿಧಾನಗಳನ್ನು ಜನಪ್ರಿಯಗೊಳಿಸಿದವನು ಥಸ್ಟೋನ್. ಜ್ಯಾಮಿತೀಯವಾಗಿ, ಬಹು ಅಂಶದ ಮಾದರಿಗಳು ಒಂದೇ ಮೂಲದಿಂದ ವಿಸ್ತರಿಸುವ ಆಯಾಮಗಳು/ ವೆಕ್ಟರ್‌ಗಳ ಗುಂಪಾಗಿದೆ, ಪ್ರತಿ ವೆಕ್ಟರ್ ಸಾಮಾನ್ಯ ಅಂಶವನ್ನು ಪ್ರತಿನಿಧಿಸುತ್ತದೆ.

"ಒಂದು ನಿರ್ದಿಷ್ಟ ಅಂಶದ ವೆಕ್ಟರ್‌ಗೆ ಹತ್ತಿರವಿರುವ ಪರೀಕ್ಷಾ ವೆಕ್ಟರ್, ಆ ಅಂಶದೊಂದಿಗೆ ಪರೀಕ್ಷೆಯ ಒಳಗೊಳ್ಳುವಿಕೆ ಹೆಚ್ಚಾಗಿರುತ್ತದೆ, ಆ ಅಂಶದ ಮೇಲೆ ಅದರ "ಲೋಡಿಂಗ್" ಹೆಚ್ಚಾಗುತ್ತದೆ. ಫ್ಯಾಕ್ಟರ್ ಲೋಡಿಂಗ್ ಎನ್ನುವುದು ಪರೀಕ್ಷೆ (ಒಂದು ಪ್ರಾಯೋಗಿಕ ವೇರಿಯಬಲ್) ಮತ್ತು ಫ್ಯಾಕ್ಟರ್ (ಸಂಪೂರ್ಣವಾಗಿ ಆದರ್ಶ ವೇರಿಯಬಲ್) ನಡುವಿನ ಪರಸ್ಪರ ಸಂಬಂಧವಾಗಿದೆ.

ಸಂಕ್ಷಿಪ್ತವಾಗಿ ಹೇಳುವುದಾದರೆ, ಅವರು ಅನೇಕ ವಿಭಿನ್ನ ಅರಿವಿನ ಕ್ರಮಗಳ ನಡುವೆ ಪರಸ್ಪರ ಸಂಬಂಧಗಳ ಅಪವರ್ತನ ಮತ್ತು ಓರೆಯಾದ ತಿರುಗುವಿಕೆಯ ಕೇಂದ್ರೀಕೃತ ವಿಧಾನವನ್ನು ಅನ್ವಯಿಸಿದರು. ಥಸ್ಟೋನ್ ಏಳು ಪ್ರಾಥಮಿಕ ಸಾಮರ್ಥ್ಯಗಳನ್ನು ನಿರ್ಣಯಿಸಿದರು. ಅವರ ಕಡಿತವು ಆಪ್ಟಿಟ್ಯೂಡ್ ರಿಸರ್ಚ್ ಪ್ರಾಜೆಕ್ಟ್ ಅನುಭವಗಳ ವಿಶ್ಲೇಷಣೆಯನ್ನು ಆಧರಿಸಿದೆ. ಕಂಡುಬರುವ ಸಾಮರ್ಥ್ಯಗಳು/ಅಂಶಗಳೆಂದರೆ "ಸ್ಪೇಸ್, ಗ್ರಹಿಕೆಯ ವೇಗ, ಸಂಖ್ಯಾತ್ಮಕ ಸೌಲಭ್ಯ, ಮೌಖಿಕ ಗ್ರಹಿಕೆ, ಮೌಖಿಕ ಸ್ಮರಣೆ, ಇಂಡಕ್ಷನ್, ಪದದ ನಿರರ್ಗಳತೆ, ಕಡಿತ ಮತ್ತು ಸಾಮಾನ್ಯ ತಾರ್ಕಿಕತೆ."

ಗಿಲ್‌ಫೋರ್ಡ್‌ನ ಸ್ಟ್ರಕ್ಚರ್ ಆಫ್ ಇಂಟೆಲೆಕ್ಟ್ (SOI) ಸಿದ್ಧಾಂತ/ ಮೂರು ಆಯಾಮದ ಸಿದ್ಧಾಂತಗಳು:

ಗಿಲ್‌ಫೋರ್ಡ್‌ನ ಸ್ಟ್ರಕ್ಚರ್ ಆಫ್ ಇಂಟೆಲೆಕ್ಟ್ (SI) ಸಿದ್ಧಾಂತದ ಪ್ರಕಾರ, ಬುದ್ಧಿಮತ್ತೆಯ ಪರೀಕ್ಷೆಗಳಲ್ಲಿ ವ್ಯಕ್ತಿಯ ಕಾರ್ಯಕ್ಷಮತೆಯನ್ನು ಆಧಾರವಾಗಿರುವ ಮಾನಸಿಕ ಸಾಮರ್ಥ್ಯಗಳು/ ಬುದ್ಧಿವಂತಿಕೆಯ ಅಂಶಗಳಿಗೆ ಹಿಂತಿರುಗಿಸಬಹುದು. SI ಸಿದ್ಧಾಂತವು 150 ವಿಭಿನ್ನ ಬೌದ್ಧಿಕ ಸಾಮರ್ಥ್ಯಗಳನ್ನು ಮೂರು ಆಯಾಮಗಳಲ್ಲಿ ಆಯೋಜಿಸಲಾಗಿದೆ-ಕಾರ್ಯಾಚರಣೆಗಳು, ವಿಷಯ ಮತ್ತು

ಉತ್ಪನ್ನಗಳು.

<u>ಕಾರ್ಯಾಚರಣೆಯಆಯಾಮ:</u>

SI ಆರು ಕಾರ್ಯಾಚರಣೆಗಳು/ಸಾಮಾನ್ಯ ಬೌದ್ಧಿಕ ಪ್ರಕ್ರಿಯೆಗಳನ್ನು ಒಳಗೊಂಡಿದೆ:

ಅರಿವು - ಮಾಹಿತಿಯನ್ನು ಅರ್ಥಮಾಡಿಕೊಳ್ಳುವ, ಗ್ರಹಿಸುವ, ಅನ್ವೇಷಿಸುವ ಮತ್ತು ತಿಳಿದುಕೊಳ್ಳುವ ಸಾಮರ್ಥ್ಯ.

ಮೆಮೊರಿ ರೆಕಾರ್ಡಿಂಗ್ - ಮಾಹಿತಿಯನ್ನು ಎನ್ಕೋಡ್ ಮಾಡುವ ಸಾಮರ್ಥ್ಯ.

ಮೆಮೊರಿ ಧಾರಣ - ಮಾಹಿತಿಯನ್ನು ಮರುಪಡೆಯುವ ಸಾಮರ್ಥ್ಯ.

ವಿಭಿನ್ನ ಉತ್ಪಾದನೆ - ಸಮಸ್ಯೆಗೆ ಬಹು ಪರಿಹಾರಗಳನ್ನು ಉತ್ಪಾದಿಸುವ ಸಾಮರ್ಥ್ಯ; ಸೃಜನಶೀಲತೆ.

ಒಮ್ಮುಖ ಉತ್ಪಾದನೆ-ಒಂದು ಸಮಸ್ಯೆಗೆ ಒಂದೇ ಪರಿಹಾರವನ್ನು ಕಳೆಯುವ ಸಾಮರ್ಥ್ಯ; ನಿಯಮ-ಅನುಸರಣೆ/ಸಮಸ್ಯೆ-ಪರಿಹರಿಸುವುದು.

ಮೌಲ್ಯಮಾಪನ-ಮಾಹಿತಿ ನಿಖರ, ಸ್ಥಿರ/ಮಾನ್ಯವಾಗಿದೆಯೇ ಎಂಬುದನ್ನು ನಿರ್ಣಯಿಸುವ ಸಾಮರ್ಥ್ಯ.

ವಿಷಯ ಆಯಾಮ:

SI ಮಾನವನ ಬುದ್ಧಿಶಕ್ತಿಯು ಆರು ಕಾರ್ಯಾಚರಣೆಗಳನ್ನು ಅನ್ವಯಿಸುವ ಮಾಹಿತಿಯ ಐದು ವಿಶಾಲ ಕ್ಷೇತ್ರಗಳನ್ನು ಒಳಗೊಂಡಿದೆ:

ದೃಶ್ಯ - ನೋಡುವ ಮೂಲಕ ಗ್ರಹಿಸಿದ ಮಾಹಿತಿ.

ಶ್ರವಣೇಂದ್ರಿಯ - ಶ್ರವಣದ ಮೂಲಕ ಗ್ರಹಿಸಿದ ಮಾಹಿತಿ.

ಕೈನೆಸ್ಥೆಟಿಕ್ - ಒಬ್ಬರ ಸ್ವಂತ ದೈಹಿಕ ಕ್ರಿಯೆಗಳ ಮೂಲಕ ಗ್ರಹಿಸಿದ ಮಾಹಿತಿ.

ಸಾಂಕೇತಿಕ-ಮಾಹಿತಿಯು ಸ್ವತಃ ಯಾವುದೇ ಅರ್ಥವನ್ನು ಹೊಂದಿರದ ಸಂಕೇತಗಳು/ಚಿಹ್ನೆಗಳಾಗಿ ಗ್ರಹಿಸಲಾಗಿದೆ; ಉದಾ: ಅರೇಬಿಕ್ ಅಂಕಿಗಳು ಅಥವಾ ವರ್ಣಮಾಲೆಯ ಅಕ್ಷರಗಳು.

ಲಾಕ್ಷಣಿಕ - ಇದು ಮೌಖಿಕ ಅರ್ಥ ಮತ್ತು ಕಲ್ಪನೆಗಳಿಗೆ ಸಂಬಂಧಿಸಿದೆ.

ವರ್ತನೆಯ-ಮಾಹಿತಿಯನ್ನು ಜನರ ಕ್ರಿಯೆಗಳಾಗಿ ಗ್ರಹಿಸಲಾಗಿದೆ.

ಉತ್ಪನ್ನದ ಆಯಾಮ:

ಹೆಸರೇ ಸೂಚಿಸುವಂತೆ, ಈ ಆಯಾಮವು ನಿರ್ದಿಷ್ಟ ವಿಷಯಗಳಿಗೆ ನಿರ್ದಿಷ್ಟ ಕಾರ್ಯಾಚರಣೆಗಳನ್ನು ಅನ್ವಯಿಸುವ ಫಲಿತಾಂಶಗಳನ್ನು ಒಳಗೊಂಡಿದೆ. SI ಮಾದರಿಯ ಆರು ಉತ್ಪನ್ನಗಳನ್ನು ಒಳಗೊಂಡಿದೆ, ಹೆಚ್ಚುತ್ತಿರುವ ಸಂಕೀರ್ಣತೆಯಲ್ಲಿ:

ಘಟಕಗಳು - ಜ್ಞಾನದ ಏಕ ವಸ್ತುಗಳು.

ವರ್ಗಗಳು - ಸಾಮಾನ್ಯ ಗುಣಲಕ್ಷಣಗಳನ್ನು ಹಂಚಿಕೊಳ್ಳುವ ಘಟಕಗಳ ಸೆಟ್.

ಸಂಬಂಧಗಳು-ಘಟಕಗಳು ವಿರುದ್ಧ/ಸಂಘಗಳಲ್ಲಿ, ಅನುಕ್ರಮಗಳು/ಸಾದೃಶ್ಯಗಳಾಗಿ ಲಿಂಕ್ ಮಾಡಲಾಗಿದೆ.

ವ್ಯವಸ್ಥೆಗಳು- ರಚನೆಗಳು/ನೆಟ್‌ವರ್ಕ್‌ಗಳನ್ನು ಒಳಗೊಂಡಂತೆ ಪರಸ್ಪರ ಸಂಬಂಧ ಹೊಂದಿರುವ ಬಹು ಸಂಬಂಧಗಳು.

ರೂಪಾಂತರಗಳು-ಬದಲಾವಣೆಗಳು, ದೃಷ್ಟಿಕೋನಗಳು, ಪರಿವರ್ತನೆಗಳು / ಜ್ಞಾನಕ್ಕೆ ರೂಪಾಂತರಗಳು.

ಪರಿಣಾಮಗಳು-ಮುನ್ಸೂಚನೆಗಳು, ತೀರ್ಮಾನಗಳು, ಪರಿಣಾಮಗಳು/ಜ್ಞಾನದ ನಿರೀಕ್ಷೆಗಳು.

ಆದ್ದರಿಂದ, ಗಿಲ್ಫೋರ್ಡ್ ಪ್ರಕಾರ 5 x 5 x 6 = 150 ಬೌದ್ಧಿಕ ಸಾಮರ್ಥ್ಯಗಳು/ಅಂಶಗಳಿವೆ. ಪ್ರತಿಯೊಂದು ಸಾಮರ್ಥ್ಯವು ನಿರ್ದಿಷ್ಟ ವಿಷಯ ಪ್ರದೇಶದಲ್ಲಿನ ನಿರ್ದಿಷ್ಟ ಕಾರ್ಯಾಚರಣೆಯನ್ನು ಪ್ರತಿನಿಧಿಸುತ್ತದೆ ಮತ್ತು ನಿರ್ದಿಷ್ಟ ಉತ್ಪನ್ನದಲ್ಲಿ ಫಲಿತಾಂಶವನ್ನು ನೀಡುತ್ತದೆ, ಉದಾಹರಣೆಗೆ ಫಿಗುರಲ್ ಘಟಕದ ಗ್ರಹಿಕೆ/ಸೆಮ್ಯಾಂಟಿಕ್ ಪರಿಣಾಮಗಳ ಮೌಲ್ಯಮಾಪನ.

ಗಿಲ್ಫೋಫೆರ್ನ ಮೂಲ ಮಾದರಿಯು 120 ಘಟಕಗಳನ್ನು ಒಳಗೊಂಡಿತ್ತು ಏಕೆಂದರೆ ಅವನು ಆಕೃತಿಯ ವಿಷಯವನ್ನು ಪ್ರತ್ಯೇಕ ಶ್ರವಣೇಂದ್ರಿಯ ಮತ್ತು ವಿಷುಯಲ್ ವಿಷಯಗಳಾಗಿ ಬೇರ್ಪಡಿಸಲಿಲ್ಲ, ಅಥವಾ ಅವನು ಮೆಮೋರಿಯನ್ನು ಮೆಮೋರಿ ರೆಕಾರ್ಡಿಂಗ್ ಮತ್ತು ಮೆಮೋರಿ ಧಾರಣ ಎಂದು ಪ್ರತ್ಯೇಕಿಸಲಿಲ್ಲ. ಅವರು ಫಿಗರ್ ಅನ್ನು ಶ್ರವಣೇಂದ್ರಿಯ ಮತ್ತು ದೃಶ್ಯ ವಿಷಯಗಳಾಗಿ ಬೇರ್ಪಡಿಸಿದಾಗ, ಅವರ ಮಾದರಿಯು 5 x 5 x 6 = 150 ವರ್ಗಗಳಿಗೆ ಹೆಚ್ಚಾಯಿತು. ಗಿಲ್ಫೋರ್ಡ್ ಮೆಮೋರಿ ಕಾರ್ಯಗಳನ್ನು ಪ್ರತ್ಯೇಕಿಸಿದಾಗ, ಅವನ ಮಾದರಿಯು ಅಂತಿಮವಾಗಿ ಅಂತಿಮ 180 ಅಂಶಗಳಿಗೆ ಹೆಚ್ಚಾಯಿತು.

ಟೀಕೆ:

ಮಾನಸಿಕ ಸಾಮರ್ಥ್ಯದ ಸಾಮಾನ್ಯ ಅಂಶದ ಅಸ್ತಿತ್ವವನ್ನು ಬೆಂಬಲಿಸುವ ಗುಪ್ತಚರ ಸಂಶೋಧಕರು ಗಿಲ್ಫೋರ್ಡ್ ವಿಧಾನವನ್ನು ತಿರಸ್ಕರಿಸಿದ್ದಾರೆ. ಉದಾಹರಣೆಗೆ, ಜೆನ್ಸನ್ (1998) ಪ್ರಕಾರ, ಜಿ-ಫ್ಯಾಕ್ಟರ್ ಅಸಮರ್ಥನೀಯವಾಗಿದೆ ಎಂಬ ಗಿಲ್ಫೋಫೆರ್ಡ್ ಅವರ ವಾದವು ಬಹುಶಃ ಯುಎಸ್ ವಾಯುಪಡೆಯ ಸಿಬ್ಬಂದಿಗಳ ಸಾಕಷ್ಟು ಸಂಖ್ಯೆಯ ಅರಿವಿನ ಪರೀಕ್ಷೆಗಳು ಶೂನ್ಯಕ್ಕಿಂತ ಗಮನಾರ್ಹವಾಗಿ ಭಿನ್ನವಾಗಿರುವ ಪರಸ್ಪರ ಸಂಬಂಧಗಳನ್ನು ತೋರಿಸಲಿಲ್ಲ ಎಂಬ ಅವರ ಅವಲೋಕನದಿಂದ ಪ್ರಭಾವಿತವಾಗಿದೆ. ಆದಾಗ್ಯೂ, ನಂತರದ ಮರುವಿಶ್ಲೇಷಣೆಯ ಪ್ರಕಾರ, ಇದು ಮಾದರಿ ದೋಷಗಳು, ಶ್ರೇಣಿಯ ನಿರ್ಬಂಧ ಮತ್ತು ಮಾಪನ ದೋಷಗಳಂತಹ ಕಲಾಕೃತಿಗಳಿಂದ ಉಂಟಾಗಿದೆ ಎಂದು ಜೆನ್ಸನ್ ಹೇಳುತ್ತಾನೆ. ಈ ಕಲಾಕೃತಿಗಳಿಗೆ ಸರಿಯಾದ ತಿದ್ದುಪಡಿಗಳೊಂದಿಗೆ, ಗಿಲ್ಫೋರ್ಡ್ ಡೇಟಾ ಸೆಟ್‍ಗಳಲ್ಲಿನ ಎಲ್ಲಾ ಪರಸ್ಪರ ಸಂಬಂಧಗಳು ಧನಾತ್ಮಕವಾಗಿರುತ್ತವೆ.

ಗಿಲ್ಫೋರ್ಡ್ ಬಳಸಿದ ಸಂಖ್ಯಾಶಾಸ್ತ್ರೀಯ ತಂತ್ರಗಳನ್ನು ಹಲವಾರು ಸಂಶೋಧಕರು ಟೀಕಿಸಿದ್ದಾರೆ. ಗಿಲ್ಫೋರ್ಡ್ ಸ್ವಂತ ಡೇಟಾ ಮತ್ತು ಅಪವರ್ತನೀಯ ಕಾರ್ಯವಿಧಾನಗಳನ್ನು ಬಳಸಿದ ಒಂದು ವಿಶ್ಲೇಷಣೆಯಲ್ಲಿ, ಯಾದೃಚ್ಛಿಕವಾಗಿ ಉತ್ಪತ್ತಿಯಾಗುವ ಅಪವರ್ತನೀಯ ಸಿದ್ಧಾಂತಗಳು ಅವನ ಸ್ವಂತ ಸಿದ್ಧಾಂತದಂತೆಯೇ ಬೆಂಬಲಿತವಾಗಿದೆ ಎಂದು ಕಂಡುಬಂದಿದೆ.

ಗಿಲ್ಫೋಫೆರ್ನ ಮಾನವ ಸಾಮರ್ಥ್ಯಗಳ ಸ್ಟ್ರಕ್ಚರ್-ಆಫ್-ಇಂಟಲೆಕ್ಟ್ ಮಾದರಿಯು ಇಂದು ಕೆಲವು ಬೆಂಬಲಿಗರನ್ನು ಹೊಂದಿದೆ. ಕ್ಯಾರೊಲ್ (1993) ನಂತರದ ಸಂಶೋಧಕರ ದೃಷ್ಟಿಕೋನವನ್ನು ಸಂಕ್ಷಿಪ್ತಗೊಳಿಸಿದ್ದಾರೆ:

"ಗಿಲ್ಫೋರ್ಡ್ SOI ಮಾದರಿಯು, ಗುಪ್ತಚರ ಮಾದರಿಗಳ ಇತಿಹಾಸದಲ್ಲಿ ಸ್ವಲ್ಪ ವಿಲಕ್ಷಣ ವಿಪಥನ ಎಂದು ಗುರುತಿಸಲ್ಪಡಬೇಕು; ಪಠ್ಯಪುಸ್ತಕಗಳು ಮತ್ತು ಅದರ ಇತರ ಚಿಕಿತ್ಸೆಗಳು ಮಾದರಿಯು ಮಾನ್ಯವಾಗಿದೆ ಮತ್ತು ವ್ಯಾಪಕವಾಗಿ ಸ್ವೀಕಾರಾರ್ಹವಾಗಿದೆ ಎಂಬ ಅಭಿಪ್ರಾಯವನ್ನು ನೀಡುವ ಮಟ್ಟಿಗೆ, ಅದು ಸ್ಪಷ್ಟವಾಗಿಲ್ಲದಿದ್ದಾಗ ಗೊಂದಲವನ್ನುಂಟುಮಾಡುತ್ತದೆ.

2.3 ಸೃಜನಶೀಲತೆ: ಪರಿಕಲ್ಪನೆ, ವ್ಯಾಖ್ಯಾನ, ಪ್ರಕ್ರಿಯೆಮತ್ತುಗುಣಲಕ್ಷಣಗಳು

ಸೃಜನಶೀಲತೆ - ಪರಿಚಯ ಮತ್ತು ಅರ್ಥ:

ಸಂಸ್ಥೆಗಳ ಮೂಲಕ ಉತ್ಪನ್ನಗಳು ಮತ್ತು ಸೇವೆಗಳ ವಿಷಯದಲ್ಲಿ ಸೃಜನಶೀಲತೆಯನ್ನು ವ್ಯಕ್ತಪಡಿಸಲಾಗುತ್ತದೆ ಮತ್ತು ಜೀವಂತಗೊಳಿಸಲಾಗುತ್ತದೆ. ಸಮಾಜದಲ್ಲಿ ಸೃಜನಶೀಲತೆಯ ನಿರ್ಣಾಯಕ ಪಾತ್ರವನ್ನು ವಹಿಸುತ್ತದೆ. ವೈಯಕ್ತಿಕ/ಸಾಂಸ್ಥಿಕ ಸೃಜನಶೀಲತೆ ಮತ್ತು ನಾವೀನ್ಯತೆಯ ಗ್ರಾಹಕರ ಅಗತ್ಯಗಳನ್ನು ಪೂರೈಸುವಲ್ಲಿ ಪ್ರಮುಖ ಪಾತ್ರವನ್ನು ವಹಿಸುತ್ತದೆ, ಉದ್ಯೋಗಗಳನ್ನು ಸೃಷ್ಟಿಸುತ್ತದೆ ಮತ್ತು ಆರ್ಥಿಕತೆಗೆ ಕೊಡುಗೆ ನೀಡುತ್ತದೆ. ಸ್ಥಳೀಯ ಸರ್ಕಾರಗಳು ಸಹ ಸಮುದಾಯದ ಅಗತ್ಯಗಳನ್ನು ಪೂರೈಸಲು ಮತ್ತು ನಾಗರಿಕರ ಜೀವನದ ಗುಣಮಟ್ಟವನ್ನು ಹೆಚ್ಚಿಸುವ ಮೂಲಕ ತಮ್ಮ ಸಮಸ್ಯೆಗಳನ್ನು ಸೃಜನಶೀಲ ರೀತಿಯಲ್ಲಿ ಪರಿಹರಿಸುತ್ತವೆ.

ಬೇರೆ ರೀತಿಯಲ್ಲಿ ಹೇಳುವುದಾದರೆ, ಒಂದು ಕಲ್ಪನೆಯು ದಿನದ ಬೆಳಕನ್ನು ನೋಡಲು / ಪರಿಕಲ್ಪನೆಯನ್ನು ಮಾರುಕಟ್ಟೆಗೆ ತರಲು, ಅದರ ಸಾಮರ್ಥ್ಯವನ್ನು ಗುರುತಿಸಬೇಕು; ಸಾಕಷ್ಟು ಹಣವನ್ನು ಬದ್ಧವಾಗಿರಬೇಕು ಮತ್ತು ಒದಗಿಸಬೇಕು, ತಂತ್ರಜ್ಞಾನದ ಸವಾಲುಗಳು, ಸ್ಪರ್ಧಾತ್ಮಕ ಒತ್ತಡಗಳು, ಪ್ರವೇಶ ಅಡೆತಡೆಗಳು ಇತ್ಯಾದಿಗಳಂತಹ ಎಲ್ಲಾ ಅಡೆತಡೆಗಳನ್ನು ಜಯಿಸಲು ಅನುಕೂಲಕರ ವಾತಾವರಣವನ್ನು ಒದಗಿಸಬೇಕು.

ಪ್ರತಿ ಹಂತದಲ್ಲಿ, ಹಲವಾರು ನಿರ್ಧಾರಗಳನ್ನು ತೆಗೆದುಕೊಳ್ಳಬೇಕಾಗುತ್ತದೆ ಮತ್ತು ಸಾಂಪ್ರದಾಯಿಕ ನಿರ್ಧಾರ ತೆಗೆದುಕೊಳ್ಳುವ ಶೈಲಿಗಳು ಸಮರ್ಪಕವಾಗಿರುವುದಿಲ್ಲ. ಸೃಜನಶೀಲತೆ ಮತ್ತು ನಾವೀನ್ಯತೆಯ ಕೈಜೋಡಿಸುತ್ತದೆ. ನಾವೀನ್ಯತೆಯಿಲ್ಲದ ಸೃಜನಶೀಲತೆಯು ಗಮನಾರ್ಹವಾಗಿ ಮೌಲ್ಯವನ್ನು ಕಡಿಮೆ ಮಾಡಿದೆ. ಸೃಜನಶೀಲತೆ ಇಲ್ಲದ ನಾವೀನ್ಯತೆಗೂ ಯಾವುದೇ ಪ್ರಸ್ತುತತೆ ಇಲ್ಲ.

ಬೇರೆ ರೀತಿಯಲ್ಲಿ ಹೇಳುವುದಾದರೆ, ಯಾವುದೇ ಸೃಜನಾತ್ಮಕ ಕಲ್ಪನೆಗಳಿಲ್ಲದಿದ್ದರೆ, ನಾವೀನ್ಯತೆ ಪೈಪ್‌ಲೈನ್ ಸಾಕಷ್ಟು ಆಹಾರವನ್ನು ಪಡೆಯುವುದಿಲ್ಲ. ಸೃಜನಶೀಲತೆಯ ಪ್ರತಿ ಡೊಮೇನ್‌ನಲ್ಲಿ ಕಾದಂಬರಿ ಮತ್ತು ಉಪಯುಕ್ತ ವಿಚಾರಗಳ ಉತ್ಪಾದನೆಯನ್ನು ಸೂಚಿಸುತ್ತದೆ ಆದರೆ ನಾವೀನ್ಯತೆಯು ಸಂಸ್ಥೆಯೊಳಗೆ ಸೃಜನಶೀಲ ವಿಚಾರಗಳ ಯಶಸ್ವಿ ಅನುಷ್ಠಾನವನ್ನು ಒಳಗೊಂಡಿರುತ್ತದೆ.

ಸಮಸ್ಯೆಗಳನ್ನು ಮತ್ತು ಅವಕಾಶಗಳನ್ನು ಗುರುತಿಸುವುದು, ಮಾಹಿತಿ ಸಂಗ್ರಹಿಸುವುದು, ಹೊಸ ಆಲೋಚನೆಗಳನ್ನು ಹುಟ್ಟುಹಾಕುವುದು ಮತ್ತು ಆ ಆಲೋಚನೆಗಳ ಸಿಂಧುತ್ವವನ್ನು ಅನ್ವೇಷಿಸುವ ನಿರ್ಧಾರ ತೆಗೆದುಕೊಳ್ಳುವ ಪ್ರಕ್ರಿಯೆಯಲ್ಲಿನ ಎಲ್ಲಾ ಹಂತಗಳಲ್ಲಿ ಸೃಜನಶೀಲತೆ ಪ್ರಕಟಗೊಳ್ಳುವ ಅಗತ್ಯವಿದೆ. ತೀರ್ಮಾನಕ್ಕೆ, ಸೃಜನಶೀಲತೆ ಇಲ್ಲದೆ ಯಾವುದೇ ನಾವೀನ್ಯತೆ ಸಾಧ್ಯವಿಲ್ಲ.

<u>ಸೃಜನಶೀಲತೆ – ವ್ಯಾಖ್ಯಾನಗಳು:</u>

ಯಾರೂ ಮಾಡದ ಸಂಪರ್ಕಗಳನ್ನು ಮಾಡುವಾಗ ನಮ್ಮ ಸುತ್ತಮುತ್ತಲಿನ ಪ್ರತಿಯೊಬ್ಬರೂ ನೋಡುವ ವಿಷಯಗಳನ್ನು ನೋಡುವ ಕ್ರಿಯೆಯೇ ಸೃಜನಶೀಲತೆ. ಕ್ರಿಯೇಟಿವಿಟಿ ಎಂಬುದು ಗೊತ್ತಿರುವುದರಿಂದ ಅಜ್ಞಾತಕ್ಕೆ ಸಾಗುತ್ತಿದೆ. ಹೆಚ್ಚುವರಿಯಾಗಿ, ನಾವೀನ್ಯತೆ ಮತ್ತು ಉದ್ಯಮಶೀಲತೆ ಎರಡೂ ಸೃಜನಶೀಲತೆಯನ್ನು ಬಯಸುತ್ತವೆ.

ಆಕ್ಸ್‌ಫರ್ಡ್ ನಿಘಂಟಿನ ಪ್ರಕಾರ, ಸೃಜನಶೀಲತೆ ಎಂದರೆ, "ಏನನ್ನಾದರೂ ರಚಿಸಲು ಕಲ್ಪನೆಯ/ ಮೂಲ ಕಲ್ಪನೆಗಳ ಬಳಕೆ."

"ಸೃಜನಶೀಲತೆಯು ಹೊಸದನ್ನು ಅಸ್ತಿತ್ವಕ್ಕೆ ತರುವ ಪ್ರಕ್ರಿಯೆಯಾಗಿದೆ ... ಸೃಜನಶೀಲತೆಗೆ ಉತ್ಸಾಹ ಮತ್ತು ಬದ್ಧತೆಯ ಅಗತ್ಯವಿರುತ್ತದೆ. ಸೃಜನಶೀಲ ಕ್ರಿಯೆಯಿಂದ ಚಿಹ್ನೆಗಳು ಮತ್ತು ಪುರಾಣಗಳು ಹುಟ್ಟುತ್ತವೆ. ಇದು ಹಿಂದೆ ಮರೆಮಾಡಿದ್ದನ್ನು ನಮ್ಮ ಅರಿವಿಗೆ ತರುತ್ತದೆ ಮತ್ತು ಹೊಸ ಜೀವನವನ್ನು ಸೂಚಿಸುತ್ತದೆ. ಅನುಭವವು ಉನ್ನತ ಪ್ರಜ್ಞೆಯಲ್ಲಿ ಒಂದಾಗಿದೆ - ಭಾವಪರವಶತೆ".

'ಸೃಷ್ಟಿ' ಎಂಬ ಪದವು ಸ್ಥಾಪನೆ ಮತ್ತು ಮೂಲಕ್ಕೆ ಸಂಬಂಧಿಸಿದೆ. ಸೃಜನಶೀಲತೆಯ ಹೊಸ ಕಲ್ಪನೆ ಮತ್ತು ನಾವೀನ್ಯತೆಯ ಪೀಳಿಗೆಗೆ ಸಂಬಂಧಿಸಿದೆ, ಹೊಸ ಕಲ್ಪನೆಯನ್ನು ಹೊಸ ಉತ್ಪನ್ನ/ಸಂಸ್ಥೆಯಾಗಿ ಭಾಷಾಂತರಿಸುತ್ತದೆ. ನಾವೀನ್ಯತೆ ಎಂದರೆ ಹೊಸ ಕೆಲಸಗಳನ್ನು ಮಾಡುವುದು/ಈಗಾಗಲೇ ಮಾಡುತ್ತಿರುವ ಕೆಲಸಗಳನ್ನು ಹೊಸ ರೀತಿಯಲ್ಲಿ ಮಾಡುವುದು.

<u>ಸೃಜನಶೀಲತೆ – ಪರಿಕಲ್ಪನೆ:</u>

ಸೃಜನಶೀಲತೆ ಎನ್ನುವುದು ಸಂಸ್ಕೃತಿಯಲ್ಲಿನ ಸಾಂಕೇತಿಕ ಡೊಮೇನ್ ಅನ್ನು ಬದಲಾಯಿಸುವ ಪ್ರಕ್ರಿಯೆಯಾಗಿದೆ. ಸೃಜನಶೀಲತೆ ಎಂದರೆ ಸಮಸ್ಯೆಗೆ ಹೊಸ ಪರಿಹಾರವಾಗಲಿ, ಹೊಸ ವಿಧಾನ/ ಸಾಧನ/ಹೊಸ ಕಲಾತ್ಮಕ ವಸ್ತು/ರೂಪವಾಗಲಿ ಹೊಸದನ್ನು ಮಾಡುವ/ಇಲ್ಲದಿದ್ದರೆ ಅಸ್ತಿತ್ವಕ್ಕೆ ತರುವ ಸಾಮರ್ಥ್ಯ. ಸೃಜನಶೀಲತೆಯ ನಾವೀನ್ಯತೆಗೆ ಆರಂಭಿಕ ಹಂತವಾಗಿದೆ. ಆದಾಗ್ಯೂ, ಸೃಜನಶೀಲತೆ ಅವಶ್ಯಕವಾಗಿದೆ ಆದರೆ ನಾವೀನ್ಯತೆಗೆ ಸಾಕಷ್ಟು ಸ್ಥಿತಿಯಲ್ಲ. ನಾವೀನ್ಯತೆಯು ಸೃಜನಶೀಲ ಸ್ಫೂರ್ತಿಯ ಅಳವಡಿಕೆಯಾಗಿದೆ.

ಸೃಜನಾತ್ಮಕತೆಯು ನಿಗದಿತ ಗಡಿಗಳನ್ನು ಮೀರಿ ಯೋಚಿಸುವ ವಿದ್ಯಮಾನವಾಗಿದೆ ಮತ್ತು ಮೂಲ ಮತ್ತು ಅಸಾಂಪ್ರದಾಯಿಕ ರೀತಿಯಲ್ಲಿ ಸಮಸ್ಯೆಗಳನ್ನು ಪರಿಹರಿಸಲು ಪ್ರಯತ್ನಿಸುತ್ತದೆ. ಇದು ಹೊಸ ವಿಷಯಗಳನ್ನು ಮಾಡುವ, ಹೊಸ ಆಲೋಚನೆಗಳನ್ನು/ಕೆಲಸಗಳನ್ನು ಮಾಡುವ ಅಸಾಮಾನ್ಯ ವಿಧಾನಗಳನ್ನು ಸೃಷ್ಟಿಸುವ ಸಾಮರ್ಥ್ಯ. ಉದ್ಯಮಿಗಳಿಗೆ ಅನುಸರಿಸಲು ಆಲೋಚನೆಗಳು ಬೇಕಾಗುತ್ತದೆ ಆದರೆ ಆಲೋಚನೆಗಳು ಆಕಸ್ಮಿಕವಾಗಿ ಕಾರ್ಯರೂಪಕ್ಕೆ ಬರುವುದಿಲ್ಲ ಎಂದು ಶುಂಪೀಟರ್ ಸಲಹೆ ನೀಡಿದರು.

ಕಲ್ಪನೆಗಳು ಸೃಜನಶೀಲ ಪ್ರಕ್ರಿಯೆಯ ಮೂಲಕ ಪ್ರಗತಿ ಹೊಂದುತ್ತವೆ, ಆ ಮೂಲಕ ದೃಷ್ಟಿ ಹೊಂದಿರುವ ವ್ಯಕ್ತಿಯು ಆಲೋಚನೆಗಳನ್ನು ಮೊಳಕೆಯೊಡೆಯುತ್ತಾನೆ, ಅವುಗಳನ್ನು ಪೋಷಿಸುತ್ತಾನೆ ಮತ್ತು ಅವುಗಳನ್ನು ಯಶಸ್ವಿಯಾಗಿ ಅಭಿವೃದ್ಧಿಪಡಿಸುತ್ತಾನೆ. ಅಪರೂಪದ ಮತ್ತು ವಿಶೇಷವಾದ ಗ್ರಹಿಕೆಯೊಂದಿಗೆ ಯಾರಾದರೂ ವಿಷಯಗಳನ್ನು ಕಲಿಯುವುದನ್ನು ಮತ್ತು ಗ್ರಹಿಸುವುದನ್ನು ಮುಂದುವರಿಸಿದರೆ ಅದನ್ನು ಅಭಿವೃದ್ಧಿಪಡಿಸಬಹುದು. ಇದು ಅಭಿವ್ಯಕ್ತಿಶೀಲ, ಉತ್ತೇಜಕ ಮತ್ತು ಕಾಲ್ಪನಿಕವಾಗಿರಬೇಕು. ಸೃಜನಾತ್ಮಕತೆಯ ಬುದ್ಧಿಮತ್ತೆ ಮತ್ತು ಮನಸ್ಸಿಗೆ-ಬ್ಲ್ಯಾಗ್ ಮಾಡುವ ಚಟುವಟಿಕೆಯಾಗಿದ್ದು, ಇದರಲ್ಲಿ ವ್ಯಕ್ತಿಯ ಉಪಯುಕ್ತವಾದದ್ದನ್ನು ತರಲು ತನ್ನ ಕಲ್ಪನೆಯನ್ನು ಮೀರಿ ಯೋಚಿಸಬೇಕಾಗುತ್ತದೆ. ಇದು ಹಿಂದೆ ಮರೆಮಾಡಿದ್ದ ಯಾವುದನ್ನಾದರೂ ಅನಾವರಣಗೊಳಿಸುವ ಚಟುವಟಿಕೆಯಾಗಿದೆ.

<u>ಸೃಜನಶೀಲತೆ – ಪ್ರಕೃತಿ:</u>

ಹಲವಾರು ವ್ಯಾಖ್ಯಾನಗಳಿವೆ ಪ್ರತಿಯೊಂದೂ ಸೃಜನಶೀಲತೆಯ ವಿಭಿನ್ನ ಮುಖವನ್ನು ಒತ್ತಿಹೇಳುತ್ತದೆ-

1. ಸೃಜನಾತ್ಮಕ ಪ್ರಯತ್ನಗಳ ಔಟ್‌ಪಟ್‌ಗಳ ವಿಧಾನ:

ಇದು ಸೃಜನಶೀಲತೆಯನ್ನು ವಿವರಿಸುತ್ತದೆ "ಕಾದಂಬರಿ ಆದರೆ ಉಪಯುಕ್ತ/ಸಂಬಂಧಿತ/ಆರ್ಥಿಕ/ ಸೊಗಸಾದ/ಮೌಲ್ಯಯುತವಾದ ಯಾವುದನ್ನಾದರೂ ಕಂಡುಹಿಡಿಯುವುದು."

2. ಕಾದಂಬರಿ ಕಲ್ಪನೆಯ ವಿಧಾನ:

ಇದು ಸೃಜನಶೀಲ ಕ್ರಿಯೆಯ ಗುರುತ್ವವನ್ನು ವಿವರಿಸುತ್ತದೆ. "ಸೃಜನಶೀಲ ಪ್ರಯತ್ನದ ಉತ್ಪನ್ನ ಅಥವಾ ಫಲಿತಾಂಶವು ಗಮನಾರ್ಹ ಮತ್ತು ಹೂಡೆಯುವ ಟ್ಯಾಕ್‌ಗಿಂತ ಗಮನಾರ್ಹವಾಗಿ

ಭಿನ್ನವಾಗಿರಬೇಕು."

ಆದಾಗ್ಯೂ, ಉತ್ಪನ್ನದ ಕೇವಲ ನವೀನತೆಯು ಅದನ್ನು ಸೃಜನಶೀಲ ಎಂದು ಕರೆಯುವುದನ್ನು ಸಮರ್ಥಿಸುವುದಿಲ್ಲ ಎಂದು ಡಾನ್ ಮ್ಯಾಕಿನ್ನನ್ ಹೇಳಿದ್ದಾರೆ.

ಉತ್ಪನ್ನವನ್ನು ಸೃಜನಾತ್ಮಕವಾಗಿ ಪರಿಗಣಿಸಲು ಕೆಲವು ಷರತ್ತುಗಳಿವೆ:

(i) ಉತ್ಪನ್ನವು ವಾಸ್ತವಕ್ಕೆ ಹೊಂದಿಕೊಳ್ಳುವಂತಿರಬೇಕು.

(ii) ಇದು ಸಮಸ್ಯೆಯನ್ನು ಪರಿಹರಿಸಲು ಸೇವೆ ಸಲ್ಲಿಸಬೇಕು, ನಿರ್ದಿಷ್ಟ ಸನ್ನಿವೇಶದ ಅಗತ್ಯಕ್ಕೆ ಸರಿಹೊಂದಬೇಕು ಮತ್ತು ಕೆಲವು ಗುರುತಿಸಬಹುದಾದ ಗುರಿಯನ್ನು ಸಾಧಿಸಬೇಕು.

(iii) ಸೃಜನಾತ್ಮಕ ಉತ್ಪನ್ನವನ್ನು ಉತ್ಪಾದಿಸಬೇಕು, ಅಭಿವೃದ್ಧಿಪಡಿಸಬೇಕು, ಮೌಲ್ಯಮಾಪನ ಮಾಡಬೇಕು, ಸಂವಹನ ಮಾಡಬೇಕು.

(iv) ಉತ್ಪನ್ನವು ಕಲಾತ್ಮಕವಾಗಿ ಆಹ್ಲಾದಕರವಾಗಿರುತ್ತದೆ.

(v) ಇದು ಪ್ರಪಂಚದ ಬಗ್ಗೆ ನಮ್ಮ ದೃಷ್ಟಿಕೋನವನ್ನು ಗಮನಾರ್ಹವಾಗಿ ಬದಲಾಯಿಸುತ್ತದೆ.

3. ಸೃಜನಾತ್ಮಕ ಪ್ರಕ್ರಿಯೆಯ ವಿಧಾನ:

ಈ ವಿಧಾನದ ಪ್ರಕಾರ, "ಸೃಜನಶೀಲತೆಯು ವಿಭಿನ್ನ ಚಿಂತನೆಯಾಗಿದೆ, ಹಿಂದೆ ಸಂಬಂಧಿಸದ ಪರಿಕಲ್ಪನೆಗಳು / ಪರಿಚಿತವಾಗಿರುವ ಪರಿಶೋಧನೆಯ ಉಲ್ಲೇಖಿದ ಚೌಕಟ್ಟುಗಳ ನಡುವಿನ ಸಂಬಂಧವನ್ನು ಹುಡುಕುವುದು". ಆದಾಗ್ಯೂ, ಈ ಪ್ರಯತ್ನದ ಫಲಿತಾಂಶವು ಸೃಜನಾತ್ಮಕವಾಗಿರದೇ ಇರಬಹುದು ಆದರೆ ಪ್ರಯತ್ನವು ಸೃಜನಶೀಲ ಪ್ರಕ್ರಿಯೆಯ ಪ್ರಮುಖ ಲಕ್ಷಣಗಳನ್ನು ಸೂಚಿಸುತ್ತದೆ, ಉದಾಹರಣೆಗೆ ವ್ಯಾಪಕ ಹುಡುಕಾಟ/ಅನ್ವೇಷಣೆ, ಕಲ್ಪನೆಯ ಚಿಮ್ಮುವಿಕೆ, ಕಾವು, ತಾಜಾ ಒಳನೋಟವನ್ನು ಅಭಿವೃದ್ಧಿಪಡಿಸುವುದು ಇತ್ಯಾದಿ. ಸಾಮಾನ್ಯವಾಗಿ, ಕೆಲಸದ ವಾಡಿಕೆಯ ಸ್ವಭಾವವು ವ್ಯಕ್ತಿಯ ಕಲ್ಪನಾ ಸಾಮರ್ಥ್ಯದ ಮೇಲೆ ಪ್ರತಿಕೂಲ ಪರಿಣಾಮ ಬೀರುತ್ತದೆ ಮತ್ತು ಪರಿಣಾಮವಾಗಿ ಸೃಜನಶೀಲತೆಯ ವ್ಯಾಪ್ತಿಯನ್ನು ಮಿತಿಗೊಳಿಸುತ್ತದೆ. ಈ ಕಾರಣದಿಂದ, ವಿಜ್ಞಾನ ಮತ್ತು ಕಲೆಗಳು ಸಾಮಾನ್ಯವಾಗಿ ಫ್ಯಾಕ್ಟರ್ ವರ್ಕ್/ವೃತ್ತಿಪರ ತರಬೇತಿ ಕಾರ್ಯಕ್ರಮಗಳಿಗಿಂತ ಹೆಚ್ಚು ಸೃಜನಶೀಲ ಅನ್ವೇಷಣೆಗಳಾಗಿವೆ.

ಸೃಜನಶೀಲತೆ - ಪ್ರಕ್ರಿಯೆ (ಹಂತಗಳೊಂದಿಗೆ):

ಆಸಕ್ತಿದಾಯಕ ಉದ್ಯಮಗಳನ್ನು ರಚಿಸುವ ಪ್ರಕ್ರಿಯೆಯ ಅಂತರ್ಗತವಾಗಿ ಕ್ರಿಯಾತ್ಮಕ ಮತ್ತು ಬಹುಮುಖಿವಾಗಿದೆ. ಸೃಜನಶೀಲತೆಯ ವಿಶಿಷ್ಟ ಪ್ರಕ್ರಿಯೆಯು ಈ ಕೆಳಗಿನ ಹಂತಗಳ ಮೂಲಕ ಹೋಗುತ್ತದೆ:

ಹಂತ 1 - ತಯಾರಿ:

ಮೊದಲ ಹಂತವು ಹಿಡಿದಿಡಲು ಕೆಲವು ಮೂಲಭೂತ ವಿಚಾರಗಳ ತಯಾರಿಕೆಯಾಗಿದೆ. ಮುಂದೆ ಸಾಗಲು ವಾಣಿಜ್ಯೋದ್ಯಮಿಯನ್ನು "ಬಲಪಡಿಸುವ"/"ಸಿದ್ಧಪಡಿಸುವ" ಕೆಲವು ಸ್ಫೂರ್ತಿ ಇರಬೇಕು. ಸೃಜನಾತ್ಮಕ ಪ್ರಕ್ರಿಯೆಯು ಸಮಸ್ಯೆಯನ್ನು ಗುರುತಿಸುವುದರೊಂದಿಗೆ ಪ್ರಾರಂಭವಾಗುತ್ತದೆ ಮತ್ತು ನಂತರ ಸಂಬಂಧಿತ ಮಾಹಿತಿಗಾಗಿ ಸಂಶೋಧಿಸುತ್ತದೆ. ಕಾರ್ಯಸಾಧ್ಯವಾದ ಪರಿಹಾರವನ್ನು ಹುಡುಕುವುದನ್ನು ಪ್ರಾರಂಭಿಸುವ ಪ್ರಯತ್ನದಲ್ಲಿ ಇದನ್ನು ಮಾಡಲಾಗುತ್ತದೆ. ಉದ್ಯಮಿಯು ಸಮಸ್ಯೆಯನ್ನು ಪರಿಹರಿಸಲು ಪ್ರತಿಯೊಂದು ದಿಕ್ಕಿನಲ್ಲಿಯೂ ನೋಡುತ್ತಾನೆ, ಅದು ಉದ್ಯಮದ ಒಳಗೆ/ ವ್ಯಾಪಾರ ಡೊಮೇನ್‌ನ ಹೊರಗೆ.

ಹಂತ 2- ಪೆಟ್ಟಿಗೆಯ ಹೊರಗೆ ಯೋಚಿಸುವುದು - ಕಂಫರ್ಟ್ ಝೋನ್‌ನ ಆಚೆಗೆ ಹೋಗುವುದು:

ಆರಾಮದಾಯಕವಾದ ರಂಗವನ್ನು ಬಿಟ್ಟು, ಆಚೆಗೆ ಹೋಗಿ ಅಪಾಯವನ್ನು ತೆಗೆದುಕೊಳ್ಳಬೇಕು. ಪ್ರಯತ್ನದಿಂದ ಪ್ರತಿಫಲಗಳು ಬರುತ್ತವೆ. "ಪೆಟ್ಟಿಗೆಯ ಹೊರಗೆ ಯೋಚಿಸುವುದು" ಎನ್ನುವುದು 1970 ರ ದಶಕದಿಂದಲೂ ಮಾರ್ಕೆಟಿಂಗ್, ವ್ಯವಹಾರ ಮತ್ತು ಮನೋವಿಜ್ಞಾನದ ಕ್ಷೇತ್ರದಲ್ಲಿ ಬಳಸಲ್ಪಟ್ಟ ಅಭಿವ್ಯಕ್ತಿಯಾಗಿದೆ. ಇದು ತನ್ನ ಮೂಲವನ್ನು "ಒಂಬತ್ತು ಡಾಟ್" ಆಟಕ್ಕೆ ನೀಡಬೇಕಿದೆ, ಇದನ್ನು ಒಮ್ಮೆ ಸೃಜನಶೀಲತೆಯ ಪರೀಕ್ಷೆಯಾಗಿ ಬಳಸಲಾಗುತ್ತಿತ್ತು.

ಪರಿಹಾರವನ್ನು ಕಂಡುಹಿಡಿಯಲು ವ್ಯಕ್ತಿಯ ಚುಕ್ಕೆಗಳ ಆಚೆಗೆ ಹೋಗಬೇಕಾದ ರೀತಿಯಲ್ಲಿ ಒಗಟು ವಿನ್ಯಾಸಗೊಳಿಸಲಾಗಿದೆ. ಆದಾಗ್ಯೂ, ಮನೋವಿಜ್ಞಾನಿಗಳು ಈ "ಬಾಹ್ಯ" ಅಂಶವು ನಿಜವಾಗಿಯೂ ಬಾಹ್ಯವಲ್ಲ ಎಂದು ಹೇಳುತ್ತಾರೆ; ಇದು ಸಮಸ್ಯೆಗೆ ಅಸ್ತಿತ್ವದಲ್ಲಿರುವ ಪರಿಹಾರವಾಗಿದೆ. "ಬಾಹ್ಯ" ಎಂಬುದು ನಮ್ಮ ಮೆದುಳು ಅದನ್ನು ಹೇಗೆ ಗ್ರಹಿಸುತ್ತದೆ ಎಂಬುದು ಮಾತ್ರ.

ಹಂತ 3 - ಕಾವು:

ಕಾವುಕೊಡುವ ಹಂತದಲ್ಲಿ, ಸಮಸ್ಯೆಯನ್ನು ಪರಿಹರಿಸುವ ಸಾಮರ್ಥ್ಯವನ್ನು ಹೊಂದಿರುವ ಆಲೋಚನೆಗಳು ಪ್ರವರ್ಧಮಾನಕ್ಕೆ ಬರುತ್ತವೆ. ಈ ಹಂತವು ಕಲ್ಪನೆಯನ್ನು ಪರಿಷ್ಕರಿಸುವ ಸುಪ್ತಾವಸ್ಥೆಯ ಚಿಂತನೆಯ ಪ್ರಕ್ರಿಯೆಯಿಂದ ನಿರೂಪಿಸಲ್ಪಟ್ಟಿದೆ. ಸ್ಪಷ್ಟವಾಗಿ, ಈ ಹಂತದಲ್ಲಿ ಕೆಲಸದಲ್ಲಿ ಅನೇಕ ಚಟುವಟಿಕೆಗಳಿವೆ, ಆದರೆ ಒಟ್ಟಾರೆ ಗುರಿಯು ಪರಿಹಾರವನ್ನು ಕಂಡುಹಿಡಿಯುವುದು. ಅಸ್ತಿತ್ವದಲ್ಲಿರುವ ಯೋಜನೆಗಳನ್ನು ಮೌಲ್ಯಮಾಪನ ಮಾಡುವುದು ಕಾರ್ಯಸಾಧ್ಯವಾದ ಆಲೋಚನೆಗಳನ್ನು ರಚಿಸಲು ಸಹಾಯ ಮಾಡುತ್ತದೆ. ಕೆಲವು ಸಂಶೋಧಕರು ಸೃಜನಾತ್ಮಕ ಪ್ರಕ್ರಿಯೆಯನ್ನು ಮರು-ಸೃಜನಶೀಲತೆ ಎಂದು ಉಲ್ಲೇಖಿಸುತ್ತಾರೆ ಏಕೆಂದರೆ ಇದು ಅಸ್ತಿತ್ವದಲ್ಲಿರುವ ಆಲೋಚನೆಗಳಿಂದ ಸ್ಫೂರ್ತಿ ಪಡೆಯುತ್ತದೆ ಮತ್ತು ಅವುಗಳನ್ನು ನವೀನ ರೀತಿಯಲ್ಲಿ ರೂಪಿಸುತ್ತದೆ.

ಹಂತ 4 - ಪ್ರಕಾಶ:

ಕಾವು ಕಲ್ಪನೆಗಳ ಸ್ಪಷ್ಟತೆಗೆ ಕಾರಣವಾಗುತ್ತದೆ. ಇದು "ಪರಿಹಾರ ಹುಡುಕುವ" ಹಂತವಾಗಿದೆ. ಈಗ ಸೃಜನಾತ್ಮಕ ಪ್ರಕ್ರಿಯೆಯು ಕೆಲಸ ಮಾಡಬಹುದಾದ ಕೆಲವು ಪ್ರಾಯೋಗಿಕ ವಿಚಾರಗಳ ಜ್ಞಾನಕ್ಕೆ ಕಾರಣವಾಗುತ್ತದೆ. ಇದು "ಲೈಟ್ ಬಲ್ಬ್" ಕ್ಷಣದಂತಿದೆ, ಆದ್ದರಿಂದ ಇದನ್ನು ಪ್ರಕಾಶ ಎಂದು ಕರೆಯಲಾಗುತ್ತದೆ.

ಹಂತ 5 - ಪರಿಶೀಲನೆ:

ಈ ಹಂತವು "ಕಂಡುಬಂದ" ಪರಿಹಾರವು ಕೆಲಸ ಮಾಡುವ ಸಾಮರ್ಥ್ಯವನ್ನು ಹೊಂದಿದೆಯೇ ಅಥವಾ ಇಲ್ಲವೇ ಎಂಬುದನ್ನು ನಿರ್ಧರಿಸುತ್ತದೆ. ಕಲ್ಪನೆಯನ್ನು ಹಾಗೆಯೇ ಸ್ವೀಕರಿಸಬಹುದು, ಸಣ್ಣ/ ಪ್ರಮುಖ ಬದಲಾವಣೆಗಳೊಂದಿಗೆ ಮಾರ್ಪಡಿಸಬಹುದು/ಒಟ್ಟಾರೆಯಾಗಿ ತಿರಸ್ಕರಿಸಬಹುದು, ಇಡೀ ಪ್ರಕ್ರಿಯೆಯನ್ನು ಮತ್ತೊಮ್ಮೆ ಮಾಡಬೇಕಾಗಿದೆ.

ಹಂತ 6 - ವಿಮರ್ಶಾತ್ಮಕ ಚಿಂತನೆ:

ನವೀನ ಆಲೋಚನೆಗಳನ್ನು ರಚಿಸುವುದು ತುಲನಾತ್ಮಕವಾಗಿ ಸುಲಭವಾದ ಕೆಲಸವಾಗಿದೆ. ಉದ್ಯಮಶೀಲತೆಯ ಪ್ರಯತ್ನದ ಪ್ರಮುಖ ಯಶಸ್ಸು ಕಲ್ಪನೆಯ ಕಾರ್ಯಸಾಧ್ಯತೆಯನ್ನು ವಿಮರ್ಶಾತ್ಮಕವಾಗಿ ಪರಿಶೀಲಿಸುತ್ತದೆ. ವಿಮರ್ಶಾತ್ಮಕ ಚಿಂತನೆಯು ಕಲ್ಪನೆಯನ್ನು ಮೌಲ್ಯಮಾಪನ ಮಾಡಲು ಸ್ವಯಂ-ನಿರ್ಣಯಿಸಲು ಉದ್ಯಮಿಯನ್ನು ಶಕ್ತಗೊಳಿಸುತ್ತದೆ. ಕಲ್ಪನೆಯನ್ನು ಮೌಲ್ಯಮಾಪನ ಮಾಡುವ ಸ್ವಯಂ-ನಿರ್ದೇಶಿತ ಸ್ವಯಂ-ಶಿಸ್ತಿನ, ಸ್ವಯಂ-ಮೇಲ್ವಿಚಾರಣೆ ಮತ್ತು ಸ್ವಯಂ-ಸರಿಪಡಿಸುವ ಪ್ರಕ್ರಿಯೆ ಎಂದು ಇದನ್ನು ವ್ಯಾಖ್ಯಾನಿಸಲಾಗಿದೆ.

ಉದ್ಯಮಿಯಂತೆ ಸಮಸ್ಯೆಯ ಅಂಶಗಳು ಮತ್ತು ಉದ್ದೇಶಿತ ಪರಿಹಾರದ ಬಗ್ಗೆ ಬೇರೆ ಯಾರಿಗೂ ತಿಳಿದಿಲ್ಲ. ಆದ್ದರಿಂದ, ಕಲ್ಪನೆಯ ಕಾರ್ಯಸಾಧ್ಯತೆಯ ಬಗ್ಗೆ ಅತ್ಯಂತ ಪ್ರಾಮಾಣಿಕವಾದ ಅಭಿಪ್ರಾಯವು ಉದ್ಯಮಿಯಿಂದ ಬರಬಹುದು. ಆದ್ದರಿಂದ, ಮಿದುಳುದಾಳಿಯೊಂದಿಗೆ ಪ್ರಾರಂಭವಾಗುವ ಸೃಜನಶೀಲ ಚಿಂತನೆಯ ಪ್ರಕ್ರಿಯೆಯು ಕಲ್ಪನೆಯ ಕಾರ್ಯಸಾಧ್ಯತೆಯ ವಿಮರ್ಶಾತ್ಮಕ ವಿಶ್ಲೇಷಣೆಯಲ್ಲಿ "ಮುಕ್ತಾಯಗೊಳ್ಳುತ್ತದೆ". ಪರಿಣಾಮವಾಗಿ ಸಂಭಾವ್ಯವಾಗಿ ಕಾರ್ಯಸಾಧ್ಯವಾದ ಕಲ್ಪನೆಗಳು ನಿಜವಾದ ಉದ್ಯಮಶೀಲ ಉದ್ಯಮಗಳ ಸೃಷ್ಟಿಗೆ/ಅಸ್ತಿತ್ವದಲ್ಲಿರುವವುಗಳ ಸುಧಾರಣೆಗೆ ಕಾರಣವಾಗಬಹುದು.

ಸೃಜನಶೀಲತೆ - ನಾಲ್ಕು ವಿಭಿನ್ನ ವಿಧಾನಗಳು: ಕಲ್ಪನೆ, ಸುಧಾರಣೆ, ಹೂಡಿಕೆ ಮತ್ತು ಕಾವು
ಸೃಜನಶೀಲತೆಯನ್ನು ನಾಲ್ಕು ವಿಭಿನ್ನ ಕೋನಗಳಿಂದ ನೋಡಬಹುದು.

ಈ ವಿಧಾನಗಳನ್ನು ಸಂಕ್ಷಿಪ್ತವಾಗಿ ಪರಿಶೀಲಿಸೋಣ:

ವಿಧಾನ # i. ಕಲ್ಪನೆ:

ಸೃಜನಶೀಲತೆ ಎಂದರೆ ಹೊಸದನ್ನು ರಚಿಸುವ ಸಾಮರ್ಥ್ಯ, ಒಂದು ರೀತಿಯ ಪ್ರಗತಿ, ಸಮಸ್ಯೆಯನ್ನು ಪರಿಹರಿಸುವ ಸಂಪೂರ್ಣ ವಿಭಿನ್ನ ಮಾರ್ಗವಾಗಿದೆ. ಇದು ಕ್ರಾಂತಿಕಾರಿ ಕಲ್ಪನೆ ಅಥವಾ ಅನನ್ಯ ಪರಿಹಾರವನ್ನು ಉಲ್ಲೇಖಿಸಬಹುದು. ಡಿಸ್ನಿಯ ಥೀಮ್ ಪಾರ್ಕ್‌ಗಳು/ಅನಿಮೇಟೆಡ್ ಚಲನಚಿತ್ರಗಳು, Apple ನ iPod ಮತ್ತು Macintosh ಕಂಪ್ಯೂಟರ್ ಇವೆಲ್ಲವೂ ಕ್ರಾಂತಿಕಾರಿ ಚಿಂತನೆಯ ಈ ವರ್ಗದ ಅಡಿಯಲ್ಲಿ ಬರಬಹುದು, ಇದು ಸಾಮಾನ್ಯವಾಗಿ ಇತಿಹಾಸದ ಹಾದಿಯನ್ನು ಬದಲಾಯಿಸುತ್ತದೆ. ಸಹಜವಾಗಿ, ಸೃಜನಾತ್ಮಕತೆಯು ಯಾವುದರಿಂದಲೂ ರಚಿಸುವ ಸಾಮರ್ಥ್ಯವಲ್ಲ ಆದರೆ ಅಸ್ತಿತ್ವದಲ್ಲಿರುವ ಆಲೋಚನೆಗಳನ್ನು ಸಂಯೋಜಿಸುವ, ಬದಲಾಯಿಸುವ ಅಥವಾ ನವೀನ ರೀತಿಯಲ್ಲಿ ಪುನಃ ಅನ್ವಯಿಸುವ ಮೂಲಕ ಹೊಸ ಆಲೋಚನೆಗಳನ್ನು ರಚಿಸುವ ಸಾಮರ್ಥ್ಯ. ಕೆಲವು ಸೃಜನಾತ್ಮಕ ವಿಚಾರಗಳು ಆಶ್ಚರ್ಯಕರವಾಗಿ ವಿಭಿನ್ನವಾಗಿವೆ, ಉಲ್ಲಾಸಕರವಾಗಿ ತಾಜಾ ಮತ್ತು ಸಂಪೂರ್ಣವಾಗಿ ಅದ್ಭುತವಾಗಿವೆ, ಆದರೆ ಇತರವು ಸರಳ, ಉತ್ತಮ ಮತ್ತು ಪ್ರಾಯೋಗಿಕ ವಿಚಾರಗಳಾಗಿವೆ, ಅದು ಇನ್ನೂ ಯಾರೂ ಊಹಿಸಿರಲಿಲ್ಲ. ಸಸ್ಯಾಹಾರಿ ಟೂತ್‌ಪೇಸ್ಟ್, ಒಂದು ರೂಪಾಯಿಯ ಸ್ಯಾಚೆಟ್‌ಗಳು ಈ ವರ್ಗಕ್ಕೆ ಸೇರುತ್ತವೆ.

ಆಮೂಲಾಗ್ರವಾಗಿ ವಿಭಿನ್ನ ಪರಿಹಾರಗಳು ಮತ್ತು ಕ್ರಾಂತಿಕಾರಿ ವಿಧಾನಗಳು ಸಾಮಾನ್ಯವಾಗಿ ಹೊರಹೊಮ್ಮುತ್ತವೆ ಜನರು 'ಪೆಟ್ಟಿಗೆಯಿಂದ ಹೊರಗೆ' ಯೋಚಿಸಲು ಪ್ರಾರಂಭಿಸಿದಾಗ. ಉದಾಹರಣೆಗೆ, ಮನೆಗಳಲ್ಲಿ ತಿನ್ನುವ ಗೆದ್ದಲುಗಳ ವಿರುದ್ಧ ಹೋರಾಡುವ ವಿಕಸನೀಯ ತಂತ್ರಜ್ಞಾನವು ಅವುಗಳನ್ನು ಕೊಲ್ಲಲು ಸುರಕ್ಷಿತ ಮತ್ತು ವೇಗವಾದ ಕೀಟನಾಶಕಗಳು ಮತ್ತು ಅನಿಲಗಳನ್ನು ಅಭಿವೃದ್ಧಿಪಡಿಸುವುದು. ದ್ರವ ಸಾರಜನಕದ ಪರವಾಗಿ ಅನಿಲಗಳನ್ನು ಸಂಪೂರ್ಣವಾಗಿ ತ್ಯಜಿಸುವುದು ಸ್ವಲ್ಪ ಕ್ರಾಂತಿಕಾರಿ ಬದಲಾವಣೆಯಾಗಿದೆ, ಅದು ಅವುಗಳನ್ನು ಸಾವಿಗೆ ಹೆಪ್ಪುಗಟ್ಟುತ್ತದೆ/ಮೈಕ್ರೊವೇವ್‌ಗಳನ್ನು ಸಹ ಬೇಯಿಸುತ್ತದೆ. ನಿಜವಾದ ಕ್ರಾಂತಿಕಾರಿ ಸೃಜನಾತ್ಮಕ ಕಲ್ಪನೆಯ ಕೇಳುವುದು - 'ಮೊದಲ ಸ್ಥಾನದಲ್ಲಿ ಗೆದ್ದಲುಗಳು ಮನೆಗಳನ್ನು ತಿನ್ನುವುದನ್ನು ನಾವು ಹೇಗೆ ತಡೆಯಬಹುದು?' ಮನೆಯ ಸುತ್ತಲಿನ ಪರಿಧಿಯಲ್ಲಿ ಮೈದಾನದಲ್ಲಿ ಇರಿಸಲಾದ ಹೊಸ ಗೆದ್ದಲು ಬೆಟ್ ಈ ಪ್ರಶ್ನೆಗೆ ಒಂದು ಉತ್ತರವನ್ನು ನೀಡುತ್ತದೆ.

ವಿಧಾನ # ii. ಸುಧಾರಣೆ:

ಅಸ್ತಿತ್ವದಲ್ಲಿರುವ ಪ್ರಕ್ರಿಯೆಗಳು/ಕಾರ್ಯಗಳನ್ನು ಸುಧಾರಿಸುವ ಮೂಲಕ, ಇತಿಹಾಸದ ಹಾದಿಯನ್ನು ಬದಲಾಯಿಸಬಹುದಾದ ಹೊಸ ಕಲ್ಪನೆಯೊಂದಿಗೆ ಹೊರಬರಲು ಸಾಧ್ಯವಾಗುತ್ತದೆ. ಅನೇಕ ಬಾರಿ, ಹೊಸ ಆಲೋಚನೆಗಳು ಇತರ ಆಲೋಚನೆಗಳಿಂದ ಹುಟ್ಟಿಕೊಂಡಿವೆ, ಹಿಂದಿನವುಗಳಿಂದ ಹೊಸ ಪರಿಹಾರಗಳು ಮತ್ತು ಹಳೆಯದಕ್ಕಿಂತ ಹೊಸ ಸ್ವಲ್ಪ ಸುಧಾರಿತ ಆವೃತ್ತಿಗಳು. ಉದಾಹರಣೆಗೆ, ಬಹಳಷ್ಟು ಜನರು, ಡೇಟ್‌ಗಳಲ್ಲಿ ಹೊರಗಿರುವಾಗ, ಮೊದಲು ರಾತ್ರಿ ಊಟ ಮಾಡಿ, ನಂತರ ಥಿಯೇಟರ್‌ಗ ಹೋಗುವುದನ್ನು ಯಾರಾದರೂ ಗಮನಿಸಿದ್ದಾರೆ. ಈ ಎರಡು ಘಟನೆಗಳನ್ನು ಒಂದಾಗಿ ಏಕೆ ಸಂಯೋಜಿಸಬಾರದು? ಹೀಗಾಗಿ, ಡಿನ್ನರ್ ಥಿಯೇಟರ್ ಜಾರಿಗೆ ಬಂದಿತು, ಅಲ್ಲಿ ಜನರು ಮೊದಲು ಊಟ ಮಾಡುತ್ತಾರೆ ಮತ್ತು ನಂತರ ನಾಟಕವನ್ನು ನೋಡುತ್ತಾರೆ ಅಥವಾ ಇತರ ಮನರಂಜನೆಯನ್ನು ಆನಂದಿಸುತ್ತಾರೆ. ರೇ ಕ್ರೋಕ್ ಅವರು ಮ್ಯಾಕ್‌ಡೊನಾಲ್ಡ್ ಸಹೋದರರಿಂದ ಕ್ಯಾಲಿಫೋರ್ನಿಯಾದ ಸ್ಯಾನ್ ಬರ್ನಾರ್ಡಿನೊದಲ್ಲಿ ರೆಸ್ಟೋರೆಂಟ್ ಅನ್ನು ಖರೀದಿಸಿದರು ಮತ್ತು ಹ್ಯಾಂಬರ್ಗರ್‌ಗಳನ್ನು ತಯಾರಿಸುವ ಮತ್ತು ಬಡಿಸುವ ವಿಧಾನವನ್ನು ಸೃಜನಾತ್ಮಕವಾಗಿ ಬದಲಾಯಿಸುವ ಮೂಲಕ ಅವರು ವಿಶ್ವದ ಅತಿದೊಡ್ಡ ಆಹಾರ ಸೇವಾ ಕಂಪನಿಯನ್ನು ರಚಿಸಿದರು.

ಅವರು ತ್ವರಿತ ಆಹಾರವನ್ನು ಆವಿಷ್ಕರಿಸಲಿಲ್ಲ - ವೈಟ್ ಕ್ಯಾಸಲ್ ಮತ್ತು ಡೈರಿ ಕ್ವೀನ್ ಅನ್ನು ಬಹಳ ಹಿಂದೆಯೇ ಸ್ಥಾಪಿಸಲಾಯಿತು - ಆದರೆ ಅವರು ಅವುಗಳನ್ನು ತಯಾರಿಸುವ ಮತ್ತು ಬಡಿಸುವ ಪ್ರಕ್ರಿಯೆಯನ್ನು ಬದಲಾಯಿಸಿದರು. ಸೀಮಿತ ಮೆನುವನ್ನು ರಚಿಸುವ ಮೂಲಕ, ಪ್ರಮಾಣಿತ ಮತ್ತು ಏಕರೂಪದ ಅಡುಗೆ ವಿಧಾನಗಳನ್ನು ಅನುಸರಿಸಿ, ಸ್ಥಳವನ್ನು ಲೆಕ್ಕಿಸದೆ ಸೌಲಭ್ಯಗಳ ಸ್ಥಿರ ಗುಣಮಟ್ಟ ಮತ್ತು ಶುಚಿತ್ವವನ್ನು ಖಾತ್ರಿಪಡಿಸುವ ಮೂಲಕ ಮತ್ತು ಅಗ್ಗದ ರೀತಿಯಲ್ಲಿ ಆಹಾರವನ್ನು ನೀಡುವ ಮೂಲಕ, ರೇ ಕ್ರೋಕ್ ಮೆಕ್‌ಡೊನಾಲ್ಡ್‌ ಬ್ರ್ಯಾಂಡ್ ಮೂಲಕ ತ್ವರಿತ ಆಹಾರ ಉದ್ಯಮದಲ್ಲಿ ಪ್ರಮುಖ ಕ್ರಾಂತಿಯನ್ನು ತಂದರು.

ಸೃಜನಶೀಲತೆಯ ವಿಕಸನೀಯ/ಹೆಚ್ಚಳಿಸುವ ವಿಧಾನವು ಆ ಪ್ರಮುಖ ತತ್ವವನ್ನು ಸಹ ನಮಗೆ ನೆನಪಿಸುತ್ತದೆ - ಪರಿಹರಿಸಲಾದ ಪ್ರತಿಯೊಂದು ಸಮಸ್ಯೆಯನ್ನು ಉತ್ತಮ ರೀತಿಯಲ್ಲಿ ಮತ್ತೆ ಪರಿಹರಿಸಬಹುದು. ಸೃಜನಾತ್ಮಕ ಚಿಂತಕರು ಸಮಸ್ಯೆಯನ್ನು ಒಮ್ಮೆ ಪರಿಹರಿಸಿದ ನಂತರ ಅದನ್ನು ಮರೆತುಬಿಡಬಹುದು/ಅದು ಮುರಿಯದಿದ್ದರೆ ಅದನ್ನು ಸರಿಪಡಿಸಬೇಡಿ ಎಂಬ ಕಲ್ಪನೆಗೆ ಚಂದಾದಾರರಾಗುವುದಿಲ್ಲ. ಸೃಜನಶೀಲ ಚಿಂತಕರ ತತ್ವವೆಂದರೆ 'ಇಲ್ಲ. ಅತ್ಯಲ್ಪ ಸುಧಾರಣೆಯಂತಹ ವಿಷಯ.

ವಿಧಾನ # iii. ಬಂಡವಾಳ:

ಸೃಜನಶೀಲತೆ, ಅನೇಕ ಬಾರಿ, ಸಮಸ್ಯೆಗಳನ್ನು ಎದುರಿಸುವುದು, ಸ್ಪರ್ಧಾತ್ಮಕ ಭಂಗಿಯನ್ನು ಅಳವಡಿಸಿಕೊಳ್ಳುವುದು ಮತ್ತು ಕೆಲಸಗಳನ್ನು ವೇಗವಾಗಿ ಮತ್ತು ಉತ್ತಮ ರೀತಿಯಲ್ಲಿ ಮಾಡುವುದರ ಮೇಲೆ ಕೇಂದ್ರೀಕರಿಸುವುದು ಎಂದರ್ಥ. ನಿರ್ಣಾಯಕ ಸಂಪನ್ಮೂಲಗಳನ್ನು ಉತ್ತಮ ಪ್ರಯೋಜನಕ್ಕೆ - ಶಿಸ್ತುಬದ್ಧ ರೀತಿಯಲ್ಲಿ ಸ್ಥಿರವಾಗಿ-ಸ್ಪರ್ಧೆಯಿಂದ ಮುಂದೆ ಉಳಿಯಲು ಈ ಆರ್ಥಿಕ ಕಾಡಿನಲ್ಲಿ ಕೆಲವು ಸಂಸ್ಥೆಗಳಿಗೆ ಅಜೇಯ ಸ್ಪರ್ಧಾತ್ಮಕ ಪ್ರಯೋಜನವನ್ನು ತರಬಹುದು. ಹೋಂಡಾ ಮತ್ತು ಯಮಹಾ ನಡುವಿನ ಶ್ರೇಷ್ಠ ಪೈಪೋಟಿಯು ಈ ಅಂಶವನ್ನು ಸ್ಪಷ್ಟವಾಗಿ ವಿವರಿಸುತ್ತದೆ. ಮೋಟಾರು ಸೈಕಲ್‌ಗಳ ಉದ್ಯಮದ ಮುಂಚೂಣಿಯಲ್ಲಿರುವ ಹೋಂಡಾ, ಜಾಗತಿಕ ಮಾರುಕಟ್ಟೆಯನ್ನು ವಶಪಡಿಸಿಕೊಳ್ಳುವ ದೃಷ್ಟಿಯಿಂದ 1970 ರ ದಶಕದಲ್ಲಿ ಜಪಾನ್‌ನಿಂದ ಹೊರಬರಲು ನಿರ್ಧರಿಸಿತು.

ಯಮಹಾ ಮಾರುಕಟ್ಟೆಯ ನಾಯಕನನ್ನು ಹಿಮ್ಮೆಟ್ಟಿಸುವ ಅವಕಾಶವನ್ನು ಕಂಡಿತು ಮತ್ತು ಆಕ್ರಮಣಕಾರಿ ಮಾರ್ಕೆಟಿಂಗ್ ಪ್ರಚಾರಗಳ ಮೂಲಕ ಹೋಂಡಾದ ಗ್ರಾಹಕರ ಮೇಲೆ ದಾಳಿ ಮಾಡಲು ಪ್ರಾರಂಭಿಸಿತು. ಹೋಂಡಾ ಬಹುತೇಕ ತಕ್ಷಣವೇ ಪ್ರತೀಕಾರ ತೀರಿಸಿಕೊಂಡಿತು. ಪಂಚ್ ಲೈನ್ - ಯಮಹಾ ಪೋ ಟುಬುಸು, ಅಂದರೆ 'ನಾವು ಯಮಹಾವನ್ನು ಒಡೆದು ಹಾಕುತ್ತೇವೆ, ಒಡೆಯುತ್ತೇವೆ, ನಾಶಪಡಿಸುತ್ತೇವೆ ಮತ್ತು ನಾಶಪಡಿಸುತ್ತೇವೆ'.

ಯಮಹಾವನ್ನು ಹಿಂದಿಕ್ಕಲು ಹೋಂಡಾ 100 ಕ್ಕೂ ಹೆಚ್ಚು ಹೊಸ ಮಾದರಿಗಳನ್ನು ಪರಿಚಯಿಸಿತು ಮತ್ತು 10 ವರ್ಷಗಳ ಕಾಲ ನಡೆದ ಯುದ್ಧದಲ್ಲಿ ಪದಗಳು, ಬುದ್ಧಿವಂತಿಕೆ ಮತ್ತು ನರಗಳ ಯುದ್ಧವನ್ನು ಗೆದ್ದಿದೆ. ಇದರ ಪರಿಣಾಮವಾಗಿ ಯಮಹಾ ತನ್ನ ಹೆಜ್ಜೆಗಳನ್ನು ಹಿಮ್ಮೆಟ್ಟಿಸಿ ಎರಡನೇ ಸ್ಥಾನಕ್ಕೆ ತೃಪ್ತಿಪಡಬೇಕಾಯಿತು. ಹೋಂಡಾ ತನ್ನ ಗ್ರಾಹಕರನ್ನು ಗೆಲ್ಲುವ ವಿಧಾನವು ಹೂಡಿಕೆಯ ಮೂಲಕ ಸೃಜನಶೀಲತೆಯ ವಿಧಾನವನ್ನು ಪ್ರತಿಬಿಂಬಿಸುತ್ತದೆ, ಅಂದರೆ, ತ್ವರಿತ ಪ್ರತಿಕ್ರಿಯೆ, ಸ್ಪರ್ಧಾತ್ಮಕ ಕುಶಲತೆ ಮತ್ತು ಮೊದಲ ಮೂವರ್ ಆಗಿರುತ್ತದೆ.

ವಿಧಾನ # iv. ಕಾವು:

ಈ ವಿಧಾನದ ಪ್ರಕಾರ, ಸೃಜನಶೀಲತೆ ಎನ್ನುವುದು ತಂಡದ ಕೆಲಸ, ಒಳಗೊಳ್ಳುವಿಕೆ ಮತ್ತು ವ್ಯಕ್ತಿಗಳ ಸಮನ್ವಯದ ಫಲಿತಾಂಶವಾಗಿದೆ. ಜನರು ಒಟ್ಟಿಗೆ ಕೆಲಸ ಮಾಡುವಾಗ, ಅವರು ಪರಸ್ಪರ ಅರ್ಥಮಾಡಿಕೊಂಡಾಗ ಮತ್ತು ಸಾಮಾನ್ಯ ಗುರಿಯತ್ತ ಕೆಲಸ ಮಾಡುವಾಗ. ಅವರು ಸಂಪೂರ್ಣವಾಗಿ ಸಬಲರಾದಾಗ, ಅವರು ಆಮೂಲಾಗ್ರವಾಗಿ ವಿಭಿನ್ನವಾದ, ಕಾದಂಬರಿ ಮತ್ತು ರೋಮಾಂಚನಕಾರಿ ಸಂಗತಿಗಳೊಂದಿಗೆ ಹೊರಬರಲು ಉತ್ತಮ ಸ್ಥಾನದಲ್ಲಿರುತ್ತಾರೆ. ಸೃಜನಾತ್ಮಕತೆಯು 'ಸಾಮಾನ್ಯ ಮನುಷ್ಯರು ಅಸಾಮಾನ್ಯವಾದ ಕೆಲಸಗಳನ್ನು ಮಾಡುವುದರ' ಹೊರತು ಬೇರೇನೂ ಅಲ್ಲ, ಮಹಾತ್ಮ ಗಾಂಧಿಯವರು ಪ್ರಬಲ ಬ್ರಿಟಿಷ್ ಸಾಮ್ರಾಜ್ಯದ ವಿರುದ್ಧ ಏಕಾಂಗಿಯಾಗಿ ನಿರಂತರ ಯುದ್ಧವನ್ನು ನಡೆಸುತ್ತಿರುವಂತೆ ಅಸಂಖ್ಯಾತ ಜನರ ಜಾಲಗಳನ್ನು ಸಜ್ಜುಗೊಳಿಸುವ ಮೂಲಕ ಎಲ್ಲರಿಗೂ ಪಾಲನ್ನು ಹೊಂದಿರುವ ಸ್ಪಷ್ಟವಾದ ಗುರಿಗಳನ್ನು ಅನುಸರಿಸಲು. ಕ್ವಿಟ್ ಇಂಡಿಯಾ ಚಳುವಳಿ, ದಂಡಿ (ಉಪ್ಪು) ಮಾರ್ಚ್ ಮತ್ತು ಇತರ ಅಹಿಂಸಾತ್ಮಕ ಪ್ರತಿಭಟನೆಗಳು ಬ್ರಿಟಿಷರ ವಿರುದ್ಧದ ಹೋರಾಟದಲ್ಲಿ ಗಾಂಧಿಯವರೊಂದಿಗೆ ಸೇರಲು ಮತ್ತು ಬ್ರಿಟಿಷರಿಂದ ಸ್ವಾತಂತ್ರ್ಯವನ್ನು ಸಾಧಿಸಲು ಲಕ್ಷಾಂತರ ಜನರನ್ನು ಪ್ರೇರೇಪಿಸಿತು. ಮಾನವ ಸಂವಹನಗಳನ್ನು ಸುಗಮಗೊಳಿಸಿದಾಗ ಮತ್ತು ಪ್ರೋತ್ಸಾಹಿಸಿದಾಗ, ಫಲಿತಾಂಶವು ಸಾಮಾನ್ಯವಾಗಿ ಜಗತ್ತು ಹಿಂದೆಂದೂ ಕಂಡಿರದ ಸಂಗತಿಯಾಗಿದೆ!

2.4 ಸೃಜನಶೀಲತೆಯನ್ನುಬೆಳೆಸುವಲ್ಲಿಶಿಕ್ಷಕರಪಾತ್ರ

ಸೃಜನಶೀಲತೆ ಕಲ್ಪನೆ ಮತ್ತು ಮುಕ್ತ ಸಂವಹನದಿಂದ ಬರುತ್ತದೆ. ಅದನ್ನು ನಮ್ಮ ಮಕ್ಕಳಲ್ಲಿ ಬೆಳೆಸುವುದು ಮುಖ್ಯ. ಹೇಗೆ ಎಂದು ನೋಡೋಣ!

ಮಕ್ಕಳೊಂದಿಗೆ ಕಳೆಯುವ ಗುಣಮಟ್ಟದ ಸಮಯವು ಬ್ಯಾಂಕ್‌ನಲ್ಲಿ ಹೂಡಿಕೆಯಂತಿದೆ, ನೀವು ಎಷ್ಟು ಹೂಡಿಕೆ ಮಾಡುತ್ತೀರೋ ಅಷ್ಟು ನಿಮಗೆ ಹೆಚ್ಚಿನ ಬಡ್ಡಿ ಸಿಗುತ್ತದೆ. ನಾನು ಚಿಕ್ಕವನಿದ್ದಾಗ ನನ್ನ ತಂದೆ-ತಾಯಿ, ಅಜ್ಜಿಯರನ್ನು ಕೇಳುತ್ತಿದ್ದೆ, 'ಆಕಾಶ ನೀಲಿ ಏಕೆ? ಸೂರ್ಯ ಏಕೆ ಬಿಸಿಯಾಗಿದ್ದಾನೆ? ದನಕ್ಕೆ ಕೊಂಬು ಏಕೆ?' ನನ್ನಲ್ಲಿ ಪ್ರಶ್ನೆಗಳು ತುಂಬಿದ್ದವು. ಕೆಲವೊಮ್ಮೆ ಸರಿಯಾದ ಉತ್ತರ ಸಿಕ್ಕಿತು, ಕೆಲವೊಮ್ಮೆ ತಮಾಷೆಯ ಪ್ರತಿಕ್ರಿಯೆಗಳು ಬಂದವು, ಆದರೆ ಅಂತಹ ಪ್ರಶ್ನೆಗಳನ್ನು ಕೇಳುವ ಅಗತ್ಯವಿಲ್ಲ ಎಂದು ನನಗೆ ಹೇಳಿದ್ದು ನೆನಪಿಲ್ಲ.

ನಾನು ಶಾಲೆಗೆ ಪ್ರವೇಶಿಸಿದ ಕ್ಷಣದಲ್ಲಿ ನನ್ನ ಕಲ್ಪನೆಯು ತುಕ್ಕು ಹಿಡಿಯಲು ಪ್ರಾರಂಭಿಸಿತು. ನಾನು ಕುತೂಹಲಗಳ ವೈಯಕ್ತಿಕ ಪ್ರಶ್ನೆಗಳನ್ನು ಕೇಳುವುದನ್ನು ಮುಂದುವರಿಸಲು ಪ್ರಯತ್ನಿಸಿದಾಗ, ಶಿಕ್ಷಕರು ಯಾವಾಗಲೂ ಹೇಳುತ್ತಿದ್ದರು, 'ಶ್ ಶ್ ಶ್..., ನಿಮ್ಮ ಪಠ್ಯಕ್ರಮದ ಮೇಲೆ ಕೇಂದ್ರೀಕರಿಸಿ, ಇದೆಲ್ಲವೂ ಪಠ್ಯಕ್ರಮದ ಭಾಗವಲ್ಲ'. ಇದು ದಿನದಿಂದ ದಿನಕ್ಕೆ ಹೆಚ್ಚಾಗುತ್ತಿದೆ. ನಮ್ಮ ಕಳಪೆ ಪರೀಕ್ಷಾ ವ್ಯವಸ್ಥೆಯು ವಿದ್ಯಾರ್ಥಿಗಳನ್ನು ಮೌಖಿಕ ಕಲಿಕೆಗೆ ಸಿದ್ಧಪಡಿಸುವುದನ್ನು ಹೊರತುಪಡಿಸಿ ಹೆಚ್ಚಿನದನ್ನು ನೀಡುತ್ತಿಲ್ಲ. ಮಕ್ಕಳು ಹೊಸ ಆಲೋಚನೆಯೊಂದಿಗೆ ಬಂದಾಗಲೆಲ್ಲಾ ನಾವು ಅವರನ್ನು ಸುಮ್ಮನಿರಲು ಮತ್ತು ಆಲೋಚನೆಯನ್ನು ತಮ್ಮಲ್ಲಿಯೇ ಇರಿಸಿಕೊಳ್ಳಲು ಕೇಳಿಕೊಳ್ಳುತ್ತೇವೆ. ಆದರೆ ಜಾಗತಿಕ ಅಗತ್ಯಕ್ಕೆ ಅನುಗುಣವಾಗಿ ನಾವು ಮಕ್ಕಳಲ್ಲಿ ವರ್ತನೆ/ಮನಸ್ಸನ್ನು ಬೆಳೆಸಿಕೊಳ್ಳಬೇಕು, ಅದು ಅವರನ್ನು ಸಶಕ್ತಗೊಳಿಸುತ್ತದೆ ಮತ್ತು ಕಾಲ್ಪನಿಕವಾಗಲು ಅನುವು ಮಾಡಿಕೊಡುತ್ತದೆ. ಶಿಕ್ಷಣ ಕ್ಷೇತ್ರದಲ್ಲಿ, ಈ ವಿಧಾನವು ಪ್ರತಿ ಮಗುವಿನಲ್ಲಿ ಹೆಚ್ಚು ಅಗತ್ಯವಿರುವ 21 ನೇ ಶತಮಾನದ ಕೌಶಲ್ಯಗಳನ್ನು ಅಭಿವೃದ್ಧಿಪಡಿಸಲು ಕೆಲಸ ಮಾಡುತ್ತದೆ. ಚೌಕಟ್ಟನ್ನು ಮಕ್ಕಳು ತಮ್ಮ ಸುತ್ತಲಿನ ಪ್ರಪಂಚದ ಬಗ್ಗೆ ಹೆಚ್ಚು ಜಾಗೃತರಾಗಲು ಮತ್ತು ತಿಳಿಸಲು ಪರಿಕರಗಳೊಂದಿಗೆ ಸಜ್ಜುಗೊಳಿಸುತ್ತಾರೆ, ಆ ಜಗತ್ತನ್ನು ರೂಪಿಸುವಲ್ಲಿ ಅವರ ಪಾತ್ರದ ಪ್ರಾಮುಖ್ಯತೆಯನ್ನು ನಂಬುತ್ತಾರೆ ಮತ್ತು ಅರಿತುಕೊಳ್ಳುತ್ತಾರೆ ಮತ್ತು ಹೆಚ್ಚು ಸುಸ್ಥಿರ ಭವಿಷ್ಯಕ್ಕೆ ಕಾರಣವಾಗುವ ಹೆಚ್ಚು ಅಪೇಕ್ಷಣೀಯ ವರ್ತಮಾನವನ್ನು ನಿರ್ಮಿಸುವತ್ತ ಕ್ರಮ ಕೈಗೊಳ್ಳುತ್ತಾರೆ.

ಶಿಕ್ಷಕರು ಮತ್ತು ವಿದ್ಯಾರ್ಥಿಗಳ ಪಾತ್ರ:

ಶಿಕ್ಷಕರು ಮತ್ತು ಪೋಷಕರು ವಿದ್ಯಾರ್ಥಿಯ ಜೀವನದಲ್ಲಿ ಎರಡು ಬ್ಯಾಂಕುಗಳು; ಅವರ ಪ್ರೀತಿ ಮತ್ತು ಕಾಳಜಿಯ ಸಮತೋಲನವು ವಿದ್ಯಾರ್ಥಿಯ ಜೀವನವನ್ನು ಬದಲಾಯಿಸಬಹುದು. ಬದುಕಲು ಉಸಿರಾಟ ಹೇಗೆ ಅತ್ಯಗತ್ಯವೋ ಅದೇ ರೀತಿ ಮಗು/ವಿದ್ಯಾರ್ಥಿಗಳನ್ನು ಪ್ರೀತಿಸುವುದು ಪೋಷಕರು ಮತ್ತು ಶಿಕ್ಷಕರಿಗೆ ಅತ್ಯಗತ್ಯ. ಯಾರೂ ನಿಮಗೆ ಉಸಿರಾಡಲು ಹೇಳುವುದಿಲ್ಲ; ಅದೇ ರೀತಿ ನಿಮ್ಮ ಮಕ್ಕಳನ್ನು ಪ್ರೀತಿಸುವಂತೆ ಯಾರೂ ನಿಮಗೆ ಹೇಳುವುದಿಲ್ಲ. ಪಾಲನೆ/ಬೋಧನೆ ಒಂದು ಕಲೆ, ಅದನ್ನು ತಿಳಿದರೆ ನೀವು ಯಶಸ್ವಿಯಾಗುತ್ತೀರಿ. ಶಿಕ್ಷಕರು ಮತ್ತು ಪೋಷಕರಾದ ನಾವು RTD ವಿಧಾನಗಳಿಗೆ ಇಲ್ಲ ಎಂದು ಹೇಳಬೇಕಾಗಿದೆ ಅಂದರೆ ರೋಕೋ, ಟೋಕೋ, & ಧೋಕೋ, (ನಿಲ್ಲಿಸು, ಮಾಡಬಾರದೆಂದು ಹೇಳಿ, & ಬೀಟ್). ಮನೆಯಲ್ಲಿ ಹಾಗೂ ಶಾಲೆಯಲ್ಲಿ ಮಕ್ಕಳನ್ನು ಬೆಳೆಸುವ ಹೊಸ ಆಲೋಚನೆಗಳು ನಮ್ಮಲ್ಲಿ ಮೂಡಬೇಕು. ಮಕ್ಕಳಿಗೆ ಅರ್ಹತೆ ಇಲ್ಲದಿದ್ದರೂ ಪ್ರೀತಿ ಬೇಕು.

ಮುಕ್ತ ಸಂವಹನ, ಪರಸ್ಪರ ಗೌರವ ಮತ್ತು ಸಲಹೆ ಮಕ್ಕಳೊಂದಿಗೆ ವ್ಯವಹರಿಸಲು ಉತ್ತಮ ಮಾರ್ಗವಾಗಿದೆ. ಅವರು ಹೊಸ ಆಲೋಚನೆ/ಸಲಹೆಯೊಂದಿಗೆ ಬಂದಾಗ, ನಾವು ಅದನ್ನು ಗಂಭೀರವಾಗಿ ಪರಿಗಣಿಸುವುದಿಲ್ಲ, ಏಕೆಂದರೆ ಅವರು ಯೋಚಿಸಲು ಸಮರ್ಥರಲ್ಲ ಎಂದು ನಾವು ಭಾವಿಸುತ್ತೇವೆ ಮತ್ತು ನಮ್ಮ ಅಹಂಕಾರವು ಅಡ್ಡಿಯಾಗುತ್ತದೆ. ಇಂದಿನ ಯುವಕರು ಶಕ್ತಿ, ಕಲ್ಪನೆ, ಕಲ್ಪನೆ ಮತ್ತು ಸೃಜನಶೀಲತೆಯಿಂದ ತುಂಬಿದ್ದಾರೆ ಎಂಬುದನ್ನು ನಾವು ನೆನಪಿನಲ್ಲಿಡಬೇಕು. ನಾವು ಅವರಲ್ಲಿ ನಂಬಿಕೆ ಇಡಬೇಕು; ನಾವು ಅವರ ಸೃಜನಶೀಲತೆಯನ್ನು ಹೆಚ್ಚಿಸಬೇಕಾಗಿದೆ.

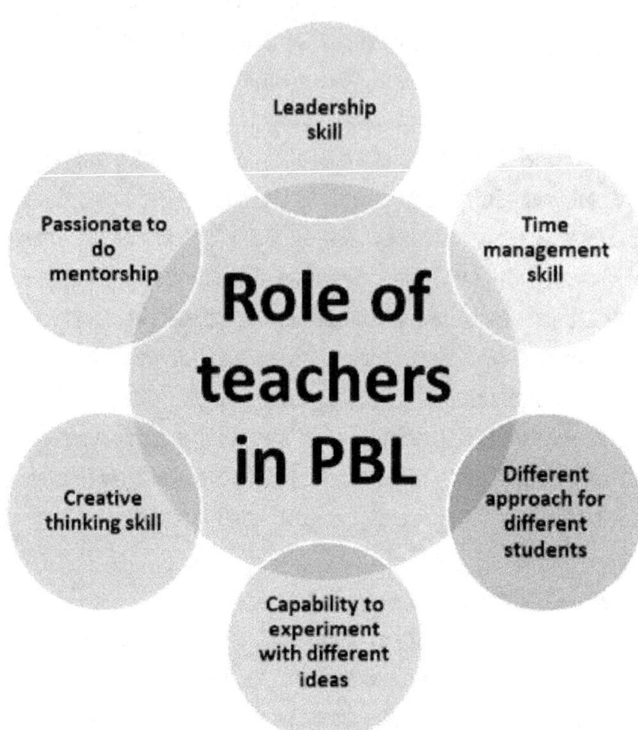

ಚಿತ್ರ 8: ಶಿಕ್ಷಕರು ಮತ್ತು ವಿದ್ಯಾರ್ಥಿಗಳ ಪಾತ್ರ

<u>ಸೃಜನಶೀಲತೆಯನ್ನು ಬೆಳೆಸುವ ಮಾರ್ಗಗಳು:</u>

ನಮ್ಮ ಮಕ್ಕಳಲ್ಲಿ ಸೃಜನಶೀಲತೆಯನ್ನು ಬೆಳೆಸಲು ಕೆಲವು ಮಾರ್ಗಗಳಿವೆ, ನಿಯಮಗಳಲ್ಲ.

ಕಲಿಕೆಯ ಭಾಗವಾಗಿ: ಕಲಿಕೆಯ ಭಾಗವಾಗಿ ಸೃಜನಶೀಲತೆಯನ್ನು ಅಳವಡಿಸಿಕೊಳ್ಳಿ. ಶಿಕ್ಷಕರು ಮತ್ತು ಪೋಷಕರು ಯಾವಾಗಲೂ ಮಗುವಿನ ಸೃಜನಶೀಲತೆಯನ್ನು ಪ್ರೋತ್ಸಾಹಿಸಬೇಕು.

<u>ಹೆಚ್ಚು ಪರಿಣಾಮಕಾರಿ ತಂತ್ರಗಳನ್ನು ಅಳವಡಿಸಿಕೊಳ್ಳಿ:</u> ಥಿಯರಿ ಮತ್ತು ಪ್ರಾಕ್ಟಿಕಲ್ ನಡುವಿನ ಅಂತರವನ್ನು ಕಡಿಮೆ ಮಾಡಲು ಸ್ಟೋರಿ ಸೆಷನ್‌ಗಳು, ಲೈವ್ ಉದಾಹರಣೆಗಳು, ರಸಾಯನಶಾಸ್ತ್ರ ತರಗತಿಗಾಗಿ ಮಿನಿ ಲ್ಯಾಬ್ ಕಿಟ್‌ನಂತಹ ಕಲ್ಪನೆಗಳನ್ನು ಬಳಸಿಕೊಂಡು ನಿಮ್ಮ ತರಗತಿಯನ್ನು ಆಸಕ್ತಿಕರಗೊಳಿಸಿ.

ತ್ಯಾಜ್ಯದಿಂದ ಸೃಷ್ಟಿ: ಪ್ರತಿ ಮಗುವಿನ ಬಳಿ ಕೆಲವು ಹಳೆಯ ಆಟಿಕೆಗಳು, ಅವುಗಳ ಭಾಗಗಳು ಇತ್ಯಾದಿ. ಇವುಗಳಿಂದ ಹೊಸದನ್ನು ರಚಿಸಲು ಹೇಳಿ. ನನ್ನ ಶಾಲೆಯಲ್ಲಿ ವಿದ್ಯಾರ್ಥಿಗಳು ತ್ಯಾಜ್ಯ ವಸ್ತುಗಳಿಂದ ಸೈಕಲ್ ನೇಗಿಲು, ವಿವಿಧೋದ್ದೇಶ ಕಡ್ಡಿ ಇತ್ಯಾದಿಗಳನ್ನು ತಯಾರಿಸುತ್ತಿದ್ದರು.

<u>ಕಾರ್ಯಕ್ರಮವನ್ನು ಆಯೋಜಿಸಿ:</u> ಸೃಜನಾತ್ಮಕ ಕೌಶಲ್ಯಗಳನ್ನು ಅಭಿವೃದ್ಧಿಪಡಿಸಲು ಪ್ರೋಗ್ರಾಂನಲ್ಲಿ ಭಾಗವಹಿಸಿ ಅಥವಾ ರಚಿಸಿ. ಪರದೆಗಳಿಗೆ ಯಾವ ರೀತಿಯ ವಸ್ತುಗಳನ್ನು ಬಳಸಲಾಗುತ್ತದೆ, ಇತರ

ಯಾವ ವಸ್ತುಗಳನ್ನು ಬಳಸಬಹುದು ಅಥವಾ ಬಳಸಬಾರದು ಎಂಬಂತಹ ಸಣ್ಣ ಆಲೋಚನೆಯ ಅನ್ವೇಷಣೆಯನ್ನು ಪೋಷಕರು ಮನೆಯಲ್ಲಿಯೂ ಸಹ ಆಯೋಜಿಸಬಹುದು; ಶಬ್ದಕೋಶವನ್ನು ಹೆಚ್ಚಿಸಲು ಅಂತಕ್ಷರಿ ಪದ; ಮಗುವು ರಾಜ್ಯಗಳು ಮತ್ತು ರಾಜಧಾನಿಗಳನ್ನು ಗುರುತಿಸುವ ಅಟ್ಲಾಸ್, ಇತ್ಯಾದಿ. ಈ ಎಲ್ಲಾ ಚಟುವಟಿಕೆಗಳನ್ನು ಪ್ರಯಾಣ ಮಾಡುವಾಗ, ಅಡುಗೆ ಮಾಡುವಾಗ, ನಡೆಯುವಾಗ ಮಾಡಬಹುದು. ನೀವು ತರಗತಿಗೆ ಅನುಗುಣವಾಗಿ ಕಷ್ಟದ ಮಟ್ಟವನ್ನು ಬದಲಾಯಿಸಬಹುದು. ಮಗುವಿನ ಸಮಗ್ರ ಬೆಳವಣಿಗೆಗಾಗಿ ಈ ಕೆಳಗಿನ ಕೌಶಲ್ಯಗಳನ್ನು ಅಭಿವೃದ್ಧಿಪಡಿಸಿ.

<u>ವಿಶ್ಲೇಷಣಾತ್ಮಕಚಿಂತನೆ:</u> ಪ್ರಮಾಣಿತ ಪರೀಕ್ಷೆಗಳು ಒಂದು ಸರಿಯಾದ ಪ್ರತಿಕ್ರಿಯೆಯೊಂದಿಗೆ ವಿಶ್ಲೇಷಣಾತ್ಮಕ ಚಿಂತನೆ/ತಾರ್ಕಿಕ ಉತ್ತರಗಳನ್ನು ಒಳಗೊಂಡಿರುವ ಒಮ್ಮುಖ ಚಿಂತನೆಯನ್ನು ಅಳೆಯುವ ಉತ್ತಮ ಕೆಲಸವನ್ನು ಮಾಡುತ್ತವೆ. ವಿಭಿನ್ನ ಚಿಂತನೆಯು ಸಮಸ್ಯೆಯನ್ನು ಸಮೀಪಿಸಲು ಕಲಿಯುವವರು ಹೇಗೆ ವಿವಿಧ ಮಾರ್ಗಗಳನ್ನು ಬಳಸಬಹುದು ಎಂಬುದನ್ನು ಪರಿಗಣಿಸುತ್ತದೆ. ಇದು ಸಹವಾಸ ಮತ್ತು ಚಿಂತನೆಯ ಬಹುಸಂಖ್ಯೆಯನ್ನು ಬಳಸಬೇಕಾಗುತ್ತದೆ. ಎರಡೂ ರೀತಿಯ ಚಿಂತನೆಯ ಮಾದರಿಗಳನ್ನು ಪರಿಗಣಿಸುವ ಕಾರ್ಯಯೋಜನೆಗಳನ್ನು ನಾವು ವಿನ್ಯಾಸಗೊಳಿಸಬೇಕು.

<u>ಕುತೂಹಲವನ್ನುಪ್ರೋತ್ಸಾಹಿಸಿ:</u> ವಿದ್ಯಾರ್ಥಿಗಳಿಗೆ ಯಾವುದು ಮುಖ್ಯ ಎಂಬುದನ್ನು ಪರಿಗಣಿಸಿ. ವಿದ್ಯಾರ್ಥಿಗಳ ಆಸಕ್ತಿಗಳು ತಮ್ಮದೇ ಆದ ಆಲೋಚನೆಯನ್ನು ಪ್ರೇರೇಪಿಸುವ ಬಗ್ಗೆ ಪ್ರಾರಂಭಿಸಲು ಉತ್ತಮ ಸ್ಥಳವಾಗಿದೆ. ಅವರ ಪ್ರಪಂಚದಿಂದ ಸ್ಫೂರ್ತಿ ಪಡೆಯಿರಿ. ಸೃಜನಶೀಲತೆ ಸ್ವಭಾವತಃ ಅಂತರ್ಗತವಾಗಿದೆ. ಅವರನ್ನು ಪ್ರೇರೇಪಿಸುವದನ್ನು ಕಂಡುಹಿಡಿಯಲು ಅವರ ದೃಷ್ಟಿಕೋನದಿಂದ ಗುರುತಿಸಲು ಪ್ರಯತ್ನಿಸಿ.

ಸೃಜನಾತ್ಮಕ ಕೌಶಲ್ಯಗಳು ಕೇವಲ ಒಳ್ಳೆಯ ಆಲೋಚನೆಗಳ ಬಗ್ಗೆ ಅಲ್ಲ, ಅವುಗಳು ಒಳ್ಳೆಯ ಆಲೋಚನೆಗಳನ್ನು ಮಾಡುವ ಕೌಶಲ್ಯಗಳನ್ನು ಹೊಂದಿರುತ್ತವೆ.

2.5 ಪ್ರೇರಣೆ: ಅರ್ಥ, ಸ್ವಭಾವಮತ್ತುಪ್ರೇರಣೆಯಪ್ರಕಾರಗಳುಮಾಸ್ಲೋಅವರಸಿದ್ಧಾಂತ

<u>ಪ್ರೇರಣೆಅರ್ಥ:</u>

ಪ್ರೇರಣೆಯು ವ್ಯಕ್ತಿಗಳು ತಮ್ಮ ಅತ್ಯುತ್ತಮ ಕಾರ್ಯಕ್ಷಮತೆಯನ್ನು ನೀಡಲು ಪ್ರೋತ್ಸಾಹಿಸುವ ಪ್ರಮುಖ ಅಂಶವಾಗಿದೆ ಮತ್ತು ಉದ್ಯಮ ಗುರಿಗಳನ್ನು ತಲುಪಲು ಸಹಾಯ ಮಾಡುತ್ತದೆ. ಬಲವಾದ ಧನಾತ್ಮಕ ಪ್ರೇರಣೆಯು ಉದ್ಯೋಗಿಗಳ ಹೆಚ್ಚಿದ ಉತ್ಪಾದನೆಯನ್ನು ಸಕ್ರಿಯಗೊಳಿಸುತ್ತದೆ ಆದರೆ ನಕಾರಾತ್ಮಕ ಪ್ರೇರಣೆ ಅವರ ಕಾರ್ಯಕ್ಷಮತೆಯನ್ನು ಕಡಿಮೆ ಮಾಡುತ್ತದೆ. ಸಿಬ್ಬಂದಿ ನಿರ್ವಹಣೆಯಲ್ಲಿ ಪ್ರಮುಖ ಅಂಶವೆಂದರೆ ಪ್ರೇರಣೆ.

ಲೈಕೆರ್ಟ್ ಪ್ರಕಾರ, "ಪ್ರತಿಯೊಬ್ಬ ಮನುಷ್ಯನು ಅವನಿಗೆ ಅತ್ಯಂತ ಮುಖ್ಯವಾದ ಮುಖಾಮುಖಿ ಗುಂಪುಗಳಲ್ಲಿ ಮೌಲ್ಯದ ಅರ್ಥವನ್ನು ನೀಡುತ್ತದೆ ಎಂದು ತೋರಿಸುವ ನಿರ್ವಹಣೆಯ ತಿರುಳು. ಒಬ್ಬ ಮೇಲ್ವಿಚಾರಕರು ವ್ಯಕ್ತಿಗಳನ್ನು ಘನತೆ ಮತ್ತು ಅವರ ವೈಯಕ್ತಿಕ ಮೌಲ್ಯವನ್ನು ಗುರುತಿಸಲು ಪ್ರಯತ್ನಿಸಬೇಕು.

<u>ವ್ಯಾಖ್ಯಾನಗಳು:</u>

ಪ್ರೇರಣೆಯನ್ನು ವಿದ್ವಾಂಸರು ವಿಭಿನ್ನವಾಗಿ ವ್ಯಾಖ್ಯಾನಿಸಿದ್ದಾರೆ. ಕೆಲವು ವ್ಯಾಖ್ಯಾನಗಳನ್ನು ಈ ಕೆಳಗಿನಂತೆ ಚರ್ಚಿಸಲಾಗಿದೆ:

ಬೆರೆಲ್ಸನ್ ಮತ್ತು ಸ್ಟೈನರ್:

"ಒಂದು ಉದ್ದೇಶವು ಆಂತರಿಕ ಸ್ಥಿತಿಯಾಗಿದ್ದು ಅದು ಚೈತನ್ಯವನ್ನು ನೀಡುತ್ತದೆ, ಸಕ್ರಿಯಗೊಳಿಸುತ್ತದೆ / ಚಲಿಸುತ್ತದೆ ಮತ್ತು ನಡವಳಿಕೆಯ ಗುರಿಗಳನ್ನು ನಿರ್ದೇಶಿಸುತ್ತದೆ."

ಲಿಲ್ಲಿಸ್:

"ಇದು ಒಬ್ಬರ ಇಚ್ಛೆಯ ಮೇಲೆ ಕಾರ್ಯನಿರ್ವಹಿಸುವ ಯಾವುದೇ ಭಾವನೆ / ಬಯಕೆಯ ಪ್ರಚೋದನೆಯಾಗಿದೆ ಮತ್ತು ಅದನ್ನು ಕ್ರಿಯೆಗೆ ಉತ್ತೇಜಿಸುವುದು / ಚಾಲನೆ ಮಾಡುವುದು."

ದಿ ಎನ್‌ಸೈಕ್ಲೋಪೀಡಿಯಾ ಆಫ್ ಮ್ಯಾನೇಜ್‌ಮೆಂಟ್:

"ಪ್ರೇರಣೆಯು ಕೆಲವು ಗೊತ್ತುಪಡಿಸಿದ ಗುರಿಯನ್ನು ಅನುಸರಿಸಲು ಜೀವಿಗಳ ಸಿದ್ಧತೆಯ ಮಟ್ಟವನ್ನು ಸೂಚಿಸುತ್ತದೆ ಮತ್ತು ಸನ್ನದ್ಧತೆಯ ಮಟ್ಟವನ್ನು ಒಳಗೊಂಡಂತೆ ಶಕ್ತಿಗಳ ಸ್ವಭಾವ ಮತ್ತು ಸ್ಥಳದ ನಿರ್ಣಯವನ್ನು ಸೂಚಿಸುತ್ತದೆ."

<u>ಪ್ರೇರಣೆಯಸ್ವರೂಪ:</u>

ಪ್ರೇರಣೆಯು ವ್ಯಕ್ತಿಯೊಳಗೆ ಉತ್ಪತ್ತಿಯಾಗುವ ಮಾನಸಿಕ ವಿದ್ಯಮಾನವಾಗಿದೆ. ಒಬ್ಬ ವ್ಯಕ್ತಿಯು ಕೆಲವು ಅಗತ್ಯಗಳ ಕೊರತೆಯನ್ನು ಅನುಭವಿಸುತ್ತಾನೆ, ಅದನ್ನು ಪೂರೈಸಲು ಅವನು ಹೆಚ್ಚು ಕೆಲಸ ಮಾಡುತ್ತಾನೆ. ಅಗತ್ಯವನ್ನು ತೃಪ್ತಿಪಡಿಸುವ ಅಹಂ ವ್ಯಕ್ತಿಯನ್ನು ಅವನು ಸಾಮಾನ್ಯವಾಗಿ ಮಾಡುವುದಕ್ಕಿಂತ ಉತ್ತಮವಾಗಿ ಮಾಡಲು ಪ್ರೇರೇಪಿಸುತ್ತದೆ.

ಹಿಂದೆ ನೀಡಲಾದ ವ್ಯಾಖ್ಯಾನಗಳಿಂದ ಈ ಕೆಳಗಿನ ತೀರ್ಮಾನಗಳನ್ನು ಪಡೆಯಬಹುದು:

1. ಪ್ರೇರಣೆಯು ಆಂತರಿಕ ಭಾವನೆಯಾಗಿದ್ದು ಅದು ವ್ಯಕ್ತಿಯನ್ನು ಹೆಚ್ಚು ಕೆಲಸ ಮಾಡಲು ಶಕ್ತಿಯನ್ನು ನೀಡುತ್ತದೆ.

2. ವ್ಯಕ್ತಿಯ ಭಾವನೆಗಳು/ಆಸೆಗಳು ನಿರ್ದಿಷ್ಟ ಕೆಲಸವನ್ನು ಮಾಡಲು ಅವನನ್ನು ಪ್ರೇರೇಪಿಸುತ್ತವೆ.

3. ಒಬ್ಬ ವ್ಯಕ್ತಿಯ ಅತೃಪ್ತ ಅಗತ್ಯಗಳು ಅವನ ಸಮತೋಲನವನ್ನು ತೊಂದರೆಗೊಳಿಸುತ್ತವೆ.

4. ಒಬ್ಬ ವ್ಯಕ್ತಿಯು ತನ್ನ ಶಕ್ತಿಯನ್ನು ಕಂಡೀಷನಿಂಗ್ ಮಾಡುವ ಮೂಲಕ ತನ್ನ ಅತೃಪ್ತ ಅಗತ್ಯಗಳನ್ನು ಪೂರೈಸಲು ಚಲಿಸುತ್ತಾನೆ.

5. ವ್ಯಕ್ತಿಯಲ್ಲಿ ಸುಪ್ತ ಶಕ್ತಿಗಳಿದ್ದು, ಅವುಗಳನ್ನು ಕ್ರಿಯೆಗಳಾಗಿ ಚಾನೆಲೈಸ್ ಮಾಡುವ ಮೂಲಕ ಸಕ್ರಿಯಗೊಳಿಸಲಾಗುತ್ತದೆ.

<u>ಪ್ರೇರಣೆಯವಿಧಗಳು:</u>

ಒಬ್ಬ ಮ್ಯಾನೇಜರ್ ತನ್ನ ಅಧೀನ ಅಧಿಕಾರಿಗಳಿಂದ ಹೆಚ್ಚಿನ ಕೆಲಸವನ್ನು ಪಡೆಯಲು ಬಯಸಿದಾಗ ಅವನು ಅವರ ಕಾರ್ಯಕ್ಷಮತೆಯನ್ನು ಸುಧಾರಿಸಲು ಅವರನ್ನು ಪ್ರೇರೇಪಿಸಬೇಕಾಗುತ್ತದೆ. ಅವರಿಗೆ ಹೆಚ್ಚಿನ ಕೆಲಸಕ್ಕಾಗಿ ಪ್ರೋತ್ಸಾಹವನ್ನು ನೀಡಲಾಗುತ್ತದೆ/ಪ್ರತಿಫಲಗಳು, ಉತ್ತಮ ವರದಿಗಳು, ಗುರುತಿಸುವಿಕೆ ಇತ್ಯಾದಿಗಳ ಜಾಗದಲ್ಲಿರಬಹುದು, ಅಥವಾ ಅವನು ಅವರಲ್ಲಿ ಭಯವನ್ನು ಹುಟ್ಟುಹಾಕಬಹುದು/ಅಪೇಕ್ಷಿತ ಕೆಲಸವನ್ನು ಪಡೆಯಲು ಬಲವನ್ನು ಬಳಸಬಹುದು.

ಕೆಳಗಿನವುಗಳು ಪ್ರೇರಣೆಯ ಪ್ರಕಾರಗಳಾಗಿವೆ:

1. ಧನಾತ್ಮಕ ಪ್ರೇರಣೆ:

ಧನಾತ್ಮಕ ಪ್ರೇರಣೆ ಅಥವಾ ಪ್ರೋತ್ಸಾಹಕ ಪ್ರೇರಣೆ ಪ್ರತಿಫಲವನ್ನು ಆಧರಿಸಿದೆ. ಅಪೇಕ್ಷಿತ ಗುರಿಗಳನ್ನು ಸಾಧಿಸಲು ಕಾರ್ಮಿಕರಿಗೆ ಪ್ರೋತ್ಸಾಹವನ್ನು ನೀಡಲಾಗುತ್ತದೆ. ಪ್ರೋತ್ಸಾಹಕಗಳು ಹೆಚ್ಚಿನ ವೇತನ, ಬಡ್ತಿ, ಕೆಲಸದ ಗುರುತಿಸುವಿಕೆ ಇತ್ಯಾದಿಗಳ ಆಕಾರದಲ್ಲಿರಬಹುದು. ಉದ್ಯೋಗಿಗಳಿಗೆ ಪ್ರೋತ್ಸಾಹವನ್ನು ನೀಡಲಾಗುತ್ತದೆ ಮತ್ತು ಅವರ ಕಾರ್ಯಕ್ಷಮತೆಯನ್ನು ಸ್ವಇಚ್ಛೆಯಿಂದ ಸುಧಾರಿಸಲು

ಪ್ರಯತ್ನಿಸಿ.

ಪೀಟರ್ ಡ್ರಕ್ಕರ್ ಅವರ ಪ್ರಕಾರ, ನೈಜ ಮತ್ತು ಸಕಾರಾತ್ಮಕ ಪ್ರೇರಕರು ನಿಯೋಜನೆ, ಉನ್ನತ ಗುಣಮಟ್ಟದ ಕಾರ್ಯಕ್ಷಮತೆ, ಸ್ವಯಂ ನಿಯಂತ್ರಣಕ್ಕೆ ಸಾಕಷ್ಟು ಮಾಹಿತಿ ಮತ್ತು ಸಸ್ಯ ಸಮುದಾಯದಲ್ಲಿ ಜವಾಬ್ದಾರಿಯುತ ನಾಗರಿಕರಾಗಿ ಕೆಲಸಗಾರನ ಭಾಗವಹಿಸುವಿಕೆಗೆ ಜವಾಬ್ದಾರರಾಗಿರುತ್ತಾರೆ. ಉದ್ಯೋಗಿಗಳ ಸಹಕಾರದಿಂದ ಧನಾತ್ಮಕ ಪ್ರೇರಣೆಯನ್ನು ಸಾಧಿಸಲಾಗುತ್ತದೆ ಮತ್ತು ಅವರು ಸಂತೋಷದ ಭಾವನೆಯನ್ನು ಹೊಂದಿರುತ್ತಾರೆ.

2. ನಕಾರಾತ್ಮಕ ಪ್ರೇರಣೆ:

ನಕಾರಾತ್ಮಕ ಅಥವಾ ಭಯದ ಪ್ರೇರಣೆಯು ಬಲ/ಭಯವನ್ನು ಆಧರಿಸಿದೆ. ಭಯವು ನೌಕರರು ಒಂದು ನಿರ್ದಿಷ್ಟ ರೀತಿಯಲ್ಲಿ ಕಾರ್ಯನಿರ್ವಹಿಸಲು ಕಾರಣವಾಗುತ್ತದೆ. ಒಂದು ವೇಳೆ, ಅವರು ಅದಕ್ಕೆ ಅನುಗುಣವಾಗಿ ಕಾರ್ಯನಿರ್ವಹಿಸದಿದ್ದರೆ, ಅವರನ್ನು ಹಿಂಬಡ್ತಿ/ಲೇ-ಆಫ್‌ಗಳ ಮೂಲಕ ಶಿಕ್ಷಿಸಬಹುದು. ಭಯವು ಪುಶ್ ಯಾಂತ್ರಿಕವಾಗಿ ಕಾರ್ಯನಿರ್ವಹಿಸುತ್ತದೆ. ಉದ್ಯೋಗಿಗಳು ಸ್ವಇಚ್ಛೆಯಿಂದ ಸಹಕರಿಸುವುದಿಲ್ಲ, ಬದಲಿಗೆ ಅವರು ಶಿಕ್ಷೆಯನ್ನು ತಪ್ಪಿಸಲು ಬಯಸುತ್ತಾರೆ.

ನೌಕರರು ಶಿಕ್ಷೆಯನ್ನು ತಪ್ಪಿಸುವ ಮಟ್ಟಕ್ಕೆ ಕೆಲಸ ಮಾಡುತ್ತಾರೆ ಆದರೆ ಈ ರೀತಿಯ ಪ್ರೇರಣೆಯು ಕೋಪ ಮತ್ತು ಹತಾಶೆಯನ್ನು ಉಂಟುಮಾಡುತ್ತದೆ. ಈ ರೀತಿಯ ಪ್ರೇರಣೆಯು ಸಾಮಾನ್ಯವಾಗಿ ಕೈಗಾರಿಕಾ ಅಶಾಂತಿಗೆ ಕಾರಣವಾಗುತ್ತದೆ. ನಕಾರಾತ್ಮಕ ಪ್ರೇರಣೆಯ ನ್ಯೂನತೆಗಳ ಹೊರತಾಗಿಯೂ, ಅಪೇಕ್ಷಿತ ಫಲಿತಾಂಶಗಳನ್ನು ಸಾಧಿಸಲು ಈ ವಿಧಾನವನ್ನು ಸಾಮಾನ್ಯವಾಗಿ ಬಳಸಲಾಗುತ್ತದೆ. ಒಂದು/ಇನ್ನೊಂದು ಸಮಯದಲ್ಲಿ ಋಣಾತ್ಮಕ ಪ್ರೇರಣೆಯನ್ನು ಬಳಸದ ಯಾವುದೇ ನಿರ್ವಹಣೆಯು ಅಷ್ಟೇನೂ ಇರಬಹುದು.

ಪ್ರೇರಣೆಯ ಸಿದ್ಧಾಂತಗಳು

1. ಮಾಸ್ಲೋ ಅವರ ಅಗತ್ಯ ಕ್ರಮಾನುಗತ ಸಿದ್ಧಾಂತ

ಪ್ರೇರಣೆಯ ಅತ್ಯಂತ ಪ್ರಸಿದ್ಧವಾದ ಸಿದ್ಧಾಂತವು ಮಾಸ್ಲೋ ಅವರ ಅಗತ್ಯ ಕ್ರಮಾನುಗತ ಸಿದ್ಧಾಂತವಾಗಿದೆ ಎಂದು ಹೇಳಲು ಬಹುಶಃ ಸುರಕ್ಷಿತವಾಗಿದೆ. ಮಾಸ್ಲೋ ಸಿದ್ಧಾಂತವು ಮಾನವ ಅಗತ್ಯಗಳನ್ನು ಆಧರಿಸಿದೆ. ಪ್ರಾಥಮಿಕವಾಗಿ ಅವರ ವೈದ್ಯಕೀಯ ಅನುಭವವನ್ನು ಆಧರಿಸಿ, ಅವರು ಎಲ್ಲಾ ಮಾನವ ಅಗತ್ಯಗಳನ್ನು ಕೆಳಮಟ್ಟದಿಂದ ಉನ್ನತ ಕ್ರಮಕ್ಕೆ ವರ್ಗೀಕರಿಸಿದರು.

ಸಂಕ್ಷಿಪ್ತವಾಗಿ ಹೇಳುವುದಾದರೆ, ನೀಡಿದ ಅಗತ್ಯದ ಮಟ್ಟವನ್ನು ಒಮ್ಮೆ ತೃಪ್ತಿಪಡಿಸಿದರೆ, ಅದು ಮನುಷ್ಯನನ್ನು ಪ್ರೇರೇಪಿಸಲು ಕೆಲಸ ಮಾಡುವುದಿಲ್ಲ ಎಂದು ಅವರು ನಂಬಿದ್ದರು. ನಂತರ, ಮನುಷ್ಯನನ್ನು ಪ್ರೇರೇಪಿಸಲು ಮುಂದಿನ ಉನ್ನತ ಹಂತವನ್ನು ಸಕ್ರಿಯಗೊಳಿಸಬೇಕಾಗಿದೆ. ಮ್ಯಾಸ್ಲೋ ತನ್ನ ಅಗತ್ಯ ಕ್ರಮಾನುಗತದಲ್ಲಿ ಐದು ಹಂತಗಳನ್ನು ಗುರುತಿಸಿದ್ದಾನೆ.

ಇವುಗಳನ್ನು ಈಗ ಒಂದೊಂದಾಗಿ ಕೆಳಗೆ ಚರ್ಚಿಸಲಾಗಿದೆ: -

1. ಶಾರೀರಿಕ ಅಗತ್ಯಗಳು: -

ಈ ಅಗತ್ಯಗಳು ಮಾನವ ಜೀವನಕ್ಕೆ ಮೂಲಭೂತವಾಗಿವೆ ಮತ್ತು ಆದ್ದರಿಂದ, ಆಹಾರ, ಬಟ್ಟೆ, ವಸತಿ, ಗಾಳಿ, ನೀರು ಮತ್ತು ಜೀವನ ಅಗತ್ಯತೆಗಳನ್ನು ಒಳಗೊಂಡಿರುತ್ತದೆ. ಇವು ಮಾನವ ಜೀವನದ ಅಸ್ತಿತ್ವ ಮತ್ತು ನಿರ್ವಹಣೆಗೆ ಸಂಬಂಧಿಸಿವೆ. ಅವರು ಮಾನವ ನಡವಳಿಕೆಯ ಮೇಲೆ ಮಹತ್ತರವಾದ ಪ್ರಭಾವವನ್ನು ಹೊಂದಿದ್ದಾರೆ. ಹೆಚ್ಚಿನ ಮಟ್ಟದ ಅಗತ್ಯಗಳು ಹೊರಹೊಮ್ಮುವ ಮೊದಲು ಈ ಅಗತ್ಯಗಳನ್ನು ಕನಿಷ್ಠ ಭಾಗಶಃ ಪೂರೈಸಬೇಕು. ಒಮ್ಮೆ ದೈಹಿಕ ಅಗತ್ಯಗಳನ್ನು ಪೂರೈಸಿದರೆ, ಅವು

ಮನುಷ್ಯನನ್ನು ಪ್ರೇರೇಪಿಸುವುದಿಲ್ಲ.

2. ಸುರಕ್ಷತೆ ಅಗತ್ಯತೆಗಳು: -

ಭೌತಿಕ ಅವಶ್ಯಕತೆಗಳನ್ನು ಪೂರೈಸಿದ ನಂತರ, ಮುಂದಿನ ಅಗತ್ಯಗಳನ್ನು ಸುರಕ್ಷತೆ ಮತ್ತು ಭದ್ರತೆಯ ಅಗತ್ಯ ಎಂದು ಕರೆಯಲಾಗುತ್ತದೆ. ಆರ್ಥಿಕ ಭದ್ರತೆ ಮತ್ತು ವಸ್ತು ಬೆದರಿಕೆಗಳಿಂದ ರಕ್ಷಣೆಯಂತಹ ಬಯಕೆಗಳಲ್ಲಿ ಇವುಗಳಿಗೆ ಅಭಿವ್ಯಕ್ತಿ ಅಗತ್ಯವಿರುತ್ತದೆ. ಈ ಅಗತ್ಯಗಳನ್ನು ಪೂರೈಸಲು ಹೆಚ್ಚಿನ ಹಣದ ಅಗತ್ಯವಿರುತ್ತದೆ ಮತ್ತು ಆದ್ದರಿಂದ, ವ್ಯಕ್ತಿಯು ಹೆಚ್ಚಿನ ಕೆಲಸವನ್ನು ಮಾಡಲು ಪ್ರೇರೇಪಿಸುತ್ತಾನೆ. ದೈಹಿಕ ಅಗತ್ಯಗಳಂತೆ, ಅವರು ತೃಪ್ತಿ ಹೊಂದಿದ ನಂತರ ನಿಷ್ಕ್ರಿಯರಾಗುತ್ತಾರೆ.

3. ಸಾಮಾಜಿಕ ಅಗತ್ಯಗಳು: -

ಮನುಷ್ಯ ಸಾಮಾಜಿಕ ಪ್ರಾಣಿ. ಆದ್ದರಿಂದ, ಅವರು ಸಾಮಾಜಿಕ ಸಂವಹನ, ಒಡನಾಟ, ಸೇರಿದವರು ಇತ್ಯಾದಿಗಳಲ್ಲಿ ಆಸಕ್ತಿ ಹೊಂದಿದ್ದಾರೆ. ಈ ಸಾಮಾಜಿಕತೆ ಮತ್ತು ಸೇರಿದ ಕಾರಣದಿಂದ ವ್ಯಕ್ತಿಗಳು ಗುಂಪುಗಳಲ್ಲಿ ಕೆಲಸ ಮಾಡಲು ಇಷ್ಟಪಡುತ್ತಾರೆ ಮತ್ತು ವಿಶೇಷವಾಗಿ ವಯಸ್ಸಾದ ಜನರು ಕೆಲಸಕ್ಕೆ ಹೋಗುತ್ತಾರೆ.

4. ಗೌರವ ಅಗತ್ಯಗಳು: -

ಇವು ಸ್ವಾಭಿಮಾನ ಮತ್ತು ಸ್ವಾಭಿಮಾನವನ್ನು ಸೂಚಿಸುತ್ತವೆ. ಅವು ಆತ್ಮವಿಶ್ವಾಸ, ಸಾಧನೆ, ಸಾಮರ್ಥ್ಯ, ಜ್ಞಾನ ಮತ್ತು ಸ್ವಾತಂತ್ರ್ಯವನ್ನು ಸೂಚಿಸುವ ಅವಶ್ಯಕತೆಗಳನ್ನು ಒಳಗೊಂಡಿವೆ. ಗೌರವದ ಅವಶ್ಯಕತೆಗಳನ್ನು ಪೂರೈಸುವುದು ಆತ್ಮವಿಶ್ವಾಸ, ಶಕ್ತಿ ಮತ್ತು ಸಂಸ್ಥೆಯಲ್ಲಿ ಉಪಯುಕ್ತವಾಗುವ ಸಾಮರ್ಥ್ಯವನ್ನು ಸೃಷ್ಟಿಸುತ್ತದೆ. ಆದಾಗ್ಯೂ, ಈ ಅಗತ್ಯಗಳನ್ನು ಪೂರೈಸಲು ಅಸಮರ್ಥತೆ ಕೀಳರಿಮೆ, ದೌರ್ಬಲ್ಯ ಮತ್ತು ಅಸಹಾಯಕತೆಯ ಭಾವನೆಗಳನ್ನು ಸೃಷ್ಟಿಸುತ್ತದೆ.

5. ಸ್ವಯಂ ವಾಸ್ತವೀಕರಣದ ಅಗತ್ಯತೆಗಳು: -

ಈ ಮಟ್ಟವು ಮಾನವರ ಎಲ್ಲಾ ಕಡಿಮೆ, ಮಧ್ಯಂತರ ಮತ್ತು ಹೆಚ್ಚಿನ ಅಗತ್ಯಗಳ ಪರಾಕಾಷ್ಠೆಯನ್ನು ಪ್ರತಿನಿಧಿಸುತ್ತದೆ. ಬೇರೆ ರೀತಿಯಲ್ಲಿ ಹೇಳುವುದಾದರೆ, ಅಗತ್ಯಗಳ ಕ್ರಮಾನುಗತ ಮಾದರಿಯ ಅಡಿಯಲ್ಲಿ ಕೊನೆಯ ಹಂತವು ಸ್ವಯಂ-ಸಾಕ್ಷಾತ್ಕಾರವಾಗಿದೆ. ಇದು ಪೂರೈಸುವಿಕೆಯನ್ನು ಸೂಚಿಸುತ್ತದೆ. ಸ್ವಯಂ-ಸಾಕ್ಷಾತ್ಕಾರ ಎಂಬ ಪದವನ್ನು ಕರ್ಟ್ ಗೋಲ್ಡ್ಸ್ಟ್ಯನ್ ರಚಿಸಿದ್ದಾರೆ ಮತ್ತು ಇದರರ್ಥ ಬಹುಶಃ ಒಳ್ಳೆಯದು ನಿಜವಾಗುತ್ತದೆ. ವಾಸ್ತವವಾಗಿ, ಸ್ವಯಂ-ಸಾಕ್ಷಾತ್ಕಾರವು ವಾಸ್ತವದಲ್ಲಿ ಒಬ್ಬರ ಗ್ರಹಿಕೆಯನ್ನು ಬದಲಾಯಿಸುವ ಪ್ರೇರಣೆಯಾಗಿದೆ.

ಈ ಸಿದ್ಧಾಂತದ ಟೀಕೆ:-

ಅಗತ್ಯಗಳು ನಿರ್ದಿಷ್ಟ ಕ್ರಮಾನುಗತ ಕ್ರಮವನ್ನು ಅನುಸರಿಸಬಹುದು/ಇಲ್ಲದಿರಬಹುದು. ಆದ್ದರಿಂದ ಹೇಳುವುದಾದರೆ, ಕ್ರಮಾನುಗತದಲ್ಲಿ ಅಗತ್ಯಗಳು ಅತಿಕ್ರಮಿಸಬಹುದು. ಉದಾಹರಣೆಗೆ: ಭದ್ರತೆಯ ಅಗತ್ಯವನ್ನು ತೃಪ್ತಿಪಡಿಸದಿದ್ದರೂ, ಸಾಮಾಜಿಕ ಅಗತ್ಯವು ಹೊರಹೊಮ್ಮಬಹುದು. ಅಗತ್ಯವಿರುವ ಆದ್ಯತೆಯ ಮಾದರಿಯು ಎಲ್ಲಾ ಸಮಯದಲ್ಲೂ ಎಲ್ಲಾ ಸ್ಥಳಗಳಿಗೆ ಅನ್ವಯಿಸುವುದಿಲ್ಲ. ಯಾವುದೇ ಸಮಯದಲ್ಲಿ ಮಾನವ ನಡವಳಿಕೆಯು ಬಹುಸಂಖ್ಯೆಯ ನಡವಳಿಕೆಗಳಿಂದ ಮಾರ್ಗದರ್ಶಿಸಲ್ಪಡುತ್ತದೆ ಎಂದು ಸಂಶೋಧನೆ ಸೂಚಿಸುತ್ತದೆ. ಆದ್ದರಿಂದ, ಒಂದು ಸಮಯದಲ್ಲಿ ಒಬ್ಬರು ತೃಪ್ತಿಪಡಿಸುವ ಮಾಸ್ಲೋ ಅವರ ಪ್ರಸ್ತಾಪವು ಪ್ರಶ್ನಾರ್ಹ ಸಿಂಧುತ್ವವನ್ನು ಹೊಂದಿದೆ. ಕೆಲವು ಜನರ ಸಂದರ್ಭದಲ್ಲಿ, ಪ್ರೇರಣೆಯ ಮಟ್ಟವು ಶಾಶ್ವತವಾಗಿ ಕಡಿಮೆಯಾಗಬಹುದು. ಉದಾ: ದೀರ್ಘಕಾಲದ ನಿರುದ್ಯೋಗದಿಂದ ಬಳಲುತ್ತಿರುವ ವ್ಯಕ್ತಿಯು ಸಾಕಷ್ಟು ಆಹಾರವನ್ನು ಪಡೆದರೆ ಮಾತ್ರ ತನ್ನ ಜೀವನದುದ್ದಕ್ಕೂ

ತೃಪ್ತನಾಗಿರುತ್ತಾನೆ.

3

ಘಟಕ-3 ವ್ಯಕ್ತಿತ್ವ ಮತ್ತು ಮೌಲ್ಯಮಾಪನ

3.1 ವೈಯಕ್ತಿಕವಾಗಿ: ಅರ್ಥ, ಸ್ವಭಾವ, ಅಂಶಗಳು

ವ್ಯಕ್ತಿತ್ವ

ವ್ಯಕ್ತಿತ್ವ, ಆಲೋಚನೆ, ಭಾವನೆ ಮತ್ತು ನಡವಳಿಕೆಯ ವಿಶಿಷ್ಟ ವಿಧಾನ. ವ್ಯಕ್ತಿತ್ವವು ಮನಸ್ಥಿತಿಗಳು, ವರ್ತನೆಗಳು ಮತ್ತು ಅಭಿಪ್ರಾಯಗಳನ್ನು ಅಳವಡಿಸಿಕೊಳ್ಳುತ್ತದೆ ಮತ್ತು ಇತರ ಜನರೊಂದಿಗೆ ಸಂವಹನದಲ್ಲಿ ಹೆಚ್ಚು ಸ್ಪಷ್ಟವಾಗಿ ವ್ಯಕ್ತವಾಗುತ್ತದೆ. ಇದು ನಡವಳಿಕೆಯ ಗುಣಲಕ್ಷಣಗಳನ್ನು ಒಳಗೊಂಡಿದೆ, ಅಂತರ್ಗತ ಮತ್ತು ಸ್ವಾಧೀನಪಡಿಸಿಕೊಂಡಿದೆ, ಅದು ಒಬ್ಬ ವ್ಯಕ್ತಿಯನ್ನು ಇನ್ನೊಬ್ಬರಿಂದ ಪ್ರತ್ಯೇಕಿಸುತ್ತದೆ ಮತ್ತು ಪರಿಸರ ಮತ್ತು ಸಾಮಾಜಿಕ ಗುಂಪಿನ ಜನರ ಸಂಬಂಧಗಳಲ್ಲಿ ಇದನ್ನು ಗಮನಿಸಬಹುದು.

ವ್ಯಕ್ತಿತ್ವ ಎಂಬ ಪದವನ್ನು ಹಲವು ವಿಧಗಳಲ್ಲಿ ವ್ಯಾಖ್ಯಾನಿಸಲಾಗಿದೆ, ಆದರೆ ಮಾನಸಿಕ ಪರಿಕಲ್ಪನೆಯಾಗಿ ಎರಡು ಮುಖ್ಯ ಅರ್ಥಗಳು ವಿಕಸನಗೊಂಡಿವೆ. ಮೊದಲನೆಯದು ಜನರ ನಡುವೆ ಇರುವ ಸ್ಥಿರವಾದ ವ್ಯತ್ಯಾಸಗಳಿಗೆ ಸಂಬಂಧಿಸಿದೆ: ಈ ಅರ್ಥದಲ್ಲಿ, ವ್ಯಕ್ತಿತ್ವದ ಅಧ್ಯಯನವು ತುಲನಾತ್ಮಕವಾಗಿ ಸ್ಥಿರವಾದ ಮಾನವ ಮಾನಸಿಕ ಗುಣಲಕ್ಷಣಗಳನ್ನು ವರ್ಗೀಕರಿಸುವ ಮತ್ತು ವಿವರಿಸುವುದರ ಮೇಲೆ ಕೇಂದ್ರೀಕರಿಸುತ್ತದೆ. ಎರಡನೆಯ ಅರ್ಥವು ಎಲ್ಲಾ ಜನರನ್ನು ಸಮಾನವಾಗಿ ಮಾಡುವ ಮತ್ತು ಮಾನಸಿಕ ಮನುಷ್ಯನನ್ನು ಇತರ ಜಾತಿಗಳಿಂದ ಪ್ರತ್ಯೇಕಿಸುವ ಗುಣಗಳನ್ನು ಒತ್ತಿಹೇಳುತ್ತದೆ; ಇದು ವ್ಯಕ್ತಿಯ ಸ್ವಭಾವವನ್ನು ಮತ್ತು ಜೀವನದ ಹಾದಿಯನ್ನು ಪ್ರಭಾವಿಸುವ ಅಂಶಗಳನ್ನು ವ್ಯಾಖ್ಯಾನಿಸುವ ಎಲ್ಲಾ ಜನರಲ್ಲಿ ಆ ಕ್ರಮಬದ್ಧತೆಗಳನ್ನು ಹುಡುಕಲು ವ್ಯಕ್ತಿತ್ವ ಸಿದ್ಧಾಂತವನ್ನು ನಿರ್ದೇಶಿಸುತ್ತದೆ. ವ್ಯಕ್ತಿತ್ವ ಅಧ್ಯಯನಗಳು ತೆಗೆದುಕೊಂಡಿರುವ ಎರಡು ದಿಕ್ಕುಗಳನ್ನು ವಿವರಿಸಲು ಈ ದ್ವಂದ್ವತೆಯು ಸಹಾಯ ಮಾಡುತ್ತದೆ: ಒಂದೆಡೆ, ಜನರಲ್ಲಿ ಹೆಚ್ಚು ನಿರ್ದಿಷ್ಟ ಗುಣಗಳ ಅಧ್ಯಯನ, ಮತ್ತು ಮತ್ತೊಂದೆಡೆ, ಸಾವಯವ ನಡುವಿನ ಪರಸ್ಪರ ಕ್ರಿಯೆಯನ್ನು ಒತ್ತಿಹೇಳುವ ಮಾನಸಿಕ ಕಾರ್ಯಗಳ ಸಂಘಟಿತ ಸಂಪೂರ್ಣತೆಯ ಹುಡುಕಾಟ. ಮತ್ತು ಜನರೊಳಗಿನ ಮಾನಸಿಕ ಘಟನೆಗಳು ಮತ್ತು ಅವರನ್ನು ಸುತ್ತುವರೆದಿರುವ ಸಾಮಾಜಿಕ ಮತ್ತು ಜೈವಿಕ ಘಟನೆಗಳು. ವ್ಯಕ್ತಿತ್ವದ ದ್ವಂದ್ವ ವ್ಯಾಖ್ಯಾನವು ಕೆಳಗೆ ಚರ್ಚಿಸಲಾದ ಹೆಚ್ಚಿನ ವಿಷಯಗಳಲ್ಲಿ ಹಣಿದುಕೊಂಡಿದೆ. ಆದಾಗ್ಯೂ, ವ್ಯಕ್ತಿತ್ವದ

ಯಾವುದೇ ವ್ಯಾಖ್ಯಾನವು ಕ್ಷೇತ್ರದೊಳಗೆ ಸಾರ್ವತ್ರಿಕ ಸ್ವೀಕಾರವನ್ನು ಕಂಡುಕೊಂಡಿಲ್ಲ ಎಂದು ಒತ್ತಿಹೇಳಬೇಕು.

ವ್ಯಕ್ತಿತ್ವದ ಅಧ್ಯಯನವು ಅದರ ಮೂಲವನ್ನು ಮೂಲಭೂತ ಕಲ್ಪನೆಯಲ್ಲಿ ಹೊಂದಿದೆ ಎಂದು ಹೇಳಬಹುದು, ಜನರು ತಮ್ಮ ವಿಶಿಷ್ಟವಾದ ವೈಯಕ್ತಿಕ ನಡವಳಿಕೆಯ ಮಾದರಿಗಳಿಂದ ಗುರುತಿಸಲ್ಪಡುತ್ತಾರೆ-ಅವರು ನಡೆಯುವ, ಮಾತನಾಡುವ, ತಮ್ಮ ವಾಸಸ್ಥಾನಗಳನ್ನು ಒದಗಿಸುವ/ ತಮ್ಮ ಪ್ರಚೋದನೆಗಳನ್ನು ವ್ಯಕ್ತಪಡಿಸುವ ವಿಶಿಷ್ಟ ವಿಧಾನಗಳು. ನಡವಳಿಕೆಯ ಏನೇ ಇರಲಿ, ವ್ಯಕ್ತಿತ್ವಶಾಸ್ತ್ರಜ್ಞರು - ವ್ಯವಸ್ಥಿತವಾಗಿ ವ್ಯಕ್ತಿತ್ವವನ್ನು ಅಧ್ಯಯನ ಮಾಡುವವರನ್ನು ಕರೆಯಲಾಗುತ್ತದೆ - ಜನರು ತಮ್ಮನ್ನು ತಾವು ವ್ಯಕ್ತಪಡಿಸುವ ವಿಧಾನಗಳಲ್ಲಿ ಹೇಗೆ ಭಿನ್ನರಾಗಿದ್ದಾರೆ ಎಂಬುದನ್ನು ಪರೀಕ್ಷಿಸುತ್ತಾರೆ ಮತ್ತು ಈ ವ್ಯತ್ಯಾಸಗಳ ಕಾರಣಗಳನ್ನು ನಿರ್ಧರಿಸಲು ಪ್ರಯತ್ನಿಸುತ್ತಾರೆ. ಮನೋವಿಜ್ಞಾನದ ಇತರ ಕ್ಷೇತ್ರಗಳು ಗಮನ, ಆಲೋಚನೆ/ಪ್ರೇರಣೆ ಮುಂತಾದ ಒಂದೇ ರೀತಿಯ ಕಾರ್ಯಗಳು ಮತ್ತು ಪ್ರಕ್ರಿಯೆಗಳನ್ನು ಪರಿಶೀಲಿಸಿದರೂ, ವ್ಯಕ್ತಿಶಾಸ್ತ್ರಜ್ಞರು ಈ ವಿಭಿನ್ನ ಪ್ರಕ್ರಿಯೆಗಳು ಹೇಗೆ ಒಟ್ಟಿಗೆ ಹೊಂದಿಕೊಳ್ಳುತ್ತವೆ ಮತ್ತು ಹೇಗೆ ಏಕೀಕರಿಸಲ್ಪಡುತ್ತವೆ ಎಂಬುದನ್ನು ಒತ್ತಿಹೇಳುತ್ತಾರೆ, ಇದರಿಂದಾಗಿ ಪ್ರತಿಯೊಬ್ಬ ವ್ಯಕ್ತಿಗೆ ವಿಶಿಷ್ಟವಾದ ಗುರುತು/ವ್ಯಕ್ತಿತ್ವವನ್ನು ನೀಡುತ್ತದೆ. ವ್ಯಕ್ತಿತ್ವದ ವ್ಯವಸ್ಥಿತ ಮಾನಸಿಕ ಅಧ್ಯಯನವು ಹಲವಾರು ವಿಭಿನ್ನ ಮೂಲಗಳಿಂದ ಹೊರಹೊಮ್ಮಿದೆ, ಮನೋವೈದ್ಯಕೀಯ ಕೇಸ್ ಸ್ಟಡೀಸ್‌ಗಳು ತೊಂದರೆಯಲ್ಲಿರುವ ಜೀವನಗಳ ಮೇಲೆ ಕೇಂದ್ರೀಕರಿಸಿದವು, ಮನುಷ್ಯನ ಸ್ವಭಾವವನ್ನು ಪರಿಶೋಧಿಸುವ ತತ್ವಶಾಸ್ತ್ರದಿಂದ ಮತ್ತು ಶರೀರಶಾಸ್ತ್ರ, ಮಾನವಶಾಸ್ತ್ರ ಮತ್ತು ಸಾಮಾಜಿಕ ಮನೋವಿಜ್ಞಾನದಿಂದ.

ಅಗತ್ಯತೆಗಳು ಮತ್ತು ಮೌಲ್ಯಮಾಪನದ ಗುರಿಗಳು:

ಮನೋವಿಜ್ಞಾನದ ಪ್ರತಿಯೊಂದು ಬೆಳೆಯುತ್ತಿರುವ ಕ್ಷೇತ್ರದೊಂದಿಗೆ ಪರೀಕ್ಷೆಯ ಹೆಚ್ಚು ಮತ್ತು ಹೆಚ್ಚು ಪ್ರಾಮುಖ್ಯತೆಯನ್ನು ಪಡೆಯುತ್ತಿದೆ. ಸಾಂಪ್ರದಾಯಿಕವಾಗಿ, ವಿಭಿನ್ನ ಸಂದರ್ಭಗಳಲ್ಲಿ ವೈಯಕ್ತಿಕ ವ್ಯತ್ಯಾಸಗಳು/ಒಳ-ವೈಯಕ್ತಿಕ ಪ್ರತಿಕ್ರಿಯೆಗಳನ್ನು ಅಳೆಯಲು ಮಾತ್ರ ಪರೀಕ್ಷೆಗಳನ್ನು ಬಳಸಲಾಗುತ್ತಿತ್ತು. ವೈಯಕ್ತಿಕ ವ್ಯತ್ಯಾಸಗಳ ಸ್ವರೂಪ ಮತ್ತು ವ್ಯಾಪ್ತಿ, ಅವರ ಮಾನಸಿಕ ಲಕ್ಷಣಗಳು, ವಿವಿಧ ಗುಂಪುಗಳ ನಡುವಿನ ವ್ಯತ್ಯಾಸಗಳು ಇತ್ಯಾದಿಗಳು ಮಾಪನದ ಸಹಾಯವಾಗಿ ಮೌಲ್ಯಮಾಪನವನ್ನು ಬೇಡುವ ಕೆಲವು ಪ್ರಮುಖ ಅಂಶಗಳಾಗಿವೆ. ವ್ಯಕ್ತಿತ್ವದ ವಿವಿಧ ಘಟಕಗಳನ್ನು ಗುರುತಿಸಲು ವ್ಯಕ್ತಿತ್ವ ಪರೀಕ್ಷೆಯ ಅತ್ಯಗತ್ಯವಾದ ಪೂರ್ವಾಪೇಕ್ಷಿತವಾಗಿದೆ. ವ್ಯಕ್ತಿತ್ವದ ಪರೀಕ್ಷೆಯ ವ್ಯಕ್ತಿತ್ವದ ಭಾವನಾತ್ಮಕ ಮತ್ತು ಪ್ರೇರಕ ಲಕ್ಷಣಗಳ ಅಳತೆಗಳನ್ನು ಒದಗಿಸುತ್ತದೆ.

ಮನೋವಿಜ್ಞಾನದಲ್ಲಿ ವ್ಯಕ್ತಿತ್ವದ ಸ್ವರೂಪ/ವ್ಯಕ್ತಿತ್ವದ ಗುಣಲಕ್ಷಣಗಳು

ಡೈನಾಮಿಕ್ ಆರ್ಗನೈಸೇಶನ್-ಸಿಸ್ಟಮ್‌ನ ಮಾನಸಿಕ ಅಂಶಗಳು ಸ್ವತಂತ್ರವಾಗಿರುತ್ತವೆ ಆದರೆ ಲಿಂಕ್ ಮಾಡುವ ರೀತಿಯಲ್ಲಿ ಕಾರ್ಯನಿರ್ವಹಿಸುತ್ತವೆ. ಇದು ಬದಲಾಗಬಹುದು.

ಮಾನಸಿಕ-ಭೌತಿಕ ವ್ಯವಸ್ಥೆಗಳು - ವ್ಯವಸ್ಥೆಯ ಮಾನಸಿಕ ಅಂಶಗಳು ಗುಣಲಕ್ಷಣಗಳು, ಭಾವನೆಗಳು, ಬುದ್ಧಿಶಕ್ತಿ, ಮನೋಧರ್ಮ, ಪಾತ್ರವು ನರವಿಜ್ಞಾನ ಮತ್ತು ದೇಹದ ಅಂತಃಸ್ರಾವಶಾಸ್ತ್ರವನ್ನು ಆಧರಿಸಿದೆ.

ವಿಶಿಷ್ಟ- ಪ್ರತಿಯೊಬ್ಬರೂ ವಿಭಿನ್ನ ವ್ಯಕ್ತಿತ್ವವನ್ನು ಹೊಂದಿರುತ್ತಾರೆ.

ಸ್ಥಿರವಾದ ಮಾದರಿ - ಒಬ್ಬ ವ್ಯಕ್ತಿಯು ವಿಭಿನ್ನ ಸಂದರ್ಭಗಳಲ್ಲಿ ಒಂದೇ ರೀತಿಯಲ್ಲಿ ವರ್ತಿಸುತ್ತಾನೆ.

ಚಿಂತನೆ (ಅರಿವು), ಭಾವನೆ (ಪರಿಣಾಮ), ವರ್ತನೆ (ನಡವಳಿಕೆ).

ಮನೋವಿಜ್ಞಾನದಲ್ಲಿ ವ್ಯಕ್ತಿತ್ವದ ನಿರ್ಧಾರಕ ಗಳು

1 ಜೈವಿಕ ಅಂಶಗಳು:

ದೇಹ ನಿರ್ಮಾಣ, ದೈಹಿಕ ನ್ಯೂನತೆ, ದೈಹಿಕ ಆಕರ್ಷಣೆ, ಆರೋಗ್ಯ ಸ್ಥಿತಿಗಳು.

2 ಮಾನಸಿಕ ಅಂಶಗಳು:

ಬೌದ್ಧಿಕ ನಿರ್ಧಾರಕ, ಭಾವನಾತ್ಮಕ ನಿರ್ಧಾರಕ, ಅತಿಯಾದ ಪ್ರೀತಿ ಮತ್ತು ವಾತ್ಸಲ್ಯ, ಸ್ವಯಂ ಬಹಿರಂಗಪಡಿಸುವಿಕೆ, ಆಕಾಂಕ್ಷೆ ಮತ್ತು ಸಾಧನೆಗಳು, ಸಾಧನೆಗಳು, ಗುರಿ ಸೆಟ್ಟಿಂಗ್.

3 ಪರಿಸರ ಅಂಶಗಳು:

ಸಾಮಾಜಿಕ ಸ್ವೀಕಾರ, ಸಾಮಾಜಿಕ ಅಭಾವ, ಶೈಕ್ಷಣಿಕ ಅಂಶಗಳು, ಕುಟುಂಬ ನಿರ್ಧಾರಕಗಳು, ಮನೆಯ ಭಾವನಾತ್ಮಕ ವಾತಾವರಣ ಮತ್ತು ಸಾಮಾನ್ಯ ಸ್ಥಾನ, ಕುಟುಂಬದ ಗಾತ್ರ.

ಮನೋವಿಜ್ಞಾನದಲ್ಲಿ ವ್ಯಕ್ತಿತ್ವವನ್ನು ಅಧ್ಯಯನ ಮಾಡುವ ವಿಧಾನಗಳು

i. ಸ್ವಯಂ-ವರದಿ ದಾಸ್ತಾನುಗಳು

v. ಪ್ರಶ್ನೆ- ಪರೀಕ್ಷೆಗಳನ್ನು ವಿಂಗಡಿಸಿ

v. ರೇಟಿಂಗ್ ಮಾಪಕಗಳು

v. ವರ್ತನೆಯ ಅವಲೋಕನಗಳು

v. ಸಂದರ್ಶನಗಳು

v. ಪ್ರಕ್ಷೇಪಕ ತಂತ್ರಗಳು

v. ಜೈವಿಕ ಕ್ರಮಗಳು

v. ಡಾಕ್ಯುಮೆಂಟ್ ವಿಶ್ಲೇಷಣೆ

'ಒಳ್ಳೆಯ' ವ್ಯಕ್ತಿತ್ವ ಸಿದ್ಧಾಂತದ *ಗುಣಲಕ್ಷಣಗಳು*

• ವೈಯಕ್ತಿಕ ವ್ಯತ್ಯಾಸಗಳನ್ನು ಅರ್ಥಮಾಡಿಕೊಳ್ಳಲು ಮತ್ತು ವಿವರಿಸಲು ಇದು ನಮಗೆ ಸಹಾಯ ಮಾಡಬೇಕು.

• ಮನೆ, ಶಾಲೆ, ಕೆಲಸದ ಸ್ಥಳ ಮತ್ತು ಇತರ ಸಾಮಾಜಿಕ ಸೆಟ್ಟಿಂಗ್‌ಗಳಲ್ಲಿ ಮಾನವ ನಡವಳಿಕೆಯನ್ನು ಊಹಿಸಲು ಇದು ನಮಗೆ ಸಹಾಯ ಮಾಡುತ್ತದೆ.

• ಇದನ್ನು ಪ್ರಾಯೋಗಿಕವಾಗಿ ಪರೀಕ್ಷಿಸಬೇಕು.

• ಇದು ಸಂಶೋಧನಾ ಸಂಶೋಧನೆಗಳು ಮತ್ತು ರಚನಾತ್ಮಕ ಟೀಕೆಗಳನ್ನು ಸಂಯೋಜಿಸುವ ಮೂಲಕ ಕಾಲಾನಂತರದಲ್ಲಿ ಬೆಳೆಯಬೇಕು.

• ಇದು ವ್ಯಾಪಕವಾಗಿ ಅನ್ವಯವಾಗಬೇಕು.

ಮನೋವಿಜ್ಞಾನದಲ್ಲಿ ವ್ಯಕ್ತಿತ್ವವನ್ನು ಅಧ್ಯಯನ ಮಾಡುವ ವಿಧಾನಗಳು

A. ವ್ಯಕ್ತಿ-ಸನ್ನಿವೇಶದ ಪರಸ್ಪರ ಕ್ರಿಯೆಯ ವಿಧಾನ - ಈ ವಿಧಾನವು ವ್ಯಕ್ತಿಗಳ ನಡವಳಿಕೆಯು ಒಂದು ಸನ್ನಿವೇಶದಿಂದ ಇನ್ನೊಂದಕ್ಕೆ ತೀವ್ರವಾಗಿ ಬದಲಾದರೆ, ನಾವು ಸನ್ನಿವೇಶಗಳ ಮೇಲೆ ಕೇಂದ್ರೀಕರಿಸಬೇಕು ಮತ್ತು ಗುಣಲಕ್ಷಣಗಳಲ್ಲ ಎಂದು ವಾದಿಸುತ್ತಾರೆ.

ಬಿ. ವ್ಯಕ್ತಿತ್ವಕ್ಕೆ ಇಡಿಯೋಗ್ರಾಫಿಕ್ ಅಪ್ರೋಚ್- ಇಡಿಯೋಗ್ರಾಫಿಕ್ ತಂತ್ರವು ಒಬ್ಬ ವ್ಯಕ್ತಿಯನ್ನು ಸಂಪೂರ್ಣ, ಸಂಕೀರ್ಣ, ಸಂವಾದಾತ್ಮಕ ವ್ಯವಸ್ಥೆಯಾಗಿ ಅಧ್ಯಯನ ಮಾಡುವುದನ್ನು ಒಳಗೊಂಡಿರುತ್ತದೆ.

C. ವ್ಯಕ್ತಿತ್ವಕ್ಕೆ ನೊಮೊಥೆಟಿಕ್ ಅಪ್ರೋಚ್ - ನೊಮೊಥೆಟಿಕ್ ಅಧ್ಯಯನಗಳು ಒಂದು ಗುಣಲಕ್ಷಣವನ್ನು (ಉದಾಹರಣೆಗೆ ಆಕ್ರಮಣಶೀಲತೆ) ಹೆಚ್ಚಿನ ಸಂಖ್ಯೆಯ ಜನರಲ್ಲಿ ಅಧ್ಯಯನ ಮಾಡಲಾಗುತ್ತದೆ, ಅವರು ಈ ಒಂದೇ ಗುಣಲಕ್ಷಣವನ್ನು ಹಂಚಿಕೊಳ್ಳುತ್ತಾರೆ.

ಸಂಸ್ಕೃತಿ ಮತ್ತು ವ್ಯಕ್ತಿತ್ವ:

ಸಾಂಸ್ಕೃತಿಕ ಪರಿಣಾಮಗಳು - ನಮ್ಮ ಸಮಾಜದಲ್ಲಿನ ವಿವಿಧ ಸಂಸ್ಥೆಗಳಿಂದ ನಾವು ಕಲಿಯುವ ಹಂಚಿಕೆಯ ನಡವಳಿಕೆಗಳು ಮತ್ತು ಪದ್ಧತಿಗಳು. ಉದಾ: ಧರ್ಮ, ಶೈಕ್ಷಣಿಕ ವ್ಯವಸ್ಥೆ, ಸರ್ಕಾರದ ನೀತಿಗಳು ಮತ್ತು ಸಿದ್ಧಾಂತ, ರಾಷ್ಟ್ರೀಯತೆ, ಜನಾಂಗ, ಜಾತಿ, ನೀತಿ ಗುಂಪು.

ಎಮಿಕ್ VS ಎಟಿಕ್ ಅಪ್ರೋಚಸ್ - ಎಮಿಕ್ ವಿಧಾನವು ಸಂಸ್ಕೃತಿ-ನಿರ್ದಿಷ್ಟವಾಗಿದೆ. ಇದು ಒಂದೇ ಸಂಸ್ಕೃತಿಯ ಮೇಲೆ ಕೇಂದ್ರೀಕರಿಸುತ್ತದೆ. ಎಟಿಕ್ ವಿಧಾನವು ಅಡ್ಡ-ಸಾಂಸ್ಕೃತಿಕವಾಗಿದೆ. ಇದು ಸಂಸ್ಕೃತಿಗಳಾದ್ಯಂತ ಹೋಲಿಕೆಗಳನ್ನು ಹುಡುಕುತ್ತದೆ.

ವೈಯಕ್ತಿಕ ಮತ್ತು ಸಾಮೂಹಿಕ ಸಂಸ್ಕೃತಿಗಳು - ಕೇಂದ್ರೀಯತೆ/ಕೇಂದ್ರೀಕರಣದ ವ್ಯತ್ಯಾಸವು ಸ್ವನಿಯಂತ್ರಿತ ವ್ಯಕ್ತಿಯಾಗಿದ್ದು, ಒಟ್ಟಾರೆಯಾಗಿ ಗಮನಹರಿಸುವುದರ ವಿರುದ್ಧವಾಗಿದೆ. ಉದಾ: ಪಾಶ್ಚಿಮಾತ್ಯ ಸಂಸ್ಕೃತಿಯ ಸ್ವಾತಂತ್ರ್ಯ ಮತ್ತು ವೈಯಕ್ತಿಕ ಅಭಿವೃದ್ಧಿಯನ್ನು ಪ್ರೋತ್ಸಾಹಿಸುತ್ತದೆ, ಆದರೆ ಪೂರ್ವ ಸಂಸ್ಕೃತಿಗಳು ಗುಂಪು ಚಟುವಟಿಕೆಗಳು ಮತ್ತು ಸಾಮೂಹಿಕ ಅಭಿವೃದ್ಧಿಯನ್ನು ಪ್ರೋತ್ಸಾಹಿಸುತ್ತವೆ.

3.2 ವೈಯಕ್ತಿಕವಾಗಿಮೌಲ್ಯಮಾಪನಮಾಡುವಪರಿಕರಗಳುಮತ್ತುತಂತ್ರಗಳು

ಮೌಲ್ಯಮಾಪನ ಮತ್ತು ಮೌಲ್ಯಮಾಪನ ಎಂಬ ಪದವನ್ನು ಕೆಲವೊಮ್ಮೆ ಮಾಪನವನ್ನು ಉಲ್ಲೇಖಿಸಲು ಸಮಾನಾರ್ಥಕವಾಗಿ ಬಳಸಲಾಗುತ್ತದೆ. ಅನೇಕ ಮನಶ್ಯಾಸ್ತ್ರಜ್ಞರು ಪದ ಮೌಲ್ಯಮಾಪನವನ್ನು ಬಯಸುತ್ತಾರೆ ಏಕೆಂದರೆ ಇದು ವಿಶಾಲವಾದ ಅರ್ಥವನ್ನು ಹೊಂದಿದೆ.

ಮಾನವ ವ್ಯಕ್ತಿತ್ವವನ್ನು ನಿರ್ಣಯಿಸಲು ವಿವಿಧ ವಿಧಾನಗಳು ಲಭ್ಯವಿದೆ. ಈ ಕೆಲವು ವಿಧಾನಗಳನ್ನು ನಾವು ಸಂಕ್ಷಿಪ್ತವಾಗಿ ಚರ್ಚಿಸುತ್ತೇವೆ, ಈ ಕೆಳಗಿನಂತಿವೆ:

1. ಸಂದರ್ಶನ

2. ಪ್ರಶ್ನಾವಳಿ

3. ರೇಟಿಂಗ್ ಮಾಪಕಗಳು

4. ಪ್ರಕ್ಷೇಪಕ ತಂತ್ರಗಳು

5. ಸಾಂದರ್ಭಿಕ ಪರೀಕ್ಷೆಗಳು

6. ಪರ್ಸನಾಲಿಟಿ ಇನ್ವೆಂಟರೀಸ್.

1. ಸಂದರ್ಶನ:

ಸಂದರ್ಶನವನ್ನು ಕೆಲವು ಮೂಲಭೂತ ಗುರಿಯೊಂದಿಗೆ ನಡೆಸುವ ಮುಖಾಮುಖಿ ಸಂಭಾಷಣೆ ಎಂದು ವ್ಯಾಖ್ಯಾನಿಸಬಹುದು. ವ್ಯಕ್ತಿತ್ವವನ್ನು ಅಳೆಯುವ ಸಂದರ್ಶನ ವಿಧಾನವನ್ನು ಹೆಚ್ಚಾಗಿ ಕ್ಲಿನಿಕಲ್ ಮನಶ್ಯಾಸ್ತ್ರಜ್ಞರ ಶೈಕ್ಷಣಿಕ ಮನಶ್ಯಾಸ್ತ್ರಜ್ಞರು ಮತ್ತು ವೃತ್ತಿಪರ ಸಲಹೆಗಾರರು ಬಳಸುತ್ತಾರೆ. ಸಂದರ್ಶನದ ವಿಧಾನವು ಹಲವು ವಿಧವಾಗಿದೆ. ಎರಡು ವಿಶಾಲವಾದ ಸಂದರ್ಶನಗಳೆಂದರೆ: (i)

ರಚನಾತ್ಮಕ ಸಂದರ್ಶನ ಮತ್ತು (ii) ರಚನೆಯಿಲ್ಲದ ಸಂದರ್ಶನ.

ರಚನಾತ್ಮಕ ಸಂದರ್ಶನವು ಪ್ರಮಾಣಿತ ಪ್ರಶ್ನೆಗಳನ್ನು ಬಳಸುತ್ತದೆ. ಸಂದರ್ಶಕರು ಯಾವ ಪ್ರಶ್ನೆಗಳನ್ನು ಕೇಳಬಹುದು ಎಂಬುದರ ಮೇಲೆ ನಿರ್ಬಂಧಗಳಿವೆ. ಕಟ್ಟುನಿಟ್ಟಾದ ಅಳತೆ ಮತ್ತು ನಿಖರವಾದ ಪ್ರಮಾಣೀಕರಣದ ಅಗತ್ಯವಿರುವಲ್ಲಿ ರಚನಾತ್ಮಕ ಸಂದರ್ಶನವನ್ನು ಸಾಮಾನ್ಯವಾಗಿ ಬಳಸಲಾಗುತ್ತದೆ. ರಚನಾತ್ಮಕ ಸಂದರ್ಶನದಲ್ಲಿ ಪೂರ್ವನಿರ್ಧರಿತ ಪ್ರಶ್ನೆಗಳನ್ನು ಕೇಳಲಾಗುತ್ತದೆ, ಯಾವ ಉತ್ತರಗಳು ಹೆಚ್ಚು ನಿರ್ದಿಷ್ಟವಾಗಿರುತ್ತವೆ.

ರಚನೆಯಿಲ್ಲದ ಸಂದರ್ಶನವು ಮುಕ್ತ ವಿಚಾರಣೆಯಾಗಿದೆ. ಇಲ್ಲಿ ಸಂದರ್ಶಕನು ವಿಷಯ/ ಸಂದರ್ಶಕರಿಗೆ ಪರಿಸ್ಥಿತಿಗೆ ಸಂಬಂಧಿಸಿದ ಯಾವುದೇ ವಿಷಯದ ಕುರಿತು ಯಾವುದೇ ಪ್ರಶ್ನೆಯನ್ನು ಕೇಳುತ್ತಾನೆ. ಈ ಸಂದರ್ಶನದಲ್ಲಿ ವಿವರವಾದ ಉತ್ತರಗಳನ್ನು ನೀಡಬಹುದು ಮತ್ತು ಸ್ಕೋರಿಂಗ್ ಸಾಮಾನ್ಯವಾಗಿ ವ್ಯಕ್ತಿನಿಷ್ಠವಾಗಿರುತ್ತದೆ.

ಸಂದರ್ಶನವು ಹೆಚ್ಚು ಹೊಂದಿಕೊಳ್ಳುವ ಸಾಧನವಾಗಿದೆ ಮತ್ತು ವಿವಿಧ ಜನಸಂಖ್ಯೆಯೊಂದಿಗೆ ಬಳಸಬಹುದು. ಸಂದರ್ಶನ ವಿಧಾನವು ಹೆಚ್ಚು ವ್ಯಕ್ತಿನಿಷ್ಠವಾಗಿದೆ ಎಂದು ಟೀಕಿಸಲಾಗಿದೆ, ವಿಶ್ವಾಸಾರ್ಹತೆ ಮತ್ತು ಸಿಂಧುತ್ವದ ಕೊರತೆಯಿಂದಾಗಿ. ಫಲಿತಾಂಶಗಳು ಸಂದರ್ಶಕರ ವೈಯಕ್ತಿಕ ಗುಣಗಳಿಂದ ಪ್ರಭಾವಿತವಾಗಬಹುದು. ಇದು ತುಂಬಾ ಸಮಯ ತೆಗೆದುಕೊಳ್ಳುತ್ತದೆ ಮತ್ತು ಕೆಲವೊಮ್ಮೆ ದುಬಾರಿಯಾಗಿದೆ. ಈ ವಿಧಾನಕ್ಕೆ ಸಂದರ್ಶನವನ್ನು ನಡೆಸಲು ಸುಶಿಕ್ಷಿತ ಮತ್ತು ಸಮರ್ಥ ವ್ಯಕ್ತಿಯ ಅಗತ್ಯವಿರುತ್ತದೆ.

2. ಪ್ರಶ್ನಾವಳಿ:

ಪ್ರಶ್ನಾವಳಿಯು ವ್ಯಕ್ತಿಯ ಬಗ್ಗೆ ಮಾಹಿತಿಯನ್ನು ಸಂಗ್ರಹಿಸುವ ವಿಧಾನವಾಗಿದೆ. ಪ್ರಶ್ನಾವಳಿ ಎಂಬ ಪದವು ಪ್ರತಿವಾದಿಯು ತನ್ನಲ್ಲಿ ತುಂಬಿದ ಫಾರ್ಮ್ ಅನ್ನು ಬಳಸಿಕೊಂಡು ಪ್ರಶ್ನೆಗಳಿಗೆ ಉತ್ತರಗಳನ್ನು ಭದ್ರಪಡಿಸುವ ಸಾಧನವನ್ನು ಸೂಚಿಸುತ್ತದೆ.

ವ್ಯಕ್ತಿಯ ವ್ಯಕ್ತಿತ್ವದ ಬಗ್ಗೆ ಮಾಹಿತಿಯನ್ನು ಸಂಗ್ರಹಿಸಲು ಇದು ಸುಲಭವಾದ ವಿಧಾನವಾಗಿದೆ. ಪ್ರಶ್ನಾವಳಿಯ ರಚನೆಯು ಮುಖ್ಯವಾಗಿದೆ. ಸ್ವರೂಪ ಮತ್ತು ಭಾಷೆ ಸರಳ, ಸ್ಪಷ್ಟ ಮತ್ತು ಸ್ವಯಂ ವಿವರಣಾತ್ಮಕವಾಗಿರಬೇಕು.

3. ರೇಟಿಂಗ್:

ರೇಟಿಂಗ್ ಸ್ಕೇಲ್ ಎನ್ನುವುದು ವ್ಯಕ್ತಿಯ ವ್ಯಕ್ತಿತ್ವವನ್ನು ಅಧ್ಯಯನ ಮಾಡುವ ಮತ್ತೊಂದು ವಿಧಾನವಾಗಿದೆ. ಈ ವಿಧಾನದ ಬಳಕೆಯಿಂದ ತನಿಖಾಧಿಕಾರಿಯು ಒಬ್ಬ ವ್ಯಕ್ತಿಯು ತನ್ನ ಕ್ರಿಯೆಗಳಲ್ಲಿ ಹೇಗಿದ್ದಾನೆ ಎಂಬುದನ್ನು ನೋಡಲು ಪ್ರಯತ್ನಿಸುತ್ತಾನೆ. ತಜ್ಞರು/ಮಹತ್ವದ ವ್ಯಕ್ತಿಗಳು ತೀರ್ಪು ನೀಡಲು/ವಿಷಯವು ನಿರ್ದಿಷ್ಟ ಲಕ್ಷಣವನ್ನು ಹೊಂದಿರುವ ಮಟ್ಟವನ್ನು ಅಂದಾಜು ಮಾಡಲು ಕೇಳಲಾಗುತ್ತದೆ.

ಇತರರನ್ನು ರೇಟ್ ಮಾಡುವ ವ್ಯಕ್ತಿಯು ಪರಿಣಿತ, ಪೋಷಕರು, ಶಿಕ್ಷಕರು, ಪೀರ್/ಯಾವುದೇ ಮಹತ್ವದ ವ್ಯಕ್ತಿಯಾಗಿರಬಹುದು. ಒಬ್ಬ ವ್ಯಕ್ತಿಯು ತನ್ನನ್ನು ತಾನೇ ರೇಟ್ ಮಾಡಬಹುದು.

ಒಬ್ಬ ವ್ಯಕ್ತಿಯು ತನ್ನ ನಡವಳಿಕೆಯ ಕೆಲವು ಗುಣಲಕ್ಷಣಗಳಿಗೆ ಸಂಬಂಧಿಸಿದಂತೆ ನಿಕಟ ಸಂಪರ್ಕದಲ್ಲಿರುವ ವ್ಯಕ್ತಿಗಳ ಮೇಲೆ ಯಾವ ಪ್ರಭಾವ ಬೀರಿದ್ದಾನೆ ಎಂಬುದನ್ನು ತಿಳಿದುಕೊಳ್ಳಲು ರೇಟಿಂಗ್ ಮಾಪಕಗಳು ಉಪಯುಕ್ತವಾಗಿವೆ. ರೇಟಿಂಗ್ ಮಾಪಕಗಳನ್ನು ಪ್ರಸ್ತುತ ಶಿಕ್ಷಕರು, ಸಲಹೆಗಾರರು, ಪ್ರಾಧ್ಯಾಪಕರು, ಉದ್ಯೋಗದಾತರು, ಮೇಲ್ವಿಚಾರಕರು, ಪೋಷಕರು ಇತ್ಯಾದಿಗಳಿಂದ

ವಿವಿಧ ಸಂದರ್ಭಗಳಲ್ಲಿ ಬಳಸಲಾಗುತ್ತದೆ.

ನಾಯಕತ್ವ, ಚಾತುರ್ಯ, ಸಹಕಾರ, ಶ್ರಮಶೀಲತೆ, ಪ್ರಾಮಾಣಿಕತೆ, ಭಾವನಾತ್ಮಕ ಪ್ರಬುದ್ಧತೆ ಇತ್ಯಾದಿಗಳಂತಹ ವೈವಿಧ್ಯಮಯ ವೈಯಕ್ತಿಕ ಗುಣಲಕ್ಷಣಗಳನ್ನು ನಿರ್ಣಯಿಸಲು ರೇಟಿಂಗ್ ಸ್ಕೇಲ್ ಅನ್ನು ಅಭಿವೃದ್ಧಿಪಡಿಸಲಾಗಿದೆ. ಎರಡು ವಿಧದ ರೇಟಿಂಗ್ ಸ್ಕೇಲ್‌ಗಳಿವೆ: ಸಂಪೂರ್ಣ ರೇಟಿಂಗ್ ಮಾಪಕಗಳು ಮತ್ತು ಸಂಬಂಧಿತ ರೇಟಿಂಗ್ ಮಾಪಕಗಳು. ತೋರಿಸಿರುವಂತೆ ಈ ಎರಡು ಮಾಪಕಗಳನ್ನು ಮತ್ತಷ್ಟು ಉಪವಿಭಾಗ ಮಾಡಬಹುದು:

ರೇಟಿಂಗ್ ಸ್ಕೇಲ್‌ಗಳ ವಿಧಗಳು:

ವ್ಯಕ್ತಿತ್ವ ಮೌಲ್ಯಮಾಪನದ ತಂತ್ರವಾಗಿ ರೇಟಿಂಗ್ ಸ್ಕೇಲ್ ಬಹಳ-ನಿರ್ಬಂಧಿತ ಬಳಕೆಯನ್ನು ಮಾತ್ರ ಹೊಂದಿದೆ ಮತ್ತು ಪದದ ನಿಜವಾದ ಅರ್ಥದಲ್ಲಿ ಇದನ್ನು ಪರೀಕ್ಷೆ ಎಂದು ಕರೆಯಲಾಗುವುದಿಲ್ಲ. ರೇಟಿಂಗ್ ಮಾಪಕಗಳು ಮಾನಸಿಕ ರಹಿತ ವಸ್ತುನಿಷ್ಠತೆಯನ್ನು ಹೊಂದಿರುವುದಿಲ್ಲ. ರೇಟಿಂಗ್ ಸ್ಕೇಲ್‌ನ ವಿಶ್ವಾಸಾರ್ಹತೆ ಮತ್ತು ಮಾನ್ಯತೆಯ ಡೇಟಾವು ಹೆಚ್ಚು ಪ್ರಭಾವಶಾಲಿಯಾಗಿಲ್ಲ. ರೇಟಿಂಗ್‌ಗಳ ವಿಶ್ವಾಸಾರ್ಹತೆಯ ಗುಣಾಂಕವು ಸಾಮಾನ್ಯವಾಗಿ 0.50 ರಿಂದ 0.60 ರ ವ್ಯಾಪ್ತಿಯಲ್ಲಿ ಕಂಡುಬರುತ್ತದೆ.

ರೇಟಿಂಗ್ ಸ್ಕೇಲ್‌ನ ಸಿಂಧುತ್ವವು ಅನೇಕ ಪ್ರಮುಖ ಗುಣಲಕ್ಷಣಗಳಿಂದ ಪ್ರಭಾವಿತವಾಗಿರುತ್ತದೆ, ಇದರಲ್ಲಿ ಮೌಲ್ಯಮಾಪನ ಮಾಡಲಾದ ನಡವಳಿಕೆಯ ಜ್ಞಾನ, ಗುಣಲಕ್ಷಣದ ಸಂಕೀರ್ಣತೆ ಮೌಲ್ಯಮಾಪನ ಮಾಡಲಾದ ವ್ಯಕ್ತಿ ಅಥವಾ ಗುಣಲಕ್ಷಣಗಳೊಂದಿಗೆ ಪರಿಚಿತತೆಯನ್ನು ಒಳಗೊಂಡಿರುತ್ತದೆ. ರೇಟರ್‌ನ ಪಕ್ಷಪಾತಗಳು ಮತ್ತು ರೇಟರ್‌ನ ಗುಣಲಕ್ಷಣಗಳು ಫಲಿತಾಂಶಗಳ ಮೇಲೆ ಪ್ರಭಾವ ಬೀರುತ್ತವೆ ಎಂದು ಕಂಡುಬಂದಿದೆ.

ರೇಟಿಂಗ್ ಮಾಪಕಗಳು:

ಸಂಪೂರ್ಣ ರೇಟಿಂಗ್ ಮಾಪಕಗಳು ಸಂಬಂಧಿತ ರೇಟಿಂಗ್ ಮಾಪಕಗಳು:

(ಎ) ಗ್ರಾಫಿಕ್ ರೇಟಿಂಗ್ ಮಾಪಕಗಳು, (ಬಿ) ಶೇಕಡಾವಾರು ರೇಟಿಂಗ್ ಮಾಪಕಗಳು, (ಸಿ) ಪರಿಶೀಲನಾಪಟ್ಟಿ ರೇಟಿಂಗ್‌ಗಳು

(ಡಿ) ಬಲವಂತದ ಆಯ್ಕೆಯ ರೇಟಿಂಗ್‌ಗಳು, (ಇ) ಕ್ಯೂ ವಿಂಗಡಣೆ ತಂತ್ರ ಮತ್ತು (ಎಫ್) ನಿರ್ಣಾಯಕ ಘಟನೆಯ ತಂತ್ರ

4. ಪ್ರಕ್ಷೇಪಕ ತಂತ್ರಗಳು:

ಪ್ರಕ್ಷೇಪಕ ತಂತ್ರಗಳು/ಪರೀಕ್ಷೆಗಳು ಕ್ಲಿನಿಕಲ್ ಕೆಲಸದಲ್ಲಿ ಹೆಚ್ಚಾಗಿ ಬಳಸುವ ಮತ್ತು ಪ್ರಮುಖ ಪರೀಕ್ಷೆಗಳಲ್ಲಿ ಒಂದಾಗಿದೆ. ಅವು ಹೆಚ್ಚಾಗಿ ವೈದ್ಯಕೀಯ ವ್ಯವಸ್ಥೆಯಲ್ಲಿ ಹುಟ್ಟಿಕೊಂಡಿವೆ ಮತ್ತು ವೈದ್ಯರಿಗೆ ಪ್ರಮುಖ ಸಾಧನಗಳನ್ನು ಉಳಿಸಿಕೊಂಡಿವೆ. ಕೆಲವು ಮನೋವೈದ್ಯಕೀಯ ರೋಗಿಗಳೊಂದಿಗೆ ಕೆಲಸ ಮಾಡುವ ಕಲಾ ಚಿಕಿತ್ಸೆಯಂತಹ ಚಿಕಿತ್ಸಕ ವಿಧಾನಗಳಿಂದ ವಿಕಸನಗೊಂಡಿವೆ.

ಪ್ರಕ್ಷೇಪಕ ತಂತ್ರಗಳನ್ನು ಬಹಳ ಹಿಂದಿನಿಂದಲೂ ಬಳಸಲಾಗಿದ್ದರೂ, L. K. ಫ್ರಾಂಕ್ ಅವರು ಬರೆದ ಲೇಖನದಿಂದ "ಪ್ರೊಜೆಕ್ಟಿವ್ ಮೆಥಡ್ಸ್ ಫಾರ್ ದಿ ದಿ ಪ್ರೊಜೆಕ್ಟಿವ್ ಮೆಥಡ್ಸ್" ಎಂಬ ಶೀರ್ಷಿಕೆಯ ಲೇಖನದಿಂದ ಅವು ಜನಪ್ರಿಯತೆಯನ್ನು ಗಳಿಸಿವೆ. ವ್ಯಕ್ತಿತ್ವದ ಅಧ್ಯಯನ." 1921 ರಲ್ಲಿ ಹರ್ಮನ್ ರೋರ್ಶಾಚ್ ಅವರ ವರದಿಯೊಂದಿಗೆ ಪ್ರೊಜೆಕ್ಟಿವ್ ಮೆಥಡಾಲಜಿಯ ಶ್ರೇಷ್ಠ ವರವು ಬಂದಿತು, ಇದರಲ್ಲಿ ಅವರು 10 ಇಂಕ್‌ಬ್ಲಾಟ್‌ಗಳ ಗುಂಪಿಗೆ ವ್ಯಕ್ತಿಯ ಮೌಖಿಕ ಪ್ರತಿಕ್ರಿಯೆಗಳಿಂದ ವರ್ತನೆಯ ವಿಧಾನಗಳನ್ನು ನಿರ್ಧರಿಸುವ ತಂತ್ರವನ್ನು ವಿವರಿಸಿದರು.

ಇಂದು, ಸಾಹಿತ್ಯ/ಪ್ರೊಜೆಕ್ಟಿವ್ ತಂತ್ರಗಳು ವಿಶಾಲವಾಗಿವೆ, ರೋರ್ಶ್ಚಾಚ್‌ನಲ್ಲಿಯೇ 4,000 ಕ್ಕೂ ಹೆಚ್ಚು ಉಲ್ಲೇಖಿಗಳು ಚಾಲನೆಯಲ್ಲಿವೆ. ಆಸ್ಪತ್ರಗಳು ಮತ್ತು ಚಿಕಿತ್ಸಾಲಯಗಳಿಂದ ಹಿಡಿದು ಸಿಬ್ಬಂದಿ ಆಯ್ಕೆ/ವೃತ್ತಿಪರ ಮಾರ್ಗದರ್ಶನದವರೆಗೆ ಅನ್ವಯಿಕ ಮನೋವಿಜ್ಞಾನದ ಎಲ್ಲಾ ಕ್ಷೇತ್ರಗಳಲ್ಲಿ ಪ್ರಕ್ಷೇಪಕ ತಂತ್ರಗಳನ್ನು ತೀವ್ರವಾಗಿ ಬಳಸಲಾಗುತ್ತಿದೆ.

ಪ್ರಕ್ಷೇಪಕ ತಂತ್ರಗಳು ವ್ಯಕ್ತಿತ್ವದ ಬೌದ್ಧಿಕ ಮತ್ತು ಬೌದ್ಧಿಕವಲ್ಲದ ಅಂಶಗಳನ್ನು ಅಧ್ಯಯನ ಮಾಡಲು ಬಳಸುವ ತಂತ್ರಗಳ ಗುಂಪನ್ನು ಉಲ್ಲೇಖಿಸುತ್ತವೆ. ಈ ಪರೀಕ್ಷೆಗಳಲ್ಲಿ, ಒಬ್ಬ ವ್ಯಕ್ತಿಯ ಚಿತ್ರ, ಇಂಕ್‌ಬ್ಲಟ್/ಅಪೂರ್ಣ ವಾಕ್ಯದಂತಹ ತುಲನಾತ್ಮಕವಾಗಿ ರಚನೆಯಿಲ್ಲದ/ಅಸ್ಪಷ್ಟವಾದ ಕಾರ್ಯವನ್ನು ಪ್ರಸ್ತುತಪಡಿಸಲಾಗುತ್ತದೆ, ಇದು ವಿಷಯದ ಮೂಲಕ ವಿವಿಧ ರೀತಿಯ ವ್ಯಾಖ್ಯಾನಗಳನ್ನು ಅನುಮತಿಸುತ್ತದೆ. ಪ್ರಕ್ಷೇಪಕ ಪರೀಕ್ಷೆಗಳಿಗೆ ಆಧಾರವಾಗಿರುವ ಮೂಲಭೂತ ಊಹೆಯೆಂದರೆ, ವ್ಯಕ್ತಿಯ ಕಾರ್ಯದ ವ್ಯಾಖ್ಯಾನವು ಅವನ ವಿಶಿಷ್ಟ ಪ್ರತಿಕ್ರಿಯೆಯ ವಿಧಾನ, ಅವನ ವೈಯಕ್ತಿಕ ಉದ್ದೇಶಗಳು, ಭಾವನೆಗಳು, ಆಸೆಗಳನ್ನು ಪ್ರದರ್ಶಿಸುತ್ತದೆ ಮತ್ತು ಹೀಗಾಗಿ ಪರೀಕ್ಷಕನಿಗೆ ಅವನ ವ್ಯಕ್ತಿತ್ವದ ಹೆಚ್ಚು ಸೂಕ್ಷ್ಮ ಅಂಶಗಳನ್ನು ಅರ್ಥಮಾಡಿಕೊಳ್ಳಲು ಅನುವು ಮಾಡಿಕೊಡುತ್ತದೆ.

ವಿವಿಧ ರೀತಿಯ ಪ್ರಕ್ಷೇಪಕ ತಂತ್ರಗಳಿವೆ. ಪ್ರೊಜೆಕ್ಟಿವ್ ತಂತ್ರಗಳ ಎರಡು ಪ್ರಮುಖ ಪ್ರಾತಿನಿಧಿಕ ಪರೀಕ್ಷೆಗಳೆಂದರೆ ರೋರ್ಶ್ಚಾಚ್ ಇಂಕ್‌ಬ್ಲಟ್ ಪರೀಕ್ಷೆ ಮತ್ತು ವಿಷಯಾಧಾರಿತ ಅಪಸೇಪ್ಷನ್ ಪರೀಕ್ಷೆ. ಕೆಲವು ಇತರ ಪ್ರಸಿದ್ಧ ಪ್ರಕ್ಷೇಪಕ ಪರೀಕ್ಷೆಗಳು ಪದ-ಸಂಘ/ಉಚಿತ-ಸಂಬಂಧ ಪರೀಕ್ಷೆ ಮತ್ತು ವಾಕ್ಯವನ್ನು ಪೂರ್ಣಗೊಳಿಸುವ ಪರೀಕ್ಷೆಗಳನ್ನು ಒಳಗೊಂಡಿವೆ.

(ಎ) ರೋರ್ಸ್ಟ್ಯಾಕ್ ಇಂಕ್‌ಬ್ಲ ಟ್ ಪರೀಕ್ಷೆ:

ಇದನ್ನು 1921 ರಲ್ಲಿ ಹರ್ಮನ್ ರೋರ್ಶ್ಚಾಚ್ ಅವರು ತಮ್ಮ ಮೊನೊಗ್ರಾಫ್ "ಸೈಕೋಡಯಾಗ್ನೋಸ್ಟಿಕ್" ನಲ್ಲಿ ಅಭಿವೃದ್ಧಿಪಡಿಸಿದರು. ಅದೇ ವರ್ಷದಲ್ಲಿ ಅವರು ನಿಧನರಾದರು. ಈ ಪರೀಕ್ಷೆಯನ್ನು ಜನಪ್ರಿಯಗೊಳಿಸುವಲ್ಲಿ ಅವರ ಸಹವರ್ತಿಗಳಾದ ಎಮಿಲ್ ಒಬರ್‌ಹೋಲ್ಜರ್, ವಾಲರ್ ಮೊರ್ಗೆಂಥಾಲರ್ ಮತ್ತು ಜಾರ್ಜ್ ರೋಮರ್ ಪ್ರಮುಖ ಪಾತ್ರ ವಹಿಸಿದ್ದಾರೆ. ಇಂದು ರೋರ್ಶ್ಚಾಚ್ ಹೆಚ್ಚಾಗಿ ಬಳಸುವ, ಅತ್ಯಂತ ಜನಪ್ರಿಯ, ವ್ಯಾಪಕವಾಗಿ ಟೀಕಿಸಲ್ಪಟ್ಟ ಮತ್ತು ವ್ಯಾಪಕವಾಗಿ ಸಂಶೋಧಿಸಲ್ಪಟ್ಟ ಪರೀಕ್ಷೆಗಳಲ್ಲಿ ಒಂದಾಗಿದೆ. ಈ ಪರೀಕ್ಷೆಯಲ್ಲಿನ ವಿವಿಧ ಆವಿಷ್ಕಾರಗಳು ಪರೀಕ್ಷಾ ಆಡಳಿತ, ಸ್ಕೋರಿಂಗ್ ಮತ್ತು ವ್ಯಾಖ್ಯಾನದ ಬಹು ವ್ಯವಸ್ಥೆಗಳ ಅಭಿವೃದ್ಧಿಗೆ ಕಾರಣವಾಗಿವೆ. Rorschach ಪರೀಕ್ಷೆಯು ದ್ವಿಪಕ್ಷೀಯ ಸಮ್ಮಿತೀಯ ಇಂಕ್‌ಬ್ಲಟ್‌ಗಳನ್ನು ಹೊಂದಿರುವ 10 ಕಾರ್ಡ್‌ಗಳನ್ನು ಒಳಗೊಂಡಿದೆ. ಅರ್ಧದಷ್ಟು ಕಾರ್ಡ್‌ಗಳು ಕಪ್ಪು ಮತ್ತು ಅರ್ಧದಷ್ಟು ಬಣ್ಣದ್ದಾಗಿರುತ್ತವೆ. ಕಾರ್ಡ್‌ಗಳನ್ನು ನಿರ್ದಿಷ್ಟ ಅನುಕ್ರಮದಲ್ಲಿ ವಿಷಯಗಳಿಗೆ ಪ್ರಸ್ತುತಪಡಿಸಲಾಗುತ್ತದೆ.

ಪರೀಕ್ಷೆಯ ಸ್ಕೋರಿಂಗ್ ಹೆಚ್ಚು ವ್ಯಕ್ತಿನಿಷ್ಠವಾಗಿದೆ. Rorschach ಪರೀಕ್ಷೆಗಾಗಿ ಹಲವಾರು ಸ್ಕೋರಿಂಗ್ ವಿಭಾಗಗಳನ್ನು ಅಭಿವೃದ್ಧಿಪಡಿಸಲಾಗಿದೆ ಆದರೆ ಸಾಮಾನ್ಯವಾಗಿ ಸ್ಕೋರ್ ಮಾಡಿದ ವರ್ಗಗಳೆಂದರೆ ಸ್ಥಳ (ಅಂದರೆ ಲೈವ್ ಪ್ರತಿಕ್ರಿಯೆಯ ಆಧಾರದ ಮೇಲೆ ವಿಷಯವು ಗ್ರಹಿಸಿದ ಬ್ಲಾಟ್‌ನ ಪ್ರದೇಶ), ನಿರ್ಣಾಯಕ (ಅಂದರೆ ಗ್ರಹಿಸಿದ ಇಂಕ್‌ಬ್ಲಟ್‌ನ ಗುಣಲಕ್ಷಣ ವಿಷಯದ ಮೂಲಕ), ವಿಷಯ (ವಿಷಯವು ನಿಜವಾಗಿ ನೋಡಿರುವುದು), ಮೂಲ/ಜನಪ್ರಿಯ (ವಿಷಯದ ಪ್ರತಿಕ್ರಿಯೆಗಳು ಸಾಮಾನ್ಯ/ಮೂಲವೇ ಎಂಬುದನ್ನು ಈ ವರ್ಗವು ನಮಗೆ ತಿಳಿಸುತ್ತದೆ).

ರೋರ್ಸ್ಟ್ಯಾಚ್ ಪರೀಕ್ಷೆಯು ಮಿಶ್ರ ಸ್ವಾಗತವನ್ನು ಪಡೆದಿದೆ. ಕೆಲವರು ಇದನ್ನು ವ್ಯಕ್ತಿತ್ವದ ಎಕ್ಸ್-ರೇ ಎಂದು ಪರಿಗಣಿಸಿದ್ದಾರೆ, ರೋಗನಿರ್ಣಯದ ಉದ್ದೇಶಕ್ಕಾಗಿ ಅನಿವಾರ್ಯ ಸಾಧನವಾಗಿದೆ, ಆದರೆ

ಇತರರು ಅದರ ಬಳಕೆಯನ್ನು ಅನ್ಯೆತಿಕವೆಂದು ಪರಿಗಣಿಸಿದ್ದಾರೆ. ಸಂಶೋಧಕರು ನಿರಂತರವಾಗಿ ಕಳಪೆಯನ್ನು ಪ್ರಸ್ತುತಪಡಿಸಿದ್ದಾರೆ ಆದರೆ ರೋಸ್ಚಾಚ್ ಚಿತ್ರ; ಮತ್ತೊಂದೆಡೆ, ವೈದ್ಯರು ಈ ಪರೀಕ್ಷೆಯನ್ನು ಹೆಚ್ಚುತ್ತಿರುವ ಆವರ್ತನದೊಂದಿಗೆ ಬಳಸುತ್ತಿದ್ದಾರೆ.

(ಬಿ) ವಿಷಯಾಧಾರಿತ ಗ್ರಹಿಕ ಪರೀಕ್ಷೆ (TAT):

ಬಳಕೆಯ ಪ್ರಮಾಣ ಮತ್ತು ಸಂಶೋಧನೆಯ ಪರಿಮಾಣದಲ್ಲಿ ರೋರ್ಸ್ಚಚ್ ವಿಧಾನವನ್ನು ಸಮೀಪಿಸಿದ ಏಕೈಕ ಇತರ ಪ್ರಕ್ಷೇಪಕ ತಂತ್ರವೆಂದರೆ TAT ಇದನ್ನು 1935 ರಲ್ಲಿ C. D. ಮೋರ್ಗಾನ್ ಮತ್ತು ಹೆನ್ರಿ A. ಮುರ್ರೆ ಅವರು ಸುಪ್ತ ಆಲೋಚನೆಗಳು ಮತ್ತು ಕಲ್ಪನೆಗಳನ್ನು ಅನ್ವೇಡಿಸುವ ವಿಧಾನವಾಗಿ ಅಭಿವೃದ್ಧಿಪಡಿಸಿದರು. TAT ಪರೀಕ್ಷೆಯು 30 ಚಿತ್ರಗಳು ಮತ್ತು ಖಾಲಿ ಕಾರ್ಡ್ ಅನ್ನು ಒಳಗೊಂಡಿರುತ್ತದೆ. ಚಿತ್ರಗಳನ್ನು ಆಯ್ಕೆಮಾಡಲಾಗಿದೆ ಮತ್ತು 20 ಕಾರ್ಡ್‌ಗಳ ನಾಲ್ಕು ಸೆಟ್‌ಗಳಿರುವ ರೀತಿಯಲ್ಲಿ ಗುರುತಿಸಲಾಗಿದೆ, ಒಂದು ಹುಡುಗರಿಗೆ, ಒಂದು ಹುಡುಗಿಯರಿಗೆ, ಒಂದು ಗಂಡು ಮತ್ತು 14 ವರ್ಷ ಮೇಲ್ಪಟ್ಟ ಮಹಿಳೆಯರಿಗೆ ಒಂದು. ಪರೀಕ್ಷಾ ಪ್ರಕ್ರಿಯೆಯನ್ನು ಎರಡು ಅವಧಿಗಳಾಗಿ ವಿಂಗಡಿಸಲಾಗಿದೆ ಮತ್ತು ಇವುಗಳಲ್ಲಿ ಪ್ರತಿಯೊಂದಕ್ಕೂ 10 ಕ್ಕಿಂತ ಹೆಚ್ಚು TAT ಕಾರ್ಡ್‌ಗಳನ್ನು ಎರಡು ಸೆಷನ್‌ಗಳ ನಡುವೆ ಕನಿಷ್ಠ ಒಂದು ದಿನ ಮಧ್ಯಪ್ರವೇಶಿಸುವಂತೆ ಸೂಚಿಸಲಾಗಿದೆ.

ತೀರಾ ಇತ್ತೀಚೆಗೆ, ಪ್ರಾಯೋಗಿಕ ಪರಿಗಣನೆಗಳು ನಿರ್ವಹಿಸಲಾದ ಕಾರ್ಡ್‌ಗಳ ಸಂಖ್ಯೆಯಲ್ಲಿ ಕಡಿತಕ್ಕೆ ಕಾರಣವಾಗಿವೆ. ಹೆಚ್ಚಿನ ಪರೀಕ್ಷಕರು ಈಗ ವಿಷಯವನ್ನು 8 ರಿಂದ 12 ಕಾರ್ಡ್‌ಗಳೊಂದಿಗೆ ಪ್ರಸ್ತುತಪಡಿಸುತ್ತಾರೆ ಮತ್ತು ಒಂದೇ ಸೆಷನ್ ಅನ್ನು ಬಳಸುತ್ತಾರೆ. ಕಾರ್ಡ್‌ಗಳನ್ನು ಪ್ರತ್ಯೇಕವಾಗಿ ಪ್ರಸ್ತುತಪಡಿಸಲಾಗುತ್ತದೆ ಮತ್ತು ಚಿತ್ರಿಸಲಾದ ದೃಶ್ಯವನ್ನು ವಿವರಿಸುವ ಚಿತ್ರದ ಕಥೆಯನ್ನು ಒದಗಿಸಲು ಪ್ರತಿಕ್ರಿಯಿಸುವವರಿಗೆ ಸೂಚಿಸಲಾಗಿದೆ, ಅದಕ್ಕೆ ಕಾರಣವೇನು, ಚಿತ್ರದಲ್ಲಿನ ಪಾತ್ರಗಳು ಏನು ಯೋಚಿಸುತ್ತಿವೆ ಮತ್ತು ಫಲಿತಾಂಶ ಏನಾಗುತ್ತದೆ. ಕ್ಲಿನಿಕಲ್ ಸಂದರ್ಭಗಳಲ್ಲಿ ಸಾಮಾನ್ಯವಾಗಿ ಮೌಖಿಕ ಪರೀಕ್ಷೆಯಾಗಿ ನಿರ್ವಹಿಸಲಾಗಿದ್ದರೂ, TAT ಅನ್ನು ಬರವಣಿಗೆಯಲ್ಲಿ ಮತ್ತು ಗುಂಪು ಪರೀಕ್ಷೆಯಾಗಿಯೂ ನಿರ್ವಹಿಸಬಹುದು.

TAT ಪರೀಕ್ಷೆ, Rorschach ಪರೀಕ್ಷೆಯಂತೆ; ಬಹು ಸ್ಕೋರಿಂಗ್ ಸಿಸ್ಟಮ್‌ಗಳನ್ನು ಸಹ ಹೊಂದಿದೆ. ಮೂರು ಪ್ರಸಿದ್ಧ ಮತ್ತು ಜನಪ್ರಿಯ TAT ಸ್ಕೋರಿಂಗ್ ವ್ಯವಸ್ಥೆಗಳು ಕೆಳಕಂಡಂತಿವೆ:

(ಎ) ಮುರ್ರೆಯ ಸ್ಕೋರಿಂಗ್ ಸಿಸ್ಟಮ್ (ನಾನ್-ಕ್ವಾಂಟಿಟೇಟಿವ್)

(ಬಿ) ಮೆಕ್‌ಕ್ಲಲ್ಯಾಂಡ್ಸ್ ಸಿಸ್ಟಮ್ (ಕ್ವಾಂಟಿಟೇಟಿವ್) ಮತ್ತು

(ಸಿ) ಎರಾನ್ ವ್ಯವಸ್ಥೆ (ಕ್ವಾಂಟಿಟೇಟಿವ್).

ಅದರ ಮೂಲ ಪ್ರಕಟಣೆಯಿಂದ, ಮೂಲ TAT ಪರೀಕ್ಷೆಯ ಅನೇಕ ಮಾರ್ಪಾಡುಗಳನ್ನು ರೂಪಿಸಲಾಗಿದೆ. ಅಂತಹ ಒಂದು ಮಾರ್ಪಾಡು ಮಕ್ಕಳ ಮೆಚ್ಚುಗೆ ಪರೀಕ್ಷೆ (CAT).

(ಸಿ) ವರ್ಡ್ ಅಸೋಸಿಯೇಷನ್ ಟೆಸ್ಟ್:

ಇದನ್ನು ಮೂಲತಃ ಫ್ರೀ-ಅಸೋಸಿಯೇಷನ್ ಪರೀಕ್ಷೆ ಎಂದು ಕರೆಯಲಾಗುತ್ತಿತ್ತು ಮತ್ತು ಇದನ್ನು ಮೊದಲು ವ್ಯವಸ್ಥಿತವಾಗಿ ಕಾರ್ಲ್ ಜಂಗ್ ಅಭಿವೃದ್ಧಿಪಡಿಸಿದರು. ನಂತರದಲ್ಲಿ, ಕೆಂಟ್ ಮತ್ತು ರೊಸಾನಾಫ್ ಇದನ್ನು ಮನೋವೈದ್ಯಕೀಯ ತಪಾಸಣೆಗೆ ಬಳಸಿಕೊಂಡರು. ಅಸೋಸಿಯೇಷನ್ ಟೆಸ್ಟ್ ಪದದ ಹಲವು ಆವೃತ್ತಿಗಳಿವೆ. ಜಂಗ್ ಪದಗಳ ಸಂಯೋಜನೆಯ ಪರೀಕ್ಷೆಯು 100 ಪದಗಳನ್ನು ಒಳಗೊಂಡಿತ್ತು. 1968 ರಲ್ಲಿ, ರಾಪಾಪೋರ್ಟ್ ಮತ್ತು ಅವರ ಸಹವರ್ತಿಗಳು 60 ಪದಗಳ ಪಟ್ಟಿಯನ್ನು ಒಳಗೊಂಡಿರುವ ಪದ-ಸಂಬಂಧ ಪರೀಕ್ಷೆಯನ್ನು ಅಭಿವೃದ್ಧಿಪಡಿಸಿದರು. ಮಾನಸಿಕ ಅಸ್ವಸ್ಥರು ಮತ್ತು

ಸಾಮಾನ್ಯ ವ್ಯಕ್ತಿಗಳ ನಡುವಿನ ವ್ಯತ್ಯಾಸವನ್ನು ಗುರುತಿಸಲು ಕೆಂಟ್ ಮತ್ತು ರೋಸಾನಾಫ್ 100 ಪದಗಳನ್ನು ಒಳಗೊಂಡಿರುವ ಪದ-ಸಂಬಂಧ ಪರೀಕ್ಷೆಯನ್ನು ಅಭಿವೃದ್ಧಿಪಡಿಸಿದರು. ಪದ-ಸಂಬಂಧ ಪರೀಕ್ಷೆಯಲ್ಲಿ, ಪರೀಕ್ಷಕನು ಒಂದು ಪದಗಳ ಸರಣಿಯನ್ನು ಮಾತನಾಡುತ್ತಾನೆ, ಒಂದು ಸಮಯದಲ್ಲಿ ಒಂದು ಪದವನ್ನು ಹೇಳುತ್ತಾನೆ ಮತ್ತು ಅವನು/ಅವಳು (ವಿಷಯ) ತಕ್ಷಣವೇ ತನ್ನ ಮನಸ್ಸಿಗೆ ಬರುವ ಮೊದಲ ಪದವನ್ನು ಹೇಳಬೇಕು ಮತ್ತು ಇಲ್ಲ ಎಂದು ಹೇಳಲಾಗುತ್ತದೆ. ಸರಿ/ತಪ್ಪು ಉತ್ತರಗಳು.

ಪರೀಕ್ಷಕರು ನಂತರ ಅವರು ಮಾತನಾಡುವ ಪ್ರತಿಯೊಂದು ಪದಕ್ಕೆ ಉತ್ತರವನ್ನು ದಾಖಲಿಸುತ್ತಾರೆ, ಪ್ರತಿಕ್ರಿಯ ಸಮಯ ಮತ್ತು ಯಾವುದೇ ಅಸಾಮಾನ್ಯ ಮಾತು ಅಥವಾ ವರ್ತನೆಯ ಅಭಿವ್ಯಕ್ತಿಗಳು ನೀಡಿದ ಪ್ರತಿಕ್ರಿಯೆಯೊಂದಿಗೆ ಇರಬಹುದು. ವ್ಯಕ್ತಿಯ ವ್ಯಕ್ತಿತ್ವವನ್ನು ಮೌಲ್ಯಮಾಪನ ಮಾಡಲು ವಿಷಯಗಳು ಸುಳಿವುಗಳನ್ನು ನೀಡುತ್ತವೆ.

(ಡಿ) ವಾಕ್ಯ ಪೂರ್ಣಗೊಳಿಸುವಿಕೆ ಪರೀಕ್ಷೆ:

ಈ ಪರೀಕ್ಷೆಯಲ್ಲಿ, ವ್ಯಕ್ತಿಯ ಅಪೂರ್ಣ ವಾಕ್ಯಗಳ ಸರಣಿಯನ್ನು ಪ್ರಸ್ತುತಪಡಿಸಲಾಗುತ್ತದೆ, ಸಾಮಾನ್ಯವಾಗಿ ಕೊನೆಯಲ್ಲಿ ತೆರೆದಿರುತ್ತದೆ, ಅವನು ಒಂದು/ಹೆಚ್ಚು ಪದಗಳಲ್ಲಿ ಪೂರ್ಣಗೊಳಿಸುತ್ತಾನೆ. ಅವರು ಪದ-ಸಂಬಂಧ ಪರೀಕ್ಷೆಯನ್ನು ಹೋಲುತ್ತಾರೆ. ಆದಾಗ್ಯೂ, ವಾಕ್ಯವನ್ನು ಪೂರ್ಣಗೊಳಿಸುವ ಪರೀಕ್ಷೆಯನ್ನು ಪದಗಳ ಸಂಯೋಜನೆಯ ಪರೀಕ್ಷೆಗಿಂತ ಉತ್ತಮವೆಂದು ಪರಿಗಣಿಸಲಾಗುತ್ತದೆ ಏಕೆಂದರೆ ವಿಷಯವು ಒಂದಕ್ಕಿಂತ ಹೆಚ್ಚು ಪದಗಳೊಂದಿಗೆ ಪ್ರತಿಕ್ರಿಯಿಸಬಹುದು, ಹೆಚ್ಚಿನ ನಮೃತೆ ಮತ್ತು ವಿವಿಧ ಪ್ರತಿಕ್ರಿಯೆಗಳು ಸಾಧ್ಯ ಮತ್ತು ವ್ಯಕ್ತಿತ್ವ ಮತ್ತು ಅನುಭವದ ಹೆಚ್ಚಿನ ಕ್ಷೇತ್ರಗಳನ್ನು ಟ್ಯಾಪ್ ಮಾಡಬಹುದು.

ಸಾಮಾನ್ಯವಾಗಿ ಬಳಸುವ ಕೆಲವು ವಾಕ್ಯ ಪೂರ್ಣಗೊಳಿಸುವಿಕೆ ಪರೀಕ್ಷೆಗಳು:

(ಎ) ಸ್ಯಾಕ್‌ನ ವಾಕ್ಯ ಪೂರ್ಣಗೊಳಿಸುವಿಕೆ ಪರೀಕ್ಷೆ,

(ಬಿ) ರೋಟರ್‌ನ ಅಪೂರ್ಣ ವಾಕ್ಯ ಖಾಲಿ &

(ಸಿ) ವಾಷಿಂಗ್ಟನ್ ವಿಶ್ವವಿದ್ಯಾಲಯದ ವಾಕ್ಯ ಪೂರ್ಣಗೊಳಿಸುವಿಕೆ ಪರೀಕ್ಷೆ.

5. ಸಾಂದರ್ಭಿಕ ಪರೀಕ್ಷೆಗಳು:

ಸಾಂದರ್ಭಿಕ ಪರೀಕ್ಷೆ ಎಂಬ ಪದವು ವಿಶ್ವ ಸಮರ II ರ ಸಮಯದಲ್ಲಿ ಜನಪ್ರಿಯವಾಯಿತು. ಈ ಪರೀಕ್ಷೆಗಳನ್ನು ವಿಶ್ವ ಸಮರ II ರ ಸಮಯದಲ್ಲಿ ಯುನೈಟೆಡ್ ಸ್ಟೇಟ್ಸ್ ಆಫೀಸ್ ಆಫ್ ಸ್ಟ್ರಾಟೆಜಿಕ್ ಸರ್ವೀಸಸ್ (OSS) ಅಭಿವೃದ್ಧಿಪಡಿಸಿತು ಮತ್ತು ಬಳಸಲಾಯಿತು. ಸಾಂದರ್ಭಿಕ ಪರೀಕ್ಷೆಯು ಕೆಲವು ನೈಜ ಜೀವನ ಸನ್ನಿವೇಶಗಳನ್ನು ಒಳಗೊಂಡಿರುತ್ತದೆ, ಅಲ್ಲಿ ವಿದ್ಯಾರ್ಥಿಗಳು ಕೆಲವು ನಿರ್ದಿಷ್ಟ ಚಟುವಟಿಕೆಗಳನ್ನು ನಿರ್ವಹಿಸಬೇಕಾಗುತ್ತದೆ.

ಅಂತಹ ಸಂದರ್ಭಗಳಿಗೆ ಸಂಬಂಧಿಸಿದಂತೆ ವಿಷಯದ ಕಾರ್ಯಕ್ಷಮತೆ ಮತ್ತು ನಡವಳಿಕೆಯು ಅವನ/ಅವಳ ವ್ಯಕ್ತಿತ್ವವನ್ನು ಅರ್ಥಮಾಡಿಕೊಳ್ಳಲು ನಮಗೆ ಸಹಾಯ ಮಾಡುತ್ತದೆ. ಸಾಂದರ್ಭಿಕ ಪರೀಕ್ಷೆಯಲ್ಲಿ, ವಿಷಯದ ನಡವಳಿಕೆಯನ್ನು ಕೆಲವು ತರಬೇತಿ ಪಡೆದ ನ್ಯಾಯಾಧೀಶರು/ಕೆಲವು ಸಂದರ್ಭಗಳಲ್ಲಿ, ಅವರ ಗೆಳೆಯರಿಂದ ಮೌಲ್ಯಮಾಪನ ಮಾಡಲಾಗುತ್ತದೆ. ವಿವಿಧ ರೀತಿಯ ಸಾಂದರ್ಭಿಕ ಪರೀಕ್ಷೆಗಳನ್ನು ಬಳಸಲಾಗಿದೆ. ಅಂತಹ ಒಂದು ಪರೀಕ್ಷೆಯು ಒತ್ತಡದ, ಹತಾಶೆಯ/ ಭಾವನಾತ್ಮಕವಾಗಿ ವಿಚ್ಛಿದ್ರಕಾರಕ ಪರಿಸ್ಥಿತಿಗಳಲ್ಲಿ ವ್ಯಕ್ತಿಯ ನಡವಳಿಕೆಯನ್ನು ಮಾದರಿ ಮಾಡಲು ವಿನ್ಯಾಸಗೊಳಿಸಲಾದ ಸಾಂದರ್ಭಿಕ ಒತ್ತಡ ಪರೀಕ್ಷೆಯಾಗಿದೆ.

ಮತ್ತೊಂದು ಸಾಂದರ್ಭಿಕ ಪರೀಕ್ಷೆಯನ್ನು ನಾಯಕರಹಿತ ಗುಂಪು ಚರ್ಚೆ ಎಂದು ಕರೆಯಲಾಗುತ್ತದೆ. ಅಂತಹ ಪರೀಕ್ಷೆಗಳಲ್ಲಿ, ಪರೀಕ್ಷಾರ್ಥಿಗಳ ಗುಂಪಿನ ಸಹಕಾರಿ ಪ್ರಯತ್ನದ ಅಗತ್ಯವಿದೆ, ಅವರಲ್ಲಿ ಯಾರನ್ನೂ ನಾಯಕ ಎಂದು ಗೊತ್ತುಪಡಿಸಲಾಗುವುದಿಲ್ಲ/ವಿಷಯದ ಪ್ರತಿಕ್ರಿಯೆಗಳು ಮತ್ತು ಅವರ ಪರಸ್ಪರ ಪರಸ್ಪರ ಕ್ರಿಯೆಯ ಆಧಾರದ ಮೇಲೆ ನಿರ್ದಿಷ್ಟ ಜವಾಬ್ದಾರಿಗಳನ್ನು ನೀಡಲಾಗುತ್ತದೆ. ಸಂಶೋಧಕರು/ವೀಕ್ಷಕರು ಗುಂಪಿನ ಸದಸ್ಯರ ವ್ಯಕ್ತಿತ್ವದ ಗುಣಲಕ್ಷಣಗಳನ್ನು ಗಮನಿಸುತ್ತಾರೆ ಮತ್ತು ಅಂತಹ ನಾಯಕರಹಿತ ಗುಂಪಿನಲ್ಲಿ ನಾಯಕತ್ವದ ಹೊರಹೊಮ್ಮುವಿಕೆಯನ್ನು ಗಮನಿಸುತ್ತಾರೆ.

ಕೆಲವು ಇತರ ಸಾಂದರ್ಭಿಕ ಪರೀಕ್ಷೆಗಳು ಕಾರ್ಯತಂತ್ರದ ಸೇವೆಗಳ ಕಚೇರಿಯಿಂದ ಬಳಸಲಾಗುವ ಪರೀಕ್ಷೆಗಳನ್ನು ಒಳಗೊಂಡಿವೆ. ಈ ಪರೀಕ್ಷೆಗಳನ್ನು OSS ಪರೀಕ್ಷೆಗಳು ಎಂದು ಕರೆಯಲಾಗುತ್ತದೆ. ಈ ಪರೀಕ್ಷೆಗಳ ಉದ್ದೇಶವು ಅಭ್ಯರ್ಥಿಯ ವ್ಯಕ್ತಿತ್ವವನ್ನು ಮೌಲ್ಯಮಾಪನ ಮಾಡುವುದು ಮತ್ತು ವಿವಿಧ ಮಿಲಿಟರಿ ಕಾರ್ಯಯೋಜನೆಗಳಲ್ಲಿ ಅದರ ಉಪಯುಕ್ತತೆಯ ವಿಶ್ವಾಸಾರ್ಹ ಮುನ್ಸೂಚನೆಯನ್ನು ನೀಡುವುದು.

6. ವ್ಯಕ್ತಿತ್ವ ದಾಸ್ತಾನುಗಳು:

ವ್ಯಕ್ತಿಯ ವ್ಯಕ್ತಿತ್ವವನ್ನು ಅಳೆಯುವ ಇನ್ನೊಂದು ವಿಧಾನವೆಂದರೆ, ವ್ಯಕ್ತಿತ್ವದ ದಾಸ್ತಾನುಗಳು ಕೆಲವು ಹೇಳಿಕೆಗಳು/ಐಟಂಗಳು/ಪ್ರಶ್ನೆಗಳಿಗೆ ಉತ್ತರಗಳನ್ನು ನೀಡಬೇಕಾಗಿರುತ್ತದೆ. ಉತ್ತರಗಳು ಹೆಚ್ಚು ನಿರ್ದಿಷ್ಟ ಮತ್ತು ರಚನಾತ್ಮಕವಾಗಿವೆ. ವ್ಯಕ್ತಿತ್ವದ ದಾಸ್ತಾನುಗಳು ವ್ಯಕ್ತಿಯ ಬಹಿರಂಗ ನಡವಳಿಕೆಯೊಂದಿಗೆ ಮಾತ್ರವಲ್ಲದೆ, ಅವನ ಅನನ್ಯ ಜೈವಿಕ ರಚನೆಯಿಂದ ಮತ್ತು ಅವನ ಅನುಭವಗಳ ಪರಿಣಾಮಗಳಿಂದಾಗಿ ತನ್ನ, ಇತರ ವ್ಯಕ್ತಿಗಳು ಮತ್ತು ಅವನ ಪರಿಸರದ ಬಗ್ಗೆ ಅವನ ಸ್ವಂತ ಭಾವನೆಗಳೊಂದಿಗೆ ವ್ಯವಹರಿಸುತ್ತವೆ.

ವ್ಯಕ್ತಿತ್ವದ ಇನ್ವೆಂಟರಿಗಳು ಸಾಮಾನ್ಯವಾಗಿ ವ್ಯಕ್ತಿತ್ವದ ತನಿಖೆಗೆ "ವಿಶಿಷ್ಟ ವಿಧಾನ" ವನ್ನು ಆಧರಿಸಿವೆ. ಈ ಗುಣಲಕ್ಷಣಗಳ ಉಪಸ್ಥಿತಿ ಮತ್ತು ಬಲವನ್ನು ಅಳೆಯಲು ಪ್ರಯತ್ನಿಸಲಾಗುತ್ತದೆ. ವ್ಯಕ್ತಿತ್ವದ ದಾಸ್ತಾನುಗಳು ವ್ಯಕ್ತಿಯ ವ್ಯಕ್ತಿತ್ವದ ಒಂದು/ಹೆಚ್ಚು ನಿರ್ದಿಷ್ಟವಾದ, ಉತ್ತಮವಾಗಿ ವ್ಯಾಖ್ಯಾನಿಸಲಾದ ಗುಣಲಕ್ಷಣಗಳನ್ನು ಅಧ್ಯಯನ ಮಾಡಲು ನಿರ್ದಿಷ್ಟವಾಗಿ ವಿನ್ಯಾಸಗೊಳಿಸಲಾದ ಪರೀಕ್ಷೆಗಳಾಗಿವೆ. ಎರಡನೆಯದಾಗಿ, ವ್ಯಕ್ತಿತ್ವದ ದಾಸ್ತಾನುಗಳಲ್ಲಿ ಹೊಂದಿಸಲಾದ ಪ್ರಶ್ನೆಗಳನ್ನು ಸಾಮಾನ್ಯವಾಗಿ ಮೊದಲ ವ್ಯಕ್ತಿಯಲ್ಲಿ ಹೇಳಲಾಗುತ್ತದೆ.

3.3   ಮಾನಸಿಕಆರೋಗ್ಯಮತ್ತುನೈರ್ಮಲ್ಯ: ಅರ್ಥಮತ್ತುಅದರಪ್ರಾಮುಖ್ಯತೆ, ಮಾನಸಿಕಆರೋಗ್ಯವನ್ನುಉತ್ತೇಜಿಸುವಲ್ಲಿಶಿಕ್ಷಕರಪಾತ್ರ

ಮಾನಸಿಕಆರೋಗ್ಯಮತ್ತುನೈರ್ಮಲ್ಯ

ಆರೋಗ್ಯವನ್ನು ಸಾಮಾನ್ಯವಾಗಿ ವ್ಯಕ್ತಿಯ ದೈಹಿಕ, ಮಾನಸಿಕ, ಸಾಮಾಜಿಕ ಮತ್ತು ಆಧ್ಯಾತ್ಮಿಕ ಯೋಗಕ್ಷೇಮದ ಸ್ಥಿತಿಯನ್ನು ಉಲ್ಲೇಖಿಸಲು ಬಳಸಲಾಗುತ್ತದೆ. ಹೀಗಾಗಿ, ಮಾನಸಿಕ ಆರೋಗ್ಯವು ಆರೋಗ್ಯದ ವಿಶಾಲ ಪರಿಕಲ್ಪನೆಯ ಅಂಶಗಳಲ್ಲಿ ಒಂದಾಗಿದೆ. ಇದು ವ್ಯಕ್ತಿಯ ಭಾವನಾತ್ಮಕ ಮತ್ತು ನಡವಳಿಕೆಯ ಹೊಂದಾಣಿಕೆಯ ಅತ್ಯುತ್ತಮ ಮಟ್ಟಕ್ಕೆ ಸಂಬಂಧಿಸಿದೆ. ಇದು ಬಾಹ್ಯ ಪರಿಸರದಲ್ಲಿ ಚಾಲ್ತಿಯಲ್ಲಿರುವ ಪರಿಸ್ಥಿತಿಗಳಿಗೆ ಸಂಬಂಧಿಸಿದಂತೆ ವ್ಯಕ್ತಿಯ ಅಗತ್ಯತೆಗಳು, ಆಸೆಗಳು, ಆಕಾಂಕ್ಷೆಗಳು ಮತ್ತು ವರ್ತನೆಗಳ ನಡುವೆ ಸಾಮರಸ್ಯ/ಸಮತೋಲನವನ್ನು ಕಾಪಾಡಿಕೊಳ್ಳುವ ಸ್ಥಿತಿಯಾಗಿದೆ.

ಮಾನಸಿಕ ನೈರ್ಮಲ್ಯ ಎಂಬ ಪದವು ಮಾನಸಿಕ ಆರೋಗ್ಯಕ್ಕೆ ನಿಕಟ ಸಂಬಂಧ ಹೊಂದಿದೆ. ಅನಾರೋಗ್ಯ ಮತ್ತು ರೋಗವನ್ನು ತಡೆಗಟ್ಟುವ ಸಲುವಾಗಿ ಒಬ್ಬರ ಮತ್ತು ಒಬ್ಬರ ಜೀವನ, ಕೆಲಸದ

ಪ್ರದೇಶಗಳನ್ನು ಅಚ್ಚುಕಟ್ಟಾಗಿ ಮತ್ತು ಸ್ವಚ್ಛವಾಗಿದಲು ನಾವು ನೈರ್ಮಲ್ಯ ಪದವನ್ನು ಬಳಸುತ್ತೇವೆ.

ನಾವು ಈ ಪರಿಕಲ್ಪನೆಯನ್ನು ಮನಸ್ಸಿನ ಡೊಮೇನ್‌ಗ ವಿಸ್ತರಿಸಿದಾಗ ಅದು ಉತ್ತಮ, ಪರಿಣಾಮಕಾರಿ ಮತ್ತು ಪರಿಣಾಮಕಾರಿ ಮಾನಸಿಕ ಆರೋಗ್ಯವನ್ನು ಕಾಪಾಡಿಕೊಳ್ಳಲು ಅಗತ್ಯವಾದ ನಡವಳಿಕೆ, ಭಾವನಾತ್ಮಕ ಮತ್ತು ಸಾಮಾಜಿಕ ಕೌಶಲ್ಯಗಳನ್ನು ಅಭಿವೃದ್ಧಿಪಡಿಸುವ, ನಿರ್ವಹಿಸುವ ಮತ್ತು ಉತ್ತೇಜಿಸುವ ಕಲೆಯನ್ನು ಪ್ರತಿನಿಧಿಸುತ್ತದೆ. ಒಬ್ಬರ ದೈನಂದಿನ ಜೀವನದಲ್ಲಿ ಮಾನಸಿಕ ಮತ್ತು ನಡವಳಿಕೆಯ ಹಂತಗಳಲ್ಲಿ ಕೆಲವು ಮೂಲಭೂತ ತಂತ್ರಗಳನ್ನು ಅನುಸರಿಸುವ ಮೂಲಕ ಇದನ್ನು ಸಾಧಿಸಬಹುದು. ಇವು ಈ ಕೆಳಗಿನಂತಿವೆ:

ಎ. <u>ರಿಯಾಲಿಟಿಸಂಪರ್ಕ</u>: ಉತ್ತಮ ಮತ್ತು ಉತ್ತಮ ಮಾನಸಿಕ ಆರೋಗ್ಯವನ್ನು ಕಾಪಾಡಿಕೊಳ್ಳಲು ಒಬ್ಬರ ಸ್ವಂತ ಪ್ರತಿಕ್ರಿಯೆಗಳು, ಭಾವನೆಗಳು ಮತ್ತು ಸಾಮರ್ಥ್ಯಗಳ ನೈಜ ಮೌಲ್ಯಮಾಪನವನ್ನು ಹೊಂದಿರುವುದು ಮುಖ್ಯವಾಗಿದೆ. ನೀವು ವಾಸ್ತವದೊಂದಿಗೆ ಸಂಪರ್ಕದಲ್ಲಿದ್ದರೆ ನಿಮ್ಮ ದೈನಂದಿನ ಜೀವನದಲ್ಲಿ ಹಲವಾರು ನಿರಾಶೆಗಳು ಮತ್ತು ಹತಾಶೆಗಳನ್ನು ತಪ್ಪಿಸಲು ನಿಮಗೆ ಸಾಧ್ಯವಾಗುತ್ತದೆ.

ಬಿ. <u>ಇಂಪಲ್ಸ್‌ಕಂಟ್ರೋಲ್</u>: ಆರೋಗ್ಯಕರ ಹೊಂದಾಣಿಕೆ ಹೊಂದಿರುವ ವ್ಯಕ್ತಿಯು ಅವನ/ಅವಳ ನಡವಳಿಕೆಗಳು ಮತ್ತು ಪ್ರಚೋದನೆಗಳ ಮೇಲೆ ಉತ್ತಮ ನಿಯಂತ್ರಣವನ್ನು ಹೊಂದಿರುತ್ತಾನೆ. ಆದ್ದರಿಂದ ಉತ್ತಮ ಮಾನಸಿಕ ಆರೋಗ್ಯವನ್ನು ಕಾಪಾಡಿಕೊಳ್ಳಲು ನಿಮ್ಮ ಹಠಾತ್ ವರ್ತನೆಗಳ ಮೇಲೆ ನೀವು ಸಂಪೂರ್ಣ ನಿಯಂತ್ರಣವನ್ನು ಹೊಂದಿರುವುದು ಅವಶ್ಯಕ.

C. <u>ಸ್ವಾಭಿಮಾನ</u>: ತನ್ನ ಬಗ್ಗೆ ಇರುವ ಅರಿವನ್ನು ಸ್ವಯಂ ಪರಿಕಲ್ಪನೆ ಎಂದು ಕರೆಯಲಾಗುತ್ತದೆ. ಭಾವನೆಗಳು, ನಂಬಿಕೆಗಳು ಮತ್ತು ಮೌಲ್ಯಗಳ ವಿಷಯದಲ್ಲಿ ವ್ಯಕ್ತಪಡಿಸಲಾದ "ನಾನು" ಅಥವಾ "ನಾನು" ಕುರಿತು ಎಲ್ಲಾ ಹೇಳಿಕೆಗಳನ್ನು ಇದು ಒಳಗೊಂಡಿದೆ. ಹೀಗಾಗಿ ಸ್ವಯಂ ಪರಿಕಲ್ಪನೆಯು ಒಬ್ಬ ವ್ಯಕ್ತಿಯು ತನ್ನ / ಅವಳ ಸ್ವಂತ ಬಗ್ಗೆ ತಿಳಿದಿರುವ ಎಲ್ಲದರ ಒಟ್ಟು ಮೊತ್ತವಾಗಿದೆ. ಸ್ವಾಭಿಮಾನವು ಸ್ವಯಂ ಮೌಲ್ಯಮಾಪನದ ಅಂಶವಾಗಿದೆ. ಸ್ವಯಂ ವೈಯಕ್ತಿಕ ಮೌಲ್ಯಮಾಪನವು ಧನಾತ್ಮಕ/ಋಣಾತ್ಮಕವಾಗಿರಬಹುದು. ಮಾನಸಿಕ ಆರೋಗ್ಯಕ್ಕೆ ವೈಯಕ್ತಿಕ ಸಮರ್ಪಕತೆ/ಸಕಾರಾತ್ಮಕ ಸ್ವ-ಪರಿಕಲ್ಪನೆಯ ಪ್ರಜ್ಞೆ ಅತ್ಯಗತ್ಯ.

D. <u>ಧನಾತ್ಮಕಆಲೋಚನೆಗಳು</u>: ಮಾನಸಿಕ ಆರೋಗ್ಯದ ಗುಣಮಟ್ಟವು ನಾವು ನಮ್ಮ ಆಲೋಚನೆಗಳನ್ನು ಧನಾತ್ಮಕ/ಋಣಾತ್ಮಕ ರೀತಿಯಲ್ಲಿ ನಿರ್ದೇಶಿಸುತ್ತೇವೆಯೇ ಎಂಬುದರ ಮೇಲೆ ಅವಲಂಬಿತವಾಗಿರುತ್ತದೆ. ನಕಾರಾತ್ಮಕ ಆಲೋಚನೆಗಳು ಕೋಪ, ದ್ವೇಷ, ಅಸೂಯೆ, ಭಯ ಮತ್ತು ಹತಾಶೆಯಂತಹ ನಕಾರಾತ್ಮಕ ಭಾವನೆಗಳನ್ನು ಉಂಟುಮಾಡುತ್ತವೆ. ನಮ್ಮ ಮನಸ್ಸಿನ ಮೇಲೆ ಇಂತಹ ನಕಾರಾತ್ಮಕ ಭಾವನೆಗಳ ಪರಿಣಾಮವು ಅನಾರೋಗ್ಯಕರವಾಗಿದೆ. ಅವು ಅಂತಃಸ್ರಾವಕ ವ್ಯವಸ್ಥೆಯನ್ನು ಸಹ ಹಾನಿಗೊಳಿಸುತ್ತವೆ.

ಆದ್ದರಿಂದ ಉತ್ತಮ ಮಾನಸಿಕ ಆರೋಗ್ಯವನ್ನು ಕಾಪಾಡಿಕೊಳ್ಳಲು, ನಮ್ಮಲ್ಲಿ ಪ್ರೀತಿ, ಸಂತೋಷ, ಸಂತೋಷ, ಭರವಸೆ, ಸಹಾನುಭೂತಿ, ಪರಾನುಭೂತಿ ಮತ್ತು ಆಶಾವಾದದಂತಹ ಸಕಾರಾತ್ಮಕ ಭಾವನೆಗಳನ್ನು ಉಂಟುಮಾಡುವ ಸಕಾರಾತ್ಮಕ ಚಿಂತನೆಯ ಶಕ್ತಿಯನ್ನು ನಾವು ಬೆಳೆಸಿಕೊಳ್ಳಬೇಕು. ಅಂತಹ ಭಾವನೆಗಳು ವಿವಿಧ ಜೀವನ ಸವಾಲುಗಳನ್ನು ನಿಭಾಯಿಸುವ ನಮ್ಮ ಸಾಮರ್ಥ್ಯವನ್ನು ಬಲಪಡಿಸುತ್ತದೆ.

<u>ಮಾನಸಿಕನೈರ್ಮಲ್ಯ</u>:

ಅಮೇರಿಕನ್ ಸೈಕಿಯಾಟ್ರಿಕ್ ಅಸೋಸಿಯೇಷನ್ ಮಾನಸಿಕ ನೈರ್ಮಲ್ಯವನ್ನು "ಮಾನಸಿಕ ಅಸ್ವಸ್ಥತೆಯನ್ನು ತಡೆಗಟ್ಟಲು ಮತ್ತು ಮಾನಸಿಕ ಅಸ್ವಸ್ಥತೆಯನ್ನು ಗುಣಪಡಿಸುವ ಮೂಲಕ ಮಾನಸಿಕ ಆರೋಗ್ಯವನ್ನು ಪುನಃಸ್ಥಾಪಿಸಲು ಕ್ರಮಗಳನ್ನು ಸೂಚಿಸುವ ವಿಜ್ಞಾನ" ಎಂದು ವ್ಯಾಖ್ಯಾನಿಸಿದೆ.

ಇದನ್ನು "ಮಾನಸಿಕ ಆರೋಗ್ಯದ ಕಾನೂನುಗಳ ತನಿಖೆಯ ಪ್ರಕ್ರಿಯೆ ಮತ್ತು ಅದರ ಸಂರಕ್ಷಣೆಗಾಗಿ ಕ್ರಮಗಳನ್ನು ತೆಗೆದುಕೊಳ್ಳುವುದು" ಎಂದು ವ್ಯಾಖ್ಯಾನಿಸಲಾಗಿದೆ.

ಈ ವ್ಯಾಖ್ಯಾನಗಳ ಆಧಾರದ ಮೇಲೆ ನಾವು ಮಾನಸಿಕ ನೈರ್ಮಲ್ಯವನ್ನು ವಿಜ್ಞಾನವು ಕಾನೂನುಗಳು ಮತ್ತು ಮಾನಸಿಕ ಅಸ್ವಸ್ಥತೆಯನ್ನು ಗುಣಪಡಿಸುವ ವಿಧಾನಗಳನ್ನು ಅಧ್ಯಯನ ಮಾಡುತ್ತದೆ ಮತ್ತು ಸಮತೋಲಿತ ವ್ಯಕ್ತಿತ್ವ ಮತ್ತು ಹೊಂದಾಣಿಕೆಯ ಬೆಳವಣಿಗೆಗೆ ಕ್ರಮಗಳನ್ನು ಸೂಚಿಸುತ್ತದೆ ಎಂದು ಹೇಳಬಹುದು.

ಈ ವಿವರಣೆಯಿಂದ ಮಾನಸಿಕ ನೈರ್ಮಲ್ಯವು ವಿವಿಧ ಮಾನಸಿಕ ಕಾಯಿಲೆಗಳ ಸಂಭವ ಮತ್ತು ಹರಡುವಿಕೆಯನ್ನು ಕಡಿಮೆ ಮಾಡುವ ಗುರಿಯನ್ನು ಹೊಂದಿರುವ ಕಾರ್ಯಕ್ರಮಗಳನ್ನು ವಿನ್ಯಾಸಗೊಳಿಸುವ ಮತ್ತು ಅನುಷ್ಠಾನಗೊಳಿಸುವ ಮೂಲಕ ಸಮುದಾಯದಲ್ಲಿನ ವ್ಯಕ್ತಿಗಳ ಧನಾತ್ಮಕ ಆರೋಗ್ಯವನ್ನು ಉತ್ತೇಜಿಸುವುದರೊಂದಿಗೆ ಸಂಬಂಧಿಸಿದೆ ಎಂಬುದು ಸ್ಪಷ್ಟವಾಗಿದೆ.

<u>ಮಾನಸಿಕಆರೋಗ್ಯ:</u>

ಆರೋಗ್ಯ ಮತ್ತು ಅನಾರೋಗ್ಯದ ಸ್ಥಿತಿಗಳನ್ನು ಸಮಾಜದ ಮೌಲ್ಯಗಳಿಗೆ ಅನುಗುಣವಾಗಿ ವ್ಯಾಖ್ಯಾನಿಸಲಾಗಿದೆ. ಸಾಮಾನ್ಯವಾಗಿ ವ್ಯಕ್ತಿಯ ನಡವಳಿಕೆಯು ಅವನ ಪರಿಸರಕ್ಕೆ ಹೊಂದಿಕೊಳ್ಳುತ್ತದೆ, ನಾವು ಅವನು ಆರೋಗ್ಯವಂತ ಎಂದು ಹೇಳುತ್ತೇವೆ ಮತ್ತು ಅವನ ನಡವಳಿಕೆಯು ಅಸಮರ್ಪಕವಾಗಿದ್ದರೆ, ನಾವು ಅವನು ಅನಾರೋಗ್ಯದಿಂದ ಬಳಲುತ್ತಿದ್ದಾನೆ ಎಂದು ಹೇಳುತ್ತೇವೆ.

ಮಾನಸಿಕ ಆರೋಗ್ಯಕ್ಕೆ ಹಲವಾರು ವ್ಯಾಖ್ಯಾನಗಳಿವೆ. ವಿಶ್ವ ಆರೋಗ್ಯ ಸಂಸ್ಥೆ [WHO] ಆರೋಗ್ಯವನ್ನು "ಸಂಪೂರ್ಣ ದೈಹಿಕ, ಮಾನಸಿಕ ಮತ್ತು ಸಾಮಾಜಿಕ ಯೋಗಕ್ಷೇಮದ ಸ್ಥಿತಿ, ಕೇವಲ ರೋಗ/ದೌರ್ಬಲ್ಯದ ಅನುಪಸ್ಥಿತಿಯಲ್ಲ" ಎಂದು ವ್ಯಾಖ್ಯಾನಿಸುತ್ತದೆ. ಈ ವ್ಯಾಖ್ಯಾನದ ಮಹತ್ವವೆಂದರೆ ಅದು ಯೋಗಕ್ಷೇಮದ ಸಕಾರಾತ್ಮಕ ಸ್ಥಿತಿಯನ್ನು ಒತ್ತಿಹೇಳುತ್ತದೆ ಮತ್ತು ರೋಗ/ಅಸ್ವಸ್ಥತೆಯ ಕೊರತೆಯ ಮೇಲೆ ಕೇಂದ್ರೀಕರಿಸುವುದಿಲ್ಲ. ಭಾವನಾತ್ಮಕ ಯೋಗಕ್ಷೇಮದ ಸ್ಥಿತಿ/'ಮಾನಸಿಕ ಆರೋಗ್ಯ', ಎಂದರೆ ವ್ಯಕ್ತಿಯು ತನ್ನ ಸಮಾಜದೊಳಗೆ ಆರಾಮವಾಗಿ ಕಾರ್ಯನಿರ್ವಹಿಸುತ್ತಾನೆ ಮತ್ತು ಅವನು, ಅವನ ಸಮಾಜ ಮತ್ತು ಅವನ ಸಾಧನೆಗಳ ಬಗ್ಗೆ ತೃಪ್ತಿ ಹೊಂದಿದ್ದಾನೆ. ಒಬ್ಬ ವ್ಯಕ್ತಿಯು ತನ್ನ ದೇಹ, ಮನಸ್ಸು, ಚೈತನ್ಯ ಮತ್ತು ಅವನ ಪರಿಸರದ ನಡುವೆ ಸಮತೋಲನ/ಏಕೀಕರಣವನ್ನು ಕಾಯ್ದುಕೊಂಡಿರುವುದನ್ನು ನೋಡಿದಾಗ ಮಾತ್ರ ನಾವು ಮಾನಸಿಕವಾಗಿ ಆರೋಗ್ಯವಂತರು ಎಂದು ನಾವು ಹೇಳುತ್ತೇವೆ.

ಮಾನಸಿಕ ಆರೋಗ್ಯ ಏಕೆ ಮುಖ್ಯ? ಸರಳವಾಗಿ ಹೇಳುವುದಾದರೆ, ಇದು ಯುನೈಟೆಡ್ ಸ್ಟೇಟ್ಸ್‌ನಲ್ಲಿ ದೊಡ್ಡ ಸಮಸ್ಯೆಯಾಗಿದೆ ಮತ್ತು ಅದನ್ನು ಸಾಬೀತುಪಡಿಸುವ ಮಾನಸಿಕ ಆರೋಗ್ಯದ ಬಗ್ಗೆ ಆಘಾತಕಾರಿ ಅಂಕಿಅಂಶಗಳಿವೆ. ದುರದೃಷ್ಟವಶಾತ್, ಮಾನಸಿಕ ಆರೋಗ್ಯಕ್ಕೆ ಸಂಬಂಧಿಸಿದ ಯಾವುದಾದರೂ ಒಂದು ಗಮನಾರ್ಹವಾದ ಕಳಂಕವನ್ನು ಸಹ ಹೊಂದಿದೆ. ಅದಕ್ಕಾಗಿಯೇ ಉತ್ತಮ ಮಾನಸಿಕ ಆರೋಗ್ಯ ಪ್ರಯತ್ನಗಳ ಪ್ರಾಮುಖ್ಯತೆಯನ್ನು ನಾವು ಅಂಗೀಕರಿಸುವುದು ತುಂಬಾ ಅವಶ್ಯಕವಾಗಿದೆ. ವಾಸ್ತವವಾಗಿ, ಒಟ್ಟಾರೆಯಾಗಿ ಆರೋಗ್ಯ ಉದ್ಯಮದಲ್ಲಿ ನಾವು ಪ್ರಸ್ತುತ ಎದುರಿಸುತ್ತಿರುವ ಅತ್ಯಂತ ಒತ್ತುವ ಸಮಸ್ಯೆಗಳಲ್ಲಿ ಮಾನಸಿಕ ಆರೋಗ್ಯ ಜಾಗೃತಿಯು ಒಂದಾಗಿರಬಹುದು. ಈ ಕಾರಣಕ್ಕಾಗಿ, ವೈಯಕ್ತಿಕ

ಮತ್ತು ಆನ್‌ಲೈನ್ ಚಿಕಿತ್ಸೆಯು ಹೆಚ್ಚು ಮತ್ತು ಹೆಚ್ಚು ಮಹತ್ವದ್ದಾಗಿದೆ.

ಮಾನಸಿಕ ಆರೋಗ್ಯದ ಪ್ರಾಮುಖ್ಯತೆಯನ್ನು ಅರ್ಥಮಾಡಿಕೊಳ್ಳುವುದು ಅತ್ಯಗತ್ಯ. ನಾವು ಸಾಮೂಹಿಕವಾಗಿ, ಸಮಾಜವಾಗಿ, ಮಾನಸಿಕ ಆರೋಗ್ಯವನ್ನು ಧನಾತ್ಮಕವಾಗಿ, ಉತ್ಪಾದಕ ರೀತಿಯಲ್ಲಿ ಸಂಬೋಧಿಸದಂತೆ ತಡೆಯುವ ಅಡೆತಡೆಗಳನ್ನು ನಿವಾರಿಸಬೇಕಾಗಿದೆ. ಸೆಂಟರ್ಸ್ ಫಾರ್ ಡಿಸೀಸ್ ಕಂಟ್ರೋಲ್ ಅಂಡ್ ಪ್ರಿವೆನ್ಷನ್ (ಸಿಡಿಸಿ) 5 ವಯಸ್ಕರಲ್ಲಿ 1 ಪ್ರತಿ ವರ್ಷ ಕನಿಷ್ಠ ಒಂದು ಮಾನಸಿಕ ಆರೋಗ್ಯ ಸ್ಥಿತಿಯನ್ನು ಅನುಭವಿಸುತ್ತಾರೆ ಎಂದು ಅಂದಾಜಿಸಿದಾಗ, ನಾವು ಮಾನಸಿಕ ಆರೋಗ್ಯದ ಬಗ್ಗೆ ಹೆಚ್ಚಿನ ಆದ್ಯತೆಯನ್ನು ನೀಡಬೇಕಾಗಿದೆ ಎಂಬುದನ್ನು ನಿರಾಕರಿಸುವುದು ಕಷ್ಟ.

ಮಾನಸಿಕ ಆರೋಗ್ಯವು ಹಿಂದೆಂದಿಗಿಂತಲೂ ಈಗ ಹೆಚ್ಚು ಮುಖ್ಯವಾಗಿದೆ. ನಾವು ಅದರ ಮೇಲೆ ಕೇಂದ್ರೀಕರಿಸಿದಾಗ, ವಾಸ್ತವಿಕವಾಗಿ ಜೀವನದ ಪ್ರತಿಯೊಂದು ಅಂಶವು ಉತ್ತಮವಾಗಿರುತ್ತದೆ. ಉತ್ತಮ ಮಾನಸಿಕ ಆರೋಗ್ಯದ ಪ್ರಾಮುಖ್ಯತೆಯು ನಾವು ಮಾಡುವ, ಯೋಚಿಸುವ/ಹೇಳುವ ಪ್ರತಿಯೊಂದರಲ್ಲೂ ಅಲೆಯುತ್ತದೆ.

<u>ಮಾನಸಿಕಆರೋಗ್ಯವನ್ನು ಕಾಳಜಿವಹಿಸಲುಕಾರಣಗಳು:</u>

ಮಾನಸಿಕ ಆರೋಗ್ಯದ ಬಗ್ಗೆ ನಾವು ಕಾಳಜಿ ವಹಿಸಬೇಕಾದ ಹಲವು ಕಾರಣಗಳಿವೆ. ರಚನಾತ್ಮಕ ನಡವಳಿಕೆಗಳು, ಭಾವನೆಗಳು ಮತ್ತು ಆಲೋಚನೆಗಳನ್ನು ಸ್ಥಿರಗೊಳಿಸಲು ಅದನ್ನು ನಿರ್ವಹಿಸುವುದು ನಿರ್ಣಾಯಕವಾಗಿದೆ. ಮಾನಸಿಕ ಆರೋಗ್ಯ ರಕ್ಷಣೆಯ ಮೇಲೆ ಕೇಂದ್ರೀಕರಿಸುವುದರಿಂದ ಉತ್ಪಾದಕತೆಯನ್ನು ಹೆಚ್ಚಿಸಬಹುದು, ನಮ್ಮ ಸ್ವಯಂ-ಚಿತ್ರಣವನ್ನು ಹೆಚ್ಚಿಸಬಹುದು ಮತ್ತು ಸಂಬಂಧಗಳನ್ನು ಸುಧಾರಿಸಬಹುದು.

ಮಾನಸಿಕ ಆರೋಗ್ಯವನ್ನು ಪೋಷಿಸುವುದು ನಮ್ಮ ದೈನಂದಿನ ಕಾರ್ಯಗಳಲ್ಲಿ ಉತ್ತಮವಾಗಿ ಕಾರ್ಯನಿರ್ವಹಿಸಲು ನಮಗೆ ಅವಕಾಶ ನೀಡುವುದಿಲ್ಲ. ಮಾನಸಿಕ ಆರೋಗ್ಯ ಸ್ಥಿತಿಗಳಿಗೆ ನೇರವಾಗಿ ಸಂಬಂಧಿಸಿರುವ ಕೆಲವು ದೈಹಿಕ ಆರೋಗ್ಯ ಸಮಸ್ಯೆಗಳನ್ನು ನಿಯಂತ್ರಿಸಲು/ಕನಿಷ್ಠ ಎದುರಿಸಲು ಇದು ನಮಗೆ ಸಹಾಯ ಮಾಡುತ್ತದೆ. ಉದಾಹರಣೆಗೆ: ಹೃದ್ರೋಗ ಮತ್ತು ಒತ್ತಡವು ಸಂಬಂಧಿಸಿವೆ, ಆದ್ದರಿಂದ ಒತ್ತಡವನ್ನು ನಿರ್ವಹಿಸುವುದು ಹೃದ್ರೋಗದ ಮೇಲೆ ಧನಾತ್ಮಕ ಫಲಿತಾಂಶವನ್ನು ಹೊಂದಿರಬಹುದು.

ನಮ್ಮ ಮಾನಸಿಕ ಆರೋಗ್ಯದ ಆರೈಕೆಯ ಇತರ ಪ್ರಯೋಜನಗಳನ್ನು ಒಳಗೊಂಡಿರಬಹುದು:

- ನಮ್ಮ ಮನಸ್ಥಿತಿಯನ್ನು ಸುಧಾರಿಸುವುದು
- ನಮ್ಮ ಆತಂಕವನ್ನು ಕಡಿಮೆ ಮಾಡುವುದು
- ಆಂತರಿಕ ಶಾಂತಿಯ ವರ್ಧಿತ ಅರ್ಥವನ್ನು ರಚಿಸುವುದು
- ಹೆಚ್ಚು ಸ್ಪಷ್ಟವಾಗಿ ಯೋಚಿಸುವುದು
- ನಮ್ಮ ಸಂಬಂಧಗಳನ್ನು ಸುಧಾರಿಸುವುದು
- ನಮ್ಮ ಸ್ವಾಭಿಮಾನವನ್ನು ಹೆಚ್ಚಿಸುವುದು.

<u>ಉತ್ತಮಮಾನಸಿಕಆರೋಗ್ಯದಪ್ರಾಮುಖ್ಯತೆ:</u>

ನಾವು ಈಗಾಗಲೇ ಚರ್ಚಿಸಿರುವ ಎಲ್ಲವನ್ನೂ ಮೀರಿ, ಮಾನಸಿಕವಾಗಿ ಆರೋಗ್ಯವಾಗಿರುವುದು ನಮ್ಮ ಮಾನಸಿಕ, ಭಾವನಾತ್ಮಕ ಮತ್ತು ಸಾಮಾಜಿಕ ಯೋಗಕ್ಷೇಮವನ್ನು ಗಮನಾರ್ಹವಾಗಿ ಪರಿಣಾಮ ಬೀರುತ್ತದೆ. ಇದು ನಾವು ಪ್ರತಿದಿನ ಹೇಗೆ ಭಾವಿಸುತ್ತೇವೆ ಮತ್ತು ಹೇಗೆ ವರ್ತಿಸುತ್ತೇವೆ

ಎಂಬುದರ ಮೇಲೆ ನೇರವಾಗಿ ಪರಿಣಾಮ ಬೀರುತ್ತದೆ. ನಾವು ಕಷ್ಟಕರವಾದ ಆಯ್ಕೆಗಳನ್ನು ಮಾಡುವಾಗ, ಒತ್ತಡವನ್ನು ಎದುರಿಸುವಾಗ ಮತ್ತು ನಮ್ಮ ಪ್ರಪಂಚದ ಇತರ ಜನರೊಂದಿಗೆ ಸಂಬಂಧ ಹೊಂದಿದಾಗ ಮಾನಸಿಕ ಆರೋಗ್ಯವು ಪ್ರಮುಖ ಅಂಶವಾಗಿದೆ.

ಆದರೂ, ಮಾನಸಿಕ ಆರೋಗ್ಯವು ನಾವು ಒಮ್ಮೆ ವ್ಯವಹರಿಸಲು ಮತ್ತು ನಂತರ ಹೋಗಬಹುದಾದ ವಿಷಯವಲ್ಲ. ನಮ್ಮ ಜೀವನದ ಪ್ರತಿಯೊಂದು ಹಂತದಲ್ಲೂ ಇದು ಮುಖ್ಯವಾಗಿದೆ. ಶೈಶವಾವಸ್ಥೆಯಿಂದ ಪ್ರೌಢಾವಸ್ಥೆಯವರೆಗೆ ಮಾನಸಿಕ ಆರೋಗ್ಯವು ನಾವು ಅರಿಯಬೇಕು ಮತ್ತು ಎಚ್ಚರಿಕೆಯಿಂದ ನಿರ್ವಹಿಸಬೇಕು.

ಮಾನಸಿಕ ಆರೋಗ್ಯಕ್ಕೆ ಬಂದಾಗ ಗಟ್ಟಿಯಾದ ಅಡಿಪಾಯವನ್ನು ಹೊಂದಿರುವುದು ಎಂದರೆ ನೀವು ಹೀಗೆ ಮಾಡಬಹುದು:

- ಉತ್ಪಾದಕ, ಆರೋಗ್ಯಕರ ಸಂಬಂಧಗಳನ್ನು ಹೊಂದಿರಿ
- ಜೀವನದಲ್ಲಿ ದೈನಂದಿನ ಒತ್ತಡವನ್ನು ನಿಭಾಯಿಸಿ
- ಧನಾತ್ಮಕ ಸ್ವಯಂ ಪ್ರಜ್ಞೆಯನ್ನು ಸ್ಥಾಪಿಸಿ
- ಪ್ರೇರಿತರಾಗಿ, ದೈಹಿಕವಾಗಿ ಸಕ್ರಿಯರಾಗಿ ಮತ್ತು ಆರೋಗ್ಯಕರವಾಗಿರಿ
- ಕೆಲಸ ಮತ್ತು ಶಾಲೆಯಲ್ಲಿ ಹೆಚ್ಚು ಉತ್ಪಾದಕರಾಗಿರಿ
- ಸಮುದಾಯಕ್ಕೆ ಅರ್ಥಪೂರ್ಣ ಸಂಪರ್ಕಗಳು ಮತ್ತು ಕೊಡುಗೆಗಳನ್ನು ಮಾಡಿ
- ಅರಿತುಕೊಳ್ಳಿ ಮತ್ತು ನಿಮ್ಮ ಸಂಪೂರ್ಣ ಸಾಮರ್ಥ್ಯವನ್ನು ಸಾಧಿಸಲು ಕೆಲಸ ಮಾಡಿ.

ನಾವು ಮಾನಸಿಕ ಆರೋಗ್ಯ ಜಾಗೃತಿಯನ್ನು ಏಕೆ ಹರಡಬೇಕು?

ಮಾನಸಿಕ ಆರೋಗ್ಯ ಜಾಗೃತಿಯನ್ನು ಹರಡಲು ನಾವು ಸಂಘಟಿತ ಪ್ರಯತ್ನವನ್ನು ಮಾಡಬೇಕಾದ ಒಂದು ಪ್ರಮುಖ ಕಾರಣವಿದೆ. ನಮ್ಮ ಸಮಾಜದಲ್ಲಿನ ಮಾನಸಿಕ ಆರೋಗ್ಯ ಸಮಸ್ಯೆಗಳ ಬಗ್ಗೆ ನಾವು ಹೇಗೆ ಯೋಚಿಸುತ್ತೇವೆ, ಸಮೀಪಿಸುವುದು ಮತ್ತು ಗುರುತಿಸುವುದು ಹೇಗೆ ಎಂಬುದನ್ನು ನಾವು ಕಳಂಕರಹಿತಗೊಳಿಸಬೇಕಾಗಿದೆ ಎಂಬ ಅಂಶಕ್ಕಾಗಿ ಇದು ಸರಳವಾಗಿದೆ. ಆ ಕಠಿಣ ಸಂಭಾಷಣೆಗಳನ್ನು ನಡೆಸುವುದು ಮತ್ತು ಸಮಸ್ಯೆ ಇದೆ ಎಂದು ಒಪ್ಪಿಕೊಳ್ಳುವುದು ಎಂದರೆ ನಾವು ಪರಿಹಾರದೊಂದಿಗೆ ಬರಬಹುದು. ಮಾನಸಿಕ ಆರೋಗ್ಯದ ಸುತ್ತಲಿನ ವಿಷಯಗಳೊಂದಿಗೆ ಹೆಚ್ಚಾಗಿ ಸಂಬಂಧಿಸಿರುವ ಅವಮಾನ ಮತ್ತು ಭಯವನ್ನು ತೆಗೆದುಹಾಕಲು ನಾವು ಕೆಲಸ ಮಾಡಬಹುದು. ಹಾಗೆ ಮಾಡುವುದರಿಂದ ಸಹಾಯ ಬೇಕಾದಾಗ ಯಾರಾದರೂ ತಲುಪುವ ಸಾಧ್ಯತೆಯನ್ನು ಹೆಚ್ಚಿಸಬಹುದು.

ಸಹಾಯ ಕೇಳುವುದು ಶಕ್ತಿಯ ಸಂಕೇತವಾಗಿದೆ. ಒಟ್ಟಾಗಿ ಕೆಲಸ ಮಾಡುವುದು ಉತ್ತಮ ಮಾನಸಿಕ ಆರೋಗ್ಯದ ಪ್ರಾಮುಖ್ಯತೆಯನ್ನು ಗೌರವಿಸುವ ಮತ್ತು ಗೌರವಿಸುವ ಅಡಿಪಾಯವನ್ನು ನಿರ್ಮಿಸಲು ಪ್ರಾರಂಭಿಸಲು ನಮಗೆ ಅನುಮತಿಸುತ್ತದೆ.

ಮಾನಸಿಕ ಆರೋಗ್ಯದ ಅರಿವಿನ ಮೇಲೆ ಕೇಂದ್ರೀಕರಿಸುವ ಮತ್ತೊಂದು ಪ್ರಯೋಜನವೆಂದರೆ ಅದು ಕೆಲವು ಪರಿಸ್ಥಿತಿಗಳ ಚಿಹ್ನೆಗಳು ಮತ್ತು ರೋಗಲಕ್ಷಣಗಳನ್ನು ಹೆಚ್ಚು ಪ್ರಸಿದ್ಧಗೊಳಿಸುತ್ತದೆ. ಮುಂಚಿನ ಮಧ್ಯಸ್ಥಿಕೆಯ ಅನೇಕ ಪರಿಸ್ಥಿತಿಗಳಿಗೆ ಮಾನಸಿಕ ಆರೋಗ್ಯ ಚಿಕಿತ್ಸೆಯ ಎಷ್ಟು ಯಶಸ್ವಿಯಾಗುತ್ತದೆ ಎಂಬುದನ್ನು ಮುನ್ಸೂಚಿಸುತ್ತದೆ. ಯಾರಿಗಾದರೂ ಮೊದಲೇ ರೋಗನಿರ್ಣಯ ಮತ್ತು ಚಿಕಿತ್ಸೆಯನ್ನು ಪ್ರಾರಂಭಿಸಿದರೆ, ಅವರು ತಮ್ಮ ಸ್ಥಿತಿಯನ್ನು ನಿರ್ವಹಿಸಲು ಮತ್ತು ಅವರ ಮಾನಸಿಕ ಆರೋಗ್ಯವನ್ನು

ಸುಧಾರಿಸಲು ಸಾಧ್ಯವಾಗುತ್ತದೆ.

ಸಾಮಾನ್ಯ ಮಾನಸಿಕ ಆರೋಗ್ಯ ಸ್ಥಿತಿಗಳು ಯಾವುವು?

ಲೆಕ್ಕವಿಲ್ಲದಷ್ಟು ಮಾನಸಿಕ ಆರೋಗ್ಯ ಸ್ಥಿತಿಗಳಿವೆ, ಮತ್ತು ಕೆಲವು ಇತರರಿಗಿಂತ ಹೆಚ್ಚು ಸಾಮಾನ್ಯವಾಗಿದೆ. ಅಮೆರಿಕದ ಆತಂಕ ಮತ್ತು ಖಿನ್ನತೆಯ ಸಂಘದ ಪ್ರಕಾರ, ಯುನೈಟೆಡ್ ಸ್ಟೇಟ್ಸ್‌ನಲ್ಲಿ ಆತಂಕದ ಅಸ್ವಸ್ಥತೆಗಳು ಅತ್ಯಂತ ಸಾಮಾನ್ಯವಾದ ಮಾನಸಿಕ ಆರೋಗ್ಯ ಸ್ಥಿತಿಗಳಾಗಿವೆ. ಯುನೈಟೆಡ್ ಸ್ಟೇಟ್ಸ್‌ನಲ್ಲಿ 40 ದಶಲಕ್ಷಕ್ಕೂ ಹೆಚ್ಚು ವಯಸ್ಕರು ಆತಂಕದ ಅಸ್ವಸ್ಥತೆಯನ್ನು ಹೊಂದಿದ್ದಾರೆ, ಆದರೆ 37% ಕ್ಕಿಂತ ಕಡಿಮೆ ಜನರು ತಮ್ಮ ರೋಗಲಕ್ಷಣಗಳಿಗೆ ಮಾನಸಿಕ ಆರೋಗ್ಯ ಚಿಕಿತ್ಸೆಯನ್ನು ಹುಡುಕುತ್ತಾರೆ.

ಇತರ ಸಾಮಾನ್ಯ ಮಾನಸಿಕ ಆರೋಗ್ಯ ಪರಿಸ್ಥಿತಿಗಳು ಸೇರಿವೆ:

o ಖಿನ್ನತೆ

o ಭಯದಿಂದ ಅಸ್ವಸ್ಥತೆ

o ನಂತರದ ಆಘಾತಕಾರಿ ಒತ್ತಡದ ಅಸ್ವಸ್ಥತೆ (PTSD)

o ಒಬ್ಸೆಸಿವ್ ಕಂಪಲ್ಸಿವ್ ಡಿಸಾರ್ಡರ್ (OCD)

o ತಿನ್ನುವ ಅಸ್ವಸ್ಥತೆಗಳು.

ಮಾನಸಿಕ ಆರೋಗ್ಯದ ಮೇಲೆ ಪ್ರಭಾವ ಬೀರುವ ವಿವಿಧ ಅಂಶಗಳು ಯಾವುವು?

ಮಾನಸಿಕ ಆರೋಗ್ಯದ ಮೇಲೆ ಪ್ರಭಾವ ಬೀರುವ ಹಲವಾರು ಅಂಶಗಳಿವೆ, ಅವುಗಳನ್ನು ಸಂಪೂರ್ಣವಾಗಿ ಪರಿಹರಿಸಲು ಕಷ್ಟವಾಗುತ್ತದೆ. ಮೊದಲಿಗೆ, ನಿಮ್ಮ ಮಾನಸಿಕ ಯೋಗಕ್ಷೇಮದ ಮೇಲೆ ಪ್ರಯೋಜನಕಾರಿ ಪರಿಣಾಮವನ್ನು ಬೀರುವ ವಿಷಯಗಳನ್ನು ಗುರುತಿಸಲು ನಾವು ಬಯಸುತ್ತೇವೆ.

ಕೆಳಗಿನವುಗಳು ಮಾನಸಿಕ ಸ್ಥಿರತೆ ಮತ್ತು ಆರೋಗ್ಯದ ಮೇಲೆ ಧನಾತ್ಮಕ ಪರಿಣಾಮ ಬೀರುವ ಸಾಮರ್ಥ್ಯವನ್ನು ಹೊಂದಿವೆ:

• ಚಿಕಿತ್ಸೆಯನ್ನು ಹುಡುಕುವುದು

• ಜರ್ನಲಿಂಗ್

• ಒಸಾವಧಾನತೆ ಧ್ಯಾನದಂತಹ ಸಾವಧಾನತೆಯನ್ನು ಅಭ್ಯಾಸ ಮಾಡುವುದು

• ಒವ್ಯಾಯಾಮ

• ಯೋಗ/ಕಡಿಮೆ ಪ್ರಭಾವದ ವ್ಯಾಯಾಮ

ಪರಿಣಾಮಕಾರಿಯಾಗಿ ಸಂವಹನ ಮಾಡಲು ಕಲಿಯುವುದು ಮಾನಸಿಕ ಆರೋಗ್ಯ ಮತ್ತು ಭಾವನಾತ್ಮಕ ಆರೋಗ್ಯಕ್ಕೆ ಉತ್ತಮವಾಗಿರುತ್ತದೆ.

ಮಾನಸಿಕ ಸ್ಥಿರತೆ ಮತ್ತು ಆರೋಗ್ಯದ ಮೇಲೆ ನಕಾರಾತ್ಮಕ ಪ್ರಭಾವ ಬೀರುವ ಕೆಲವು ಅಂಶಗಳಿವೆ, ಅವುಗಳೆಂದರೆ:

▪ ಹಿಂದಿನ ಆಘಾತ, ನಿಂದನೆ/ನಿರ್ಲಕ್ಷ್ಯ

▪ ದೀರ್ಘಕಾಲದ ಮತ್ತು/ಅಥವಾ ತೀವ್ರ ಒತ್ತಡ

▪ ಸಾಮಾಜಿಕ ಪ್ರತ್ಯೇಕತೆ

▪ ಒಂಟಿತನ

- ವಿಯೋಗ
- ತಾರತಮ್ಯ
- ದೀರ್ಘಾವಧಿಯ ದೈಹಿಕ ಸ್ಥಿತಿಗಳು
- ಸಾಮಾಜಿಕ ಅನಾನುಕೂಲಗಳು
- ಬಡತನ/ಮಹತ್ವದ ಸಾಲ
- ನಿರುದ್ಯೋಗ
- ವಿಘಟನೆ/ವಿಚ್ಛೇದನ
- ನಿಷ್ಕ್ರಿಯ ಕುಟುಂಬ ಜೀವನ.

ಲೋಹದ ಆರೋಗ್ಯವನ್ನು ಉತ್ತೇಜಿಸುವಲ್ಲಿ ಶಿಕ್ಷಕರ ಪಾತ್ರ:

ಶಿಕ್ಷಕರು ಪೋಷಕರು, ಸಲಹೆಗಾರರು, ಶಿಸ್ತುಪಾಲಕರು, ಬೋಧಕರು ಮತ್ತು ಹೆಚ್ಚಿನವರಾಗಿ ಕಾರ್ಯನಿರ್ವಹಿಸುವ ನಿರೀಕ್ಷೆಯಿದೆ. ಅವರು ಪಾಠ ಯೋಜನೆಗಳು, ಗ್ರೇಡ್ ಪೇಪರ್‌ಗಳು, ಕೋಚಿಂಗ್ ಕರ್ತವ್ಯಗಳು, ಮಾರ್ಗದರ್ಶಕ ಕ್ಲಬ್‌ಗಳು, ಸಭೆಗಳಿಗೆ ಹಾಜರಾಗುವುದು, ಪೋಷಕರೊಂದಿಗೆ ಸಂವಹನ ಮತ್ತು ಬೋಧನೆಯನ್ನು ರಚಿಸಬೇಕು. ತರಗತಿಯ ಗಾತ್ರವು ಹದಿನೈದರಿಂದ ಮೂವತ್ತು ವಿದ್ಯಾರ್ಥಿಗಳವರೆಗೆ ಇರುತ್ತದೆ.

ಅವರಲ್ಲಿ ಐವರಿಗೆ ಮಾತ್ರ ಮಾನಸಿಕ ಆರೋಗ್ಯ ಸಮಸ್ಯೆಗಳಿದ್ದರೆ, ಅದು ಶಿಕ್ಷಕರಿಗೆ ದೊಡ್ಡ ಹೊರೆಯಾಗಿದೆ. ವಿದ್ಯಾರ್ಥಿಗಳು ರಾಜ್ಯ ಪರೀಕ್ಷೆಯಲ್ಲಿ ಉತ್ತೀರ್ಣರಾಗಲು ಸಜ್ಜಾದ ವಿಷಯದ ವಸ್ತುಗಳನ್ನು ಅವನು / ಅವಳು ಕಲಿಸುವುದು ಮಾತ್ರವಲ್ಲ, ಮಕ್ಕಳು ಪ್ರದರ್ಶಿಸುವ ಮಾನಸಿಕ ಆರೋಗ್ಯ ಸಮಸ್ಯೆಗಳೊಂದಿಗೆ ವ್ಯವಹರಿಸುವಾಗ ಅವರು ಇದನ್ನು ಮಾಡಬೇಕು. ಹೆಚ್ಚುವರಿಯಾಗಿ, ಶಿಕ್ಷಕರು ಪ್ರತಿ ದಿನವೂ ಜಯಿಸಲು ತಮ್ಮದೇ ಆದ ಮಾನಸಿಕ ಆರೋಗ್ಯ ಸಮಸ್ಯೆಗಳನ್ನು ಹೊಂದಿರಬಹುದು. ಪೋಷಕರಾಗಿ, ನಿಮ್ಮ ಮಗುವಿನ ಕಲಿಕೆಯ ವಾತಾವರಣವನ್ನು ಹೊಂದಿಸಲಾಗಿದೆ ಎಂದು ಖಚಿತಪಡಿಸಿಕೊಳ್ಳಲು ನೀವು ಬಯಸುತ್ತೀರಿ ಆದ್ದರಿಂದ ಅವರು ಯಶಸ್ವಿಯಾಗಿದ್ದಾರೆ. ಮಕ್ಕಳಲ್ಲಿ ಸಾಮಾನ್ಯವಾಗಿ ಕಂಡುಬರುವ ಮಾನಸಿಕ ಆರೋಗ್ಯ ಅಸ್ವಸ್ಥತೆಗಳ ಬಗ್ಗೆ ಕಲಿಯುವುದು ಉತ್ತಮ ಮೊದಲ ಹೆಜ್ಜೆಯಾಗಿದೆ. ನಿಮ್ಮ ಮಗುವಿನ ಶಿಕ್ಷಕರು ಸಹಾಯ ಮಾಡಲು ಏನು ಮಾಡಬೇಕು, ಅವರು ಏನು ಮಾಡಬಾರದು ಮತ್ತು ಅದನ್ನು ಉತ್ತಮಗೊಳಿಸಲು ನೀವು ಏನು ಮಾಡಬಹುದು ಎಂಬುದನ್ನು ಸಹ ನೀವು ಕಲಿಯಬಹುದು.

ವಿದ್ಯಾರ್ಥಿಗಳಲ್ಲಿ ಸಾಮಾನ್ಯ ಮಾನಸಿಕ ಆರೋಗ್ಯ ಅಸ್ವಸ್ಥತೆಗಳು:

ಶಾಲೆಗಳಲ್ಲಿ ಮಾನಸಿಕ ಆರೋಗ್ಯ ಅಸ್ವಸ್ಥತೆಗಳು ಹೆಚ್ಚುತ್ತಿವೆ, ವರದಿಗಳ ಪ್ರಕಾರ ಐದು ವಿದ್ಯಾರ್ಥಿಗಳಲ್ಲಿ ಒಬ್ಬರು ಮಾನಸಿಕ ಆರೋಗ್ಯ ಸಮಸ್ಯೆಗಳನ್ನು ಅನುಭವಿಸುತ್ತಿದ್ದಾರೆ.

ವಿದ್ಯಾರ್ಥಿಗಳಲ್ಲಿ ಸಾಮಾನ್ಯವಾಗಿ ಕಂಡುಬರುವ ಮಾನಸಿಕ ಆರೋಗ್ಯ ಅಸ್ವಸ್ಥತೆಗಳೆಂದರೆ ಖಿನ್ನತೆ, ಗಮನ ಕೊರತೆಯ ಅಸ್ವಸ್ಥತೆ / ಗಮನ ಕೊರತೆ ಹೈಪರ್‌ಆಕ್ಟಿವಿಟಿ ಡಿಸಾರ್ಡರ್, ಆತಂಕ, ಸ್ವಲೀನತೆ ಸ್ಪೆಕ್ಟ್ರಮ್ ಅಸ್ವಸ್ಥತೆ, ಒಬ್ಸೆಸಿವ್ ಕಂಪಲ್ಸಿವ್ ಡಿಸಾರ್ಡರ್, ನಂತರದ ಆಘಾತಕಾರಿ ಒತ್ತಡದ ಅಸ್ವಸ್ಥತೆ, ಟುರೆಟ್ ಸಿಂಡ್ರೋಮ್, ವಿರೋಧದ ಪ್ರತಿಭಟನೆಯ ಅಸ್ವಸ್ಥತೆ, ನಡವಳಿಕೆ ಅಸ್ವಸ್ಥತೆ, ಮಾದಕ ವ್ಯಸನ ಮತ್ತು ತಿನ್ನುವುದು. ಅಸ್ವಸ್ಥತೆಗಳು.

ಹೆಚ್ಚಿನ ಸಮಸ್ಯೆಗಳನ್ನು ಪತ್ತೆಹಚ್ಚಲು ಮತ್ತು ಚಿಕಿತ್ಸೆ ನೀಡಲು ಸಹಾಯ ಮಾಡಲು ಶಾಲಾ ವ್ಯವಸ್ಥೆಗಳು ವಿದ್ಯಾರ್ಥಿಗಳು ಮತ್ತು ಕುಟುಂಬಗಳಿಗೆ ಲಭ್ಯವಿರುವ ಹಲವು ಸಂಪನ್ಮೂಲಗಳನ್ನು ಹೊಂದಿವೆ. ಶಾಲೆಯ ಸಲಹೆಗಾರರು, ಶಾಲಾ ಮನಶ್ಶಾಸ್ತ್ರಜ್ಞರು, ಸಾಮಾಜಿಕ ಕಾರ್ಯಕರ್ತರು, ಶಿಕ್ಷಕರ ಸಹಾಯಗಳು, ವಿದ್ಯಾರ್ಥಿ ಸಹಾಯಗಳು, ಕಲಿಕೆಯ ಅಭಿವೃದ್ಧಿ ತರಗತಿಗಳು, ತರಗತಿ ಕೊಠಡಿಗಳು ಮತ್ತು ಅನೇಕ ಪರ್ಯಾಯ ಬೋಧನಾ ಸಾಮರ್ಥ್ಯಗಳನ್ನು ಹೊಂದಿರಬಹುದು. ಇವುಗಳನ್ನು ಮಗುವಿನ ಬೋಧನಾ ಯೋಜನೆಯಲ್ಲಿ ಅಳವಡಿಸುವುದು ಮುಖ್ಯ.

ವಿದ್ಯಾರ್ಥಿಗಳಲ್ಲಿ ಮಾನಸಿಕ ಆರೋಗ್ಯ ಅಸ್ವಸ್ಥತೆಗಳನ್ನು ಗುರುತಿಸುವುದು:

ತರಗತಿಯ ಉದ್ದಕ್ಕೂ ನಿದ್ರಿಸುವ, ಕಣ್ಣೀರಿನಂತಿರುವ/ದಿನವಿಡೀ ವಿವಿಧ ಸಮಯಗಳಲ್ಲಿ ಅಳುವುದನ್ನು ಪ್ರದರ್ಶಿಸುವ/ಕೇವಲ ದುಃಖಿತನಾಗುವ/ಬ್ಲೂಸ್ ಅನ್ನು ಹೊಂದುವ ವಿದ್ಯಾರ್ಥಿಗಳಲ್ಲಿ ಖಿನ್ನತೆ ಮತ್ತು ಆತಂಕವನ್ನು ಕಾಣಬಹುದು. ಅವರು ತಮ್ಮ ಆರಾಮ ವಲಯವನ್ನು ತೊರೆಯುವ ಭಯದಿಂದ / ಹಾಸಿಗೆಯಲ್ಲಿ ಉಳಿಯಲು ಶಾಲೆಯನ್ನು ಬಿಟ್ಟುಬಿಡಬಹುದು. ಗಮನ ಕೊರತೆಯ ಅಸ್ವಸ್ಥತೆ / ಗಮನ ಕೊರತೆಯ ಹೈಪರ್‌ಆಕ್ಟಿವಿಟಿ ಡಿಸಾರ್ಡರ್ ವಿದ್ಯಾರ್ಥಿಗಳ ನಡವಳಿಕೆಗಳಲ್ಲಿ ಸಾಕಷ್ಟು ಗಮನಾರ್ಹವಾಗಿದೆ. ಅವರು ಹೆಚ್ಚಿನ ಶಕ್ತಿಯನ್ನು ಹೊಂದಿದ್ದಾರೆ ಮತ್ತು ಇನ್ನೂ ಕುಳಿತುಕೊಳ್ಳಲು ಕಷ್ಟಪಡುತ್ತಾರೆ/ಕಾರ್ಯಗಳ ಮೇಲೆ ಕೇಂದ್ರೀಕರಿಸುತ್ತಾರೆ.

ಅವರು ಇನ್ನೂ ಕುಳಿತುಕೊಳ್ಳಲು ಕಷ್ಟವಾಗಬಹುದು ಮತ್ತು ಅದರ ಬಗ್ಗೆ ಯೋಚಿಸದೆ, ಅವರು ತಮ್ಮ ಮೇಜಿನಿಂದ ಹೊರಬಂದು ಕೋಣೆಯ ಸುತ್ತಲೂ ಚಲಿಸುತ್ತಾರೆ. ತರಗತಿಯಲ್ಲಿ ಸ್ಪಷ್ಟವಾಗಿ ಕಂಡುಬರದ ಒಂದು ಅಸ್ವಸ್ಥತೆಯ ತಿನ್ನುವ ಅಸ್ವಸ್ಥತೆಯಾಗಿದೆ.

ಆದಾಗ್ಯೂ, ತಿನ್ನುವ ಅಸ್ವಸ್ಥತೆಯಿರುವ ವಿದ್ಯಾರ್ಥಿಯು ಕಲಿಯಲು ತುಂಬಾ ಕಷ್ಟಕರ ಸಮಯವನ್ನು ಹೊಂದಿರುತ್ತಾನೆ. ಅಸ್ವಸ್ಥತೆಗಳೊಂದಿಗೆ ಸಂಬಂಧಿಸಿರುವ ನಿರ್ದಿಷ್ಟ ತಿನ್ನುವ ನಡವಳಿಕೆಗಳನ್ನು ಹುಡುಕುವುದರ ಮೇಲೆ, ಶಿಕ್ಷಕರು ವಿದ್ಯಾರ್ಥಿಯನ್ನು ಹಿಂತೆಗೆದುಕೊಳ್ಳುವುದು/ಪ್ರತ್ಯೇಕಿಸುವುದು, ತೂಕ ನಷ್ಟ/ತಮ್ಮ ತೂಕ ನಷ್ಟವನ್ನು ಜೋಲಾಡುವ ಬಟ್ಟೆಯಿಂದ ಮುಚ್ಚಿಕೊಳ್ಳಲು ಪ್ರಯತ್ನಿಸುವುದನ್ನು ಸಹ ನೋಡಬಹುದು.

ಮಾದಕ ವ್ಯಸನವು ಪ್ರಾಮುಖ್ಯತೆಯ ಮತ್ತೊಂದು ಕ್ಷೇತ್ರವಾಗಿದೆ ಮತ್ತು ಹೆಚ್ಚಿನ ಸಮಯ, ಪದಾರ್ಥಗಳನ್ನು ಬಳಸುತ್ತಿರುವ ವಿದ್ಯಾರ್ಥಿಯು ಅಸ್ಪಷ್ಟ ಪದಗಳು, ದಿಗ್ಭ್ರಮೆಗೊಳಿಸುವ ನಡಿಗೆ, ವಿದ್ಯಾರ್ಥಿಗೆ ಅಸಾಮಾನ್ಯವಾದ ನಿದ್ದೆ / ಹೈಪರ್‌ಆಕ್ಟಿವಿಟಿ ಸೇರಿದಂತೆ ಗಮನಾರ್ಹ ನಡವಳಿಕೆಗಳನ್ನು ಪ್ರದರ್ಶಿಸುತ್ತಾನೆ.

ಮಾನಸಿಕ ಆರೋಗ್ಯ ಅಸ್ವಸ್ಥತೆಗಳೊಂದಿಗೆ ಶಿಕ್ಷಕರು ವಿದ್ಯಾರ್ಥಿಗಳಿಗೆ ಹೇಗೆ ಸಹಾಯ ಮಾಡುತ್ತಾರೆ:

ವಿದ್ಯಾರ್ಥಿಗಳಲ್ಲಿ ಮಾನಸಿಕ ಆರೋಗ್ಯ ಸಮಸ್ಯೆಗಳನ್ನು ಗುರುತಿಸಲು ಶಿಕ್ಷಕರು ತಮ್ಮ ತರಗತಿಯಲ್ಲಿ ಕ್ರಮಗಳನ್ನು ತೆಗೆದುಕೊಳ್ಳಬಹುದು. ಅವರು ಮಾನಸಿಕ ಆರೋಗ್ಯ ಸಮಸ್ಯೆಗಳ ಲಕ್ಷಣಗಳ ಬಗ್ಗೆ ತಮ್ಮನ್ನು ಮತ್ತು ಇತರರಿಗೆ ಶಿಕ್ಷಣ ನೀಡಬಹುದು, ಸುರಕ್ಷಿತ ವಾತಾವರಣವನ್ನು ಒದಗಿಸಬಹುದು, ಉತ್ತಮ ಆರೋಗ್ಯವನ್ನು ಪ್ರೋತ್ಸಾಹಿಸಬಹುದು ಮತ್ತು ವಿದ್ಯಾರ್ಥಿಯ ಮಾನಸಿಕ ಆರೋಗ್ಯ ಸಂಪನ್ಮೂಲಗಳನ್ನು ಪ್ರವೇಶಿಸಲು ಸಹಾಯ ಮಾಡಬಹುದು. ವಿದ್ಯಾರ್ಥಿಗಳು ದಿನಕ್ಕೆ ಆರು/ ಹೆಚ್ಚು ಗಂಟೆಗಳನ್ನು ಶಾಲೆಯಲ್ಲಿ ಕಳೆಯುತ್ತಾರೆ ಮತ್ತು ಶಿಕ್ಷಕರು ವಿದ್ಯಾರ್ಥಿಗಳ ಮಾನಸಿಕ ಆರೋಗ್ಯ ಸಮಸ್ಯೆಗಳನ್ನು ಎದುರಿಸುವುದು ಅನಿವಾರ್ಯವಾಗಿದೆ ಎಂದು PBS ನ್ಯೂಸ್ ವಿವರಿಸುತ್ತದೆ.

ಮಾನಸಿಕ ಆರೋಗ್ಯ ಅಸ್ವಸ್ಥತೆಗಳ ಶಿಕ್ಷಕರ ಗ್ರಹಿಕೆಗಳು, ವಿದ್ಯಾರ್ಥಿಯ ಮಾನಸಿಕ ಆರೋಗ್ಯ ಅಸ್ವಸ್ಥತೆಗಳಿಗೆ ಸಂಬಂಧಿಸಿದಂತೆ ಅವರ ಪಾತ್ರ ಮತ್ತು ವಿದ್ಯಾರ್ಥಿಗೆ ಸಹಾಯ ಮಾಡುವ ಅಡೆತಡೆಗಳು ಅವರ ಯಶಸ್ಸಿಗೆ ಮುಖ್ಯವಾಗಿದೆ. ಮಾನಸಿಕ ಆರೋಗ್ಯ ಮತ್ತು ಶೈಕ್ಷಣಿಕ ಕಾರ್ಯಕ್ಷಮತೆಯ ನಡುವೆ ಸ್ಪಷ್ಟವಾದ ಸಂಪರ್ಕವಿದೆ.

ವಿದ್ಯಾರ್ಥಿಯು ಸಾಮಾಜಿಕ ಆತಂಕವನ್ನು ಎದುರಿಸುತ್ತಿದ್ದರೆ, ವರ್ಗ ಗುಂಪು ಚರ್ಚೆಯಲ್ಲಿ ಭಾಗವಹಿಸಲು ಅವರಿಗೆ ಕಷ್ಟವಾಗಬಹುದು. ವಿದ್ಯಾರ್ಥಿಯು ತಿನ್ನುವ ಅಸ್ವಸ್ಥತೆಯನ್ನು ಹೊಂದಿದ್ದರೆ, ತರಗತಿಯ ಆಹಾರದ ಪಾರ್ಟಿಯಲ್ಲಿ ಅವರು ಆರಾಮದಾಯಕವಾಗುವುದಿಲ್ಲ. ವಿದ್ಯಾರ್ಥಿಯು ಹಿಂದಿನ ರಾತ್ರಿ ಲೈಂಗಿಕ ಕಿರುಕುಳದಂತಹ ಆಘಾತದಿಂದ ಬಳಲುತ್ತಿದ್ದರೆ, ಗಣಿತದಲ್ಲಿ ಪದ ಸಮಸ್ಯೆಗಳನ್ನು ಹೇಗೆ ಪರಿಹರಿಸಬೇಕೆಂದು ಅವರು ಖಂಡಿತವಾಗಿಯೂ ಕಾಳಜಿ ವಹಿಸುವುದಿಲ್ಲ. ವಿದ್ಯಾರ್ಥಿಗಳು ಪ್ರದರ್ಶಿಸುತ್ತಿರುವ ಚಿಹ್ನೆಗಳು ಮತ್ತು ರೋಗಲಕ್ಷಣಗಳನ್ನು ಗುರುತಿಸುವ ಮೂಲಕ ಶಿಕ್ಷಕರು ವ್ಯತ್ಯಾಸವನ್ನು ಮಾಡಬಹುದು.

ಪ್ರತಿಯೊಂದು ಮಾನಸಿಕ ಆರೋಗ್ಯ ಅಸ್ವಸ್ಥತೆಯು ತನ್ನದೇ ಆದ ಭಾವನಾತ್ಮಕ ಮತ್ತು ನಡವಳಿಕೆಯ ಲಕ್ಷಣಗಳನ್ನು ಹೊಂದಿದೆ.

ಹೆಚ್ಚುವರಿಯಾಗಿ, ಶಿಕ್ಷಕರು ಸಾಂಸ್ಕೃತಿಕವಾಗಿ ಸೂಕ್ಷ್ಮವಾಗಿರಲು ಕ್ರಮಗಳನ್ನು ತೆಗೆದುಕೊಳ್ಳಬಹುದು, ಜಾಗೃತಿ ಮೂಡಿಸಬಹುದು ಮತ್ತು ವಿದ್ಯಾರ್ಥಿಗಳು ಮತ್ತು ಅವರ ಕುಟುಂಬಗಳೊಂದಿಗೆ ಕೆಲಸ ಮಾಡಬಹುದು ಮತ್ತು ವಿದ್ಯಾರ್ಥಿಗಳು ಲಭ್ಯವಿರುವ ಉತ್ತಮ ಸಹಾಯವನ್ನು ಪಡೆಯುತ್ತಿದ್ದಾರೆ ಎಂದು ಖಚಿತಪಡಿಸಿಕೊಳ್ಳಬಹುದು. ಹೊಂದಿಕೊಳ್ಳುವ ತರಗತಿಯ ಸಂಸ್ಕೃತಿಯನ್ನು ಹೊಂದಿರುವುದು ಮಾನಸಿಕ ಆರೋಗ್ಯ ಅಸ್ವಸ್ಥತೆಗಳೊಂದಿಗೆ ವಿದ್ಯಾರ್ಥಿಗಳಿಗೆ ಸಹಾಯ ಮಾಡಬಹುದು ಏಕೆಂದರೆ ಮಕ್ಕಳು ಪರಿಪೂರ್ಣರಾಗಿರಲು ನಿರೀಕ್ಷಿಸಲಾಗುವುದಿಲ್ಲ.

ಬದಲಾಗಿ, ಅವರು ಸ್ವಯಂ ನಿಯಂತ್ರಣದ ಮೂಲಕ ತಮ್ಮದೇ ಆದ ನಡವಳಿಕೆಯನ್ನು ಸುಧಾರಿಸಲು ಕೆಲಸ ಮಾಡುತ್ತಾರೆ ಮತ್ತು ಅವರ ನಡವಳಿಕೆಯನ್ನು ಉತ್ತಮಗೊಳಿಸಲು ಅವರು ಏನನ್ನು ಮಾಡಬೇಕೆಂದು ಲೆಕ್ಕಾಚಾರ ಮಾಡಲು ಅವಕಾಶಗಳನ್ನು ತೆಗೆದುಕೊಳ್ಳುತ್ತಾರೆ. ವಿದ್ಯಾರ್ಥಿಯ ಮಾನಸಿಕ ಆರೋಗ್ಯ ಅಸ್ವಸ್ಥತೆಗೆ ಪ್ರತಿಕ್ರಿಯಿಸುವುದು ಸೇರಿದಂತೆ ಹಲವಾರು ಕಾರ್ಯತಂತ್ರಗಳೊಂದಿಗೆ ಮಾಡಬಹುದು: ವಿದ್ಯಾರ್ಥಿಯ ಸಮಸ್ಯೆಗಳನ್ನು ಪರಿಹರಿಸುವ ಕೌಶಲ್ಯಗಳನ್ನು ಕಲಿಸುವುದು, ವಿದ್ಯಾರ್ಥಿಗಳಿಗೆ ಗುರಿಗಳನ್ನು ಹೊಂದಿಸಲು ಸಹಾಯ ಮಾಡುವುದು, ಮಧ್ಯಸ್ಥಿಕೆಗಳು/ಮರುನಿರ್ದೇಶನದ ಅಗತ್ಯವಿರುವ ಸಂದರ್ಭಗಳು ಉದ್ಭವಿಸಿದಾಗ ವಿದ್ಯಾರ್ಥಿಗೆ ವಸತಿಗಳನ್ನು ರಚಿಸುವುದು.

ಶಿಕ್ಷಕರು ವಿದ್ಯಾರ್ಥಿಗಳಿಗೆ ನೀಡಬಹುದಾದ ವಸತಿಗಳು ಈ ಕೆಳಗಿನವುಗಳನ್ನು ಒಳಗೊಂಡಿವೆ:

- ವಿಶೇಷ ಆಸನ, ವಿಶೇಷವಾಗಿ ವಿರಾಮಕ್ಕಾಗಿ ತರಗತಿಯನ್ನು ಬಿಡಲು ಅನುಮತಿಸಲು ಬಾಗಿಲಿನ ಹತ್ತಿರ
- ಸ್ವಯಂಸೇವಕ ಸಹಾಯಕರಾಗಿ ಸಹಪಾಠಿಯನ್ನು ನಿಯೋಜಿಸಲಾಗಿದೆ
- ತರಗತಿಯಲ್ಲಿ ಪಾನೀಯಗಳನ್ನು ಅನುಮತಿಸಲಾಗಿದೆ
- ಟೇಪ್ ರೆಕಾರ್ಡರ್ ಬಳಕೆ
- ನೋಟ್ ಟೇಕರ್ ಅಥವಾ ಇನ್ನೊಬ್ಬ ವಿದ್ಯಾರ್ಥಿಯ ಟಿಪ್ಪಣಿಗಳ ಫೋಟೋಕಾಪಿ

* ಶೈಕ್ಷಣಿಕ ಕಾರ್ಯಕ್ಷಮತೆಯ ಕುರಿತು ಖಾಸಗಿ ಪ್ರತಿಕ್ರಿಯೆ
* ಮೌಖಿಕವಾಗಿ ಪ್ರಬಂಧ ರೂಪದಂತಹ ಪರ್ಯಾಯ ರೂಪದಲ್ಲಿ ಪರೀಕ್ಷೆಗಳು
* ಅವರು ಚೆನ್ನಾಗಿ ಹುಡುಕಲು/ಅರ್ಥಮಾಡಿಕೊಳ್ಳಲು ಸಹಾಯಕ ಕಂಪ್ಯೂಟರ್ ಸಾಫ್ಟ್‌ವೇರ್ ಅನ್ನು ಬಳಸುವುದು
* ಪರೀಕ್ಷೆ ತೆಗೆದುಕೊಳ್ಳಲು ವಿಸ್ತೃತ ಸಮಯ
* ಪ್ರತ್ಯೇಕ, ಸ್ತಬ್ಧ ಮತ್ತು ಗಮನವನ್ನು ಬೇರೆಡೆಗೆ ಸೆಳೆಯದ ಕೊಠಡಿಯಲ್ಲಿ ಪರೀಕ್ಷೆ
* ನಿರ್ದಿಷ್ಟ ಸಂದರ್ಭಗಳಲ್ಲಿ ನಿಯೋಜನೆಗಳನ್ನು ಬದಲಿಸಿ
* ಕಾರ್ಯಯೋಜನೆಗಳನ್ನು ಟೈಪ್ ಮಾಡುವುದಕ್ಕಿಂತ ಕೈಬರಹದಲ್ಲಿ ಸಲ್ಲಿಸಲು ಅನುಮತಿ
* ಮೌಖಿಕ ಪ್ರಸ್ತುತಿಗಳಿಗೆ ಬದಲಾಗಿ ಲಿಖಿತ ಕಾರ್ಯಯೋಜನೆಗಳು / ಪ್ರತಿಯಾಗಿ
* ಕಾರ್ಯಯೋಜನೆಗಳನ್ನು ಪೂರ್ಣಗೊಳಿಸಲು ಸಮಯವನ್ನು ವಿಸ್ತರಿಸಲಾಗಿದೆ.
* ಶಿಕ್ಷಕರು ವಿದ್ಯಾರ್ಥಿಗಳಿಗೆ ಆರೋಗ್ಯಕರ ಸಂದೇಶಗಳನ್ನು ಕಳುಹಿಸಬಹುದು.

ವಿದ್ಯಾರ್ಥಿಗಳು ತಮ್ಮ ಸ್ವ-ಮೌಲ್ಯವು ಶ್ರೇಣಿಗಳನ್ನು ಆಧರಿಸಿಲ್ಲ ಎಂಬುದನ್ನು ಅರಿತುಕೊಳ್ಳಲು ಸಹಾಯ ಮಾಡಿ, ಮಾನಸಿಕ ಯೋಗಕ್ಷೇಮವು ಶೈಕ್ಷಣಿಕ ಕಾರ್ಯಕ್ಷಮತೆಯಷ್ಟೇ ಮುಖ್ಯವಾಗಿದೆ ಮತ್ತು ಅವರು ಅವರಿಗೆ ಬೆಂಬಲವನ್ನು ನೀಡುತ್ತಾರೆ. ಮಾನಸಿಕ ಆರೋಗ್ಯ ಅಮೆರಿಕವು ವಿದ್ಯಾರ್ಥಿಗಳಲ್ಲಿ ಧನಾತ್ಮಕ ಮಾನಸಿಕ ಆರೋಗ್ಯವನ್ನು ಉತ್ತೇಜಿಸಲು ಶಿಕ್ಷಕರು ಮಾಡಬಹುದಾದ ಹಲವಾರು ವಿಷಯಗಳಿವೆ ಎಂದು ಸೂಚಿಸುತ್ತದೆ.

*ಮಾನಸಿಕ ಕಾಯಿಲೆಯ ಎಚ್ಚರಿಕೆಯ ಲಕ್ಷಣಗಳನ್ನು ತಿಳಿದುಕೊಳ್ಳಿ

*ವಿದ್ಯಾರ್ಥಿಗಳಿಗೆ ಪರೀಕ್ಷೆ/ಮೌಲ್ಯಮಾಪನಗಳ ಅಗತ್ಯವಿದೆಯೇ ಎಂಬುದನ್ನು ನಿರ್ಧರಿಸಲು ಶಾಲಾ ಸಲಹೆಗಾರರು/ಮನೋವಿಜ್ಞಾನಿಗಳ ಸಹಾಯವನ್ನು ಪಡೆದುಕೊಳ್ಳಿ.

ಸಾಮಾಜಿಕ ಕೌಶಲ್ಯ ತರಬೇತಿ ಸೇರಿದಂತೆ ವಿದ್ಯಾರ್ಥಿಗಳೊಂದಿಗೆ ತಡೆಗಟ್ಟುವ ತಂತ್ರಗಳನ್ನು ಅಳವಡಿಸಿ:

• ಮಾನಸಿಕ ಆರೋಗ್ಯದ ಬಗ್ಗೆ ವಿದ್ಯಾರ್ಥಿಗಳಿಗೆ ಶಿಕ್ಷಣ ನೀಡಿ
• ಆಘಾತಕಾರಿ ಘಟನೆಯ ನಂತರ ವಿದ್ಯಾರ್ಥಿಗಳಿಗೆ ಬಿಕ್ಕಟ್ಟಿನ ಸಮಾಲೋಚನೆ
• ಶಿಕ್ಷಕರಿಗೆ ತರಗತಿ ನಿರ್ವಹಣ ಕೌಶಲ್ಯ ತರಬೇತಿ
• ಶಾಲೆಯಲ್ಲಿ/ಸಮುದಾಯದಲ್ಲಿ ತೊಂದರೆಗೀಡಾದ ಘಟನೆಗಳನ್ನು ಚರ್ಚಿಸಲು ನಿಮ್ಮ ವಿದ್ಯಾರ್ಥಿಗಳಿಗೆ ಅನುಮತಿಸಿ
• ತಮ್ಮ ಭಾವನೆಗಳನ್ನು ಮೌಖಿಕವಾಗಿ ವಿವರಿಸಲು ವಿದ್ಯಾರ್ಥಿಗಳನ್ನು ಪ್ರೋತ್ಸಾಹಿಸಿ.

ಮಾನಸಿಕ ಆರೋಗ್ಯಕ್ಕೆ ಅಡ್ಡಿಪಡಿಸುವ ಶಿಕ್ಷಕರು:

ನಿಮ್ಮ ಮಗುವಿನ ಶಿಕ್ಷಕರು ನಿಮ್ಮ ಮಗುವಿನ ಮಾನಸಿಕ ಆರೋಗ್ಯಕ್ಕೆ ಅಡ್ಡಿಯಾಗುತ್ತಿದ್ದಾರೆ ಎಂಬುದಕ್ಕೆ ಪೋಷಕರನ್ನು ಸ್ವಾಗತಿಸದಿರುವುದು, ತಮ್ಮ ಪೋಷಕರಿಗೆ ವರದಿ ಮಾಡುವ ವಿದ್ಯಾರ್ಥಿಗಳ ಮೇಲೆ ಪ್ರತೀಕಾರ, ಗ್ರೇಡ್‌ಗಳ ಕುಸಿತ, ಆಯಾಸ, ಒತ್ತಡ, ಶಿಕ್ಷಕರ ಬಗ್ಗೆ ಮಾಡಿದ ನಕಾರಾತ್ಮಕ ಹೇಳಿಕೆಗಳು ಸೇರಿವೆ.

ಶಿಕ್ಷಕರು ಬೆದರಿಸುವವರಾಗಿರಬಹುದು ಮತ್ತು ಅಪರೂಪವಾಗಿದ್ದರೂ, ಅವರು ಸಾಮಾನ್ಯವಾಗಿ ಹಿರಿಯ ಶಿಕ್ಷಕರು/ಶಾಲೆಯ ಅನುಭವಿಗಳೆಂದು ಪರಿಗಣಿಸಲ್ಪಡುತ್ತಾರೆ. ಅವರ ನಡವಳಿಕೆಗಾಗಿ ಅವರು ಅಪರೂಪವಾಗಿ ಶಿಕ್ಷೆಗೆ ಒಳಗಾಗುತ್ತಾರೆ.

ಪ್ರತಿ ಶಾಲೆಯಲ್ಲಿ ಕನಿಷ್ಠ ಒಬ್ಬ ಶಿಕ್ಷಕರಿದ್ದಾರೆ, ಅವರು ವಿದ್ಯಾರ್ಥಿಗಳನ್ನು ಕೆಟ್ಟದಾಗಿ ನಡೆಸಿಕೊಳ್ಳುತ್ತಿದ್ದಾರೆ/ಅಭಿಮಾನಿಗಳು/ಅಭಿಮಾನಿಗಳಲ್ಲದವರು ಎಂದು ಗುರುತಿಸಬಹುದು. ಶಿಕ್ಷಕರಿಂದ ಬೆದರಿಸುವುದು ಸಂಕೀರ್ಣವಾಗಿದೆ ಏಕೆಂದರೆ ವಿದ್ಯಾರ್ಥಿಯನ್ನು ಶಿಸ್ತು ಮತ್ತು ವಿದ್ಯಾರ್ಥಿಯನ್ನು ನಿಂದಿಸುವ ನಡುವೆ ತೆಳುವಾದ ಗೆರೆ ಇರುತ್ತದೆ. ಶಿಕ್ಷಕರ ದೌರ್ಜನ್ಯ ಅಪರೂಪವಾದರೂ ಕೆಲವು ಶಾಲೆಗಳಲ್ಲಿ ನಡೆದಿದೆ. ನಿಮ್ಮ ಮಗುವಿನ ಶಿಕ್ಷಕರು ಅವರ ಯಶಸ್ಸಿಗೆ ಅಡ್ಡಿಪಡಿಸುವ ಇತರ ವಿಧಾನಗಳೆಂದರೆ ಅವರ ಸಮಸ್ಯೆಗಳನ್ನು ನಿರ್ಲಕ್ಷಿಸುವುದು, ಶಾಲೆಯ ಮಾನಸಿಕ ಆರೋಗ್ಯ ವೃತ್ತಿಪರರಿಗೆ ಅವರನ್ನು ಉಲ್ಲೇಖಿಸದಿರುವುದು ಮತ್ತು ಯಾವುದೇ ಸಮಸ್ಯೆಗಳನ್ನು ನಿಮಗೆ ತಿಳಿಸದಿರುವುದು. ನಿಮ್ಮ ಮಗು ಹಿಂಸೆಗೆ ಒಳಗಾಗಿದ್ದರೆ ತೆಗೆದುಕೊಳ್ಳಬೇಕಾದ ಕ್ರಮಗಳು ಆಜ್ಞೆಯ ಸರಪಳಿಯ ಮೇಲೆ ಹೋಗುವುದು, ನಿಮ್ಮ ಮಗುವಿಗೆ ಆತ್ಮವಿಶ್ವಾಸವನ್ನು ಹೊಂದಲು ಸಹಾಯ ಮಾಡುವುದು, ಬೆದರಿಸುವಿಕೆಯನ್ನು ಮುಂದುವರಿಸಲು ಬಿಡಬೇಡಿ; ನೇರವಾಗಿ ಶಿಕ್ಷಕರ ಬಳಿಗೆ ಹೋಗುವ ಮೊದಲು ಮತ್ತು ದೂರು ನೀಡುವ ಮೊದಲು ನಿಮ್ಮ ಮಗುವಿನೊಂದಿಗೆ ಮಾತನಾಡಿ. ನಿಮ್ಮ ಮಗುವಿಗೆ ಪ್ರತಿ ಹಂತದಲ್ಲೂ ಏನು ನಡೆಯುತ್ತಿದೆ ಎಂಬುದನ್ನು ನೀವು ಖಚಿತಪಡಿಸಿಕೊಳ್ಳಲು ಬಯಸುತ್ತೀರಿ ಆದ್ದರಿಂದ ಅವರು ಶಾಲೆಯಲ್ಲಿ ಯಾವುದೇ ಆಶ್ಚರ್ಯವನ್ನು ಎದುರಿಸುವುದಿಲ್ಲ ಮತ್ತು ಪ್ರತೀಕಾರದ ಪ್ರಕರಣಗಳು ಎಂದಾದರೂ ಇದ್ದರೆ ನಿಮಗೆ ಏನು ವರದಿ ಮಾಡಬೇಕೆಂದು ಅವರಿಗೆ ತಿಳಿದಿದೆ.

ವಿದ್ಯಾರ್ಥಿಗಳನ್ನು ಬೆದರಿಸುತ್ತಿರುವ ಶಿಕ್ಷಕರನ್ನು ಹೇಗೆ ನಿರ್ವಹಿಸಬೇಕು ಎಂಬುದನ್ನು ತಿಳಿಸುವ ಶಾಲೆಯ ನೀತಿಗಳ ಕೊರತೆ ಕಂಡುಬರುತ್ತಿದೆ. ವಿದ್ಯಾರ್ಥಿಗಳಿಂದ ಹಿಂಸೆಗೆ ಒಳಗಾಗುವ ಶಿಕ್ಷಕರಿಗೆ ಸಾಕಷ್ಟು ಸಂಪನ್ಮೂಲಗಳಿವೆ. ಆದಾಗ್ಯೂ, ವಿದ್ಯಾರ್ಥಿಯು ಶಿಕ್ಷಕರಿಂದ ಕಿರುಕುಳಕ್ಕೊಳಗಾದಾಗ ಹೆಚ್ಚು ಲಭ್ಯವಿರುವುದಿಲ್ಲ. ಪೋಷಕರಾಗಿ, ಅಂತಹ ನೀತಿಗಳನ್ನು ರಚಿಸಲು ಶಾಲೆಯೊಂದಿಗೆ ಕೆಲಸ ಮಾಡುವ ಮೂಲಕ ನೀವು ಅವುಗಳನ್ನು ಕಾರ್ಯಗತಗೊಳಿಸಲು ಸಹಾಯ ಮಾಡಬಹುದು.

ಶಿಕ್ಷಕರ ಸುಧಾರಣೆಗೆ ಕ್ಷೇತ್ರಗಳು:

ಹೆಚ್ಚಿನ ಶಿಕ್ಷಕರು ಮಾನಸಿಕ ಆರೋಗ್ಯ ಕ್ಷೇತ್ರದಲ್ಲಿ ಪರಿಣತರೆಂದು ಹೇಳಿಕೊಳ್ಳುವುದಿಲ್ಲ ಮತ್ತು ಇದು ಅವರಿಗೆ ಸುಧಾರಣೆಯ ಅಗತ್ಯವಿರುವ ಒಂದು ಕ್ಷೇತ್ರ ಎಂದು ಅವರು ಹೆಚ್ಚಾಗಿ ಹೇಳುತ್ತಾರೆ. ಶಿಕ್ಷಕರಿಗೆ ಸುಧಾರಣೆಯ ಒಂದು ನಿರ್ದಿಷ್ಟ ಕ್ಷೇತ್ರವೆಂದರೆ ವಿದ್ಯಾರ್ಥಿಗಳಲ್ಲಿ ಮಾನಸಿಕ ಆರೋಗ್ಯ ಅಸಾಮರ್ಥ್ಯಗಳ ಬಗ್ಗೆ ಅವರು ಪಡೆಯುವ ತರಬೇತಿಯ ಮಟ್ಟ. ಅದೃಷ್ಟವಶಾತ್, ಶಿಕ್ಷಕರಿಗೆ ತರಬೇತಿಯ ಹಲವು ಮಾರ್ಗಗಳಿಗೆ ಪ್ರವೇಶವಿದೆ. ಶಿಕ್ಷಕರಿಗೆ ಶಿಕ್ಷಣ ನೀಡಲು ಆದ್ಯತೆ ನೀಡಬೇಕು.

ವಿದ್ಯಾರ್ಥಿಗಳ ಮಾನಸಿಕ ಆರೋಗ್ಯದ ಬಗ್ಗೆ ಶಿಕ್ಷಕರು ಕಲಿಯಬಹುದಾದ ಹಲವು ವಿಷಯಗಳಿವೆ. ಕೆಟ್ಟ ನಡವಳಿಕೆ ಮತ್ತು ಮಾನಸಿಕ ಆರೋಗ್ಯ ಸಮಸ್ಯೆಯ ನಡುವಿನ ವ್ಯತ್ಯಾಸವನ್ನು ಗುರುತಿಸಿ. ಎಚ್ಚರಿಕೆ ಚಿಹ್ನೆಗಳನ್ನು ಗುರುತಿಸಿ. ವಿದ್ಯಾರ್ಥಿಯನ್ನು ಸಂಪನ್ಮೂಲಗಳಿಗೆ ಸಂಪರ್ಕಿಸಿ. ಪೋಷಕರೊಂದಿಗೆ ಕೆಲಸ ಮಾಡಿ. ಹಾಗೆ ಮಾಡುವುದರಿಂದ, ಶಿಕ್ಷಕರು ವಿದ್ಯಾರ್ಥಿಗಳಿಗೆ ಸ್ವಾಗತವನ್ನು ಮತ್ತು ಕಲಿಯಲು ಪ್ರೋತ್ಸಾಹಿಸಲು ಸಹಾಯ ಮಾಡಬಹುದು, ಪೋಷಕರು ತಮ್ಮ ಮಗುವನ್ನು ಸರಿಯಾದ ಶಿಕ್ಷಣಕ್ಕಾಗಿ ಎಲ್ಲಿಗೆ ಕಳುಹಿಸುತ್ತಿದ್ದಾರೆ ಎಂಬ ವಿಶ್ವಾಸವನ್ನು ಹೊಂದಲು ಸಹಾಯ ಮಾಡಬಹುದು, ಮತ್ತು ಸಮಸ್ಯೆಗಳಿರುವ ಮಕ್ಕಳನ್ನು ಹೇಗೆ ನಿಭಾಯಿಸುವುದು ಎಂಬುದರ ಕುರಿತು ಶಿಕ್ಷಕರು ವಿಶ್ವಾಸ ಹೊಂದುತ್ತಾರೆ. ಶಿಕ್ಷಕನು ವಿದ್ಯಾರ್ಥಿಯ ಹೆಸರನ್ನು ಕರೆಯುವುದು ಸರಿಯಲ್ಲ, ಎಲ್ಲಾ ಮಕ್ಕಳು ಮಾಡಬಹುದಾದ ನಿರ್ದಿಷ್ಟ ನಡವಳಿಕೆಗಾಗಿ ಒಂದು ಮಗುವನ್ನು ನಿರಂತರವಾಗಿ ಶಿಕ್ಷಿಸುವುದು/ಶಿಕ್ಷಕರು

ಮಗುವನ್ನು ನಿರ್ಲಕ್ಷಿಸುವುದು ಅವನು/ಅವಳು ತಮ್ಮ ಮಾನಸಿಕ ಆರೋಗ್ಯ ಸಮಸ್ಯೆಯನ್ನು ನಿಭಾಯಿಸಲು ಬಯಸುವುದಿಲ್ಲ.

ಶಿಕ್ಷಕರು ಅವರು ಕಲಿಸುವ ಪ್ರತಿ ಮಗುವಿನ ಮೇಲೆ ಹೆಚ್ಚಿನ ಪ್ರಭಾವ ಬೀರುತ್ತಾರೆ. ಆದ್ದರಿಂದ, ಶಿಕ್ಷಕರು ಅವರಿಗೆ ಅಗತ್ಯವಿರುವ ಮಾನಸಿಕ ಆರೋಗ್ಯ ಚಿಕಿತ್ಸೆಯನ್ನು ಪಡೆಯುವುದು ಮುಖ್ಯವಾಗಿದೆ. ಬಹಶಃ ಇದು ಅವರಿಗೆ ಅಗತ್ಯವಿರುವ ರಜೆಯಾಗಿದೆ; ಬಹುಶಃ ಇದು ಸಮಾಲೋಚನೆ ಮತ್ತು ಔಷಧಿ. ಅದು ಏನೇ ಇರಲಿ, ಶಾಲೆಯ ಪ್ರತಿಯೊಬ್ಬ ಶಿಕ್ಷಕರ ಅಗತ್ಯತೆಗಳಿಗೆ ಗಮನ ಕೊಡಬೇಕು ಆದ್ದರಿಂದ ಅವರು ಬೋಧನೆ ಮಾಡುವಾಗ ಅವರ ಸಂಪೂರ್ಣ ಸಾಮರ್ಥ್ಯದಲ್ಲಿರುತ್ತಾರೆ. ತಮ್ಮ ಸ್ವಂತ ಮಾನಸಿಕ ಆರೋಗ್ಯದೊಂದಿಗೆ ಹೋರಾಡುತ್ತಿರುವ ಶಿಕ್ಷಕರಿಗೆ ಸಹಾಯ ಮಾಡಲು ನಿರ್ವಾಹಕರು ಸಾಕಷ್ಟು ಜಾಗರೂಕರಾಗಿರಬೇಕು. ಇದನ್ನು ನಿರ್ಲಕ್ಷಿಸಬಾರದು. ಶಿಕ್ಷಕರ ಮಾನಸಿಕ ಆರೋಗ್ಯ ಸ್ಥಿತಿಯು ನೇರವಾಗಿ ವಿದ್ಯಾರ್ಥಿಯ ಮಾನಸಿಕ ಆರೋಗ್ಯ ಸ್ಥಿತಿಯ ಮೇಲೆ ಪರಿಣಾಮ ಬೀರುತ್ತದೆ.

3.4 ಸಾಂಪ್ರದಾಯಿಕಅರ್ಥಮತ್ತುರಚನಾತ್ಮಕದೃಷ್ಟಿಕೋನದಮೌಲ್ಯಮಾಪನ

ಅಗತ್ಯ ಜ್ಞಾನ ಮತ್ತು ಕೌಶಲ್ಯಗಳ ಅರ್ಥಪೂರ್ಣ ಅನ್ವಯವನ್ನು ಪ್ರದರ್ಶಿಸುವ ನೈಜ-ಪ್ರಪಂಚದ ಕಾರ್ಯಗಳನ್ನು ನಿರ್ವಹಿಸಲು ವಿದ್ಯಾರ್ಥಿಗಳನ್ನು ಕೇಳುವ ಮೌಲ್ಯಮಾಪನದ ಒಂದು ರೂಪ – "ಜಾನ್ ಮುಲ್ಲರ್"... ತೊಡಗಿಸಿಕೊಳ್ಳುವ ಮತ್ತು ಯೋಗ್ಯವಾದ ಸಮಸ್ಯೆಗಳು/ಪ್ರಾಮುಖ್ಯತೆಯ ಪ್ರಶ್ನೆಗಳು, ಇದರಲ್ಲಿ ವಿದ್ಯಾರ್ಥಿಗಳು ಫ್ಯಾಶನ್ ಪ್ರದರ್ಶನಗಳಿಗೆ ಪರಿಣಾಮಕಾರಿಯಾಗಿ ಮತ್ತು ಸೃಜನಾತ್ಮಕವಾಗಿ ಜ್ಞಾನವನ್ನು ಬಳಸಬೇಕು. ಕಾರ್ಯಗಳು ವಯಸ್ಕ ನಾಗರಿಕರು ಮತ್ತು ಕ್ಷೇತ್ರದಲ್ಲಿನ ಗ್ರಾಹಕರು/ ವೃತ್ತಿಪರರು ಎದುರಿಸುತ್ತಿರುವ ಸಮಸ್ಯೆಗಳ ಪ್ರತಿರೂಪಗಳು/ಸದೃಶವಾಗಿರುತ್ತವೆ. ." -- ಗ್ರಾಂಟ್ ವಿಗ್ಗಿನ್ಸ್ -- (ವಿಗ್ಗಿನ್ಸ್, 1993, ಪುಟ 229).

"ಕಾರ್ಯಕ್ಷಮತೆಯ ಮೌಲ್ಯಮಾಪನಗಳು ನಿರ್ದಿಷ್ಟ ಕೌಶಲ್ಯ ಮತ್ತು ಸಾಮರ್ಥ್ಯಗಳನ್ನು ಪ್ರದರ್ಶಿಸಲು ಪರೀಕ್ಷಾರ್ಥಿಗೆ ಕರೆ ನೀಡುತ್ತವೆ, ಅಂದರೆ, ಅವರು ಕರಗತ ಮಾಡಿಕೊಂಡ ಕೌಶಲ್ಯ ಮತ್ತು ಜ್ಞಾನವನ್ನು ಅನ್ವಯಿಸಲು." -- ರಿಚರ್ಡ್ ಜೆ. ಸ್ಟಿಗ್ಗಿನ್ಸ್ -- (ಸ್ಟಿಗ್ಗಿನ್ಸ್, 1987, ಪುಟ 34).

ಅಥೆಂಟಿಕ್ ಅಸೆಸ್ಮೆಂಟ್ ಹೇಗಿರುತ್ತದೆ?

ಅಧಿಕೃತ ಮೌಲ್ಯಮಾಪನವು ಸಾಮಾನ್ಯವಾಗಿ ವಿದ್ಯಾರ್ಥಿಗಳು ನಿರ್ವಹಿಸುವ ಕಾರ್ಯವನ್ನು ಒಳಗೊಂಡಿರುತ್ತದೆ ಮತ್ತು ಟಾಸ್ಕ್‌ನಲ್ಲಿ ಅವರ ಕಾರ್ಯಕ್ಷಮತೆಯನ್ನು ಮೌಲ್ಯಮಾಪನ ಮಾಡಲಾಗುತ್ತದೆ. ಅಧಿಕೃತ ಕಾರ್ಯಗಳು ಮತ್ತು ರಬ್ರಿಕ್ಸ್‌ಗಳ ಅನೇಕ ಉದಾಹರಣೆಗಳನ್ನು ನೋಡಲು ಈ ಕೆಳಗಿನ ಲಿಂಕ್‌ಗಳನ್ನು ಕ್ಲಿಕ್ ಮಾಡಿ.

ನನ್ನ ಅಥೆಂಟಿಕ್ ಅಸೆಸ್‌ಮೆಂಟ್ ಕೋಸ್‌ರ್ನಲ್ಲಿ ಶಿಕ್ಷಕರಿಂದ ಉದಾಹರಣೆಗಳು.

ಅಥೆಂಟಿಕ್ ಅಸೆಸ್ಮೆಂಟ್ ಹೇಗೆ ಸಾಂಪ್ರದಾಯಿಕ ಮೌಲ್ಯಮಾಪನಕ್ಕೆ ಹೋಲುತ್ತದೆ/ಬೇರೆಯಾಗಿದೆ?

ಕೆಳಗಿನ ಹೋಲಿಕೆಯು ಸ್ವಲ್ಪಮಟ್ಟಿಗೆ ಸರಳವಾಗಿದೆ, ಆದರೆ ಮೌಲ್ಯಮಾಪನಕ್ಕೆ ಎರಡು ವಿಧಾನಗಳ ವಿಭಿನ್ನ ಊಹೆಗಳನ್ನು ಇದು ಬೆಳಗಿಸುತ್ತದೆ ಎಂದು ನಾನು ಭಾವಿಸುತ್ತೇನೆ.

ಸಾಂಪ್ರದಾಯಿಕ ಮೌಲ್ಯಮಾಪನ:

"ಸಾಂಪ್ರದಾಯಿಕ ಮೌಲ್ಯಮಾಪನ" (TA) ಮೂಲಕ ನಾನು ಬಹು-ಆಯ್ಕೆಯ ಪರೀಕ್ಷೆಗಳ ಬಲವಂತದ-ಆಯ್ಕೆಯ ಕ್ರಮಗಳನ್ನು ಉಲ್ಲೇಖಿಸುತ್ತಿದ್ದೇನೆ, ಖಾಲಿ ಜಾಗಗಳನ್ನು ಭರ್ತಿ ಮಾಡಿ, ನಿಜ-ಸುಳ್ಳು, ಹೊಂದಾಣಿಕೆ ಮತ್ತು ಶಿಕ್ಷಣದಲ್ಲಿ ಸಾಮಾನ್ಯವಾಗಿದೆ. ಮೌಲ್ಯಮಾಪನವನ್ನು ಪೂರ್ಣಗೊಳಿಸಲು ವಿದ್ಯಾರ್ಥಿಗಳು ಸಾಮಾನ್ಯವಾಗಿ ಉತ್ತರ/ಹಿಂತೆಗೆದುಕೊಳ್ಳುವ ಮಾಹಿತಿಯನ್ನು ಆಯ್ಕೆ ಮಾಡುತ್ತಾರೆ.

ಈ ಪರೀಕ್ಷೆಗಳು ಪ್ರಮಾಣಿತ/ಶಿಕ್ಷಕರು-ರಚಿಸಬಹುದು. ಅವುಗಳನ್ನು ಸ್ಥಳೀಯವಾಗಿ/ರಾಜ್ಯಾದ್ಯಂತ/ ಅಂತರರಾಷ್ಟ್ರೀಯವಾಗಿ ನಿರ್ವಹಿಸಬಹುದು.

ಸಾಂಪ್ರದಾಯಿಕ ಮತ್ತು ಅಧಿಕೃತ ಮೌಲ್ಯಮಾಪನಗಳ ಹಿಂದೆ ಶಾಲೆಗಳ ಪ್ರಾಥಮಿಕ ಧ್ಯೇಯವು ಉತ್ಪಾದಕ ನಾಗರಿಕರನ್ನು ಅಭಿವೃದ್ಧಿಪಡಿಸಲು ಸಹಾಯ ಮಾಡುತ್ತದೆ ಎಂಬ ನಂಬಿಕೆಯಿದೆ. ಇದು ನಾನು ಓದಿದ ಹೆಚ್ಚಿನ ಮಿಷನ್ ಹೇಳಿಕೆಗಳ ಸಾರವಾಗಿದೆ. ಈ ಸಾಮಾನ್ಯ ಆರಂಭದಿಂದ, ಮೌಲ್ಯಮಾಪನದ ಮೇಲಿನ ಎರಡು ದೃಷ್ಟಿಕೋನಗಳು ಭಿನ್ನವಾಗಿವೆ. ಮೂಲಭೂತವಾಗಿ, TA ಕೆಳಗಿನ ತಾರ್ಕಿಕ ಮತ್ತು ಅಭ್ಯಾಸವನ್ನು ಅಳವಡಿಸಿಕೊಳ್ಳುವ ಶೈಕ್ಷಣಿಕ ತತ್ವ ಶಾಸ್ತ್ರದಲ್ಲಿ ನೆಲೆಗೊಂಡಿದೆ:

1. ಉತ್ಪಾದಕ ನಾಗರಿಕರನ್ನು ಅಭಿವೃದ್ಧಿಪಡಿಸುವುದು ಶಾಲೆಯ ಧ್ಯೇಯವಾಗಿದೆ.

2. ಒಬ್ಬ ಉತ್ಪಾದಕ ನಾಗರಿಕನಾಗಲು ಒಬ್ಬ ವ್ಯಕ್ತಿಯು ಒಂದು ನಿರ್ದಿಷ್ಟ ಜ್ಞಾನ ಮತ್ತು ಕೌಶಲ್ಯಗಳನ್ನು ಹೊಂದಿರಬೇಕು.

3. ಆದ್ದರಿಂದ, ಶಾಲೆಗಳು ಈ ಜ್ಞಾನ ಮತ್ತು ಕೌಶಲ್ಯಗಳನ್ನು ಕಲಿಸಬೇಕು.

4. ಇದು ಯಶಸ್ವಿಯಾಗಿದೆಯೇ ಎಂದು ನಿರ್ಧರಿಸಲು, ಶಾಲೆಯು ವಿದ್ಯಾರ್ಥಿಗಳು ಜ್ಞಾನ ಮತ್ತು ಕೌಶಲ್ಯಗಳನ್ನು ಪಡೆದುಕೊಂಡಿದ್ದಾರೆಯೇ ಎಂದು ಪರೀಕ್ಷಿಸಬೇಕು.

ಟಿಎ ಮಾದರಿಯಲ್ಲಿ ಪಠ್ಯಕ್ರಮವು ಮೌಲ್ಯಮಾಪನವನ್ನು ನಡೆಸುತ್ತದೆ. "ದಿ" ಜ್ಞಾನದ ದೇಹವನ್ನು ಮೊದಲು ನಿರ್ಧರಿಸಲಾಗುತ್ತದೆ. ಆ ಜ್ಞಾನವು ತಲುಪಿಸುವ ಪಠ್ಯಕ್ರಮವಾಗುತ್ತದೆ. ತರುವಾಯ, ಪಠ್ಯಕ್ರಮದ ಸ್ವಾಧೀನವು ಸಂಭವಿಸಿದೆಯೇ ಎಂದು ನಿರ್ಧರಿಸಲು ಮೌಲ್ಯಮಾಪನಗಳನ್ನು ಅಭಿವೃದ್ಧಿಪಡಿಸಲಾಗುತ್ತದೆ ಮತ್ತು ನಿರ್ವಹಿಸಲಾಗುತ್ತದೆ.

ಅಧಿಕೃತ ಮೌಲ್ಯಮಾಪನ:

ಇದಕ್ಕೆ ವ್ಯತಿರಿಕ್ತವಾಗಿ, ಅಧಿಕೃತ ಮೌಲ್ಯಮಾಪನ (AA) ಕೆಳಗಿನ ತಾರ್ಕಿಕ ಮತ್ತು ಅಭ್ಯಾಸದಿಂದ ಹೊರಹೊಮ್ಮುತ್ತದೆ:

1. ಉತ್ಪಾದಕ ನಾಗರಿಕರನ್ನು ಅಭಿವೃದ್ಧಿಪಡಿಸುವುದು ಶಾಲೆಯ ಧ್ಯೇಯವಾಗಿದೆ.

2. ಉತ್ಪಾದಕ ನಾಗರಿಕನಾಗಲು, ಒಬ್ಬ ವ್ಯಕ್ತಿಯು ನೈಜ ಜಗತ್ತಿನಲ್ಲಿ ಅರ್ಥಪೂರ್ಣ ಕಾರ್ಯಗಳನ್ನು ನಿರ್ವಹಿಸುವ ಸಾಮರ್ಥ್ಯವನ್ನು ಹೊಂದಿರಬೇಕು.

3. ಆದ್ದರಿಂದ, ಶಾಲೆಗಳು ವಿದ್ಯಾರ್ಥಿಗಳು ಪದವೀಧರರಾದಾಗ ಅವರು ಎದುರಿಸುವ ಕಾರ್ಯಗಳನ್ನು ನಿರ್ವಹಿಸುವಲ್ಲಿ ಪ್ರವೀಣರಾಗಲು ಸಹಾಯ ಮಾಡಬೇಕು.

4. ಇದು ಯಶಸ್ವಿಯಾಗಿದೆಯೇ ಎಂದು ನಿರ್ಧರಿಸಲು, ವಿದ್ಯಾರ್ಥಿಗಳು ಹಾಗೆ ಮಾಡಲು ಸಮರ್ಥರಾಗಿದ್ದಾರೆಯೇ ಎಂದು ನೋಡಲು ನೈಜ ಪ್ರಪಂಚದ ಸವಾಲುಗಳನ್ನು ಪುನರಾವರ್ತಿಸುವ ಅರ್ಥಪೂರ್ಣ ಕಾರ್ಯಗಳನ್ನು ನಿರ್ವಹಿಸಲು ಶಾಲೆಯ ವಿದ್ಯಾರ್ಥಿಗಳನ್ನು ಕೇಳಬೇಕು.

ಹೀಗಾಗಿ, AA ನಲ್ಲಿ, ಮೌಲ್ಯಮಾಪನವು ಪಠ್ಯಕ್ರಮವನ್ನು ನಡೆಸುತ್ತದೆ. ಅಂದರೆ, ಶಿಕ್ಷಕರು ತಮ್ಮ ಪಾಂಡಿತ್ಯವನ್ನು ಪ್ರದರ್ಶಿಸಲು ವಿದ್ಯಾರ್ಥಿಗಳು ನಿರ್ವಹಿಸುವ ಕಾರ್ಯಗಳನ್ನು ಮೊದಲು ನಿರ್ಧರಿಸುತ್ತಾರೆ ಮತ್ತು ನಂತರ ಪಠ್ಯಕ್ರಮವನ್ನು ಅಭಿವೃದ್ಧಿಪಡಿಸಲಾಗಿದೆ, ಅದು ವಿದ್ಯಾರ್ಥಿಗಳಿಗೆ ಆ ಕಾರ್ಯಗಳನ್ನು ಉತ್ತಮವಾಗಿ ನಿರ್ವಹಿಸಲು ಅನುವು ಮಾಡಿಕೊಡುತ್ತದೆ, ಇದು ಅಗತ್ಯ ಜ್ಞಾನ ಮತ್ತು ಕೌಶಲ್ಯಗಳ ಸ್ವಾಧೀನವನ್ನು ಒಳಗೊಂಡಿರುತ್ತದೆ. ಇದನ್ನು ಹಿಮ್ಮುಖ ಯೋಜನೆ ಎಂದು ಉಲ್ಲೇಖಿಸಲಾಗಿದೆ.

ನಾನು ಗಾಲ್ಫ್ ಬೋಧಕನಾಗಿದ್ದರೆ ಮತ್ತು ಉತ್ತಮವಾಗಿ ಕಾರ್ಯನಿರ್ವಹಿಸಲು ಅಗತ್ಯವಿರುವ ಕೌಶಲ್ಯಗಳನ್ನು ನಾನು ಕಲಿಸಿದರೆ, ನನ್ನ ವಿದ್ಯಾರ್ಥಿಗಳಿಗೆ ಬಹು ಆಯ್ಕೆಯ ಪರೀಕ್ಷೆಯನ್ನು ನೀಡುವ ಮೂಲಕ ನಾನು ಅವರ ಕಾರ್ಯಕ್ಷಮತೆಯನ್ನು ಮೌಲ್ಯಮಾಪನ ಮಾಡುವುದಿಲ್ಲ. ನಾನು ಅವರನ್ನು ಗಾಲ್ಫ್ ಕೋಸ್ರ್‌ನಲ್ಲಿ ಹಾಕುತ್ತೇನೆ ಮತ್ತು ಪ್ರದರ್ಶನ ನೀಡಲು ಕೇಳುತ್ತೇನೆ. ಅಥ್ಲೆಟಿಕ್ ಕೌಶಲ್ಯಗಳೊಂದಿಗೆ ಇದು ಸ್ಪಷ್ಟವಾಗಿದ್ದರೂ, ಶೈಕ್ಷಣಿಕ ವಿಷಯಗಳಿಗೂ ಇದು ನಿಜ. ನಾವು ವಿದ್ಯಾರ್ಥಿಗಳಿಗೆ ಗಣಿತ, ಇತಿಹಾಸ ಮತ್ತು ವಿಜ್ಞಾನವನ್ನು ಹೇಗೆ ಮಾಡಬೇಕೆಂದು ಕಲಿಸಬಹುದು, ಅವರಿಗೆ ತಿಳಿದಿರುವುದಿಲ್ಲ. ನಂತರ, ನಮ್ಮ ವಿದ್ಯಾರ್ಥಿಗಳು ಏನು ಕಲಿತಿದ್ದಾರೆ ಎಂಬುದನ್ನು ನಿರ್ಣಯಿಸಲು, ಗಣಿತವನ್ನು ಬಳಸುವವರು ಎದುರಿಸುತ್ತಿರುವ "ಸವಾಲುಗಳನ್ನು ಪುನರಾವರ್ತಿಸುವ" ಕಾರ್ಯಗಳನ್ನು ನಿರ್ವಹಿಸಲು ನಾವು ವಿದ್ಯಾರ್ಥಿಗಳನ್ನು ಕೇಳಬಹುದು, ಇತಿಹಾಸವನ್ನು ಮಾಡುವುದು/ ವೈಜ್ಞಾನಿಕ ತನಿಖೆ ನಡೆಸುವುದು.

ಅಧಿಕೃತ ಮೌಲ್ಯಮಾಪನವು ಸಾಂಪ್ರದಾಯಿಕ ಮೌಲ್ಯಮಾಪನಕ್ಕೆ ಪೂರಕವಾಗಿದೆ:

ಆದರೆ ಶಿಕ್ಷಕರು ಎಎ ಮತ್ತು ಟಿಎ ನಡುವೆ ಆಯ್ಕೆ ಮಾಡಬೇಕಾಗಿಲ್ಲ. ಎರಡರ ಕೆಲವು ಮಿಶ್ರಣವು ನಿಮ್ಮ ಅಗತ್ಯಗಳನ್ನು ಉತ್ತಮವಾಗಿ ಪೂರೈಸುವ ಸಾಧ್ಯತೆಯಿದೆ. ಒಂದು ಸಿಲ್ಲಿ ಉದಾಹರಣೆಯನ್ನು ಬಳಸುವುದಾದರೆ, ಡ್ರೈವಿಂಗ್ ಲೈಸೆನ್ಸ್ ಪರೀಕ್ಷೆಯ ಡ್ರೈವಿಂಗ್ ಭಾಗದಲ್ಲಿ ಉತ್ತೀರ್ಣರಾದ ಆದರೆ ಲಿಖಿತ ಭಾಗವನ್ನು / ಡ್ರೈವಿಂಗ್ ಭಾಗವನ್ನು ವಿಫಲವಾದ ಮತ್ತು ಲಿಖಿತ ಭಾಗವನ್ನು ಪಾಸಾದವರ ನಡುವೆ ನಾನು ಚಾಲಕನನ್ನು ಆಯ್ಕೆ ಮಾಡಬೇಕಾದರೆ, ನಾನು ಚಾಲಕನನ್ನು ಆಯ್ಕೆ ಮಾಡುತ್ತೇನೆ ಚಾಲನೆ ಮಾಡುವ ಸಾಮರ್ಥ್ಯವನ್ನು ನೇರವಾಗಿ ಪ್ರದರ್ಶಿಸಿದರು, ಅಂದರೆ, ಪರೀಕ್ಷೆಯ ಚಾಲನಾ ಭಾಗವನ್ನು ಉತ್ತೀರ್ಣರಾದವರು. ಆದಾಗ್ಯೂ, ನಾನು ಎರಡೂ ಭಾಗಗಳಲ್ಲಿ ಉತ್ತೀರ್ಣರಾದ ಚಾಲಕನನ್ನು ಆದ್ಯತೆ ನೀಡುತ್ತೇನೆ. ಡ್ರೈವಿಂಗ್ ಬಗ್ಗೆ ನನ್ನ ಚಾಲಕರು ಉತ್ತಮ ಜ್ಞಾನವನ್ನು ಹೊಂದಿದ್ದಾರೆ (ಸಾಂಪ್ರದಾಯಿಕ ರೀತಿಯಲ್ಲಿ ಅತ್ಯುತ್ತಮವಾಗಿ ನಿರ್ಣಯಿಸಬಹುದು) ಮತ್ತು ಆ ಜ್ಞಾನವನ್ನು ನೈಜ ಸಂದರ್ಭದಲ್ಲಿ ಅನ್ವಯಿಸಲು ಸಾಧ್ಯವಾಯಿತು (ಅದನ್ನು ಅಧಿಕೃತ ಮೌಲ್ಯಮಾಪನದ ಮೂಲಕ ಪ್ರದರ್ಶಿಸಬಹುದು) ಎಂದು ತಿಳಿದುಕೊಳ್ಳುವುದು ನನಗೆ ಹೆಚ್ಚು ಆರಾಮದಾಯಕವಾಗಿದೆ.

ಸಾಂಪ್ರದಾಯಿಕ ಮತ್ತು ಅಧಿಕೃತ ಮೌಲ್ಯಮಾಪನದ *ಗುಣಲಕ್ಷಣಗಳನ್ನು ವ್ಯಾಖ್ಯಾನಿಸುವುದು:*

AA ಅನ್ನು ಸಾಮಾನ್ಯವಾಗಿ TA ಯಿಂದ ಪ್ರತ್ಯೇಕಿಸುವ ಇನ್ನೊಂದು ವಿಧಾನವೆಂದರೆ ಅದರ ವ್ಯಾಖ್ಯಾನಿಸುವ ಗುಣಲಕ್ಷಣಗಳ ವಿಷಯದಲ್ಲಿ. ಸಹಜವಾಗಿ, TA ಮತ್ತು AA ಗಳು ಅವರು ತೆಗೆದುಕೊಳ್ಳುವ ರೂಪಗಳಲ್ಲಿ ಗಣನೀಯವಾಗಿ ಬದಲಾಗುತ್ತವೆ. ಆದರೆ ವಿಶಿಷ್ಟವಾಗಿ, ಕೆಳಗೆ ಪಟ್ಟಿ ಮಾಡಲಾದ ಗುಣಲಕ್ಷಣಗಳ ನಿರಂತರತೆಯ ಉದ್ದಕ್ಕೂ, TA ಗಳು ಪ್ರತಿ ನಿರಂತರತೆಯ ಎಡ ತುದಿಯಲ್ಲಿ ಹೆಚ್ಚು ಬೀಳುತ್ತವೆ ಮತ್ತು AA ಗಳು ಬಲ ತುದಿಯಲ್ಲಿ ಹೆಚ್ಚು ಬೀಳುತ್ತವೆ.

ಸಾಂಪ್ರದಾಯಿಕ --- ಅಧಿಕೃತ

ಪ್ರತಿಕ್ರಿಯೆಯನ್ನು ಆರಿಸುವುದು ---------------------ಕಾರ್ಯವನ್ನು ನಿರ್ವಹಿಸುವುದು

ಯೋಜಿತ --ನಿಜ-ಜೀವನ

ಮರುಪಡೆಯುವಿಕೆ/ಗುರುತಿಸುವಿಕೆ-------------------------ನಿರ್ಮಾಣ/ಅಪ್ಲಿಕೇಶನ್

ಶಿಕ್ಷಕ-ರಚನಾತ್ಮಕ -------------------------------- ವಿದ್ಯಾರ್ಥಿ-ರಚನಾತ್ಮಕ

ಪರೋಕ್ಷ ಸಾಕ್ಷಿ ------------------------------ ನೇರ ಸಾಕ್ಷಿ

ಸಾಂಪ್ರದಾಯಿಕ ಮತ್ತು ಅಧಿಕೃತ ಮೌಲ್ಯಮಾಪನಗಳ ಸಂದರ್ಭದಲ್ಲಿ ಪ್ರತಿಯೊಂದನ್ನು ವಿವರಿಸುವ ಮೂಲಕ ನಾನು ಗುಣಲಕ್ಷಣಗಳನ್ನು ಸ್ಪಷ್ಟಪಡಿಸುತ್ತೇನೆ:

ಕಾರ್ಯವನ್ನು ನಿರ್ವಹಿಸಲು ಪ್ರತಿಕ್ರಿಯೆಯನ್ನು ಆರಿಸುವುದು: ಸಾಂಪ್ರದಾಯಿಕ ಮೌಲ್ಯಮಾಪನಗಳಲ್ಲಿ, ವಿದ್ಯಾರ್ಥಿಗಳಿಗೆ ವಿಶಿಷ್ಟವಾಗಿ ಹಲವಾರು ಆಯ್ಕೆಗಳನ್ನು ನೀಡಲಾಗುತ್ತದೆ (ಉದಾ: a, b, c ಅಥವಾ d; true/false; ಇವುಗಳಲ್ಲಿ ಯಾವುದು ಇವುಗಳೊಂದಿಗೆ ಹೊಂದಿಕೆಯಾಗುತ್ತದೆ) ಮತ್ತು ಸರಿಯಾದ ಉತ್ತರವನ್ನು ಆಯ್ಕೆ ಮಾಡಲು ಕೇಳಲಾಗುತ್ತದೆ. ಇದಕ್ಕೆ ವ್ಯತಿರಿಕ್ತವಾಗಿ, ಅಧಿಕೃತ ಮೌಲ್ಯಮಾಪನಗಳು ಹೆಚ್ಚು ಅರ್ಥಪೂರ್ಣವಾದ ಅಪ್ಲಿಕೇಶನ್ ಅನ್ನು ಪ್ರತಿನಿಧಿಸುವ ಹೆಚ್ಚು ಸಂಕೀರ್ಣವಾದ ಕೆಲಸವನ್ನು ನಿರ್ವಹಿಸುವ ಮೂಲಕ ತಿಳುವಳಿಕೆಯನ್ನು ಪ್ರದರ್ಶಿಸಲು ವಿದ್ಯಾರ್ಥಿಗಳನ್ನು ಕೇಳುತ್ತವೆ.

ನಿಜ ಜೀವನಕ್ಕೆ ರೂಪಿಸಲಾಗಿದೆ: ಶಾಲೆಯ ಹೊರಗಿನ ಜೀವನದಲ್ಲಿ ಯಾವುದಾದರೂ ನಮ್ಮ ಪ್ರಾವೀಣ್ಯತೆಯನ್ನು ಸೂಚಿಸಲು ನಾಲ್ಕು ಪರ್ಯಾಯಗಳಿಂದ ಆಯ್ಕೆ ಮಾಡಲು ನಮ್ಮನ್ನು ಕೇಳಲಾಗುತ್ತದೆ. ಕಡಿಮೆ ಅವಧಿಯಲ್ಲಿ ಪ್ರಾವೀಣ್ಯತೆಯನ್ನು ಪ್ರದರ್ಶಿಸಲು ನಿಮ್ಮನ್ನು ಕೇಳಬಹುದಾದ ಸಂಖ್ಯೆಯನ್ನು ಹೆಚ್ಚಿಸಲು ಪರೀಕ್ಷೆಗಳು ಈ ಯೋಜಿತ ಮೌಲ್ಯಮಾಪನ ವಿಧಾನಗಳನ್ನು ನೀಡುತ್ತವೆ. ಜೀವನದಲ್ಲಿ ಹೆಚ್ಚು ಸಾಮಾನ್ಯವಾಗಿ, ಅಧಿಕೃತ ಮೌಲ್ಯಮಾಪನಗಳಂತೆ, ಏನನ್ನಾದರೂ ಮಾಡುವ ಮೂಲಕ ಪ್ರಾವೀಣ್ಯತೆಯನ್ನು ಪ್ರದರ್ಶಿಸಲು ನಮ್ಮನ್ನು ಕೇಳಲಾಗುತ್ತದೆ.

ಜ್ಞಾನದ ನಿರ್ಮಾಣಕ್ಕೆ/ಜ್ಞಾನದ ಅಳವಡಿಕೆಗೆ ಮರುಪಡೆಯುವಿಕೆ/ಮನ್ನಣೆ: ಉತ್ತಮವಾಗಿ ವಿನ್ಯಾಸಗೊಳಿಸಿದ ಸಾಂಪ್ರದಾಯಿಕ ಮೌಲ್ಯಮಾಪನಗಳು (ಅಂದರೆ, ಪರೀಕ್ಷೆಗಳು ಮತ್ತು ರಸಪ್ರಶ್ನೆಗಳು) ವಿದ್ಯಾರ್ಥಿಗಳು ಜ್ಞಾನದ ದೇಹವನ್ನು ಪಡೆದಿದ್ದಾರೆಯೇ/ಇಲ್ಲವೇ ಎಂಬುದನ್ನು ಪರಿಣಾಮಕಾರಿಯಾಗಿ ನಿರ್ಧರಿಸಬಹುದು. ಹೀಗಾಗಿ, ಮೇಲೆ ಹೇಳಿದಂತೆ, ಪರೀಕ್ಷೆಗಳು ಶಿಕ್ಷಕರ ಮೌಲ್ಯಮಾಪನ ಪೋರ್ಟ್‌ಫೋಲಿಯೊದಲ್ಲಿ ಅಧಿಕೃತ ಮೌಲ್ಯಮಾಪನಗಳಿಗೆ ಉತ್ತಮವಾದ ಪೂರಕವಾಗಿ ಕಾರ್ಯನಿರ್ವಹಿಸುತ್ತವೆ. ಇದಲ್ಲದೆ, ಜೀವನದಲ್ಲಿ ಸತ್ಯಗಳು, ಆಲೋಚನೆಗಳು ಮತ್ತು ಪ್ರತಿಪಾದನೆಗಳನ್ನು ಮರುಪಡೆಯಲು / ಗುರುತಿಸಲು ನಮಗೆ ಆಗಾಗ್ಗೆ ಕೇಳಲಾಗುತ್ತದೆ, ಆದ್ದರಿಂದ ಪರೀಕ್ಷೆಗಳು ಆ ಅರ್ಥದಲ್ಲಿ ಸ್ವಲ್ಪಮಟ್ಟಿಗೆ ಅಧಿಕೃತವಾಗಿರುತ್ತವೆ. ಆದಾಗ್ಯೂ, ಪರೀಕ್ಷೆಗಳಲ್ಲಿ ಮರುಸ್ಥಾಪನೆ ಮತ್ತು ಗುರುತಿಸುವಿಕೆಯ ಪ್ರದರ್ಶನವು ಸಾಮಾನ್ಯವಾಗಿ ನಾವು ನಿಜವಾಗಿ ತಿಳಿದಿರುವ ಮತ್ತು ಏನು ಮಾಡಬಹುದು ಎಂಬುದರ ಕುರಿತು ಕಡಿಮೆ ಬಹಿರಂಗಪಡಿಸುತ್ತದೆ, ನಾವು ಸಂಗತಿಗಳು, ಆಲೋಚನೆಗಳು ಮತ್ತು ಪ್ರತಿಪಾದನೆಗಳಿಂದ ಉತ್ಪನ್ನ/ಕಾರ್ಯಕ್ಷಮತೆಯನ್ನು ನಿರ್ಮಿಸಲು ಕೇಳಿದಾಗ. ಅಧಿಕೃತ ಮೌಲ್ಯಮಾಪನಗಳು ಸಾಮಾನ್ಯವಾಗಿ ವಿದ್ಯಾರ್ಥಿಗಳನ್ನು ಸಂಶ್ಲೇಷಿಸಲು ಮತ್ತು ಅವರು ಕಲಿತದ್ದನ್ನು ಗಣನೀಯ ರೀತಿಯಲ್ಲಿ ಅನ್ವಯಿಸಲು ಕೇಳುತ್ತವೆ ಮತ್ತು ವಿದ್ಯಾರ್ಥಿಗಳು ಪ್ರಕ್ರಿಯೆಯಲ್ಲಿ ಹೊಸ ಅರ್ಥವನ್ನು ಸೃಷ್ಟಿಸುತ್ತಾರೆ.

ಶಿಕ್ಷಕ-ರಚನೆಯಿಂದ ವಿದ್ಯಾರ್ಥಿ-ರಚನೆ: ಸಾಂಪ್ರದಾಯಿಕ ಮೌಲ್ಯಮಾಪನವನ್ನು ಪೂರ್ಣಗೊಳಿಸುವಾಗ, ವಿದ್ಯಾರ್ಥಿಯು ಏನನ್ನು ಪ್ರದರ್ಶಿಸಬಹುದು ಮತ್ತು ಪ್ರದರ್ಶಿಸಬಹುದು ಎಂಬುದನ್ನು ಪರೀಕ್ಷೆಯನ್ನು ಅಭಿವೃದ್ಧಿಪಡಿಸಿದ ವ್ಯಕ್ತಿ(ಗಳು) ಎಚ್ಚರಿಕೆಯಿಂದ ರಚಿಸಿದ್ದಾರೆ. ವಿದ್ಯಾರ್ಥಿಯ ಗಮನವು ಪರೀಕ್ಷೆಯಲ್ಲಿ ಏನಿದೆ ಎಂಬುದರ ಮೇಲೆ ಕೇಂದ್ರೀಕೃತವಾಗಿರುತ್ತದೆ ಮತ್ತು ಸೀಮಿತವಾಗಿರುತ್ತದೆ. ಇದಕ್ಕೆ ವ್ಯತಿರಿಕ್ತವಾಗಿ, ಪ್ರಾವೀಣ್ಯತೆಯ ಪುರಾವೆಯಾಗಿ ಏನನ್ನು ಪ್ರಸ್ತುತಪಡಿಸಲಾಗಿದೆ ಎಂಬುದನ್ನು ನಿರ್ಧರಿಸುವಲ್ಲಿ ಅಧಿಕೃತ ಮೌಲ್ಯಮಾಪನಗಳು ಹೆಚ್ಚು ವಿದ್ಯಾರ್ಥಿ

ಆಯ್ಕೆ ಮತ್ತು ನಿರ್ಮಾಣವನ್ನು ಅನುಮತಿಸುತ್ತದೆ.

ವಿದ್ಯಾರ್ಥಿಗಳು ತಮ್ಮದೇ ಆದ ವಿಷಯಗಳು/ಫಾರ್ಮ್ಯಾಟ್‌ಗಳನ್ನು ಆಯ್ಕೆ ಮಾಡಲು ಸಾಧ್ಯವಾಗದಿದ್ದರೂ ಸಹ, ಉತ್ಪನ್ನ/ಕಾರ್ಯಕ್ಷಮತೆಯನ್ನು ನಿರ್ಮಿಸಲು ಸಾಮಾನ್ಯವಾಗಿ ಅನೇಕ ಸ್ವೀಕಾರಾರ್ಹ ಮಾರ್ಗಗಳಿವೆ. ನಿಸ್ಸಂಶಯವಾಗಿ, ಶಿಕ್ಷಕರು ಹೆಚ್ಚು ಎಚ್ಚರಿಕೆಯಿಂದ ನಿಯಂತ್ರಿಸುವ ಮೌಲ್ಯಮಾಪನಗಳು ಅನುಕೂಲಗಳು ಮತ್ತು ಅನಾನುಕೂಲಗಳನ್ನು ನೀಡುತ್ತವೆ. ಅಂತೆಯೇ, ಹೆಚ್ಚಿನ ವಿದ್ಯಾರ್ಥಿ-ರಚನಾತ್ಮಕ ಕಾರ್ಯಗಳು ಸಾಮರ್ಥ್ಯ ಮತ್ತು ದೌರ್ಬಲ್ಯಗಳನ್ನು ಹೊಂದಿದ್ದು, ಮೌಲ್ಯಮಾಪನವನ್ನು ಆಯ್ಕೆಮಾಡುವಾಗ ಮತ್ತು ವಿನ್ಯಾಸಗೊಳಿಸುವಾಗ ಪರಿಗಣಿಸಬೇಕು.

ನೇರ ಸಾಕ್ಷ್ಯಕ್ಕೆ ಪರೋಕ್ಷ ಸಾಕ್ಷಿ:ಬಹು-ಆಯ್ಕೆಯ ಪ್ರಶ್ನೆಯ ಸತ್ಯಗಳನ್ನು ನೆನಪಿಸಿಕೊಳ್ಳುವ ಬದಲು ಹೊಸ ಸನ್ನಿವೇಶಕ್ಕೆ ಸತ್ಯಗಳನ್ನು ವಿಶ್ಲೇಷಿಸಲು/ಅನ್ವಯಿಸಲು ವಿದ್ಯಾರ್ಥಿಯನ್ನು ಕೇಳಿದರೂ ಮತ್ತು ವಿದ್ಯಾರ್ಥಿಯು ಸರಿಯಾದ ಉತ್ತರವನ್ನು ಆರಿಸಿದರೆ, ಆ ವಿದ್ಯಾರ್ಥಿಯ ಬಗ್ಗೆ ನಿಮಗೆ ಈಗ ಏನು ಗೊತ್ತು? ಆ ವಿದ್ಯಾರ್ಥಿಗೆ ಅದೃಷ್ಟ ಸಿಕ್ಕಿದೆಯೇ ಮತ್ತು ಸರಿಯಾದ ಉತ್ತರವನ್ನು ಆರಿಸಿದೆಯೇ? ಆ ಉತ್ತರವನ್ನು ಆಯ್ಕೆ ಮಾಡಲು ವಿದ್ಯಾರ್ಥಿಗೆ ಯಾವ ಆಲೋಚನೆ ಕಾರಣವಾಯಿತು? ನಿಜವಾಗಿಯೂ ನಮಗೆ ಗೊತ್ತಿಲ್ಲ. ಅತ್ಯುತ್ತಮವಾಗಿ, ಆ ವಿದ್ಯಾರ್ಥಿಗೆ ಏನು ತಿಳಿದಿರಬಹುದು ಮತ್ತು ಆ ಜ್ಞಾನದಿಂದ ಏನು ಮಾಡಬಹುದು ಎಂಬುದರ ಕುರಿತು ನಾವು ಕೆಲವು ತೀರ್ಮಾನಗಳನ್ನು ಮಾಡಬಹುದು. ಪುರಾವೆಯು ಬಹಳ ಪರೋಕ್ಷವಾಗಿದೆ, ವಿಶೇಷವಾಗಿ ಸಂಕೀರ್ಣವಾದ, ನೈಜ-ಪ್ರಪಂಚದ ಸಂದರ್ಭಗಳಲ್ಲಿ ಅರ್ಥಪೂರ್ಣ ಅನ್ವಯದ ಹಕ್ಕುಗಳಿಗೆ. ಅಥೆಂಟಿಕ್ ಮೌಲ್ಯಮಾಪನಗಳು, ಮತ್ತೊಂದೆಡೆ, ಅಪ್ಲಿಕೇಶನ್ ಮತ್ತು ಜ್ಞಾನದ ನಿರ್ಮಾಣದ ಹೆಚ್ಚು ನೇರ ಪುರಾವೆಗಳನ್ನು ನೀಡುತ್ತವೆ. ಮೇಲಿನ ಗಾಲ್ಫ್ ಉದಾಹರಣೆಯಲ್ಲಿರುವಂತೆ, ಗಾಲ್ಫ್ ವಿದ್ಯಾರ್ಥಿಯನ್ನು ಗಾಲ್ಫ್ ಕೋರ್ಸ್‌ನಲ್ಲಿ ಆಡಲು ಹಾಕುವುದು ವಿದ್ಯಾರ್ಥಿಗೆ ಲಿಖಿತ ಪರೀಕ್ಷೆಯನ್ನು ನೀಡುವುದಕ್ಕಿಂತ ಹೆಚ್ಚಿನ ಪ್ರಾವೀಣ್ಯತೆಯ ನೇರ ಸಾಕ್ಷ್ಯವನ್ನು ಒದಗಿಸುತ್ತದೆ. ಒಬ್ಬ ವಿದ್ಯಾರ್ಥಿಯು ಬೇರೆಯವರು ಮಂಡಿಸಿದ ವಾದಗಳನ್ನು ಪರಿಣಾಮಕಾರಿಯಾಗಿ ವಿಮರ್ಶಿಸಬಹುದೇ (ನೈಜ ಜಗತ್ತಿನಲ್ಲಿ ಸಾಮಾನ್ಯವಾಗಿ ಅಗತ್ಯವಿರುವ ಪ್ರಮುಖ ಕೌಶಲ್ಯ)? ವಿಮರ್ಶೆಯನ್ನು ಬರೆಯಲು ವಿದ್ಯಾರ್ಥಿಯನ್ನು ಕೇಳುವುದು ವಿದ್ಯಾರ್ಥಿಗೆ ಬಹು-ಆಯ್ಕೆಯ, ವಿಶ್ಲೇಷಣಾತ್ಮಕ ಪ್ರಶ್ನೆಗಳ ಸರಣಿಯನ್ನು ಕೇಳುವುದಕ್ಕಿಂತ ಹೆಚ್ಚಿನ ನೇರ ಪುರಾವೆಗಳನ್ನು ಒದಗಿಸಬೇಕು, ಆದಾಗ್ಯೂ ಎರಡೂ ಮೌಲ್ಯಮಾಪನಗಳು ಉಪಯುಕ್ತವಾಗಬಹುದು.

ಪರೀಕ್ಷೆಗೆ ಬೋಧನೆ:

ಮೌಲ್ಯಮಾಪನಕ್ಕೆ ಈ ಎರಡು ವಿಭಿನ್ನ ವಿಧಾನಗಳು ಪರೀಕ್ಷೆಗೆ ಬೋಧನೆಯ ಬಗ್ಗೆ ವಿಭಿನ್ನ ಸಲಹೆಗಳನ್ನು ನೀಡುತ್ತವೆ. ಟಿಎ ಮಾದರಿಯದಿ, ಶಿಕ್ಷಕರನ್ನು ಪರೀಕ್ಷೆಗೆ ಬೋಧಿಸದಂತೆ ನಿರುತ್ಸಾಹಗೊಳಿಸಲಾಗಿದೆ. ಏಕೆಂದರೆ ಪರೀಕ್ಷೆಯು ಸಾಮಾನ್ಯವಾಗಿ ವಿದ್ಯಾರ್ಥಿಗಳ ಜ್ಞಾನ, ತಿಳುವಳಿಕೆಯ ಮಾದರಿಯನ್ನು ನಿರ್ಣಯಿಸುತ್ತದೆ ಮತ್ತು ಮಾದರಿಯಲ್ಲಿನ ವಿದ್ಯಾರ್ಥಿಗಳ ಕಾರ್ಯಕ್ಷಮತೆಯ ಎಲ್ಲಾ ಸಂಬಂಧಿತ ವಸ್ತುಗಳ ಜ್ಞಾನವನ್ನು ಪ್ರತಿನಿಧಿಸುತ್ತದೆ ಎಂದು ಊಹಿಸುತ್ತದೆ. ಶಿಕ್ಷಕರು ಸೂಚನೆಯ ಸಮಯದಲ್ಲಿ ಪರೀಕ್ಷಿಸಬೇಕಾದ ಮಾದರಿಯ ಮೇಲೆ ಪ್ರಾಥಮಿಕವಾಗಿ ಗಮನಹರಿಸಿದರೆ, ಆ ಮಾದರಿಯಲ್ಲಿ ಉತ್ತಮ ಕಾರ್ಯಕ್ಷಮತೆಯು ಎಲ್ಲಾ ವಸ್ತುಗಳ ಜ್ಞಾನವನ್ನು ಪ್ರತಿಬಿಂಬಿಸುವುದಿಲ್ಲ. ಆದ್ದರಿಂದ, ಶಿಕ್ಷಕರು ಪರೀಕ್ಷೆಯನ್ನು ಮರೆಮಾಚುತ್ತಾರೆ ಆದ್ದರಿಂದ ಮಾದರಿಯು ಮೊದಲೇ ತಿಳಿಯುವುದಿಲ್ಲ ಮತ್ತು ಪರೀಕ್ಷೆಗೆ ಕಲಿಸದಂತೆ ಶಿಕ್ಷಕರಿಗೆ ತಾಕೀತು ಮಾಡುತ್ತಾರೆ.

AA ಜೊತೆಗೆ, ಪರೀಕ್ಷೆಗೆ ಕಲಿಸಲು ಶಿಕ್ಷಕರನ್ನು ಪ್ರೋತ್ಸಾಹಿಸಲಾಗುತ್ತದೆ. ಅರ್ಥಪೂರ್ಣ ಕಾರ್ಯಗಳನ್ನು ಹೇಗೆ ಉತ್ತಮವಾಗಿ ನಿರ್ವಹಿಸಬೇಕೆಂದು ವಿದ್ಯಾರ್ಥಿಗಳು ಕಲಿಯಬೇಕು. ಆ ಪ್ರಕ್ರಿಯೆಯಲ್ಲಿ ವಿದ್ಯಾರ್ಥಿಗಳಿಗೆ ಸಹಾಯ ಮಾಡಲು, ಅವರಿಗೆ ಉತ್ತಮ (& ಅಷ್ಟು ಉತ್ತಮವಲ್ಲದ) ಕಾರ್ಯಕ್ಷಮತೆಯ ಮಾದರಿಗಳನ್ನು ತೋರಿಸಲು ಸಹಾಯವಾಗುತ್ತದೆ. ಇದಲ್ಲದೆ, ಟಾಸ್ಕ್ ರೂಬ್ರಿಕ್ ಅನ್ನು ಸಮಯಕ್ಕಿಂತ ಮುಂಚಿತವಾಗಿ ನೋಡುವುದರಿಂದ ವಿದ್ಯಾರ್ಥಿಯು ಪ್ರಯೋಜನ ಪಡೆಯುತ್ತಾನೆ. ಇದು "ವಂಚನೆ"ಯೇ? ವಿದ್ಯಾರ್ಥಿಗಳು ಅವರು ಏನು ಮಾಡುತ್ತಿದ್ದಾರೆಂದು ನಿಜವಾಗಿಯೂ ಅರ್ಥಮಾಡಿಕೊಳ್ಳದೆ ಇತರರ ಕೆಲಸವನ್ನು ಅನುಕರಿಸಲು ಸಾಧ್ಯವಾಗುತ್ತದೆಯೇ? ಅಧಿಕೃತ ಮೌಲ್ಯಮಾಪನಗಳು ಸಾಮಾನ್ಯವಾಗಿ ಮಿಮಿಕ್ರಿಗೆ ಸಾಲ ನೀಡುವುದಿಲ್ಲ. ನಕಲಿಸಲು ಒಂದು ಸರಿಯಾದ ಉತ್ತರವಿಲ್ಲ. ಆದ್ದರಿಂದ, ಉತ್ತಮ ಕಾರ್ಯಕ್ಷಮತೆ ಹೇಗಿರುತ್ತದೆ ಎಂಬುದನ್ನು ತಿಳಿದುಕೊಳ್ಳುವ ಮೂಲಕ ಮತ್ತು ಯಾವ ನಿರ್ದಿಷ್ಟ ಗುಣಲಕ್ಷಣಗಳು ಉತ್ತಮ ಕಾರ್ಯಕ್ಷಮತೆಯನ್ನು ರೂಪಿಸುತ್ತವೆ ಎಂಬುದನ್ನು ತಿಳಿದುಕೊಳ್ಳುವ ಮೂಲಕ, ವಿದ್ಯಾರ್ಥಿಗಳು ಈ ಕಾರ್ಯಗಳಲ್ಲಿ ಉತ್ತಮವಾಗಿ ಕಾರ್ಯನಿರ್ವಹಿಸಲು ಅಗತ್ಯವಾದ ಕೌಶಲ್ಯ ಮತ್ತು ತಿಳುವಳಿಕೆಯನ್ನು ಉತ್ತಮವಾಗಿ ಅಭಿವೃದ್ಧಿಪಡಿಸಬಹುದು.

ಅಧಿಕೃತ ಮೌಲ್ಯಮಾಪನಕ್ಕಾಗಿ ಪರ್ಯಾಯ ಹೆಸರುಗಳು:

ಈ ರೀತಿಯ ಮೌಲ್ಯಮಾಪನಕ್ಕಾಗಿ ಇತರ ಸಾಮಾನ್ಯ ಹೆಸರುಗಳನ್ನು ನೋಡುವ ಮೂಲಕ AA ಎಂದರೇನು ಎಂಬುದರ ಕುರಿತು ನೀವು ಏನನ್ನಾದರೂ ಕಲಿಯಬಹುದು. ಉದಾಹರಣೆಗೆ: AA ಅನ್ನು ಕೆಲವೊಮ್ಮೆ ಎಂದು ಕರೆಯಲಾಗುತ್ತದೆ

ಕಾರ್ಯಕ್ಷಮತೆಯ ಮೌಲ್ಯಮಾಪನ (ಅಥವಾ ಕಾರ್ಯಕ್ಷಮತೆ-ಆಧಾರಿತ) -- ವಿದ್ಯಾರ್ಥಿಗಳು ಅರ್ಥಪೂರ್ಣ ಕಾರ್ಯಗಳನ್ನು ನಿರ್ವಹಿಸಲು ಕೇಳಿಕೊಳ್ಳುವುದರಿಂದ ಕರೆಯುತ್ತಾರೆ. ಈ ರೀತಿಯ ಮೌಲ್ಯಮಾಪನಕ್ಕೆ ಇದು ಮತ್ತೊಂದು ಸಾಮಾನ್ಯ ಪದವಾಗಿದೆ. ಸ್ಟಿಗ್ಗಿನ್ಸ್ ಮೇಲಿನಂತೆ ಕಾರ್ಯಕ್ಷಮತೆಯ ಮೌಲ್ಯಮಾಪನವನ್ನು ಕಾರ್ಯಕ್ಷಮತೆ-ಆಧಾರಿತ ಎಂದು ವ್ಯಾಖ್ಯಾನಿಸುವ ಮೂಲಕ ಕೆಲವು ಶಿಕ್ಷಣತಜ್ಞರು AA ದಿಂದ ಕಾರ್ಯಕ್ಷಮತೆಯ ಮೌಲ್ಯಮಾಪನವನ್ನು ಪ್ರತ್ಯೇಕಿಸುತ್ತಾರೆ ಆದರೆ ಕಾರ್ಯದ ಅಧಿಕೃತ ಸ್ವರೂಪಕ್ಕೆ ಯಾವುದೇ ಉಲ್ಲೇಖವಿಲ್ಲ. ಈ ಶಿಕ್ಷಕರಿಗೆ, ಅಧಿಕೃತ ಮೌಲ್ಯಮಾಪನಗಳು ನೈಜ-ಪ್ರಪಂಚದ/ಅಧಿಕೃತ ಕಾರ್ಯಗಳು/ಸಂದರ್ಭಗಳನ್ನು ಬಳಸಿಕೊಂಡು ಕಾರ್ಯಕ್ಷಮತೆಯ ಮೌಲ್ಯಮಾಪನಗಳಾಗಿವೆ. ಪ್ರಕೃತಿಯಲ್ಲಿ ಅಧಿಕೃತವಲ್ಲದ ಕೆಲಸವನ್ನು ಮಾಡಲು ನಾವು ಸಾಮಾನ್ಯವಾಗಿ ವಿದ್ಯಾರ್ಥಿಗಳನ್ನು ಕೇಳಬಾರದು, ನಾನು ಈ ಎರಡು ಪದಗಳನ್ನು ಸಮಾನಾರ್ಥಕವಾಗಿ ಪರಿಗಣಿಸಲು ಆಯ್ಕೆ ಮಾಡುತ್ತೇನೆ.

ಪರ್ಯಾಯ ಮೌಲ್ಯಮಾಪನ -- ಸಾಂಪ್ರದಾಯಿಕ ಮೌಲ್ಯಮಾಪನಗಳಿಗೆ ಎಎ ಪರ್ಯಾಯವಾದ ಕಾರಣ ಎಂದು ಕರೆಯಲ್ಪಡುತ್ತದೆ.

ನೇರ ಮೌಲ್ಯಮಾಪನ -- ಜ್ಞಾನ ಮತ್ತು ಕೌಶಲ್ಯಗಳ ಅರ್ಥಪೂರ್ಣ ಅನ್ವಯಕ್ಕೆ AA ಹೆಚ್ಚು ನೇರವಾದ ಪುರಾವೆಗಳನ್ನು ಒದಗಿಸುವ ಕಾರಣ. ವಿದ್ಯಾರ್ಥಿಯ ಬಹು-ಆಯ್ಕೆಯ ಪರೀಕ್ಷೆಯಲ್ಲಿ ಉತ್ತಮವಾಗಿ ಕಾರ್ಯನಿರ್ವಹಿಸಿದರೆ, ವಿದ್ಯಾರ್ಥಿಯ ಆ ಜ್ಞಾನವನ್ನು ನೈಜ-ಪ್ರಪಂಚದ ಸಂದರ್ಭಗಳಲ್ಲಿ ಅನ್ವಯಿಸಬಹುದು ಎಂದು ನಾವು ಪರೋಕ್ಷವಾಗಿ ಊಹಿಸಬಹುದು, ಆದರೆ ಗಾಲ್ಫಿಂಗ್ ಉದಾಹರಣೆಯಂತಹ ಅಪ್ಲಿಕೇಶನ್‌ನ ನೇರ ಪ್ರದರ್ಶನದಿಂದ ಆ ತೀರ್ಮಾನವನ್ನು ಮಾಡಲು ನಾವು ಹೆಚ್ಚು ಆರಾಮದಾಯಕರಾಗಿದ್ದೇವೆ. ಮೇಲೆ.

ರಚನಾತ್ಮಕ ದೃಷ್ಟಿಕೋನ:

ರಚನಾತ್ಮಕವಾದವು ಕಲಿಕೆಯ ಸಿದ್ಧಾಂತಗಳ ವರ್ಗವನ್ನು ಸೂಚಿಸುತ್ತದೆ, ಇದರಲ್ಲಿ ಕಲಿಯುವವರ ಏಜೆನ್ಸಿ ಮತ್ತು ಪೂರ್ವ ಜ್ಞಾನದ ಮೇಲೆ ಒತ್ತು ನೀಡಲಾಗುತ್ತದೆ, ಸಾಮಾನ್ಯವಾಗಿ ಕಲಿಕೆಯ ಪ್ರಕ್ರಿಯೆಯ ಸಾಮಾಜಿಕ ಮತ್ತು ಸಾಂಸ್ಕೃತಿಕ ನಿರ್ಧಾರಕಗಳ ಮೇಲೆ. ಶೈಕ್ಷಣಿಕ ಮನಶ್ಶಾಸ್ತ್ರಜ್ಞರು ವೈಯಕ್ತಿಕ (ಅಥವಾ ಮಾನಸಿಕ) ರಚನಾತ್ಮಕತೆಯನ್ನು ಪ್ರತ್ಯೇಕಿಸುತ್ತಾರೆ, ಇದನ್ನು ಪಿಯಾಗೆಟ್ನ ಕಲಿಕೆಯ ಸಿದ್ಧಾಂತದೊಂದಿಗೆ ಗುರುತಿಸಲಾಗಿದೆ, ಸಾಮಾಜಿಕ ರಚನಾತ್ಮಕತೆ.

ನಂತರದ ಪ್ರಕಾರದ ಮೇಲೆ ಪ್ರಬಲವಾದ ಪ್ರಭಾವವು ಸಾಮಾಜಿಕ-ಸಾಂಸ್ಕೃತಿಕ ಕಲಿಕೆಯ ಮೇಲೆ ಲೆವ್ ವೈಗೋಟ್ಸ್ಕಿಯ ಕೆಲಸವಾಗಿದೆ, ವಯಸ್ಕರು, ಹೆಚ್ಚು ಸಮರ್ಥ ಗೆಳೆಯರು ಮತ್ತು ಅರಿವಿನ ಸಾಧನಗಳು ಮಾನಸಿಕ ರಚನೆಗಳನ್ನು ರೂಪಿಸಲು ಹೇಗೆ ಅಂತರ್ಗತವಾಗಿವೆ ಎಂಬುದನ್ನು ವಿವರಿಸುತ್ತದೆ. ವೈಗೋಟ್ಸ್ಕಿಯ ಸಿದ್ಧಾಂತವನ್ನು ವಿವರಿಸುತ್ತಾ, ಜೆರೋಮ್ ಬ್ರೂನರ್ ಮತ್ತು ಇತರ ಶೈಕ್ಷಣಿಕ ಮನಶ್ಶಾಸ್ತ್ರಜ್ಞರು ಸೂಚನಾ ಸ್ಕ್ಯಾಫೋಲ್ಡಿಂಗ್ನ ಪ್ರಮುಖ ಪರಿಕಲ್ಪನೆಯನ್ನು ಅಭಿವೃದ್ಧಿಪಡಿಸಿದರು, ಇದರಲ್ಲಿ ಸಾಮಾಜಿಕ/ಮಾಹಿತಿ ಪರಿಸರವು ಕಲಿಕೆಗೆ ಬೆಂಬಲವನ್ನು ನೀಡುತ್ತದೆ, ಅವುಗಳು ಆಂತರಿಕವಾಗಿ ಕ್ರಮೇಣ ಹಿಂತೆಗೆದುಕೊಳ್ಳಲ್ಪಡುತ್ತವೆ.

ವೈಗೋಟ್ಸ್ಕಿಯ ರಚನಾತ್ಮಕ ಸಿದ್ಧಾಂತದ ಆವೃತ್ತಿಯು ನಡವಳಿಕೆ, ಕೌಶಲ್ಯಗಳು, ವರ್ತನೆಗಳು ಮತ್ತು ನಂಬಿಕೆಗಳು ಅಂತರ್ಗತವಾಗಿ ನೆಲೆಗೊಂಡಿವೆ, ಅಂದರೆ ನಿರ್ದಿಷ್ಟ ಸಾಮಾಜಿಕ-ಸಾಂಸ್ಕೃತಿಕ ಸೆಟ್ಟಿಂಗ್ಗೆ ಬದ್ಧವಾಗಿವೆ ಎಂಬ ದೃಷ್ಟಿಕೋನಕ್ಕೆ ಕಾರಣವಾಯಿತು. ಈ ದೃಷ್ಟಿಕೋನದ ಪ್ರಕಾರ, ಅಭ್ಯಾಸದ ಸಮುದಾಯದೊಳಗೆ ಸಾಮಾಜಿಕ ಸಂವಹನಗಳ ಮೂಲಕ ಕಲಿಯುವವರು ಸುಸಂಸ್ಕೃತರಾಗುತ್ತಾರೆ.

ಕಲಿಕೆಯ ಸಾಮಾಜಿಕ ರಚನಾತ್ಮಕ ದೃಷ್ಟಿಕೋನವು ಅರಿವಿನ ಅಪ್ರೆಂಟಿಸ್ಶಪ್ನಂತಹ ಬೋಧನೆ ಮತ್ತು ಕಲಿಕೆಯ ವಿಧಾನಗಳನ್ನು ಹುಟ್ಟುಹಾಕಿದೆ, ಇದರಲ್ಲಿ ಸಂಕೀರ್ಣ ಕೌಶಲ್ಯದ ಮೌನ ಘಟಕಗಳು ಕೌಶಲ್ಯವನ್ನು ಅಂತರ್ಗತವಾಗಿರುವ ಸೆಟ್ಟಿಂಗ್ನಲ್ಲಿ ಪರಿಣಿತ ಮತ್ತು ಅನನುಭವಿ ನಡುವೆ ಸಂಭವಿಸುವ ಸಂವಾದಾತ್ಮಕ ಸಂವಾದಗಳ ಮೂಲಕ ಸ್ಪಷ್ಟವಾಗಿ ಮಾಡಲಾಗುತ್ತದೆ.

3.5 ಕಲಿಕೆಯಮೌಲ್ಯಮಾಪನಮತ್ತುಕಲಿಕೆಗಾಗಿಮೌಲ್ಯಮಾಪನ- ಅರ್ಥಮತ್ತುವ್ಯತ್ಯಾಸ

ಕಲಿಕೆಯ ಮೌಲ್ಯಮಾಪನ:

ಕಲಿಕೆಯ ಮೌಲ್ಯಮಾಪನ ಎಂದರೇನು? ಕಲಿಕೆಯ ಮೌಲ್ಯಮಾಪನವು ವಿದ್ಯಾರ್ಥಿಗಳಿಗೆ ಏನು ತಿಳಿದಿದೆ ಎಂಬುದನ್ನು ದೃಢೀಕರಿಸಲು ವಿನ್ಯಾಸಗೊಳಿಸಿದ ತಂತ್ರಗಳನ್ನು ಸೂಚಿಸುತ್ತದೆ, ಅವರು ಪಠ್ಯಕ್ರಮದ ಫಲಿತಾಂಶಗಳನ್ನು / ಅವರ ವೈಯಕ್ತಿಕ ಕಾರ್ಯಕ್ರಮಗಳ ಗುರಿಗಳನ್ನು ಪೂರೈಸಿದ್ದಾರೆಯೇ / ಇಲ್ಲವೇ ಎಂಬುದನ್ನು ಪ್ರದರ್ಶಿಸಲು / ಪ್ರಾವೀಣ್ಯತೆಯನ್ನು ಪ್ರಮಾಣೀಕರಿಸಲು ಮತ್ತು ವಿದ್ಯಾರ್ಥಿಗಳ ಭವಿಷ್ಯದ ಕಾರ್ಯಕ್ರಮಗಳು / ನಿಯೋಜನೆಗಳ ಬಗ್ಗೆ ನಿರ್ಧಾರಗಳನ್ನು ತೆಗೆದುಕೊಳ್ಳುತ್ತಾರೆ. ಇದನ್ನು ಪೋಷಕರು, ಇತರ ಶಿಕ್ಷಕರು, ವಿದ್ಯಾರ್ಥಿಗಳು ಮತ್ತು ಕೆಲವೊಮ್ಮೆ ಹೊರಗಿನ ಗುಂಪುಗಳಿಗೆ (ಉದಾ: ಉದ್ಯೋಗದಾತರು, ಇತರ ಶಿಕ್ಷಣ ಸಂಸ್ಥೆಗಳು) ಸಾಧನೆಯ ಪುರಾವೆಗಳನ್ನು ಒದಗಿಸಲು ವಿನ್ಯಾಸಗೊಳಿಸಲಾಗಿದೆ. ಕಲಿಕೆಯ ಮೌಲ್ಯಮಾಪನವು ಸಾರ್ವಜನಿಕವಾಗುವ ಮೌಲ್ಯಮಾಪನವಾಗಿದೆ ಮತ್ತು ವಿದ್ಯಾರ್ಥಿಗಳು ಎಷ್ಟು ಚೆನ್ನಾಗಿ ಕಲಿಯುತ್ತಿದ್ದಾರೆ ಎಂಬುದರ ಕುರಿತು ಹೇಳಿಕೆಗಳು/ಚಿಹ್ನೆಗಳಲ್ಲಿ ಫಲಿತಾಂಶಗಳು. ವಿದ್ಯಾರ್ಥಿಗಳ ಭವಿಷ್ಯದ ಮೇಲೆ ಪರಿಣಾಮ ಬೀರುವ ಪ್ರಮುಖ ನಿರ್ಧಾರಗಳಿಗೆ ಇದು ಆಗಾಗ್ಗೆ ಕೊಡುಗೆ ನೀಡುತ್ತದೆ. ಆದ್ದರಿಂದ, ಕಲಿಕೆಯ ಮೌಲ್ಯಮಾಪನದ ಆಧಾರವಾಗಿರುವ ತರ್ಕ ಮತ್ತು ಮಾಪನವು ವಿಶ್ವಾಸಾರ್ಹ ಮತ್ತು

ಸಮರ್ಥನೀಯವಾಗಿರುವುದು ಮುಖ್ಯವಾಗಿದೆ.

ಕಲಿಕೆಯ ಮೌಲ್ಯಮಾಪನದಲ್ಲಿ ಶಿಕ್ಷಕರ ಪಾತ್ರಗಳು ಕಲಿಕೆಯ ಮೌಲ್ಯಮಾಪನದ ಪರಿಣಾಮಗಳು ಸಾಮಾನ್ಯವಾಗಿ ದೂರಗಾಮಿ ಮತ್ತು ವಿದ್ಯಾರ್ಥಿಗಳ ಮೇಲೆ ಗಂಭೀರವಾಗಿ ಪರಿಣಾಮ ಬೀರುವುದರಿಂದ, ವಿವಿಧ ಸಂದರ್ಭಗಳು ಮತ್ತು ಅಪ್ಲಿಕೇಶನ್‌ಗಳಿಂದ ಪಡೆದ ಪುರಾವೆಗಳ ಆಧಾರದ ಮೇಲೆ ವಿದ್ಯಾರ್ಥಿಗಳ ಕಲಿಕೆಯನ್ನು ನಿಖರವಾಗಿ ಮತ್ತು ನ್ಯಾಯಯುತವಾಗಿ ವರದಿ ಮಾಡುವ ಜವಾಬ್ದಾರಿಯನ್ನು ಶಿಕ್ಷಕರು ಹೊಂದಿರುತ್ತಾರೆ. ಕಲಿಕೆಯ ಪರಿಣಾಮಕಾರಿ ಮೌಲ್ಯಮಾಪನವನ್ನು ಶಿಕ್ಷಕರು ಒದಗಿಸುವ ಅಗತ್ಯವಿದೆ

- ನಿರ್ದಿಷ್ಟ ಸಮಯದಲ್ಲಿ ಕಲಿಕೆಯ ನಿರ್ದಿಷ್ಟ ಮೌಲ್ಯಮಾಪನವನ್ನು ಕೈಗೊಳ್ಳಲು ಒಂದು ತಾರ್ಕಿಕತೆ
- ಉದ್ದೇಶಿತ ಕಲಿಕೆಯ ಸ್ಪಷ್ಟ ವಿವರಣೆಗಳು
- ವಿದ್ಯಾರ್ಥಿಗಳು ತಮ್ಮ ಸಾಮರ್ಥ್ಯ ಮತ್ತು ಕೌಶಲ್ಯವನ್ನು ಪ್ರದರ್ಶಿಸಲು ಸಾಧ್ಯವಾಗಿಸುವ ಪ್ರಕ್ರಿಯೆಗಳು
- ಅದೇ ಫಲಿತಾಂಶಗಳನ್ನು ನಿರ್ಣಯಿಸಲು ಪರ್ಯಾಯ ಕಾರ್ಯವಿಧಾನಗಳ ಶ್ರೇಣಿ
- ತೀರ್ಪುಗಳನ್ನು ವ್ಯಾಖ್ಯಾನಿಸಲು ಪಾರದರ್ಶಕ ವಿಧಾನಗಳನ್ನು ಮಾಡಲು ಸಾರ್ವಜನಿಕ ಮತ್ತು ಸಮರ್ಥನೀಯ ಉಲ್ಲೇಖಿದ ಅಂಶಗಳು
- ಮೌಲ್ಯಮಾಪನ ಪ್ರಕ್ರಿಯೆಯ ವಿವರಣೆಗಳು
- ತಮ್ಮ ಶಿಕ್ಷಕರ ಸಹಾಯದಿಂದ ನಿರ್ಧಾರಗಳ ಬಗ್ಗೆ ಭಿನ್ನಾಭಿಪ್ರಾಯದ ಸಂದರ್ಭದಲ್ಲಿ ಆಶ್ರಯಕ್ಕಾಗಿ ತಂತ್ರಗಳು, ವಿದ್ಯಾರ್ಥಿಗಳು ತಮ್ಮ ಸಾಮರ್ಥ್ಯವನ್ನು ತೋರಿಸಲು ಮತ್ತು ಅವರ ಕಲಿಕೆಯ ಆಳ ಮತ್ತು ಅಗಲವನ್ನು ತೋರಿಸುವ ಸಂದರ್ಭಗಳಾಗಿ ಕಲಿಕೆಯ ಕಾರ್ಯಗಳ ಮೌಲ್ಯಮಾಪನವನ್ನು ಎದುರುನೋಡಬಹುದು.

ಕಲಿಕೆಯ ಯೋಜನಾ ಮೌಲ್ಯಮಾಪನ:

ವಿದ್ಯಾರ್ಥಿಗಳ ಕಲಿಕೆಯ ಮಟ್ಟವನ್ನು ಅಳೆಯುವುದು, ಪ್ರಮಾಣೀಕರಿಸುವುದು ಮತ್ತು ವರದಿ ಮಾಡುವುದು ಕಲಿಕೆಯ ಮೌಲ್ಯಮಾಪನದ ಉದ್ದೇಶವಾಗಿದೆ, ಇದರಿಂದಾಗಿ ವಿದ್ಯಾರ್ಥಿಗಳ ಬಗ್ಗೆ ಸಮಂಜಸವಾದ ನಿರ್ಧಾರಗಳನ್ನು ತೆಗೆದುಕೊಳ್ಳಬಹುದು. ಮಾಹಿತಿಯ ಅನೇಕ ಸಂಭಾವ್ಯ ಬಳಕೆದಾರರಿದ್ದಾರೆ:

- ಶಿಕ್ಷಕರು (ತಮ್ಮ ಮಕ್ಕಳ ಪ್ರಾವೀಣ್ಯತೆ ಮತ್ತು ಪ್ರಗತಿಯ ಕುರಿತು ಪೋಷಕರೊಂದಿಗೆ ಸಂವಹನ ನಡೆಸಲು ಮಾಹಿತಿಯನ್ನು ಬಳಸಬಹುದು)
- ಪೋಷಕರು ಮತ್ತು ವಿದ್ಯಾರ್ಥಿಗಳು (ಶೈಕ್ಷಣಿಕ ಮತ್ತು ವೃತ್ತಿಪರ ನಿರ್ಧಾರಗಳನ್ನು ಮಾಡಲು ಯಾರು ಫಲಿತಾಂಶಗಳನ್ನು ಬಳಸಬಹುದು)
- ಸಂಭಾವ್ಯ ಉದ್ಯೋಗದಾತರು ಮತ್ತು ಪೋಸ್ಟ್-ಸೆಕೆಂಡರಿ ಸಂಸ್ಥೆಗಳು (ನೇಮಕ/ಸ್ವೀಕಾರದ ಬಗ್ಗೆ ನಿರ್ಧಾರಗಳನ್ನು ತೆಗೆದುಕೊಳ್ಳಲು ಮಾಹಿತಿಯನ್ನು ಬಳಸಬಹುದು)
- ಪ್ರಾಂಶುಪಾಲರು, ಜಿಲ್ಲಾ/ವಿಭಾಗೀಯ ನಿರ್ವಾಹಕರು ಮತ್ತು ಶಿಕ್ಷಕರು (ಪ್ರೋಗ್ರಾಮಿಂಗ್ ಅನ್ನು ಪರಿಶೀಲಿಸಲು ಮತ್ತು ಪರಿಷ್ಕರಿಸಲು ಮಾಹಿತಿಯನ್ನು ಬಳಸಬಹುದು).

ಕಲಿಕೆಯ ಮೌಲ್ಯಮಾಪನವು ಉದ್ದೇಶಿತ ಕಲಿಕೆಯ ಸ್ವರೂಪ ಮತ್ತು ಸಂಕೀರ್ಣತೆಯನ್ನು ಪ್ರತಿನಿಧಿಸುವ ರೀತಿಯಲ್ಲಿ, ಪ್ರಮುಖ ಪಠ್ಯಕ್ರಮದ ಪ್ರದೇಶಗಳಲ್ಲಿ ವಿದ್ಯಾರ್ಥಿಗಳ ಸಾಧನೆಗಳ ಬಗ್ಗೆ ಮಾಹಿತಿಯ ಸಂಗ್ರಹಣೆ ಮತ್ತು ವ್ಯಾಖ್ಯಾನದ ಅಗತ್ಯವಿದೆ. ತಿಳುವಳಿಕೆಗಾಗಿ ನಿಜವಾದ ಕಲಿಕೆಯ

ಸತ್ಯಗಳು/ಅಲ್ಗರಿದಮ್ಗಳ ಗುರುತಿಸುವಿಕೆ/ಸ್ಮರಣೆಗಿಂತ ಹೆಚ್ಚಾಗಿರುತ್ತದೆ, ಕಲಿಕೆಯ ಕಾರ್ಯಗಳ ಮೌಲ್ಯಮಾಪನವು ವಿದ್ಯಾರ್ಥಿಗಳು ತಮ್ಮ ತಿಳುವಳಿಕೆಯ ಸಂಕೀರ್ಣತೆಯನ್ನು ತೋರಿಸಲು ಅನುವು ಮಾಡಿಕೊಡುವ ಅಗತ್ಯವಿದೆ. ವಿದ್ಯಾರ್ಥಿಗಳು ಪ್ರಮುಖ ಪರಿಕಲ್ಪನೆಗಳು, ಜ್ಞಾನ, ಕೌಶಲ್ಯಗಳು ಮತ್ತು ವರ್ತನೆಗಳನ್ನು ಅಧಿಕೃತ ಮತ್ತು ಜ್ಞಾನದ ಡೊಮೇನ್‌ನಲ್ಲಿ ಪ್ರಸ್ತುತ ಚಿಂತನೆಯೊಂದಿಗೆ ಸ್ಥಿರವಾದ ರೀತಿಯಲ್ಲಿ ಅನ್ವಯಿಸಲು ಸಾಧ್ಯವಾಗುತ್ತದೆ.

ಕಲಿಕೆಯ ಮೌಲ್ಯಮಾಪನದಲ್ಲಿ, ಆಯ್ಕೆಮಾಡಿದ ವಿಧಾನಗಳು ಉದ್ದೇಶಿತ ಪಠ್ಯಕ್ರಮದ ಫಲಿತಾಂಶಗಳನ್ನು ಮತ್ತು ಫಲಿತಾಂಶಗಳನ್ನು ತಲುಪಲು ಅಗತ್ಯವಿರುವ ಕಲಿಕೆಯ ನಿರಂತರತೆಯನ್ನು ತಿಳಿಸುವ ಅಗತ್ಯವಿದೆ. ವಿಧಾನಗಳು ಎಲ್ಲಾ ವಿದ್ಯಾರ್ಥಿಗಳು ತಮ್ಮ ತಿಳುವಳಿಕೆಯನ್ನು ತೋರಿಸಲು ಮತ್ತು ಅವರ ಕಲಿಕೆಯ ಸ್ವರೂಪ ಮತ್ತು ಗುಣಮಟ್ಟದ ಬಗ್ಗೆ ವಿಶ್ವಾಸಾರ್ಹ, ಸಮರ್ಥನೀಯ ಹೇಳಿಕೆಗಳನ್ನು ಬೆಂಬಲಿಸಲು ಸಾಕಷ್ಟು ಮಾಹಿತಿಯನ್ನು ಉತ್ಪಾದಿಸಲು ಅನುಮತಿಸಬೇಕು, ಇದರಿಂದಾಗಿ ಇತರರು ಫಲಿತಾಂಶಗಳನ್ನು ಸೂಕ್ತ ರೀತಿಯಲ್ಲಿ ಬಳಸಬಹುದು. ಕಲಿಕೆಯ ವಿಧಾನಗಳ ಮೌಲ್ಯಮಾಪನವು ಪರೀಕ್ಷೆಗಳು ಮತ್ತು ಪರೀಕ್ಷೆಗಳನ್ನು ಮಾತ್ರವಲ್ಲದೆ, ಶ್ರೀಮಂತ ವೈವಿಧ್ಯಮಯ ಉತ್ಪನ್ನಗಳು ಮತ್ತು ಕಲಿಕೆಯ ಪೋರ್ಟ್‌ಫೋಲಿಯೊಗಳು, ಪ್ರದರ್ಶನಗಳು, ಪ್ರದರ್ಶನಗಳು, ಪ್ರಸ್ತುತಿಗಳು, ಸಿಮ್ಯುಲೇಶನ್‌ಗಳು, ಮಲ್ಟಿಮೀಡಿಯಾ ಯೋಜನೆಗಳು ಮತ್ತು ವಿವಿಧ ಇತರ ಲಿಖಿತ, ಮೌಖಿಕ ಮತ್ತು ದೃಶ್ಯ ವಿಧಾನಗಳ ಪ್ರದರ್ಶನಗಳನ್ನು ಒಳಗೊಂಡಿರುತ್ತದೆ.

ಕಲಿಕೆಯ ಮೌಲ್ಯಮಾಪನವನ್ನು ಬಹಳ ಎಚ್ಚರಿಕೆಯಿಂದ ನಿರ್ಮಿಸಬೇಕಾಗಿದೆ, ಆದ್ದರಿಂದ ನಿರ್ಧಾರಗಳನ್ನು ತೆಗೆದುಕೊಳ್ಳುವ ಮಾಹಿತಿಯು ಉತ್ತಮ ಗುಣಮಟ್ಟದ್ದಾಗಿದೆ. ಇತರ ವಿದ್ಯಾರ್ಥಿಗಳ ಮೌಲ್ಯಮಾಪನ ಫಲಿತಾಂಶಗಳಿಗೆ ಸಂಬಂಧಿಸಿದಂತೆ ವ್ಯಾಖ್ಯಾನಿಸಲಾದ ಫಲಿತಾಂಶಗಳಿಗೆ ಮತ್ತು ಸಾಂದರ್ಭೀಕವಾಗಿ ವಿದ್ಯಾರ್ಥಿಗಳ ಸಾಮರ್ಥ್ಯದ ಸಮರ್ಥನೀಯ ಮತ್ತು ನಿಖರವಾದ ವಿವರಣೆಗಳನ್ನು ತಯಾರಿಸಲು ಕಲಿಕೆಯ ಮೌಲ್ಯಮಾಪನವನ್ನು ಸಂಕಲನಾತ್ಮಕವಾಗಿ ವಿನ್ಯಾಸಗೊಳಿಸಲಾಗಿದೆ. ವಿದ್ಯಾರ್ಥಿಗಳ ಪ್ರಾವೀಣ್ಯತೆಯ ಪ್ರಮಾಣೀಕರಣವು ಕರಿಣ, ವಿಶ್ವಾಸಾರ್ಹ, ಮಾನ್ಯ ಮತ್ತು ಸಮಾನವಾದ ಮೌಲ್ಯಮಾಪನ ಮತ್ತು ಮೌಲ್ಯಮಾಪನ ಪ್ರಕ್ರಿಯೆಯನ್ನು ಆಧರಿಸಿರಬೇಕು.

ವಿಶ್ವಾಸಾರ್ಹತೆ:

ಕಲಿಕೆಯ ಮೌಲ್ಯಮಾಪನದಲ್ಲಿನ ವಿಶ್ವಾಸಾರ್ಹತೆಯ ಮೌಲ್ಯಮಾಪನವು ಎಷ್ಟು ನಿಖರ, ಸ್ಥಿರ, ನ್ಯಾಯೋಚಿತ ಮತ್ತು ಪಕ್ಷಪಾತ ಮತ್ತು ಅಸ್ಪಷ್ಟತೆಯಿಂದ ಮುಕ್ತವಾಗಿದೆ ಎಂಬುದರ ಮೇಲೆ ಅವಲಂಬಿತವಾಗಿರುತ್ತದೆ. ಶಿಕ್ಷಕರು ತಮ್ಮನ್ನು ತಾವು ಕೇಳಿಕೊಳ್ಳಬಹುದು:

• ನಿರ್ಣಾಯಕ ಹೇಳಿಕೆ ನೀಡಲು ಈ ನಿರ್ದಿಷ್ಟ ವಿದ್ಯಾರ್ಥಿಯ ಕಲಿಕೆಯ ಕುರಿತು ನನ್ನ ಬಳಿ ಸಾಕಷ್ಟು ಮಾಹಿತಿ ಇದೆಯೇ?

• ಎಲ್ಲಾ ವಿದ್ಯಾರ್ಥಿಗಳು ತಮ್ಮ ಕಲಿಕೆಯನ್ನು ತೋರಿಸಲು ಸಮಾನ ಅವಕಾಶವನ್ನು ನೀಡುವ ರೀತಿಯಲ್ಲಿ ಮಾಹಿತಿಯನ್ನು ಸಂಗ್ರಹಿಸಲಾಗಿದೆಯೇ?

• ಮತ್ತೊಬ್ಬ ಶಿಕ್ಷಕ ಅದೇ ತೀರ್ಮಾನಕ್ಕೆ ಬರುವರೆ?

• ನಾನು ಈ ಮಾಹಿತಿಯನ್ನು ಇನ್ನೊಂದು ಸಮಯದಲ್ಲಿ/ಮತ್ತೊಂದು ರೀತಿಯಲ್ಲಿ ಪರಿಗಣಿಸಿದರೆ ನಾನು ಅದೇ ನಿರ್ಧಾರವನ್ನು ತೆಗೆದುಕೊಳ್ಳುತ್ತೇನೆಯೇ?

ರೆಫರೆನ್ಸ್ ಪಾಯಿಂಟ್‌ಗಳು ವಿಶಿಷ್ಟವಾಗಿ, ಕಲಿಕೆಯ ಮೌಲ್ಯಮಾಪನಕ್ಕೆ ಉಲ್ಲೇಖಿತ ಅಂಶಗಳು ಅಧ್ಯಯನದ ಕೋರ್ಸ್ ಅನ್ನು ರೂಪಿಸುವ ಪಠ್ಯಕ್ರಮದಲ್ಲಿ ಗುರುತಿಸಲಾದ ಕಲಿಕೆಯ

ಫಲಿತಾಂಶಗಳಾಗಿವೆ. ಮೌಲ್ಯಮಾಪನ ಕಾರ್ಯಗಳು ಈ ಕಲಿಕೆಯ ಫಲಿತಾಂಶಗಳ ಅಳತೆಗಳನ್ನು ಒಳಗೊಂಡಿರುತ್ತವೆ ಮತ್ತು ಈ ಕಲಿಕೆಯ ಫಲಿತಾಂಶಗಳಿಗೆ ಸಂಬಂಧಿಸಿದಂತೆ ವಿದ್ಯಾರ್ಥಿಯ ಕಾರ್ಯಕ್ಷಮತೆಯನ್ನು ಅರ್ಥೈಸಲಾಗುತ್ತದೆ ಮತ್ತು ವರದಿ ಮಾಡಲಾಗುತ್ತದೆ. ಸೀಮಿತ ಸ್ಥಾನಗಳಿಗೆ (ಉದಾ: ವಿಶ್ವವಿದ್ಯಾನಿಲಯ ಪ್ರವೇಶ, ವಿದ್ಯಾರ್ಥಿವೇತನಗಳು, ಉದ್ಯೋಗಾವಕಾಶಗಳು) ಆಯ್ಕೆ ನಿರ್ಧಾರಗಳನ್ನು ಮಾಡಬೇಕಾದ ಕೆಲವು ಸಂದರ್ಭಗಳಲ್ಲಿ, ಕಲಿಕೆಯ ಫಲಿತಾಂಶಗಳ ಮೌಲ್ಯಮಾಪನವನ್ನು ವಿದ್ಯಾರ್ಥಿಗಳಿಗೆ ಶ್ರೇಯಾಂಕ ನೀಡಲು ಬಳಸಲಾಗುತ್ತದೆ. ಅಂತಹ ರೂಢಿ-ಉಲ್ಲೇಖಿತ ಸಂದರ್ಭಗಳಲ್ಲಿ, ಏನು ಮಾಪನ ಮಾಡಲಾಗುತ್ತಿದೆ ಎಂಬುದು ಸ್ಪಷ್ಟವಾಗಿರಬೇಕು ಮತ್ತು ಮೌಲ್ಯಮಾಪನ ಫಲಿತಾಂಶಗಳನ್ನು ಬಳಸುವ ಯಾರಿಗಾದರೂ ಅದನ್ನು ಅಳೆಯುವ ವಿಧಾನವು ಪಾರದರ್ಶಕವಾಗಿರಬೇಕು.

ಮಾನ್ಯತೆ ಏಕೆಂದರೆ ಅಧ್ಯಯನದ ವ್ಯಾಪಕ ಕ್ಷೇತ್ರಗಳಲ್ಲಿ ವಿದ್ಯಾರ್ಥಿಗಳ ಪ್ರಾವೀಣ್ಯತೆಯ ಬಗ್ಗೆ ಹೇಳಿಕೆಗಳಲ್ಲಿ ಕಲಿಕೆಯ ಫಲಿತಾಂಶಗಳ ಮೌಲ್ಯಮಾಪನ, ಕಲಿಕೆಯ ಕಾರ್ಯಗಳ ಮೌಲ್ಯಮಾಪನವು ಪಠ್ಯಕ್ರಮದಲ್ಲಿ ಸ್ಥಾಪಿಸಲಾದ ಪ್ರಮುಖ ಜ್ಞಾನ, ಪರಿಕಲ್ಪನೆಗಳು, ಕೌಶಲ್ಯಗಳು, ಇತ್ಯರ್ಥಗಳನ್ನು ಪ್ರತಿಬಿಂಬಿಸಬೇಕು, ಹೊರಹೊಮ್ಮುವ ಹೇಳಿಕೆಗಳು ಮತ್ತು ತೀರ್ಮಾನಗಳನ್ನು ಎತ್ತಿಹಿಡಿಯಬೇಕು. ಸಾಕ್ಷ್ಯವನ್ನು ಸಂಗ್ರಹಿಸಲಾಗಿದೆ.

ರೆಕಾರ್ಡ್ ಕೀಪಿಂಗ್ ಕಲಿಕೆಯ ಮೌಲ್ಯಮಾಪನಕ್ಕಾಗಿ ಶಿಕ್ಷಕರು ಆಯ್ಕೆ ಮಾಡುವ ಯಾವುದೇ ವಿಧಾನಗಳು, ಮಾಪನದ ಗುಣಮಟ್ಟದ ಬಗ್ಗೆ ವಿವರಗಳನ್ನು ಒದಗಿಸುವ ಅವರ ದಾಖಲೆಗಳು. ಕಲಿಕೆಯ ಮೌಲ್ಯಮಾಪನದ ವಿವಿಧ ಘಟಕಗಳ ವಿವರವಾದ ದಾಖಲೆಗಳು ಅತ್ಯಗತ್ಯ, ಪ್ರತಿ ಘಟಕವು ಯಾವ ಮಾನದಂಡಗಳು ಮತ್ತು ಉಲ್ಲೇಖಿದ ಅಂಶಗಳ ವಿರುದ್ಧ ಯಾವ ನಿಖರತೆಯೊಂದಿಗೆ ಅಳೆಯುತ್ತದೆ ಎಂಬುದರ ವಿವರಣೆಯೊಂದಿಗೆ ಮತ್ತು ಸಮರ್ಥನೆಯಾಗಿ ಫಲಿತಾಂಶಗಳಿಗೆ ಸಂಬಂಧಿಸಿದ ಪುರಾವೆಗಳನ್ನು ಒಳಗೊಂಡಿರಬೇಕು. ಶಿಕ್ಷಕರು ವಿವರವಾದ ಮತ್ತು ವಿವರಣಾತ್ಮಕವಾದ ದಾಖಲೆಗಳನ್ನು ಇರಿಸಿದಾಗ, ಅವರು ಪೋಷಕರು ಮತ್ತು ಇತರರಿಗೆ ಅರ್ಥಪೂರ್ಣ ವರದಿಗಳನ್ನು ಒದಗಿಸಲು ಅತ್ಯುತ್ತಮ ಸ್ಥಾನದಲ್ಲಿರುತ್ತಾರೆ. ಕೇವಲ ಸಾಂಕೇತಿಕ ಪ್ರಾತಿನಿಧ್ಯ ವಿದ್ಯಾರ್ಥಿಯ ಸಾಧನೆಗಳು (ಉದಾ: ಅಕ್ಷರದ ಗ್ರೇಡ್/ಶೇಕಡಾವಾರು) ಅಸಮರ್ಪಕವಾಗಿದೆ. ಪೋಷಕರು ಮತ್ತು ಇತರರಿಗೆ ವರದಿಗಳು ವರದಿಯು ಒಳಗೊಂಡಿರುವ ಉದ್ದೇಶಿತ ಕಲಿಕೆ, ಪೋಷಕ ಮಾಹಿತಿಯನ್ನು ಸಂಗ್ರಹಿಸಲು ಬಳಸುವ ಮೌಲ್ಯಮಾಪನ ವಿಧಾನಗಳು ಮತ್ತು ತೀರ್ಪು ನೀಡಲು ಬಳಸುವ ಮಾನದಂಡಗಳನ್ನು ಗುರುತಿಸಬೇಕು.

ವಿದ್ಯಾರ್ಥಿಗಳಿಗೆ ಪ್ರತಿಕ್ರಿಯೆ ಏಕೆಂದರೆ ಕಲಿಕೆಯ ಮೌಲ್ಯಮಾಪನವು ಯುನಿಟ್/ಕಲಿಕೆಯ ಚಕ್ರದ ಕೊನೆಯಲ್ಲಿ ಹೆಚ್ಚಾಗಿ ಬರುತ್ತದೆ, ಕಲಿಕೆಯ ಮೌಲ್ಯಮಾಪನ ಮತ್ತು ಕಲಿಕೆಯ ಮೌಲ್ಯಮಾಪನಕ್ಕಿಂತ ವಿದ್ಯಾರ್ಥಿಗಳಿಗೆ ಪ್ರತಿಕ್ರಿಯೆಯು ವಿದ್ಯಾರ್ಥಿಗಳ ಕಲಿಕೆಯ ಮೇಲೆ ಕಡಿಮೆ ಸ್ಪಷ್ಟ ಪರಿಣಾಮವನ್ನು ಬೀರುತ್ತದೆ. ಅದೇನೇ ಇದ್ದರೂ, ವಿದ್ಯಾರ್ಥಿಗಳು ತಮ್ಮ ಯಶಸ್ಸಿನ ಮಟ್ಟದ ಸೂಚಕಗಳಾಗಿ ತಮ್ಮ ಅಂಕಗಳು ಮತ್ತು ಶಿಕ್ಷಕರ ಕಾಮೆಂಟ್‌ಗಳನ್ನು ಅವಲಂಬಿಸಿರುತ್ತಾರೆ ಮತ್ತು ಅವರ ಭವಿಷ್ಯದ ಕಲಿಕೆಯ ಪ್ರಯತ್ನಗಳ ಬಗ್ಗೆ ನಿರ್ಧಾರಗಳನ್ನು ತೆಗೆದುಕೊಳ್ಳುತ್ತಾರೆ.

ಕಲಿಕೆಯ ಮೌಲ್ಯಮಾಪನದಲ್ಲಿ ಕಲಿಕೆಯನ್ನು ವಿಭಿನ್ನಗೊಳಿಸುವುದು, ಮೌಲ್ಯಮಾಪನದಲ್ಲಿಯೇ ವ್ಯತ್ಯಾಸವು ಸಂಭವಿಸುತ್ತದೆ. ಕನ್ನಡಕವಿಲ್ಲದೆ ಡ್ರ್ಯಾಯಿಂಗ್ ಪ್ರಾವೀಣ್ಯತೆಯನ್ನು ಪ್ರದರ್ಶಿಸಲು ಸಮೀಪದೃಷ್ಟಿಯುಳ್ಳ ವ್ಯಕ್ತಿಯನ್ನು ಕೇಳಲು ಸ್ವಲ್ಪ ಅರ್ಥವಿಲ್ಲ. ಚಾಲಕ ಕನ್ನಡಕವನ್ನು ಬಳಸಿದಾಗ,

ಪರೀಕ್ಷಕನು ಚಾಲಕನ ಸಾಮರ್ಥ್ಯದ ನಿಖರವಾದ ಚಿತ್ರವನ್ನು ಪಡೆಯಲು ಮತ್ತು ಅವನು/ಅವಳನ್ನು ಪ್ರವೀಣ ಎಂದು ಪ್ರಮಾಣೀಕರಿಸಲು ಸಾಧ್ಯವಿದೆ. ಅದೇ ರೀತಿಯಲ್ಲಿ, ಕಲಿಕೆಯ ಮೌಲ್ಯಮಾಪನದಲ್ಲಿನ ವ್ಯತ್ಯಾಸವು ವಿದ್ಯಾರ್ಥಿಗಳಿಗೆ ನಿರ್ದಿಷ್ಟ ಕಲಿಕೆಯನ್ನು ಗೋಚರವಾಗುವಂತೆ ಮಾಡಲು ಅಗತ್ಯವಾದ ಸೌಕರ್ಯಗಳು ಸ್ಥಳದಲ್ಲಿರಬೇಕು. ವಿದ್ಯಾರ್ಥಿಗಳ ಕಲಿಕೆಯನ್ನು ಶಿಕ್ಷಕರಿಗೆ ಪಾರದರ್ಶಕವಾಗಿಸಲು ಮೌಲ್ಯಮಾಪನದ ಬಹು ರೂಪಗಳು ಬಹು ಮಾರ್ಗಗಳನ್ನು ನೀಡುತ್ತವೆ. ನಿರ್ದಿಷ್ಟ ಪಠ್ಯಕ್ರಮದ ಫಲಿತಾಂಶದ ಅವಶ್ಯಕತೆ, ಉದಾಹರಣೆಗೆ ಸಂಘರ್ಷದ ಸಾಮಾಜಿಕ ಅಧ್ಯಯನದ ಕಲ್ಪನೆಯ ತಿಳುವಳಿಕೆ, ಉದಾಹರಣೆಗೆ: ದೃಶ್ಯ, ಮೌಖಿಕ, ನಾಟಕೀಯ/ಲಿಖಿತ ಪ್ರಾತಿನಿಧ್ಯಗಳ ಮೂಲಕ ಪ್ರದರ್ಶಿಸಬಹುದು. ಎಲ್ಲಿಯವರೆಗೆ ಬರವಣಿಗೆಯು ಫಲಿತಾಂಶದ ಸ್ಪಷ್ಟ ಅಂಶವಾಗಿರುವುದಿಲ್ಲವೋ ಅಲ್ಲಿಯವರೆಗೆ, ಲಿಖಿತ ಭಾಷೆಯಲ್ಲಿ ತೊಂದರೆಗಳನ್ನು ಹೊಂದಿರುವ ವಿದ್ಯಾರ್ಥಿಗಳು, ಉದಾಹರಣೆಗೆ: ಇತರ ವಿದ್ಯಾರ್ಥಿಗಳಂತೆ ತಮ್ಮ ಕಲಿಕೆಯನ್ನು ಪ್ರದರ್ಶಿಸಲು ಅದೇ ಅವಕಾಶವನ್ನು ಹೊಂದಿರುತ್ತಾರೆ. ಕಲಿಕೆಯ ಮೌಲ್ಯಮಾಪನವು ಯಾವಾಗಲೂ ಶಿಕ್ಷಕರನ್ನು ಬೋಧನೆ/ಸಂಪನ್ಮೂಲಗಳನ್ನು ಪ್ರತ್ಯೇಕಿಸಲು ಕಾರಣವಾಗುವುದಿಲ್ಲ, ಇದು ವಿದ್ಯಾರ್ಥಿಗಳ ನಿಯೋಜನೆ ಮತ್ತು ಪ್ರಚಾರದ ಮೇಲೆ ಆಳವಾದ ಪರಿಣಾಮವನ್ನು ಬೀರುತ್ತದೆ ಮತ್ತು ಪರಿಣಾಮವಾಗಿ, ಭವಿಷ್ಯದ ಸೂಚನೆ ಮತ್ತು ವಿದ್ಯಾರ್ಥಿಗಳು ಸ್ವೀಕರಿಸುವ ಪ್ರೋಗ್ರಾಮಿಂಗ್‌ನ ಸ್ವರೂಪ ಮತ್ತು ವಿಭಿನ್ನತೆಯ ಮೇಲೆ. ಆದ್ದರಿಂದ, ಮೌಲ್ಯಮಾಪನ ಫಲಿತಾಂಶಗಳು ನಿಖರವಾಗಿರಬೇಕು ಮತ್ತು ಬುದ್ಧಿವಂತ ಶಿಫಾರಸುಗಳನ್ನು ಅನುಮತಿಸಲು ಸಾಕಷ್ಟು ವಿವರವಾಗಿರಬೇಕು.

ವರದಿ ಮಾಡುವುದು ವಿದ್ಯಾರ್ಥಿಗಳ ಪ್ರಾವೀಣ್ಯತೆಯನ್ನು ವರದಿ ಮಾಡಲು ಹಲವು ಸಂಭಾವ್ಯ ವಿಧಾನಗಳಿವೆ. ಕಲಿಕೆಯ ಮೌಲ್ಯಮಾಪನವನ್ನು ವರದಿ ಮಾಡುವುದು ಅದನ್ನು ಉದ್ದೇಶಿಸಿರುವ ಪ್ರೇಕ್ಷಕರಿಗೆ ಸೂಕ್ತವಾಗಿರಬೇಕು ಮತ್ತು ತರ್ಕಬದ್ಧ ನಿರ್ಧಾರಗಳನ್ನು ತೆಗೆದುಕೊಳ್ಳಲು ಅವರಿಗೆ ಅಗತ್ಯವಿರುವ ಎಲ್ಲಾ ಮಾಹಿತಿಯನ್ನು ಒದಗಿಸಬೇಕು. ವರದಿಯ ರೂಪವನ್ನು ಲೆಕ್ಕಿಸದೆಯೇ, ಅದು ಪ್ರಾಮಾಣಿಕವಾಗಿರಬೇಕು, ನ್ಯಾಯಯುತವಾಗಿರಬೇಕು ಮತ್ತು ಸಾಕಷ್ಟು ವಿವರ ಮತ್ತು ಸಂದರ್ಭೋಚಿತ ಮಾಹಿತಿಯನ್ನು ಒದಗಿಸಬೇಕು ಇದರಿಂದ ಅದನ್ನು ಸ್ಪಷ್ಟವಾಗಿ ಅರ್ಥಮಾಡಿಕೊಳ್ಳಬಹುದು. ವಿದ್ಯಾರ್ಥಿಯ ಸರಾಸರಿ ಸ್ಕೋರ್ ಅನ್ನು ಮಾತ್ರ ಅವಲಂಬಿಸಿರುವ ಸಾಂಪ್ರದಾಯಿಕ ವರದಿಗಾರಿಕೆಯು ಆ ವಿದ್ಯಾರ್ಥಿಯ ಕೌಶಲ್ಯ ಅಭಿವೃದ್ಧಿ/ಜ್ಞಾನದ ಬಗ್ಗೆ ಸ್ವಲ್ಪ ಮಾಹಿತಿಯನ್ನು ಒದಗಿಸುತ್ತದೆ. ಯಶಸ್ಸಿನ ಹಲವು ರೂಪಗಳನ್ನು ಗುರುತಿಸುವ ಮತ್ತು ಹೊರಹೊಮ್ಮುವ-ಪ್ರವೀಣ ನಿರಂತರತೆಯ ಮೇಲೆ ವಿದ್ಯಾರ್ಥಿಯ ಕಾರ್ಯಕ್ಷಮತೆಯ ಮಟ್ಟದ ಪ್ರೊಫೈಲ್ ಅನ್ನು ಒದಗಿಸುವ ಒಂದು ಪರ್ಯಾಯ ಕಾರ್ಯವಿಧಾನವು ಪೋಷಕ, ವಿದ್ಯಾರ್ಥಿ-ಶಿಕ್ಷಕರ ಸಮ್ಮೇಳನವಾಗಿದೆ. ಈ ವೇದಿಕೆಯು ಪೋಷಕರಿಗೆ ಹೆಚ್ಚಿನ ಮಾಹಿತಿಯನ್ನು ಒದಗಿಸುತ್ತದೆ ಮತ್ತು ವಿದ್ಯಾರ್ಥಿಗಳ ಕಲಿಕೆಯ ಜವಾಬ್ದಾರಿಯನ್ನು ಬಲಪಡಿಸುತ್ತದೆ.

ಕಲಿಕೆಗಾಗಿ ಮೌಲ್ಯಮಾಪನ:

ಕಲಿಕೆಗೆ ಮೌಲ್ಯಮಾಪನ ಎಂದರೇನು?

ಕಲಿಕೆಗಾಗಿ ಮೌಲ್ಯಮಾಪನವು ಶಿಕ್ಷಕರು ತಮ್ಮ ಕಲಿಕೆಯಲ್ಲಿ ಕಲಿಯುವವರು ಎಲ್ಲಿದ್ದಾರೆ, ಅವರು ಎಲ್ಲಿಗೆ ಹೋಗಬೇಕು ಮತ್ತು ಅಲ್ಲಿಗೆ ಹೇಗೆ ಹೋಗಬೇಕು ಎಂಬುದನ್ನು ನಿರ್ಧರಿಸಲು ಪುರಾವೆಗಳನ್ನು ಹುಡುಕುವ ಮತ್ತು ಬಳಸುವ ಪ್ರಕ್ರಿಯೆಯಾಗಿದೆ. ಮಾಹಿತಿಯನ್ನು ಸಂಗ್ರಹಿಸಲು ಮೌಲ್ಯಮಾಪನ ಅಭ್ಯಾಸಗಳನ್ನು ಬಳಸುವುದರ ಮೇಲೆ ಇಲ್ಲಿ ಒತ್ತು ನೀಡಲಾಗಿದೆ, ನಂತರ ಅದನ್ನು ಬೋಧನಾ

ನಿರ್ಧಾರಗಳ ಕುರಿತು ತೀರ್ಪುಗಳನ್ನು ಮಾಡಲು ಮತ್ತು ಕಲಿಕೆಯನ್ನು ನೇರವಾಗಿ ಸುಧಾರಿಸಲು ಬಳಸಬಹುದು. ಕಲಿಕೆಯಲ್ಲಿ ನೇರವಾಗಿ ಸಹಾಯ ಮಾಡಲು ಬಳಸುವ ಮೌಲ್ಯಮಾಪನಗಳ ಮೇಲೆ ಒತ್ತು ನೀಡಲಾಗುತ್ತದೆ. 'ಮೌಲ್ಯಮಾಪನ' ಎಂಬ ಪದವನ್ನು 'ತೀರ್ಪು ಮಾಡಲು ಮಾಹಿತಿ ಸಂಗ್ರಹಿಸುವುದು' ಎಂಬ ಸಾಮಾನ್ಯ ಅರ್ಥದಲ್ಲಿ ಬಳಸಲಾಗುತ್ತಿದೆ. ಈ ಹೆಚ್ಚಿನ ಪುರಾವೆಗಳು ದೈನಂದಿನ ತರಗತಿಯ ಚಟುವಟಿಕೆಗಳಿಂದ ಬರುತ್ತವೆ ಪ್ರಶ್ನೆಯೊಂದಕ್ಕೆ ಅನಿರೀಕ್ಷಿತ ಉತ್ತರವು ಶಿಕ್ಷಕರಿಗೆ ತಪ್ಪು ತಿಳುವಳಿಕೆಯನ್ನು ಉಂಟುಮಾಡಬಹುದು, ವಿದ್ಯಾರ್ಥಿಗಳ ಮುಖದ ಮೇಲೆ ಗೊಂದಲಮಯ ನೋಟವು ಕೆಲವು ಸೂಚನೆಗಳನ್ನು ಸ್ಪಷ್ಟಪಡಿಸುವ ಅಗತ್ಯವನ್ನು ಸೂಚಿಸುತ್ತದೆ.

ಮೌಲ್ಯಮಾಪನಕ್ಕೆ ಈ ವಿಧಾನವನ್ನು ರಚನಾತ್ಮಕ ಮೌಲ್ಯಮಾಪನ ಎಂದು ಕರೆಯಲಾಗುತ್ತದೆ, ಏಕೆಂದರೆ ಇದು ಕಲಿಕೆಯನ್ನು 'ಮಾಹಿತಿ' ನೀಡುತ್ತದೆ. ವಿದ್ಯಾರ್ಥಿಗಳು ತಮ್ಮ ಕಲಿಕೆಯಲ್ಲಿ ಎಲ್ಲಿಗೆ ಬಂದಿದ್ದಾರೆ ಎಂಬುದನ್ನು 'ಸಂಗ್ರಹಿಸುವ' ಸಂಕಲನಾತ್ಮಕ ಮೌಲ್ಯಮಾಪನದೊಂದಿಗೆ ಇದನ್ನು ವ್ಯತಿರಿಕ್ತಗೊಳಿಸಬಹುದು, ಗ್ರೇಡಿಂಗ್ ಮತ್ತು ಪ್ರಮಾಣೀಕರಣಕ್ಕಾಗಿ ಘಟಕದ ಅಂತ್ಯದ ಪರೀಕ್ಷೆಗಳಿಂದ ರಚಿಸಲಾದ ಮಾಹಿತಿಯ ಪ್ರಕಾರ.

ಕಲಿಕೆಗಾಗಿ ಮೌಲ್ಯಮಾಪನವನ್ನು ಹೇಗೆ ಪ್ರಾರಂಭಿಸುವುದು:

ಶಿಕ್ಷಕರಿಗೆ ಕಲಿಕೆಯ ಮೌಲ್ಯಮಾಪನದೊಂದಿಗೆ ಪ್ರಾರಂಭಿಸಲು ಸಹಾಯ ಮಾಡುವ ಮೂರು ಪ್ರಮುಖ ಅಭ್ಯಾಸಗಳಿವೆ:

*ಡಯಾಗ್ನೋಸ್ಟಿಕ್ಸ್ (ನಿಮ್ಮ ವಿದ್ಯಾರ್ಥಿಗಳು ತಮ್ಮ ಕಲಿಕೆಯ ಪ್ರಯಾಣದಲ್ಲಿ ಎಲ್ಲಿದ್ದಾರೆ ಎಂಬುದನ್ನು ಕಂಡುಹಿಡಿಯುವುದು)

*ಕಲಿಕೆಯ ಉದ್ದೇಶಗಳು ಮತ್ತು ಯಶಸ್ಸಿನ ಮಾನದಂಡಗಳು (ಅವರು ಎಲ್ಲಿಗೆ ಹೋಗಬೇಕು ಎಂಬುದರ ಕುರಿತು ಸ್ಪಷ್ಟವಾಗಿರಬೇಕು)

*ಪರಿಣಾಮಕಾರಿ ಪ್ರತಿಕ್ರಿಯೆಯನ್ನು ನೀಡುವುದು (ಅಲ್ಲಿಗೆ ಹೇಗೆ ಹೋಗಬೇಕೆಂದು ಅವರಿಗೆ ತೋರಿಸುವುದು)

*ಒಟ್ಟಿಗೆ, ಈ ಅಭ್ಯಾಸಗಳು ಬೋಧನೆ ಮತ್ತು ಕಲಿಕೆಯನ್ನು ತಿಳಿಸಲು ರಚನಾತ್ಮಕ ಮೌಲ್ಯಮಾಪನವನ್ನು ಬಳಸಲು ನಿಮಗೆ ಸಹಾಯ ಮಾಡುತ್ತದೆ.

1) ಉತ್ತಮ ರೋಗನಿರ್ಣಯ - ವಿದ್ಯಾರ್ಥಿಗಳು ತಮ್ಮ ಕಲಿಕೆಯಲ್ಲಿ ಎಲ್ಲಿದ್ದಾರೆ ಎಂಬುದನ್ನು ಕಂಡುಹಿಡಿಯುವುದು:

ಕಲಿಕೆಯ ಮೌಲ್ಯಮಾಪನವು ವಿದ್ಯಾರ್ಥಿಯ ತನ್ನ ಕಲಿಕೆಯಲ್ಲಿ ಎಲ್ಲಿದ್ದಾನೆ ಎಂಬುದನ್ನು ಕಂಡುಹಿಡಿಯುವುದರೊಂದಿಗೆ ಪ್ರಾರಂಭವಾಗುತ್ತದೆ. ತರಗತಿಯ ಶಿಕ್ಷಕರು ತಮ್ಮ ವಿದ್ಯಾರ್ಥಿಗಳು ಈಗಾಗಲೇ ತಿಳಿದಿರುವ ಮತ್ತು ಅವರು ಕಲಿಯಬೇಕಾದುದನ್ನು ಅರ್ಥಮಾಡಿಕೊಳ್ಳಲು ಸಹಾಯ ಮಾಡಲು ಪುರಾವೆಗಳನ್ನು ಸಂಗ್ರಹಿಸುತ್ತಾರೆ. ಕಲಿಯುವವರು ಈಗಾಗಲೇ ತಿಳಿದಿರುವದನ್ನು ನಿರ್ಮಿಸುವುದು ಕಲಿಕೆಯ ಅತ್ಯಂತ ಪರಿಣಾಮಕಾರಿ ಮಾರ್ಗವಾಗಿದೆ - ಮನಶ್ಶಾಸ್ತ್ರಜ್ಞ ಡೇವಿಡ್ ಔಸುಬೆಲ್ ಗಮನಿಸುತ್ತಾರೆ: 'ಕಲಿಕೆಯ ಮೇಲೆ ಪ್ರಭಾವ ಬೀರುವ ಅತ್ಯಂತ ಪ್ರಮುಖವಾದ ಏಕೈಕ ಅಂಶವೆಂದರೆ ಕಲಿಯುವವರಿಗೆ ಈಗಾಗಲೇ ತಿಳಿದಿದೆ. ಇದನ್ನು ಖಚಿತಪಡಿಸಿ ಮತ್ತು ಅದಕ್ಕೆ ತಕ್ಕಂತೆ ಅವನಿಗೆ ಕಲಿಸಿ. ನಿಮಗೆ ಈಗಾಗಲೇ ಸ್ಪ್ಯಾನಿಷ್ ತಿಳಿದಿದ್ದರೆ ಇಟಾಲಿಯನ್ ಕಲಿಯುವುದು ಮ್ಯಾಂಡರಿನ್ ಚೈನೀಸ್ ಕಲಿಯುವುದಕ್ಕಿಂತ ತುಂಬಾ ಸುಲಭವಾಗಿದೆ, ಇದಕ್ಕಾಗಿ ನಾವು ನಿರ್ಮಿಸಲು ಸ್ವಲ್ಪಮಟ್ಟಿಗೆ ಹೊಂದಿರಬಹುದು ಮತ್ತು ಮೊದಲಿನಿಂದ ಪ್ರಾರಂಭಿಸಬೇಕು - ಇದು ತುಂಬಾ ನಿಧಾನವಾದ ಕಲಿಕೆಯ

ಪ್ರಕ್ರಿಯೆ.

ತರಗತಿಯ ಸಂಭಾಷಣೆಯು ವಿದ್ಯಾರ್ಥಿಗಳಿಗೆ ಏನು ತಿಳಿದಿದೆ ಎಂಬುದನ್ನು ಕಂಡುಹಿಡಿಯುವ ಪ್ರಬಲ ಮೂಲವಾಗಿದೆ. ಶಿಕ್ಷಕನು ತರಗತಿಗೆ ಪ್ರಶ್ನೆಯನ್ನು ಕೇಳಿದಾಗ ಮತ್ತು ವಿದ್ಯಾರ್ಥಿಯಿಂದ ಅನಿರೀಕ್ಷಿತ ಉತ್ತರವನ್ನು ಪಡೆದಾಗ ಏನಾಗುತ್ತದೆ? ಪ್ರಲೋಭನೆಯು ಬೇರೊಬ್ಬರ ಕಡೆಗೆ ಹೋಗುವುದು, ಅವರು ಸರಿಯಾದ ಉತ್ತರವನ್ನು ನೀಡಬಹುದು. ಬದಲಾಗಿ, ಶಿಕ್ಷಕರು ಈ ವಿದ್ಯಾರ್ಥಿಯೊಂದಿಗೆ ಉಳಿದುಕೊಂಡರೆ ಮತ್ತು ಈ ಉತ್ತರವನ್ನು ಹೇಗೆ ಪಡೆಯಲಾಗಿದೆ ಎಂಬುದನ್ನು ಕಂಡುಹಿಡಿಯಲು ಪ್ರಯತ್ನಿಸಿದರೆ ಏನು ಮಾಡಬೇಕು? ಇದು ಪ್ರಶ್ನೆಯ ವಿಭಿನ್ನ ವ್ಯಾಖ್ಯಾನವೇ, ಮೊದಲ ಭಾಷೆಯಿಂದ ಪದದ / ಹಸ್ತಕ್ಷೇಪದ ತಪ್ಪು ತಿಳುವಳಿಕೆಯೇ? ಇದು ಶಿಕ್ಷಕರ (ವಿದ್ಯಾರ್ಥಿಯ ತಿಳುವಳಿಕೆಯ ಬಗ್ಗೆ ಹೆಚ್ಚು ತಿಳಿದುಕೊಳ್ಳುವ) ಮತ್ತು ವಿದ್ಯಾರ್ಥಿಯ (ಉತ್ತರದ ಹಿಂದಿನ ತಾರ್ಕಿಕತೆಯನ್ನು ಸ್ಪಷ್ಟಪಡಿಸುವ) ಕಲಿಕೆಯ ಪ್ರಕ್ರಿಯೆಗೆ ಸಹಾಯ ಮಾಡಲು ಮೌಲ್ಯಮಾಪನವನ್ನು ಬಳಸುವ ಶಿಕ್ಷಕರು. ಇದನ್ನು ಗೌರವಯುತವಾಗಿ ಮಾಡಲಾಗುತ್ತದೆ, ಇದು ಅಭ್ಯಾಸದಲ್ಲಿ ಕಲಿಕೆಯ ಮೌಲ್ಯಮಾಪನವಾಗಿದೆ.

ಶಿಕ್ಷಕರಿಂದ ಉತ್ತಮ ಪ್ರಶ್ನೆಗಳು ತರಗತಿಯ ಸಂಭಾಷಣೆಯ ಹೃದಯಭಾಗದಲ್ಲಿವೆ. ಆದಾಗ್ಯೂ, ಸಂಶೋಧಕ ಜಾನ್ ಹ್ಯಾಟ್ಟಿಯವರು ವಿಶಿಷ್ಟವಾದ ಶಾಲಾ ತರಗತಿಯಲ್ಲಿ ಶಿಕ್ಷಕರು ತೋರಿಸಿದ್ದಾರೆ:

ಪಾಠದ 70-80% ವರೆಗೆ ಮಾತನಾಡಿ; ದಿನಕ್ಕೆ 200-300 ಪ್ರಶ್ನೆಗಳನ್ನು ಕೇಳಿ, ಅದರಲ್ಲಿ 60% ರಷ್ಟು ಸತ್ಯಗಳ ಮರುಪಡೆಯುವಿಕೆ ಅಗತ್ಯವಿರುತ್ತದೆ ('ನಾಮಪದ ಎಂದರೇನು?') ಮತ್ತು 20% ಕಾರ್ಯವಿಧಾನವಾಗಿದೆ ('ನಿಮ್ಮ ಪುಸ್ತಕ ಎಲ್ಲಿದೆ?').

ಅರ್ಥಪೂರ್ಣ ವಿಚಾರಗಳ ಗುಂಪು/ಇಡೀ ವರ್ಗದ ಚರ್ಚೆಯಲ್ಲಿ 5% ಕ್ಕಿಂತ ಕಡಿಮೆ ಸಮಯವನ್ನು ಕಳೆಯಲಾಗುತ್ತದೆ; 70% ಉತ್ತರಗಳು ವಿದ್ಯಾರ್ಥಿಗಳಿಗೆ ನೀಡಲು ಐದು ಸೆಕೆಂಡುಗಳಿಗಿಂತ ಕಡಿಮೆ ಸಮಯ ತೆಗೆದುಕೊಳ್ಳುತ್ತದೆ ಮತ್ತು ಸರಾಸರಿ ಮೂರು ಪದಗಳನ್ನು ಒಳಗೊಂಡಿರುತ್ತದೆ. ಭಾಷಾ ತರಗತಿಗಳಿಗೆ ಈ ಶೇಕಡಾವಾರುಗಳು ವಿಭಿನ್ನವಾಗಿರಬಹುದಾದರೂ, ಉತ್ತಮ ರೋಗನಿರ್ಣಯವು ವಿದ್ಯಾರ್ಥಿಗಳಿಗೆ ಅವರು ತಿಳಿದಿರುವ, ಅರ್ಥಮಾಡಿಕೊಳ್ಳುವ ಮತ್ತು ಮಾಡಬಹುದಾದದನ್ನು ತೋರಿಸಲು ಸಾಧ್ಯವಾದಷ್ಟು ಹೆಚ್ಚಿನ ಅವಕಾಶಗಳನ್ನು ನೀಡುವುದರ ಮೇಲೆ ಆಧಾರಿತವಾಗಿದೆ ಎಂಬುದನ್ನು ಅವರು ನಮಗೆ ನೆನಪಿಸಬೇಕು. ನಮ್ಮ ವಿದ್ಯಾರ್ಥಿಗಳು ನಮಗಿಂತ ಹೆಚ್ಚು ಮಾತನಾಡುತ್ತಿರಬೇಕು.

ನಾವು ಪ್ರಶ್ನೆಯನ್ನು ಕೇಳಿದ ನಂತರ ನಮ್ಮ ವಿದ್ಯಾರ್ಥಿಗಳಿಗೆ ನಾವು ಎಷ್ಟು ಯೋಚಿಸುವ ಸಮಯವನ್ನು ನೀಡುತ್ತೇವೆ ಎಂಬುದನ್ನು ಇತರ ತರಗತಿಯ ಸಂಶೋಧನೆಯು ಅಧ್ಯಯನ ಮಾಡಿದೆ. ಆಶ್ಚರ್ಯಕರ ಸಂಗತಿಯೆಂದರೆ, ಶಿಕ್ಷಕರು ಕ್ರಮ ಕೈಗೊಳ್ಳುವ ಮೊದಲು ಒಂದು ಸೆಕೆಂಡ್‌ಗಿಂತ ಕಡಿಮೆ ಸಮಯ ಕಾಯುತ್ತಿದ್ದರು. ಕಲಿಕೆಯ ಅಭ್ಯಾಸಕ್ಕಾಗಿ ಒಂದು ಮೌಲ್ಯಮಾಪನವೆಂದರೆ 'ಕಾಯುವ ಸಮಯವನ್ನು' ಪರಿಚಯಿಸುವುದು, ಇದರಲ್ಲಿ ಶಿಕ್ಷಕರು ಉದ್ದೇಶಪೂರ್ವಕವಾಗಿ ಚಿಂತನೆಗೆ ಹೆಚ್ಚಿನ ಸಮಯವನ್ನು ಅನುಮತಿಸುತ್ತಾರೆ. ಇದನ್ನು ಸಾಮಾನ್ಯವಾಗಿ 'ಜೋಡಿ ಮತ್ತು ಹಂಚಿಕೆ' ಚಟುವಟಿಕೆಗಳೊಂದಿಗೆ ಸಂಯೋಜಿಸಲಾಗುತ್ತದೆ, ಇದು ಶಿಕ್ಷಕರು ಯಾರನ್ನಾದರೂ ಉತ್ತರಿಸಲು ಆಯ್ಕೆ ಮಾಡುವ ಮೊದಲು ಉತ್ತರದ ಬಗ್ಗೆ ಪರಸ್ಪರ ಮಾತನಾಡಲು ವಿದ್ಯಾರ್ಥಿಗಳನ್ನು ಆಹ್ವಾನಿಸುತ್ತದೆ. ವೇಟ್ ಟೈಮ್ ಶಿಕ್ಷಕರಿಗೆ ಚಿಂತನೆಯನ್ನು ಉತ್ತೇಜಿಸುವ ಉತ್ಕೃಷ್ಟ ಪ್ರಶ್ನೆಗಳನ್ನು ಕೇಳಲು ಪ್ರೋತ್ಸಾಹಿಸುತ್ತದೆ ('ಯಾಕೆ ಮಾಡುತ್ತದೆ...?'; 'ಏನಾದರೆ...?)

ತರಗತಿಯ ಪರೀಕ್ಷೆಗಳು ಮತ್ತು ರಸಪ್ರಶ್ನೆಗಳು ಕಲಿಕೆಯ ಮೌಲ್ಯಮಾಪನದ ಭಾಗವೇ? ಹೌದು, ಆದರೆ ಪ್ರತಿಕ್ರಿಯೆಗಳಿಗೆ ಅನುಸರಣೆ ಇದ್ದರೆ ಮಾತ್ರ ಈ ಮೌಲ್ಯಮಾಪನಗಳು ರಚನೆಯಾಗುತ್ತವೆ - 'ನೀವು ಈ ಉತ್ತರವನ್ನು ಏಕೆ ಆರಿಸಿದ್ದೀರಿ'? ಉತ್ತರವು ಏಕೆ ತಪ್ಪಾಗಿದೆ ಎಂದು ತಿಳಿಯಲು ವಿದ್ಯಾರ್ಥಿಗಳನ್ನು ಕೇಳದ ಹೊರತು - ಸರಿ/ತಪ್ಪು ಎಂದು ಸರಳವಾಗಿ ಅಂಕ/ಗುರುತಿಸುವಿಕೆ ಪ್ರತಿಕ್ರಿಯೆಯನ್ನು ನೀಡುವುದು ಕಲಿಕೆಯ ಪ್ರಕ್ರಿಯೆಗೆ ಕೊಡುಗೆ ನೀಡುವುದಿಲ್ಲ. ವಿದ್ಯಾರ್ಥಿಗಳಿಗೆ ಸರಿಯಾದ ಉತ್ತರವನ್ನು ನೀಡುವುದು ಏಕೆ ಸರಿಯಾಗಿದೆ ಎಂದು ಅವರಿಗೆ ತಿಳಿದಿಲ್ಲದಿದ್ದರೆ ಕಲಿಕೆಯ ಅನುಭವವಾಗುವುದಿಲ್ಲ.

ಸಂಕಲನಾತ್ಮಕ ಮೌಲ್ಯಮಾಪನಗಳನ್ನು (ಉದಾ: ಪ್ರಕಟಿತ ಪರೀಕ್ಷೆಗಳಿಗೆ) ರಚನಾತ್ಮಕವಾಗಿ ಬಳಸಬಹುದು, ಪ್ರತಿಕ್ರಿಯೆಗಳನ್ನು ವಿದ್ಯಾರ್ಥಿಗಳು ಅರ್ಥಮಾಡಿಕೊಂಡಿರುವುದನ್ನು ನಿರ್ಣಯಿಸಲು ಬಳಸಿದರೆ ಮುಂದಿನ ಕಲಿಕೆಯ ನಡೆಯುತ್ತದೆ. ಒಂದು ವಿಷಯದ ಕುರಿತು ಹಲವಾರು ಐಟಂಗಳನ್ನು ತಪ್ಪಾಗಿ ಉತ್ತರಿಸಿದರೆ, ಈ ವಿಷಯಕ್ಕೆ ಹೆಚ್ಚಿನ ಗಮನ ಬೇಕು ಮತ್ತು ಅದನ್ನು ಪ್ರಸ್ತುತಪಡಿಸುವ ವಿಭಿನ್ನ ವಿಧಾನದ ಅಗತ್ಯವಿದೆ ಎಂದು ಶಿಕ್ಷಕರು ತಿಳಿದುಕೊಳ್ಳುತ್ತಾರೆ - ಇದು ಶಿಕ್ಷಕರಿಗೆ ರೂಪುಗೊಂಡಿದೆ.

2) ಕಲಿಕೆಯ ಉದ್ದೇಶಗಳು ಮತ್ತು ಯಶಸ್ಸಿನ ಮಾನದಂಡ - ಕಲಿಯುವವರು ಎಲ್ಲಿಗೆ ಹೋಗಬೇಕು ಎಂಬುದರ ಬಗ್ಗೆ ಸ್ಪಷ್ಟತೆ:

ಕಲಿಕೆಯ ಅಭ್ಯಾಸದ ಮತ್ತೊಂದು ಪ್ರಮುಖ ಮೌಲ್ಯಮಾಪನವು ವಿದ್ಯಾರ್ಥಿಗಳು ಅವರು ಏನು ಕಲಿಯುತ್ತಿದ್ದಾರೆ, ಅವರು ಅದನ್ನು ಏಕೆ ಕಲಿಯುತ್ತಿದ್ದಾರೆ ಮತ್ತು ಈ ಹೊಸ ಕಲಿಕೆಯು ಅವರ ಪ್ರಗತಿಗೆ ಹೇಗೆ ಕೊಡುಗೆ ನೀಡುತ್ತದೆ ಎಂಬುದನ್ನು ಅರ್ಥಮಾಡಿಕೊಳ್ಳಲು ಸಹಾಯ ಮಾಡುತ್ತದೆ. ಇದರರ್ಥ ಶಿಕ್ಷಕರು ಸ್ವತಃ ಏನು ಕಲಿಯುತ್ತಿದ್ದಾರೆ ಮತ್ತು ಪಾಠವು ಪ್ರಗತಿಗೆ ಹೇಗೆ ಕೊಡುಗೆ ನೀಡುತ್ತದೆ ಎಂಬುದರ ಬಗ್ಗೆ ಸ್ಪಷ್ಟವಾಗಿರಬೇಕು. ನಿರ್ದಿಷ್ಟ ಪಾಠದಲ್ಲಿ ವರ್ಗವು ಏನು ಮಾಡುತ್ತದೆ ಎಂಬುದನ್ನು ತಿಳಿದುಕೊಳ್ಳುವುದಕ್ಕಿಂತ ಇದು ಹೆಚ್ಚು; ಈ ಚಟುವಟಿಕೆಗಳಿಂದ ವಿದ್ಯಾರ್ಥಿಗಳು ಏನು ಕಲಿಯುತ್ತಾರೆ ಎಂಬುದರ ಬಗ್ಗೆ. ಮತ್ತು ಶಿಕ್ಷಕರಿಗೆ ಸ್ಪಷ್ಟವಾಗಿರಲು ಇದು ಸಾಕಾಗುವುದಿಲ್ಲ, ವಿದ್ಯಾರ್ಥಿಗಳು ಸ್ವತಃ ಕಲಿಕೆಯ ಉದ್ದೇಶವನ್ನು ತಿಳಿದಿರಬೇಕು - ಪಾಠವು ಏನನ್ನು ಸಾಧಿಸಲು ಪ್ರಯತ್ನಿಸುತ್ತಿದೆ. ಶಿಕ್ಷಕರು ಇದನ್ನು ಪಾಠದ ಪ್ರಾರಂಭದಲ್ಲಿ ವಿವರಿಸಬಹುದು/ಪಾಠದ ಮೂಲಕ ತರಗತಿಯ ಭಾಗವಾಗಿ ಕೇಳುವ ಮೂಲಕ ಮಾದರಿಯನ್ನು ಬದಲಾಯಿಸಬಹುದು: 'ನಾವು ಇಂದು ಇದನ್ನು ಏಕೆ ಮಾಡುತ್ತಿದ್ದೇವೆ ಎಂದು ನೀವು ಭಾವಿಸುತ್ತೀರಿ?'

ಕಲಿಕೆಯ ಉದ್ದೇಶವನ್ನು ತಿಳಿದುಕೊಳ್ಳುವುದು ಕಥೆಯ ಒಂದು ಭಾಗವಾಗಿದೆ, ವಿದ್ಯಾರ್ಥಿಗಳು ಯಶಸ್ವಿ ಕಲಿಕೆ ಹೇಗಿರುತ್ತದೆ ಎಂಬುದನ್ನು ತಿಳಿದುಕೊಳ್ಳಬೇಕು, ಕಲಿಕೆಗಾಗಿ ಮೌಲ್ಯಮಾಪನದ 'ಅವರು ಎಲ್ಲಿಗೆ ಹೋಗಬೇಕು'. ಇದು ವಿದ್ಯಾರ್ಥಿಗಳಿಗೆ ಯಶಸ್ಸಿನ ಮಾನದಂಡಗಳನ್ನು ಸ್ಪಷ್ಟಪಡಿಸುವುದನ್ನು ಒಳಗೊಂಡಿರುತ್ತದೆ, ಯಶಸ್ವಿ ಪ್ರದರ್ಶನದಲ್ಲಿ ಏನು ಒಳಗೊಂಡಿರುತ್ತದೆ. ಇದು ಒಳಗೊಂಡಿರಬಹುದು: ಉತ್ತಮ ಪ್ರದರ್ಶನವು ಹೇಗಿರುತ್ತದೆ ಎಂದು ಯೋಚಿಸುವ ಬಗ್ಗೆ ವಿದ್ಯಾರ್ಥಿಗಳೊಂದಿಗೆ ಮಾತುಕತೆ ನಡೆಸುವುದು ('ನೀವು ಏನನ್ನು ನೋಡಲು ನಿರೀಕ್ಷಿಸುತ್ತೀರಿ?').

ಉದಾಹರಣೆಗಳು: ಶಿಕ್ಷಕರು ಇತರ ವಿದ್ಯಾರ್ಥಿಗಳ ಕೆಲಸದ ಅನಾಮಧೇಯ ಉದಾಹರಣೆಗಳನ್ನು ಸಹ ಒದಗಿಸಬಹುದು, ಕೆಲವರು ಯಶಸ್ಸಿನ ಮಾನದಂಡಗಳನ್ನು ಯಶಸ್ವಿಯಾಗಿ ಪೂರೈಸುತ್ತಾರೆ, ಕೆಲವು ಕಡಿಮೆ ಬೀಳುತ್ತವೆ. 'ಯಾವುದು ಉತ್ತಮ ಕಾರ್ಯಕ್ಷಮತೆ ಮತ್ತು ಏಕೆ?' ಎಂದು ನಿರ್ಣಯಿಸಲು ಮಾನದಂಡಗಳನ್ನು ಬಳಸಲು ಗುಂಪುಗಳನ್ನು ಕೇಳಬಹುದು (ನಾಲ್ಕ್ಕಿಂತ ಹೆಚ್ಚಿಲ್ಲ) ಈ ರೀತಿಯಾಗಿ,

ವಿದ್ಯಾರ್ಥಿಗಳು ಅವರಿಗೆ ಅಗತ್ಯವಿರುವ ಕೆಲಸದ ಗುಣಮಟ್ಟ ಮತ್ತು ಅವರು ಮಾಡುವ ಮಾನದಂಡಗಳ ಬಗ್ಗೆ ತಿಳುವಳಿಕೆಯನ್ನು ಬೆಳೆಸಿಕೊಳ್ಳುತ್ತಿದ್ದಾರೆ. ನಿರ್ಣಯಿಸಲಾಗುತ್ತದೆ.

ಮಾಡೆಲಿಂಗ್:

ವಿದ್ಯಾರ್ಥಿಗಳಿಗೆ 'ಅವರು ಎಲ್ಲಿಗೆ ಹೋಗಬೇಕು' ಎಂಬ ತಿಳುವಳಿಕೆಯನ್ನು ಒದಗಿಸುವ ಭಾಷಾ ಶಿಕ್ಷಕರಿಗೆ ಬಹುಶಃ ಅತ್ಯಂತ ಶಕ್ತಿಶಾಲಿ ಮಾರ್ಗವೆಂದರೆ ಅದನ್ನು ಮಾದರಿ ಮಾಡುವುದು, ಏನನ್ನಾದರೂ ಹೇಗೆ ಮಾಡಲಾಗುತ್ತದೆ ಎಂಬುದನ್ನು ಪ್ರದರ್ಶಿಸುವುದು, ಉದಾಹರಣೆಗೆ: ಸಂಭಾಷಣೆಯನ್ನು ಪ್ರಾರಂಭಿಸುವುದು/ ವಿನಂತಿಯನ್ನು ಮಾಡುವುದು.

3) ಪರಿಣಾಮಕಾರಿ ಪ್ರತಿಕ್ರಿಯೆ - ಕಲಿಯುವವರಿಗೆ ಅವರು ಹೋಗುತ್ತಿರುವ ಸ್ಥಳವನ್ನು ಹೇಗೆ ಪಡೆಯುವುದು ಎಂಬುದನ್ನು ತೋರಿಸುತ್ತದೆ. ಕಲಿಯುವವರಿಗೆ ಅವರ ಪ್ರಸ್ತುತ ಮತ್ತು ಅಪೇಕ್ಷಿತ ಕಾರ್ಯಕ್ಷಮತೆಯ ನಡುವಿನ ಅಂತರವನ್ನು ಮುಚ್ಚಲು ಸಹಾಯ ಮಾಡಿದಾಗ ಪ್ರತಿಕ್ರಿಯೆಯು ಕಲಿಕೆಯ ಅತ್ಯಂತ ಶಕ್ತಿಶಾಲಿ ರೂಪಗಳಲ್ಲಿ ಒಂದಾಗಿದೆ. ಪ್ರತಿಕ್ರಿಯೆಯು ದ್ವಿಮುಖ ಪ್ರಕ್ರಿಯೆಯಾಗಿದೆ, ಇದು ಕೇವಲ ಶಿಕ್ಷಕರು ವಿದ್ಯಾರ್ಥಿಗಳಿಗೆ ಸಲಹೆ ನೀಡುವುದಲ್ಲ, ಮತ್ತು ನಮ್ಮ ವಿದ್ಯಾರ್ಥಿಗಳು ನಿರಂತರವಾಗಿ ನಮಗೆ ಪ್ರತಿಕ್ರಿಯೆಯನ್ನು ನೀಡುತ್ತಿದ್ದಾರೆ - ಅವರು ಅರ್ಥಮಾಡಿಕೊಳ್ಳುವ ಬಗ್ಗೆ, ತಪ್ಪುಗ್ರಹಿಕೆಗಳ ಬಗ್ಗೆ ಮತ್ತು ಅವರನ್ನು ತೊಡಗಿಸಿಕೊಳ್ಳುವ ಬಗ್ಗೆ. ಪರಿಣಾಮಕಾರಿ ಪ್ರತಿಕ್ರಿಯೆಯು ಕಲಿಕೆಯ ಮೇಲೆ ಪ್ರಬಲ ಪರಿಣಾಮವನ್ನು ಬೀರುತ್ತದೆಯಾದರೂ, ನಾವು ಪ್ರತಿಕ್ರಿಯೆ ಎಂದು ಕರೆಯುವ ಹೆಚ್ಚಿನವು 'ಅಂತರವನ್ನು ಮುಚ್ಚುವುದಿಲ್ಲ' - ಇದು ಕಲಿಕೆಯ ಮೇಲೆ ನಕಾರಾತ್ಮಕ ಪರಿಣಾಮ ಬೀರಬಹುದು. ಪ್ರತಿಕ್ರಿಯೆ ಸರಳವಾಗಿ ಸೂತ್ರದ ಪ್ರಕ್ರಿಯೆಯಾಗಿರಬಾರದು, ವಿಭಿನ್ನ ಕಲಿಯುವವರಿಗೆ ಯಾವುದು ಸೂಕ್ತವಾಗಿದೆ ಎಂಬುದನ್ನು ನಿರ್ಣಯಿಸುವುದು ಶಿಕ್ಷಕರ ಕೌಶಲ್ಯದ ಭಾಗವಾಗಿದೆ; ಅದೇ ಪ್ರತಿಕ್ರಿಯೆಯು ಒಬ್ಬ ವಿದ್ಯಾರ್ಥಿಗೆ ಕೆಲಸ ಮಾಡಬಹುದು ಆದರೆ ಇನ್ನೊಬ್ಬರಿಗೆ ಅಲ್ಲ. ಪ್ರತಿಕ್ರಿಯೆಯನ್ನು ಯಾವುದು ಪರಿಣಾಮಕಾರಿಯಾಗಿ ಮಾಡುತ್ತದೆ?

ಹೆಚ್ಚು ಉತ್ಪಾದಕ ಪ್ರತಿಕ್ರಿಯೆಯನ್ನು ಪ್ರೋತ್ಸಾಹಿಸುವ ಏಳು ಅಂಶಗಳನ್ನು ನಾವು ಗುರುತಿಸಬಹುದು.

ಇದು ನಿರ್ದಿಷ್ಟ ಮತ್ತು ಸ್ಪಷ್ಟವಾಗಿದೆ. 14 ವರ್ಷದ ನಾರ್ವೇಜಿಯನ್ ಯುವಕನಿಗೆ 'ಹೆಚ್ಚು ಬರೆಯಿರಿ' ಎಂಬ ಪ್ರತಿಕ್ರಿಯೆಯನ್ನು ನೀಡಿದಾಗ ಅವರು ಪ್ರತಿಕ್ರಿಯಿಸಿದರು: 'ನನಗೆ ಹೆಚ್ಚು ತಿಳಿದಿದ್ದರೆ ನಾನು ಅದನ್ನು ಬರೆಯುತ್ತಿದ್ದೆ - ನನಗೆ ಹೆಚ್ಚು ಏನು ಬರೆಯಬೇಕೆಂದು ನನಗೆ ತಿಳಿದಿಲ್ಲ. ಏನು ತಪ್ಪಿದೆ ಎಂದು ಶಿಕ್ಷಕರು ಹೇಳಬೇಕು. ಅವರು ಹೇಳಿದ್ದು ಸರಿ. ಪರಿಣಾಮಕಾರಿ ಪ್ರತಿಕ್ರಿಯೆಯಾಗಲು ಹೇಗೆ ಸುಧಾರಿಸಬೇಕು ಎಂಬುದರ ಕುರಿತು ನಿರ್ದಿಷ್ಟ ಸಲಹೆಯನ್ನು ಒದಗಿಸುವ ಅಗತ್ಯವಿದೆ. ('ನಿಮ್ಮ ವರದಿಯಲ್ಲಿ 'ಚೆನ್ನಾಗಿದೆ' ಬದಲಿಗೆ ಯಾವ ಪದಗಳನ್ನು ಬಳಸಬಹುದು?'). ಮತ್ತು ಇದು ಸ್ಪಷ್ಟವಾಗಿರಬೇಕು - ಕೈಬರಹ ಮತ್ತು ಬಳಸಿದ ಭಾಷೆ (ಅದಕ್ಕಾಗಿಯೇ ಮೌಖಿಕ ಪ್ರತಿಕ್ರಿಯೆಯು ಹೆಚ್ಚು ಉಪಯುಕ್ತವಾಗಿದೆ - ವಿದ್ಯಾರ್ಥಿಯು ಪ್ರತಿಕ್ರಿಯೆಯನ್ನು ಸ್ಪಷ್ಟವಾಗಿಲ್ಲದಿದ್ದರೆ ಅದನ್ನು ಸ್ಪಷ್ಟಪಡಿಸಬಹುದು).

ಇದು ಸಮಯೋಚಿತವಾಗಿದೆ. ಪ್ರತಿಕ್ರಿಯೆ ನೀಡಲು ಸರಿಯಾದ ಕ್ಷಣವನ್ನು ಆಯ್ಕೆ ಮಾಡುವುದು ಬೋಧನಾ ಕೌಶಲ್ಯವಾಗಿದೆ. ಸರಿಯಾದ ದಿಕ್ಕಿನಲ್ಲಿ ಚಲಿಸುವಂತೆ ವಿದ್ಯಾರ್ಥಿಯು ಕೆಲಸವನ್ನು ಮಾಡುತ್ತಿರುವುದರಿಂದ ಅದು ಉತ್ತಮವಾಗಿರುತ್ತದೆ. ಹೆಚ್ಚು ನಿರರ್ಗಳವಾಗಿ ಪ್ರದರ್ಶಕರೊಂದಿಗೆ ಅದು ನಂತರ ಬರಬಹುದು ಸಂಗೀತ ಶಿಕ್ಷಕರು ಸಾಮಾನ್ಯವಾಗಿ ಅಭ್ಯಾಸದ ಮಧ್ಯದಲ್ಲಿ ಅಡ್ಡಿಪಡಿಸುವುದಿಲ್ಲ;

ಅವರು ಕಾಯುತ್ತಾರೆ ಮತ್ತು ನಂತರ ಸಮಸ್ಯೆಗೆ ಹಿಂತಿರುಗುತ್ತಾರೆ. ಪ್ರತಿಕ್ರಿಯೆಯಲ್ಲಿ ಕೆಲಸ ಮಾಡಲು ವಿದ್ಯಾರ್ಥಿಗಳಿಗೆ ಸಮಯವನ್ನು ನೀಡುವುದು ಸಹ ಮುಖ್ಯವಾಗಿದೆ. ಅದೇ ನಾರ್ವೇಜಿಯನ್ ಅಧ್ಯಯನವು ಸಹ ಕಂಡುಹಿಡಿದಿದೆ: ವಿದ್ಯಾರ್ಥಿಗಳಿಗೆ ಪ್ರತಿಕ್ರಿಯಿಸಲು ಸಮಯವನ್ನು ನೀಡಿದಾಗ ಮತ್ತು ಶಿಕ್ಷಕರು ಪ್ರತಿಕ್ರಿಯೆಯನ್ನು ಅನುಸರಿಸಿದಾಗ, ಅದನ್ನು ಧನಾತ್ಮಕವಾಗಿ ಪರಿಗಣಿಸಲಾಗುತ್ತದೆ. ಪ್ರತಿಕ್ರಿಯೆಯ ಮೇಲೆ ಕಾರ್ಯನಿರ್ವಹಿಸಲು ಅವರಿಗೆ ಸಮಯವನ್ನು ನೀಡದಿದ್ದರೆ, ಅವರು ಅದನ್ನು ನಕಾರಾತ್ಮಕ ಮತ್ತು ವಿಮರ್ಶಾತ್ಮಕವಾಗಿ ನೋಡುತ್ತಾರೆ.

ಪ್ರತಿಕ್ರಿಯೆಯು ಕಲಿಕೆಯ ಉದ್ದೇಶ ಮತ್ತು ಯಶಸ್ಸಿನ ಮಾನದಂಡಗಳಿಗೆ ಸ್ಪಷ್ಟವಾಗಿ ಲಿಂಕ್ ಆಗಿದೆ: ಕಲಿಕೆಯ ಗಮನವನ್ನು ವಿದ್ಯಾರ್ಥಿಗೆ ಸ್ಪಷ್ಟಪಡಿಸಿದ್ದರೆ, ಪ್ರತಿಕ್ರಿಯೆಯನ್ನು ನೇರವಾಗಿ ಇದಕ್ಕೆ ಲಿಂಕ್ ಮಾಡಬೇಕು. ಶಿಕ್ಷಕರಾಗಿ, ನಾವು ಕೆಲಸದ ಇತರ ಅಂಶಗಳ ಬಗ್ಗೆ ಪ್ರತಿಕ್ರಿಯೆ ನೀಡಲು ಪ್ರಚೋದಿಸುತ್ತೇವೆ, ನಿರ್ದಿಷ್ಟವಾಗಿ ಕಾಗುಣಿತ, ವಿರಾಮಚಿಹ್ನೆ ಮತ್ತು ವ್ಯಾಕರಣದಂತಹ ಪ್ರಸ್ತುತಿ ವೈಶಿಷ್ಟ್ಯಗಳು. ಇದು ಮುಖ್ಯ ಕಲಿಕೆಯಿಂದ ವಿಚಲಿತಗೊಳ್ಳುತ್ತದೆ ಮತ್ತು ನಾವು ತುಂಬಾ ಪ್ರತಿಕ್ರಿಯೆಯನ್ನು ನೀಡಬಹುದು ಮತ್ತು ವಿದ್ಯಾರ್ಥಿಯ ಅತ್ಯಂತ ಮುಖ್ಯವಾದುದನ್ನು ಗುರುತಿಸುವುದಿಲ್ಲ. ಇಲ್ಲಿ ಒಂದು ಸಹಾಯಕವಾದ ಅಭ್ಯಾಸವೆಂದರೆ 'ಪದಕಗಳು ಮತ್ತು ಮಿಷನ್' ಮಾನದಂಡಗಳನ್ನು (ಪದಕಗಳು) ಪೂರೈಸುವ ಕೆಲಸದ ಒಂದು/ಎರಡು ಅಂಶಗಳ ಗುರುತಿಸುವಿಕೆ ಮತ್ತು ಕೆಲಸವನ್ನು (ಮಿಷನ್) ಸುಧಾರಿಸಲು ಏನು ಮಾಡಬಹುದು ಎಂಬುದರ ಕುರಿತು ಒಂದು ಸೂಚನೆ. ಇಲ್ಲಿ ಬೋಧನಾ ಕೌಶಲ್ಯವು ಉತ್ತಮವಾದ 'ಅಂತರವನ್ನು ಮುಚ್ಚುವ' ಒಂದು ಪ್ರತಿಕ್ರಿಯೆ ಚಟುವಟಿಕೆಯನ್ನು ಆಯ್ಕೆ ಮಾಡುವುದು.

ಪ್ರತಿಕ್ರಿಯೆಯು ಕಾರ್ಯದ ಮೇಲೆ ಕೇಂದ್ರೀಕರಿಸುತ್ತದೆ, ಕಲಿಯುವವರಲ್ಲ. ಕೆಲಸದ ಗುಣಮಟ್ಟದ ಮೇಲೆ ಗಮನ ಕೇಂದ್ರೀಕರಿಸಿದಾಗ, ವಿದ್ಯಾರ್ಥಿಗಳು ಮತ್ತಷ್ಟು ಸುಧಾರಿಸಲು ಏನು ಮಾಡಬೇಕೆಂದು ನೋಡಬಹುದು. 'ಈ ಕೆಲಸವು ಕೊನೆಯ ಭಾಗಕ್ಕಿಂತ ಹೆಚ್ಚು ಪ್ರಗತಿ ಸಾಧಿಸಿಲ್ಲ, ನೀವು ಇನ್ನೂ ಯಾವ ಸುಧಾರಣೆಗಳನ್ನು ಮಾಡಬಹುದು?'. ಇದು ವಿದ್ಯಾರ್ಥಿಯನ್ನು ಪ್ರತಿಬಿಂಬಿಸಲು ಮತ್ತು ಹೆಚ್ಚು ಚೇತರಿಸಿಕೊಳ್ಳಲು ಕಲಿಯಲು ಅನುವು ಮಾಡಿಕೊಡುತ್ತದೆ. ಪ್ರತಿಕ್ರಿಯೆಯನ್ನು ಸ್ವಯಂ ನಿರ್ದೇಶಿಸಿದಾಗ ('ನೀವು ಅದ್ಭುತ ವಿದ್ಯಾರ್ಥಿ'; 'ನೀವು ನಿರಾಶೆ') ವಿದ್ಯಾರ್ಥಿಗಳು ತಮ್ಮ ಖ್ಯಾತಿಯನ್ನು ರಕ್ಷಿಸುವ ಮೂಲಕ ಪ್ರತಿಕ್ರಿಯಿಸುತ್ತಾರೆ. 'ಸ್ಟಾರ್' ವಿದ್ಯಾರ್ಥಿಗಳೊಂದಿಗೆ ಇದು ಅವರ ಖ್ಯಾತಿಯನ್ನು ಕಾಪಾಡಿಕೊಳ್ಳಲು, ಎಂದಿಗೂ ವಿಫಲವಾಗುವುದಿಲ್ಲ ಎಂದು ಅರ್ಥೈಸಬಹುದು - ಆದ್ದರಿಂದ ಅವರು ಸುರಕ್ಷಿತ ಮಾರ್ಗವನ್ನು ಹುಡುಕುತ್ತಾರೆ ಮತ್ತು ಯಾವುದೇ ಅಪಾಯಗಳನ್ನು ತೆಗೆದುಕೊಳ್ಳುವುದಿಲ್ಲ. ಇದು ಪರಿಣಾಮಕಾರಿ ಕಲಿಕೆಯ ಪಾಕವಿಧಾನವಲ್ಲ.

ಇದು ಕಲಿಕೆಯನ್ನು ಮುಂದಕ್ಕೆ ಚಲಿಸುವ ರೀತಿಯಲ್ಲಿ ಪ್ರಾಂಪ್ಟ್‌ಗಳನ್ನು ನೀಡುತ್ತದೆ: ವಿದ್ಯಾರ್ಥಿಗಳು ತಮ್ಮ ಕಲಿಕೆಯಲ್ಲಿ ವಿವಿಧ ಹಂತಗಳಲ್ಲಿರುತ್ತಾರೆ: ಆರಂಭಿಕರಿಗಾಗಿ, ನಾವು ಅಗತ್ಯವಿರುವುದಕ್ಕೆ ಕಾಂಕ್ರೀಟ್ ಉದಾಹರಣೆಗಳನ್ನು ನೀಡಬೇಕಾಗಬಹುದು ('ನಿಮ್ಮ ವರದಿಯನ್ನು ನೀವು ಸಂಘಟಿಸಲು ಎರಡು ಮಾರ್ಗಗಳಿವೆ'); ಪ್ರಗತಿಯೊಂದಿಗೆ, ಪ್ರತಿಕ್ರಿಯೆಯು ವಿದ್ಯಾರ್ಥಿಗೆ ಹೆಚ್ಚಿನ ರಚನೆಯನ್ನು ನೀಡುವ ಗುರಿಯನ್ನು ಹೊಂದಿದೆ ('ಸ್ಕ್ಯಾಫೋಲ್ಡಿಂಗ್') - 'ನೀವು ಮಾಡುವ ಅಂಕಗಳನ್ನು ಹೇಗೆ ಸಂಘಟಿಸುವುದು ಎಂಬುದನ್ನು ನೀವು ನೋಡಬಹುದೇ?'. ಕಲಿಯುವವರು ಹೆಚ್ಚು ಪ್ರವೀಣರಾಗುತ್ತಿದ್ದಂತೆ, ಪ್ರತಿಕ್ರಿಯೆಯು ಕಲಿಯುವವರಿಗೆ ಅವರು ಈಗಾಗಲೇ ತಿಳಿದಿರುವ ಬಗ್ಗೆ ನೆನಪಿಸುತ್ತದೆ, ಅವರು ತಮ್ಮ ಕೌಶಲ್ಯಗಳನ್ನು ಬಳಸಬೇಕೆಂದು ನಿರೀಕ್ಷಿಸುತ್ತಾರೆ: 'ಮುಕ್ತಾಯವು ಆರಂಭಿಕ ಪ್ಯಾರಾಗ್ರಾಫ್‌ಗೆ ಹಿಂತಿರುಗಬೇಕು

ಎಂಬುದನ್ನು ನೆನಪಿಡಿ'. ಕಲಿಯುವವರು ಯಶಸ್ಸಿನ ಮಾನದಂಡಗಳನ್ನು ಪೂರೈಸಿದಾಗ, ಅವರು ತಮ್ಮ ಕೆಲಸವನ್ನು ಪ್ರತಿಬಿಂಬಿಸಲು ಪ್ರೇರೇಪಿಸಬಹುದು ಇದರಿಂದ ಮತ್ತಷ್ಟು ಚಿಂತನೆಯನ್ನು ಪ್ರಚೋದಿಸಬಹುದು: 'ನಿಮ್ಮ ವಾದವನ್ನು ಹೆಚ್ಚು ಮನವೊಲಿಸಲು ನೀವು ಇನ್ನೇನು ಮಾಡಬಹುದು?'

ಉತ್ತಮ ಪ್ರತಿಕ್ರಿಯೆಯು ಪರಿಹಾರಗಳಿಗಿಂತ ತಂತ್ರಗಳನ್ನು ನೀಡುತ್ತದೆ: ವಿದ್ಯಾರ್ಥಿಗಳಿಗೆ ಇವು ಏಕೆ ಸರಿಯಾಗಿವೆ ಎಂದು ತಿಳಿದಿಲ್ಲದಿದ್ದರೆ ಸರಿಯಾದ ಉತ್ತರಗಳನ್ನು ನೀಡುವುದು ಸಹಾಯಕವಾಗುವುದಿಲ್ಲ. ಶಿಕ್ಷಕರ ಕಾಮೆಂಟ್‌ಗಳಿಗೆ ಪ್ರತಿಕ್ರಿಯಿಸಲು ಸಮಯವನ್ನು ನೀಡಿದಾಗಲೂ, ಅವರು ಯಾಂತ್ರಿಕವಾಗಿ ಮತ್ತು ತಿಳುವಳಿಕೆಯಿಲ್ಲದೆ ತಿದ್ದುಪಡಿಗಳನ್ನು ಮಾಡಬಹುದು. ಅವರ ಉತ್ತರಗಳನ್ನು ಪರಿಶೀಲಿಸುವ ತಂತ್ರಗಳ ಕುರಿತು ಪ್ರತಿಕ್ರಿಯೆ ನೀಡಲು ಇದು ಹೆಚ್ಚು ಉಪಯುಕ್ತವಾಗಿದೆ - ದೋಷವನ್ನು ಅಂಡರ್‌ಲೈನ್ ಮಾಡುವುದು ('ಇದನ್ನು ಪರಿಶೀಲಿಸಿ'), ಅದನ್ನು ಸರಿಪಡಿಸುವ ಬದಲು ಹೆಚ್ಚು ಉತ್ಪಾದಕವಾಗಬಹುದು.

ಪರಿಣಾಮಕಾರಿ ಪ್ರತಿಕ್ರಿಯೆ ಸವಾಲುಗಳು, ಕ್ರಿಯೆಯ ಅಗತ್ಯವಿದೆ ಮತ್ತು ಸಾಧಿಸಬಹುದಾಗಿದೆ: ಪ್ರತಿಕ್ರಿಯೆಯು ವಿದ್ಯಾರ್ಥಿಗಳನ್ನು ತಮ್ಮ ಕೆಲಸದ ಬಗ್ಗೆ ಯೋಚಿಸಲು ಮತ್ತು ಕಾರ್ಯನಿರ್ವಹಿಸಲು ಪ್ರೋತ್ಸಾಹಿಸದಿದ್ದರೆ, ಅದು ಯಶಸ್ವಿಯಾಗುವುದಿಲ್ಲ, ಅಂತರವನ್ನು ಮುಚ್ಚುವುದಿಲ್ಲ. ಇದರರ್ಥ ಶಿಕ್ಷಕರು ಸಿದ್ಧಪಡಿಸಿದ ಸಮಯ ವ್ಯರ್ಥವಾಗಿದೆ. ವಿದ್ಯಾರ್ಥಿಗಳು ತಮ್ಮ ಕಲಿಕೆಯನ್ನು ಮುಂದಕ್ಕೆ ಕೊಂಡೊಯ್ಯುವ ಅಭ್ಯಾಸವನ್ನು ಸಾಧಿಸಲು ಮತ್ತು ಮಾಡಲು ಯೋಗ್ಯವಾಗಿದೆ ಎಂಬುದನ್ನು ಸಹ ವಿದ್ಯಾರ್ಥಿಗಳು ನೋಡಬೇಕು. ಕಲಿಕೆಯ ಅಭ್ಯಾಸಗಳಿಗಾಗಿ ಮೌಲ್ಯಮಾಪನದ ಗುರಿಯು ಉತ್ತಮ ರೋಗನಿರ್ಣಯವಾಗಿದೆ; ಸ್ಪಷ್ಟ ಕಲಿಕೆಯ ಉದ್ದೇಶಗಳು ಮತ್ತು ಯಶಸ್ಸಿನ ಮಾನದಂಡಗಳು; ಮತ್ತು ಪರಿಣಾಮಕಾರಿ ಪ್ರತಿಕ್ರಿಯೆಯು ಹೆಚ್ಚು ಪರಿಣಾಮಕಾರಿ ಕಲಿಯುವವರನ್ನು ಉತ್ಪಾದಿಸುವುದು, ಕಲಿಯುವವರು ತಮ್ಮ ಸ್ವಂತ ಕಲಿಕೆಯನ್ನು ಸಕ್ರಿಯವಾಗಿ ನಿಯಂತ್ರಿಸಲು, ಸ್ವತಃ ಯೋಚಿಸಲು ಸಾಧ್ಯವಾಗುತ್ತದೆ.

ಕಲಿಕೆಯ ಮೌಲ್ಯಮಾಪನವು ಎರಡು ವಿಷಯಗಳನ್ನು ಅರ್ಥೈಸಬಲ್ಲದು:

ಪರೀಕ್ಷೆಗಳು, ಪರೀಕ್ಷೆಗಳು, ಪೇಪರ್‌ಗಳು ಮತ್ತು ಇತರ ಕಾರ್ಯಯೋಜನೆಯು ವಿದ್ಯಾರ್ಥಿಯು ಏನನ್ನಾದರೂ ಎಷ್ಟು ಚೆನ್ನಾಗಿ ಕಲಿತಿದ್ದಾನೆ ಎಂಬುದನ್ನು ಅಳೆಯುತ್ತದೆ. ಇದು ಪದದ ಅತ್ಯಂತ ಸಾಮಾನ್ಯ ಅರ್ಥವಾಗಿದೆ. ಇದು ಒಂದು ಸಮಯದಲ್ಲಿ ಒಬ್ಬ ವಿದ್ಯಾರ್ಥಿಯನ್ನು ಮೌಲ್ಯಮಾಪನ ಮಾಡುತ್ತದೆ.

ಕೋಸ್‌ರ್ಗಗಿ ಪ್ರಾಧ್ಯಾಪಕರು/ಶಿಕ್ಷಕರು ಗುರುತಿಸಿರುವ ಕಲಿಕೆಯ ಗುರಿ/ಉದ್ದೇಶವನ್ನು ವಿದ್ಯಾರ್ಥಿಗಳು ಎಷ್ಟು ಚೆನ್ನಾಗಿ ಸಾಧಿಸಿದ್ದಾರೆ ಎಂಬುದರ ಮಾಪನ. ಇದು ಪದದ ಹೆಚ್ಚು ತಾಂತ್ರಿಕ ಅರ್ಥವಾಗಿದೆ ಮತ್ತು ಕೋರ್ಸ್, ಪ್ರೋಗ್ರಾಂ/ಸಂಸ್ಥೆಯನ್ನು ಸಹ ಮೌಲ್ಯಮಾಪನ ಮಾಡುತ್ತದೆ.

ಇದು ನಿಮ್ಮ ಕಲಿಕೆಯ ಮಟ್ಟವನ್ನು ಮೌಲ್ಯಮಾಪನ ಮಾಡುತ್ತದೆ ಏಕೆಂದರೆ ಇದು ಅನುಭವ/ ವಿಷಯಕ್ಕೆ ಒಡ್ಡಿಕೊಳ್ಳುವುದಕ್ಕೆ ಸಂಬಂಧಿಸಿದೆ. ನಿಮ್ಮ ತಿಳುವಳಿಕೆಯ ಮಟ್ಟ ಏನು? ನಿಮ್ಮ ಟೇಕ್‌ಅವೇಗಳು ಯಾವುವು?

ಕಲಿಕೆಯ ಮೌಲ್ಯಮಾಪನವು ಎರಡು ವಿಷಯಗಳನ್ನು ಸಹ ಅರ್ಥೈಸಬಲ್ಲದು:

ಒಂದು ನಿರ್ದಿಷ್ಟ ವಿಷಯ/ವಿಷಯದ ಮಟ್ಟವನ್ನು ಕಲಿಯಲು ವಿದ್ಯಾರ್ಥಿಯ ಸಿದ್ಧತೆಯನ್ನು ಗುರುತಿಸುವ ಪೂರ್ವಪರೀಕ್ಷೆ/ಇತರ ಮೌಲ್ಯಮಾಪನ. ಅಲ್ಲದೆ, ಒಂದು ಸಮಯದಲ್ಲಿ ಒಬ್ಬ ವಿದ್ಯಾರ್ಥಿ.

ಮೇಲಿನ #2 ಅಪ್ಲಿಕೇಶನ್: ಕೋರ್ಸ್ ಮತ್ತು ಪ್ರೋಗ್ರಾಂ ಕಲಿಕೆಯ ಗುರಿಗಳನ್ನು ನಿರ್ಣಯಿಸಲು ಕಾರಣವೆಂದರೆ ವಿದ್ಯಾರ್ಥಿಗಳ ಕಲಿಕೆಯನ್ನು ಸುಧಾರಿಸುವುದು. ಅಂದರೆ, ಪ್ರಾಧ್ಯಾಪಕರು/ಶಿಕ್ಷಕರು

ವಿದ್ಯಾರ್ಥಿಗಳು ಕಲಿಕೆಯ ಗುರಿಗಳನ್ನು ಎಷ್ಟು ಚೆನ್ನಾಗಿ ಸಾಧಿಸುತ್ತಿದ್ದಾರೆ ಎಂಬುದನ್ನು ಮೌಲ್ಯಮಾಪನ ಮಾಡುವಾಗ, ಕಲಿಕೆಯನ್ನು ಹೇಗೆ ಸುಧಾರಿಸಬೇಕು ಎಂಬುದನ್ನು ನಿರ್ಧರಿಸಲು ಅವರು ಹಾಗೆ ಮಾಡಬೇಕು. ಹೀಗಾಗಿ, ಸರಿಯಾಗಿ ಅರ್ಥಮಾಡಿಕೊಂಡರೆ, ಮೇಲಿನ #2 ಅನ್ನು ಕಲಿಕೆಯ ಸುಧಾರಣೆಯ ಗುರಿಯಾಗಿ ನೋಡಲಾಗುತ್ತದೆ, ಹಿಂದಿನ ಕಾರ್ಯಕ್ಷಮತೆಯ ಅಳತೆಯಾಗಿ ಅಲ್ಲ.

ಇದು ಅಂತರವನ್ನು ಮೌಲ್ಯಮಾಪನ ಮಾಡುತ್ತದೆ ಮತ್ತು ಗುರುತಿಸುತ್ತದೆ. ನೀವು ಕಲಿಯಬಹುದಾದ / ಕಲಿಯಬೇಕಾದ ವಿಷಯಗಳು ಯಾವುವು? ಈ ವಿಷಯವನ್ನು ಕಲಿಯಲು ನೀವು ಎಷ್ಟು ಸಿದ್ಧ ಅಥವಾ ಸಿದ್ಧರಾಗಿರುವಿರಿ?

4

ಘಟಕ-4: ಬೋಧನಾ ಕಲಿಕೆಯ ಪ್ರಕ್ರಿಯ

4.1 ಬೋಧನೆಯಅರ್ಥಮತ್ತುತತ್ವಗಳು

ಲ್ಯಾಟಿನ್ ತತ್ವದ ಅರ್ಥ: 'ಪ್ರಿನ್ಸೆಪ್ಸ್', ಅಂದರೆ ಎಲ್ಲಾ ವಸ್ತುಗಳ ಪ್ರಾರಂಭ/ಅಂತ್ಯ. ಆರಂಭಿಕ ಗ್ರೀಕರು: ಮೂಲಭೂತ ಕಾನೂನುಗಳು ಬೋಧನೆಯ ತತ್ವವು ಕಲಿಕೆಯ ಮಾನಸಿಕ ಕಾನೂನುಗಳು, ಶೈಕ್ಷಣಿಕ ಪರಿಕಲ್ಪನೆಗಳು ಮತ್ತು ಎಲ್ಲಾ ಶೈಕ್ಷಣಿಕ ಕಾರ್ಯವಿಧಾನಗಳನ್ನು ರೂಪಿಸುವ ಅಭ್ಯಾಸದ ನಿಯಮಗಳನ್ನು ಸೂಚಿಸುತ್ತದೆ.

ಪ್ರಮುಖ ಉಪಾಯ:

ಬೋಧನೆ ಮತ್ತು ಕಲಿಕೆ, ಪರಿಣಾಮಕಾರಿ ಮತ್ತು ಉತ್ಪಾದಕತೆಯನ್ನು ಮಾಡಲು ತತ್ವಗಳು ಮುಖ್ಯ ಮಾರ್ಗದರ್ಶಿಗಳಾಗಿವೆ.

ಬೋಧನೆಯ ತತ್ವಗಳನ್ನು ಹೇಗೆ ಪಡೆಯಲಾಗಿದೆ:

ಬೋಧನೆಯ ತತ್ವಗಳನ್ನು ಎಚ್ಚರಿಕೆಯಿಂದ ಗಮನಿಸಿದ ಸತ್ಯಗಳು/ವಸ್ತುನಿಷ್ಠವಾಗಿ ಅಳೆಯಲಾದ ಫಲಿತಾಂಶಗಳಿಂದ ರೂಪಿಸಲಾಗಿದೆ ಇದು ಒಂದೇ ರೀತಿಯ ಅನುಭವಗಳ ಸರಣಿಗೆ ಸಾಮಾನ್ಯವಾಗಿದೆ.

1. ತಜ್ಞರ ಅಭಿಪ್ರಾಯಗಳ ಪೂಲಿಂಗ್ ಮೂಲಕ.

2. ಸಮರ್ಥ/ಕೆಳಮಟ್ಟದ ಶಿಕ್ಷಕರ ಬೋಧನಾ ಕಾರ್ಯಕ್ಷಮತೆಯ ತುಲನಾತ್ಮಕ ಅಧ್ಯಯನಗಳ ಮೂಲಕ.

3. ತರಗತಿಯಲ್ಲಿ ಬೋಧನೆ ಮತ್ತು ಕಲಿಕೆಯ ಪ್ರಾಯೋಗಿಕ ಅಧ್ಯಯನಗಳ ಮೂಲಕ.

ತತ್ವಗಳ ಕಾರ್ಯ ಮತ್ತು ವ್ಯಾಪ್ತಿ:

ಬುದ್ಧಿವಂತ ಮತ್ತು ಲಾಭದಾಯಕ ಅಭ್ಯಾಸದ ಆಧಾರವು ಉತ್ತೇಜಿಸಲು, ನಿರ್ದೇಶಿಸಲು ಮತ್ತು ಮಾರ್ಗದರ್ಶನ ಮಾಡಲು ಮಾತ್ರವಲ್ಲದೆ ಶಾಲಾ ಅಭ್ಯಾಸವನ್ನು ಅರ್ಥೈಸಲು ಸಹ ಸೇವೆ ಸಲ್ಲಿಸುತ್ತದೆ. ಮಕ್ಕಳ ವೈಯಕ್ತಿಕ ಸಾಮರ್ಥ್ಯಗಳಿಗೆ ಸೂಚನೆಯನ್ನು ಉತ್ತಮವಾಗಿ ಅಳವಡಿಸಿಕೊಳ್ಳಲು.

ಬೋಧನಾ ತತ್ವಗಳ ವಿಧಗಳು:

1. ಪ್ರಾರಂಭಿಕ ತತ್ವಗಳು: ಇವುಗಳು ಮಗುವಿನ ಸ್ವಭಾವ, ಶಿಕ್ಷಣವನ್ನು ಸಾಧ್ಯವಾಗಿಸುವ ಅವನ ಮಾನಸಿಕ ಮತ್ತು ಶಾರೀರಿಕ ದತ್ತಿಗಳನ್ನು ಒಳಗೊಂಡಿರುತ್ತವೆ.

.2. ಮಾರ್ಗದರ್ಶಿ ತತ್ತ್ವಗಳು: ಇವುಗಳು ಶಿಕ್ಷಣದ ಗುರಿಗಳು/ಉದ್ದೇಶಗಳ ಸಾಧನೆಯ ಕಡೆಗೆ ವಿದ್ಯಾರ್ಥಿ ಮತ್ತು ಶಿಕ್ಷಕರು ಒಟ್ಟಾಗಿ ಕೆಲಸ ಮಾಡುವ ವಿಧಾನಗಳು, ಸೂಚನೆಗಳ ವಿಧಾನಗಳು/ ತಂತ್ರಗಳ ಒಟ್ಟುಗೂಡುವಿಕೆಗಳನ್ನು ಉಲ್ಲೇಖಿಸುತ್ತವೆ.

3. ಎಂಡಿಂಗ್ ಪ್ರಿನ್ಸಿಪಲ್ಸ್: ಇವುಗಳು ಶೈಕ್ಷಣಿಕ ಗುರಿಗಳನ್ನು ಉಲ್ಲೇಖಿಸುತ್ತವೆ; ಗುರಿಗಳು, ಉದ್ದೇಶಗಳು, ಫಲಿತಾಂಶಗಳು, ಬೋಧನೆ ಮತ್ತು ಕಲಿಕೆಯನ್ನು ನಿರ್ದೇಶಿಸಿದ ಸಂಪೂರ್ಣ ಶೈಕ್ಷಣಿಕ ಯೋಜನೆಯ ಉದ್ದೇಶಗಳು/ಫಲಿತಾಂಶಗಳು.

ತಂತ್ರಗಳು ಮತ್ತು ತತ್ತ್ವಗಳು:

ತಂತ್ರಗಳು ಮತ್ತು ತತ್ತ್ವಗಳು ಎರಡೂ ಅಗತ್ಯ, ಆದರೆ ತತ್ತ್ವಗಳು ಹೆಚ್ಚು ಮೂಲಭೂತವಾಗಿವೆ. ಶೈಕ್ಷಣಿಕ ತತ್ತ್ವಗಳ ಬುದ್ಧಿವಂತ ಬಳಕೆಯಿಂದ ತಂತ್ರಗಳನ್ನು ಬಳಸಲು ಶಿಕ್ಷಕರು ಸ್ವತಂತ್ರರಾಗಿರಬೇಕು.

ತತ್ತ್ವಗಳಿಗೆ ಸಂಬಂಧಿಸಿದ ಸಾಮಾನ್ಯ ಹೇಳಿಕೆಗಳು:

1. ಸಾಮಾನ್ಯ ಕಾನೂನುಗಳು, ಸಿದ್ಧಾಂತಗಳು, ಕ್ರಮಗಳ ನಿಯಮಗಳು, ಮೂಲಭೂತ ಸತ್ಯಗಳು, ಸಾಮಾನ್ಯ ಹೇಳಿಕೆಗಳು, ಶೈಕ್ಷಣಿಕ ಪರಿಕಲ್ಪನೆಗಳು, ಅಂಗೀಕೃತ ತತ್ತ್ವಗಳು ಮತ್ತು ಬೋಧನೆ ಮತ್ತು ಕಲಿಕೆಯ ಪ್ರಕ್ರಿಯೆಗಳ ಮೇಲೆ ಪರಿಣಾಮ ಬೀರುವ ಪರಿಸ್ಥಿತಿಗಳನ್ನು ನೋಡಿ.

2. ಒಂದೇ ರೀತಿಯ ಅನುಭವಗಳ ಸರಣಿಗೆ ಸಾಮಾನ್ಯವಾಗಿರುವ ಎಚ್ಚರಿಕೆಯಿಂದ ಗಮನಿಸಿದ ಸಂಗತಿಗಳು/ವಸ್ತುನಿಷ್ಠವಾಗಿ ಅಳೆಯಲಾದ ಫಲಿತಾಂಶಗಳಿಂದ ಅವುಗಳನ್ನು ರೂಪಿಸಿದಾಗ ಧ್ವನಿಯನ್ನು ಪರಿಗಣಿಸಲಾಗುತ್ತದೆ.

3. ವ್ಯಕ್ತಿಯ ಪ್ರತಿಫಲಿತ ಚಿಂತನೆ ಮತ್ತು ಅವರ ಚಟುವಟಿಕೆಗಳ ಆಯ್ಕೆಗೆ ಮಾರ್ಗದರ್ಶನ ನೀಡಲು ಪ್ರಮುಖ ಮಾರ್ಗಗಳನ್ನು ಒದಗಿಸಿ.

4. ತತ್ತ್ವಗಳು ಅಥವಾ ತಂತ್ರಗಳು ತಾವಾಗಿಯೇ ಪರಿಣಾಮಕಾರಿಯಾಗಿ

5. ಶಿಕ್ಷಕರ ಬೋಧನೆ ಮತ್ತು ವಿದ್ಯಾರ್ಥಿಗಳ ಕಲಿಕೆಯ ಮೌಲ್ಯಮಾಪನದ ಮಾನದಂಡ

6. ಬೋಧನೆಯಲ್ಲಿ ಮಾರ್ಗದರ್ಶಿ ತಂತ್ರಗಳು

7. ಹೊಸ ಶೈಕ್ಷಣಿಕ ತತ್ತ್ವ ಶಾಸ್ತ್ರದೊಂದಿಗೆ ಮತ್ತು ಸಾಮಾಜಿಕ ಮತ್ತು ನೈತಿಕ ಮೌಲ್ಯಗಳಲ್ಲಿನ ಬದಲಾವಣೆಗಳೊಂದಿಗೆ ಹೊಸ ಸಂಗತಿಗಳ ಆವಿಷ್ಕಾರದಿಂದಾಗಿ ಕ್ರಿಯಾತ್ಮಕವಾಗಿದೆ.

8. ತತ್ತ್ವಗಳು ಸಾಮಾನ್ಯ ಪರಿಸ್ಥಿತಿಗಳಲ್ಲಿ ಮಾತ್ರ ಕಾರ್ಯಸಾಧ್ಯವಾಗುತ್ತವೆ.

9. ಮೂಲಭೂತವಾಗಿ ನಿಜವಾಗಿದ್ದರೆ ಮತ್ತು ಕಲಿಕೆಯ ಸಂದರ್ಭಗಳಲ್ಲಿ ಅನ್ವಯಿಸಿದರೆ ತತ್ತ್ವಗಳು ಹೆಚ್ಚಿನ ಮೌಲ್ಯವನ್ನು ಹೊಂದಿರುತ್ತವೆ.

10. ತತ್ತ್ವಗಳು ಆಗಾಗ್ಗೆ ಅತಿಕ್ರಮಿಸುತ್ತವೆ/ಸಮಯದಲ್ಲಿ ಪರಸ್ಪರ ಸಂಘರ್ಷಗೊಳ್ಳುತ್ತವೆ.

ಬೋಧನೆ ಮತ್ತು ಕಲಿಕೆಯ ಆರಂಭಿಕ ತತ್ತ್ವಗಳು:

ಮಗುವಿನ ಸ್ವಭಾವ, ಬೋಧನೆಯನ್ನು ಕಲಿಯುವವರನ್ನು ಉತ್ತೇಜಿಸುವ, ನಿರ್ದೇಶಿಸುವ ಮತ್ತು ಮಾರ್ಗದರ್ಶನ ಮಾಡುವ ಪ್ರಕ್ರಿಯೆ ಎಂದು ಅರ್ಥೈಸಬೇಕಾದರೆ, ಶಿಕ್ಷಕರು ಅವರು ಆಶಿಸುವ ಶೈಕ್ಷಣಿಕ ಚಟುವಟಿಕೆಗಳ ದೈಹಿಕ, ಮಾನಸಿಕ, ಸಾಮಾಜಿಕ ಮತ್ತು ಭಾವನಾತ್ಮಕ ಸಾಮರ್ಥ್ಯಗಳ ಬಗ್ಗೆ ತೀವ್ರವಾದ ಜ್ಞಾನ ಮತ್ತು ತಿಳುವಳಿಕೆಯನ್ನು ಹೊಂದಿರಬೇಕು. ನಿರ್ದೇಶಿಸಲು ಮತ್ತು ಮಾರ್ಗದರ್ಶನ ಮಾಡಲು. ಶಿಕ್ಷಣದ ಪ್ರಕ್ರಿಯೆಯು ಮಗುವಿನ ಸುತ್ತ ಆಕರ್ಷಿತವಾಗಿರಬೇಕು ಎಂದು ರೂಸೋ ನಂಬಿದ್ದರು. ವಿಷಯದ ತಾರ್ಕಿಕ ಕ್ರಮಕ್ಕಿಂತ ಹೆಚ್ಚಾಗಿ ಮಗುವಿನ ಸ್ವಭಾವವು ಬೋಧನೆಯ ಸ್ವರೂಪವನ್ನು ನಿರ್ಧರಿಸಬೇಕು.

ಪೆಸ್ಟಲೋಝಿ: ಮಗುವಿನ ಸ್ವಭಾವದ ಪ್ರಾಮುಖ್ಯತೆ ಮತ್ತು ಶೈಕ್ಷಣಿಕ ಪ್ರಕ್ರಿಯೆಯಲ್ಲಿ ಮಗುವನ್ನು ವಿಷಯ-ವಿಷಯಕ್ಕೆ ಸಂಬಂಧಿಸಿದಂತೆ ಯೋಚಿಸಬೇಕು ಎಂದು ಪ್ರತಿಪಾದಿಸಿದರು. ಡೀವಿ (ಜಾನ್): ಶಿಕ್ಷಣವು ವೈಯಕ್ತಿಕ ಮಗುವಿನ ಮೇಲೆ ಕೇಂದ್ರೀಕೃತವಾಗಿರಬೇಕು.

ಜನ್ಮಜಾತ ಪ್ರವೃತ್ತಿಗಳು - ಬೋಧನೆ ಮತ್ತು ಕಲಿಕೆಯ ಆಧಾರ:

ಮಗುವಿನ ಸಹಜ ಪ್ರವೃತ್ತಿಗಳು ಬೋಧನೆ/ಕಲಿಕೆಗೆ ಪ್ರಚೋದನೆಯಾಗಿ ಲಭ್ಯವಾಗುತ್ತವೆ.

ಶಿಕ್ಷಣದಲ್ಲಿ ಉಪಯುಕ್ತವಾದ ಸಹಜ ಪ್ರವೃತ್ತಿಗಳು:

§ ಬುದ್ಧಿಮತ್ತೆ ಮತ್ತು ಬೋಧನೆ ಮತ್ತು ಕಲಿಕೆಯಲ್ಲಿ ಅದರ ಬಳಕೆ.

§ ಭಾವನೆಗಳು ಮತ್ತು ಬೋಧನೆ ಮತ್ತು ಕಲಿಕೆಯಲ್ಲಿ ಅವುಗಳ ಉಪಯೋಗಗಳು.

§ ಬೋಧನೆ ಮತ್ತು ಕಲಿಕೆಯಲ್ಲಿ ಅನುಕರಣೆ ಮತ್ತು ಅದರ ಉಪಯೋಗಗಳು.

§ ಬೋಧನೆ ಮತ್ತು ಕಲಿಕೆಯಲ್ಲಿ ಕುತೂಹಲ, ಆಸಕ್ತಿ ಮತ್ತು ಗಮನ ಮತ್ತು ಅವುಗಳ ಉಪಯೋಗಗಳು.

§ ಗುಂಪುಗಾರಿಕೆ ಮತ್ತು ಬೋಧನೆ ಮತ್ತು ಕಲಿಕೆಯಲ್ಲಿ ಅದರ ಉಪಯೋಗಗಳು.

§ ಬೋಧನೆ ಮತ್ತು ಕಲಿಕೆಯಲ್ಲಿ ಇದರ ಉಪಯೋಗಗಳನ್ನು ಪ್ಲೇ ಮಾಡಿ.

§ ಸಂಗ್ರಹಣ ಮತ್ತು ಸಂಗ್ರಹಣ ಮತ್ತು ಬೋಧನೆ ಮತ್ತು ಕಲಿಕೆಯಲ್ಲಿ ಅವುಗಳ ಉಪಯೋಗಗಳು.

§ ಸ್ಪರ್ಧೆ ಮತ್ತು ಪೈಪೋಟಿ ಮತ್ತು ಬೋಧನೆ ಮತ್ತು ಕಲಿಕೆಯಲ್ಲಿ ಅವುಗಳ ಉಪಯೋಗಗಳು.

§ ಕುಶಲತೆ ಮತ್ತು ಬೋಧನೆ ಮತ್ತು ಕಲಿಕೆಯಲ್ಲಿ ಅದರ ಉಪಯೋಗಗಳು.

ಬೋಧನೆ ಮತ್ತು ಕಲಿಕೆಯ ಸ್ಥಿತಿಯಲ್ಲಿರುವ ಫಿಲಿಪಿನೋಸ್‌ನ ವ್ಯಕ್ತಿತ್ವ ಲಕ್ಷಣಗಳು:

1. ಸಂಕೋಚ ಅಥವಾ ನಾಚಿಕೆ-ಮಾನಸಿಕ ಸೆಟ್/ಸಾಮಾಜಿಕ ಪ್ರತಿಕ್ರಿಯೆಗಳ ಭಾಗಶಃ ಪ್ರತಿಬಂಧ.

2. ಸಂವೇದನಾಶೀಲತೆ- ಸುಲಭವಾಗಿ ಪ್ರಭಾವಿತವಾಗುವಂತಹ ಸ್ವಭಾವದ ಸಂವೇದನೆಯು ಪೀಡಿತ/ನೋಯಿಸುತ್ತದೆ.

3. ಪರಿಶ್ರಮದ ಕೊರತೆ - ತೊಂದರೆ, ನಿರಾಶೆ/ಹಸ್ತಕ್ಷೇಪದಿಂದಾಗಿ ದೀರ್ಘಕಾಲದವರೆಗೆ ಚಟುವಟಿಕೆಯಲ್ಲಿ ನಿರಂತರತೆಯ ಕೊರತೆ.

4. ಸಂಪನ್ಮೂಲದ ಕೊರತೆ- ಹೊಸ ಸಂದರ್ಭಗಳನ್ನು ಪೂರೈಸುವ ಸಾಮರ್ಥ್ಯದ ಕೊರತೆ.

5. ಉದ್ಯಮದ ಕೊರತೆ-ಯಾವುದೇ ಅನ್ವೇಷಣೆಯಲ್ಲಿ ಸ್ಥಿರವಾದ ಗಮನ/ಶ್ರದ್ಧೆಯ ಕೊರತೆ.

ಮಗುವಿನ ಸ್ವಭಾವವನ್ನು ಅಭಿವೃದ್ಧಿಪಡಿಸುವಲ್ಲಿ ಶಿಕ್ಷಕರ ಕಾರ್ಯ:

ಬೋಧನೆಯನ್ನು ಪರಿಣಾಮಕಾರಿಯಾಗಿ ಮಾಡಲು ಮತ್ತು ಕಲಿಕೆಯನ್ನು ಉತ್ಪಾದಕವಾಗಿಸಲು, ಪ್ರೇರೇಪಿಸಲು, ನಿರ್ದೇಶಿಸಲು, ಮಾರ್ಗದರ್ಶನ ಮಾಡಲು ಮತ್ತು ಮೌಲ್ಯಮಾಪನ ಮಾಡಲು ಮಗುವಿನ ಸ್ವಭಾವವನ್ನು ಶಿಕ್ಷಕರು ತಿಳಿದಿರಬೇಕು. ಮಗುವನ್ನು ಅರ್ಥಮಾಡಿಕೊಳ್ಳಲು ಶಿಕ್ಷಕರು ಅವಶ್ಯಕ: ಅಗತ್ಯತೆಗಳು, ಸಾಮರ್ಥ್ಯಗಳು ಮತ್ತು ಗುರಿಗಳನ್ನು ಹೊಂದಿರುವ ಜೈವಿಕ ಜೀವಿ ಎಂದು ತಿಳಿಯಬೇಕು ಸಾಮಾಜಿಕ ಮತ್ತು ಮಾನಸಿಕ ಪರಿಸರವು ಸಾಂಸ್ಕೃತಿಕ ಶಕ್ತಿಗಳನ್ನು ತಿಳಿದಿರುತ್ತದೆ.

ಕಲಿಯುವವರ ಸ್ವಭಾವಕ್ಕೆ ಸಂಬಂಧಿಸಿದ ಮಾರ್ಗದರ್ಶಿ ತತ್ವಗಳು:

ಕಲಿಯುವವರು ನಿಷ್ಕ್ರಿಯವಾಗಿರುವುದಿಲ್ಲ ಆದರೆ ಸಕ್ರಿಯವಾಗಿರುವುದನ್ನು ಉತ್ತೇಜಿಸಬೇಕು. ಕಲಿಯುವವರ ಸ್ವಭಾವವನ್ನು ವಿಜ್ಞಾನ ಬೋಧನೆಯ ಜಾಹೀರಾತು ಕಲಿಕೆಯ ತತ್ವಗಳ ಆಧಾರವನ್ನಾಗಿಸಿ. ಮಗುವಿನ ಬೆಳವಣಿಗೆ ಮತ್ತು ಬೆಳವಣಿಗೆಯು ಕ್ರಮಬದ್ಧ ಮತ್ತು ಏಕೀಕೃತವಾಗಿದೆ.

ಎಲ್ಲಾ ಕಲಿಯುವವರಿಗೆ ಮಾನಸಿಕ ಬೆಳವಣಿಗೆ ಮತ್ತು ಬೆಳವಣಿಗೆಗಳು ಒಂದೇ ಮಾದರಿಯನ್ನು ಅನುಸರಿಸುವುದಿಲ್ಲ ಎಂಬುದನ್ನು ನೆನಪಿನಲ್ಲಿಡಿ. ಪ್ರತಿ ಕಲಿಯುವವರ ವಿಶಿಷ್ಟ ಬೆಳವಣಿಗೆಯ ಮಾದರಿಗಳು ಮತ್ತು ಬೆಳವಣಿಗೆಯ ಗುಣಲಕ್ಷಣಗಳು ಮತ್ತು ಅವರ ನಡವಳಿಕೆಯ ಮೇಲೆ ಅವುಗಳ ಪರಿಣಾಮವನ್ನು ಅರ್ಥಮಾಡಿಕೊಳ್ಳಿ.

ಕಾಲಾನುಕ್ರಮದ ವಯಸ್ಸಿನ ಆಧಾರದ ಮೇಲೆ ಅಳೆಯಲಾದ ಮಾನಸಿಕ ಮತ್ತು ದೈಹಿಕ ಬೆಳವಣಿಗೆಯ ನಡುವೆ ನಿಕಟ ಸಂಬಂಧವಿದೆ. ಗುಂಪಿನ ಸದಸ್ಯರಾಗಿ ಕಲಿಯುವವರು. ಸಹಜ ಪ್ರವೃತ್ತಿಗಳನ್ನು ಶಾಲಾ ಕೆಲಸಕ್ಕಾಗಿ ಡ್ರೈವ್‌ಗಳು/ಅಧಿಕಾರಗಳಾಗಿ ಮತ್ತು ಕಲಿಕೆಗೆ ಪ್ರಚೋದಕಗಳಾಗಿ ಬಳಸಿಕೊಳ್ಳಿ. ಮುಂದಿನ ಚಟುವಟಿಕೆಗಳಿಗೆ ಕಾರಣವಾಗುವ ಚಟುವಟಿಕೆಗಳನ್ನು ಉತ್ಪಾದಿಸುವ ರೀತಿಯಲ್ಲಿ ಉಪಯುಕ್ತ ಸಹಜ ಪ್ರವೃತ್ತಿಗಳನ್ನು ಬಳಸಿಕೊಳ್ಳಿ ಮತ್ತು ನಿರ್ದೇಶಿಸಿ.

ಹೊಸ ಅಭ್ಯಾಸಗಳನ್ನು ಅಭಿವೃದ್ಧಿಪಡಿಸುವಲ್ಲಿ ಕಲಿಯುವವರ ನೈಸರ್ಗಿಕ ಪ್ರವೃತ್ತಿಯನ್ನು ಬಳಸಿಕೊಳ್ಳಿ. ಶಿಕ್ಷಣದ ಅಂತಿಮ ಮತ್ತು ತಕ್ಷಣದ ಗುರಿಗಳ ರಚನೆಯಲ್ಲಿ ವಿದ್ಯಾರ್ಥಿಗಳ ಸ್ವಭಾವವನ್ನು ಪರಿಗಣಿಸಿ. ವಿಷಯದ ಸ್ವರೂಪವು ಬೋಧನೆಯ ಸ್ವರೂಪವನ್ನು ನಿರ್ಧರಿಸುತ್ತದೆ ಎಂಬುದನ್ನು ಕಲಿಯುವವರ ಸ್ವಭಾವವು ನಿರ್ಧರಿಸುತ್ತದೆ ಎಂಬುದನ್ನು ನಾನು ಮನಸ್ಸಿನಲ್ಲಿಟ್ಟುಕೊಳ್ಳುತ್ತೇನೆ. ಕಲಿಯುವ ಸಾಮರ್ಥ್ಯದಲ್ಲಿ ವಿದ್ಯಾರ್ಥಿಗಳು ತಮ್ಮಲ್ಲಿಯೇ ಹೆಚ್ಚು ಭಿನ್ನವಾಗಿರುತ್ತಾರೆ ಎಂದು ಪರಿಗಣಿಸಿ. ಕಲಿಯುವವರು ರಚಿಸುವ ಪ್ರವೃತ್ತಿಯನ್ನು ಹೊಂದಿದ್ದಾರೆ; ಆದ್ದರಿಂದ ಅವರ ಅಭಿವ್ಯಕ್ತಿಯಲ್ಲಿ ಸೃಜನಶೀಲತೆಯ ಸಾಮರ್ಥ್ಯವನ್ನು ಹೊಂದಿದೆ.

4.2 ಬೋಧನೆಯ ಹಂತಗಳು: ಯೋಜನೆ, ಅನುಷ್ಠಾನ, ಮೌಲ್ಯಮಾಪನ, ಕಲಿಕೆಯ ಪ್ರಕ್ರಿಯೆಯನ್ನು ಪ್ರತಿಬಿಂಬಿಸಿ

ಬೋಧನೆಯ ಹಂತಗಳು:

ಬೋಧನೆಯ ವಿವಿಧ ಹಂತಗಳು:-

ಬೋಧನೆ ಒಂದು ಸಂಕೀರ್ಣ ಕಾರ್ಯವಾಗಿದೆ. ಈ ಕಾರ್ಯವನ್ನು ನಿರ್ವಹಿಸಲು ನಮಗೆ ವ್ಯವಸ್ಥಿತ ಯೋಜನೆ ಅಗತ್ಯವಿದೆ. ಬೋಧನೆಯನ್ನು ಹಂತಗಳಲ್ಲಿ ಮಾಡಬೇಕು. ಪ್ರಕ್ರಿಯೆಯನ್ನು ರೂಪಿಸುವ ವಿವಿಧ ಹಂತಗಳನ್ನು ಬೋಧನೆಯ ಹಂತಗಳು ಎಂದು ಕರೆಯಲಾಗುತ್ತದೆ. ಪ್ರತಿಯೊಂದು ಹಂತವು ಕಲಿಕೆಯ ಪರಿಸ್ಥಿತಿಯನ್ನು ಸೃಷ್ಟಿಸುವ ಬೋಧನೆಯ ಕೆಲವು ಕಾರ್ಯಾಚರಣೆಗಳನ್ನು ಹೊಂದಿದೆ. ಬೋಧನಾ ಪ್ರಕ್ರಿಯೆಯನ್ನು ಮೂರು ಹಂತಗಳು/ಹಂತಗಳಾಗಿ ವಿಂಗಡಿಸಬಹುದು.

i. ಪೂರ್ವ-ಸಕ್ರಿಯ ಹಂತ - ಯೋಜನೆಯನ್ನು ಸೂಚಿಸುತ್ತದೆ.

v. ಸಂವಾದಾತ್ಮಕ ಹಂತ - ನಡವಳಿಕೆ ಮತ್ತು ನಿರ್ವಹಣೆಯನ್ನು ಸೂಚಿಸುತ್ತದೆ.

v. ಸಕ್ರಿಯ ಹಂತ - ಅನುಸರಣೆ ಮತ್ತು ಬಲವರ್ಧನೆಯನ್ನು ಸೂಚಿಸುತ್ತದೆ.

ವಿವಿಧ ಹಂತಗಳು ಬೋಧನೆಯ ವಿವಿಧ ಕಾರ್ಯಾಚರಣೆಗಳನ್ನು ಒಳಗೊಂಡಿರುತ್ತವೆ.

ಬೋಧನೆಯ ಪೂರ್ವ-ಸಕ್ರಿಯ ಹಂತ:-

- ಇದು ಬೋಧನೆಗಾಗಿ ಯೋಜನೆಯ ಹಂತವಾಗಿದೆ.

- ಉತ್ತಮ ಯೋಜನೆಯು ಶಿಕ್ಷಕರ ಕಾರ್ಯವನ್ನು ಸುಗಮ, ಕ್ರಿಯಾತ್ಮಕ ಮತ್ತು ಯಶಸ್ವಿಗೊಳಿಸುತ್ತದೆ.

- ಈ ಹಂತದಲ್ಲಿ ಒಳಗೊಂಡಿರುವ ಎರಡು ಪ್ರಮುಖ ಹಂತಗಳಿವೆ.
- ಕೆಲವು ರೀತಿಯ ಗುರಿ/ಉದ್ದೇಶಗಳ ಸ್ಥಾಪನೆ.
- ಈ ಉದ್ದೇಶಗಳನ್ನು ಸಕ್ರಿಯಗೊಳಿಸಲು ಮಾರ್ಗಗಳು ಮತ್ತು ವಿಧಾನಗಳನ್ನು ಕಂಡುಹಿಡಿಯುವುದು.

ಪೂರ್ವ-ಸಕ್ರಿಯ ಹಂತದಲ್ಲಿ ಬೋಧನೆಯ ಕಾರ್ಯಾಚರಣೆ:-

ತರಗತಿಯಲ್ಲಿ ಬೋಧನೆ ಮಾಡುವ ಮೊದಲು, ಶಿಕ್ಷಕರು ಹಲವಾರು ಕಾರ್ಯಗಳನ್ನು ನಿರ್ವಹಿಸಬೇಕಾಗುತ್ತದೆ. ಈ ಹಂತವು ತರಗತಿಯನ್ನು ಪ್ರವೇಶಿಸುವ ಮೊದಲು ಶಿಕ್ಷಕರು ನಿರ್ವಹಿಸುವ ಈ ಎಲ್ಲಾ ಚಟುವಟಿಕೆಗಳನ್ನು ಒಳಗೊಂಡಿದೆ. ಈ ಹಂತವು ಈ ಕೆಳಗಿನ ಚಟುವಟಿಕೆಗಳನ್ನು ಒಳಗೊಂಡಿರುತ್ತದೆ.

(1) ಗುರಿಯ ಸೂತ್ರೀಕರಣ/ಫಿಕ್ಸಿಂಗ್:-

ಶಿಕ್ಷಕನು ಶೈಕ್ಷಣಿಕ ಉದ್ದೇಶಗಳ ಟ್ಯಾಕ್ಸಾನಮಿಯನ್ನು ಬಳಸಿಕೊಂಡು ವರ್ತನೆಯ ಪರಿಭಾಷೆಯಲ್ಲಿ ಸೂಚನಾ ಉದ್ದೇಶಗಳನ್ನು ವಿವರವಾಗಿ ರೂಪಿಸುತ್ತಾನೆ.

ವಿದ್ಯಾರ್ಥಿಯ ಮನೋವಿಜ್ಞಾನ ಮತ್ತು ಸಮಾಜ ಮತ್ತು ಶಾಲೆಯ ಅಗತ್ಯಗಳಿಗೆ ಅನುಗುಣವಾಗಿ ಗುರಿಗಳನ್ನು ನಿರ್ಧರಿಸಲಾಗುತ್ತದೆ.

ಈ ಉದ್ದೇಶಗಳನ್ನು ಸಾಧಿಸುವ ಮೂಲಕ ವಿದ್ಯಾರ್ಥಿಗಳಲ್ಲಿ ಶಿಕ್ಷಕರು ಯಾವ ಬದಲಾವಣೆಗಳನ್ನು ನಿರೀಕ್ಷಿಸುತ್ತಾರೆ ಎಂಬುದರ ಪ್ರಕಾರ ಉದ್ದೇಶಗಳನ್ನು ನಿರ್ಧರಿಸಲಾಗುತ್ತದೆ.

(2) ಬೋಧಿಸಬೇಕಾದ ವಿಷಯ/ವಿಷಯದ ಆಯ್ಕೆ:-

ಬೋಧನಾ ಉದ್ದೇಶಗಳ ಸ್ಥಿರೀಕರಣದ ನಂತರ ಶಿಕ್ಷಕರು ಕಲಿಯುವವರ ಮುಂದೆ ಪ್ರಸ್ತುತಪಡಿಸಬೇಕಾದ ವಿಷಯವನ್ನು ನಿರ್ಧರಿಸುತ್ತಾರೆ. ವಿಷಯ ಆಯ್ಕೆಗಾಗಿ ಈ ಕೆಳಗಿನ ಅಂಶಗಳನ್ನು ಮನಸ್ಸಿನಲ್ಲಿಟ್ಟುಕೊಳ್ಳಬೇಕು.

- ಪಠ್ಯಕ್ರಮ/ಪಠ್ಯಕ್ರಮದ ಬೇಡಿಕೆ
- ಸ್ವೀಕರಿಸಿದ ಕಲಿಯುವವರ ಪ್ರವೇಶ ನಡವಳಿಕೆ
- ಕಲಿಯುವವರ ಪ್ರೇರಣೆಯ ಮಟ್ಟ
- ವಿಷಯಕ್ಕೆ ಸಂಬಂಧಿಸಿದ ಮೌಲ್ಯಮಾಪನಕ್ಕೆ ಶಿಕ್ಷಕರ ಆದ್ಯತೆ.

(3) ಕಲ್ಪನೆಗಳ ವ್ಯವಸ್ಥೆ ಮತ್ತು ಬೋಧನೆಯ ಶೈಲಿ:-

ಪ್ರಸ್ತುತಪಡಿಸಬಹುದಾದ ವಿಷಯವನ್ನು ಆಯ್ಕೆ ಮಾಡಿದ ನಂತರ, ಶಿಕ್ಷಕರು ವಿಷಯದ ಅಂಶಗಳನ್ನು ತಾರ್ಕಿಕ ಮತ್ತು ಮಾನಸಿಕ ಅನುಕ್ರಮದಲ್ಲಿ ಜೋಡಿಸುತ್ತಾರೆ. ಕಲಿಕೆಯ ವರ್ಗಾವಣೆಯಲ್ಲಿ ಅನುಕ್ರಮವು ಸಹಾಯ ಮಾಡಲು ಸಾಧ್ಯವಾಗುತ್ತದೆ.

(4) ಅಂತಬೋಧೆಯ ವಿಧಾನವನ್ನು ಆರಿಸುವುದು:-

ಶಿಕ್ಷಕನು ಬೋಧನೆಯ ವಿಷಯ ಮತ್ತು ಉದ್ದೇಶಗಳನ್ನು ಗಮನದಲ್ಲಿಟ್ಟುಕೊಂಡು ಬೋಧನೆಯ ಸೂಕ್ತವಾದ ತಂತ್ರಗಳು ಮತ್ತು ತಂತ್ರಗಳನ್ನು ಆರಿಸಬೇಕಾಗುತ್ತದೆ. ಶಿಕ್ಷಕ-ಶಿಕ್ಷಣ ಕಾರ್ಯಕ್ರಮದಲ್ಲಿ ಈ ಕಾರ್ಯಾಚರಣೆಯು ಬಹಳ ಮುಖ್ಯವಾಗಿದೆ.

(5) ಬೋಧನಾ ತಂತ್ರಗಳ ಅಭಿವೃದ್ಧಿ:-

ಶಿಕ್ಷಕನು ತನ್ನ ತರಗತಿಯ ಬೋಧನೆಯ ಸಮಯದಲ್ಲಿ ಬಳಸಬೇಕಾದ ತಂತ್ರಗಳು ಮತ್ತು ತಂತ್ರಗಳ ಬಗ್ಗೆ ಮುಂಚಿತವಾಗಿ ನಿರ್ಧರಿಸಬೇಕು. ಎಂಬುದರ ಬಗ್ಗೆ ಅವನು ನಿರ್ಧರಿಸಬೇಕು

§ ಯಾವಾಗ ಮತ್ತು ಯಾವ ಬೋಧನಾ ಸಾಧನವನ್ನು ಬಳಸಬೇಕು

§ ಬೋಧನಾ ಸಾಧನಗಳನ್ನು ಯಾವಾಗ ಬಳಸಲಾಗುವುದು

§ ಪುನರಾವರ್ತನೆ/ಮೌಲ್ಯಮಾಪನ ಇತ್ಯಾದಿಗಳನ್ನು ಯಾವಾಗ ಮಾಡಲಾಗುತ್ತದೆ.

(6) ತರಗತಿಯ ಬೋಧನೆಯ ಅವಧಿ, ಸ್ಥಳ ಮತ್ತು ನಿರ್ವಹಣೆಯನ್ನು ನಿರ್ಧರಿಸುವುದು.

(7) ಮೌಲ್ಯಮಾಪನ ಪರಿಕರಗಳು ಮತ್ತು ತಂತ್ರಗಳ ಬಗ್ಗೆ ನಿರ್ಧಾರ:

ಈ ಹಂತವು ತರಗತಿಯಲ್ಲಿ ಶಿಕ್ಷಕರು ನಿರ್ವಹಿಸಲು ಬಯಸುವ ಬೋಧನೆ ಅಥವಾ ಚಟುವಟಿಕೆಗಳ ವಿವರಗಳನ್ನು ರೂಪಿಸುತ್ತದೆ. ಇಲ್ಲಿ ಶಿಕ್ಷಕನು ತನ್ನ ಕ್ರಿಯೆಯ ಸಂಭವನೀಯ ಫಲಿತಾಂಶದ ಬಗ್ಗೆ ಊಹಿಸುತ್ತಾನೆ.

ಬೋಧನೆಯ ಸಂವಾದಾತ್ಮಕ ಹಂತ:-

ಈ ಹಂತವು ಪೂರ್ವ-ಸಕ್ರಿಯ ಹಂತದಲ್ಲಿ ಮಾಡಿದ ಯೋಜನೆಯ ಕಾರ್ಯಗತಗೊಳಿಸುವಿಕೆಯನ್ನು ಸೂಚಿಸುತ್ತದೆ. ಇದು ನಿಜವಾದ ತರಗತಿಯ ಬೋಧನೆ. ಈ ಹಂತದಲ್ಲಿ, ಶಿಕ್ಷಕರು ವಿದ್ಯಾರ್ಥಿಗಳಿಗೆ ಕೆಲವು ಸೂಕ್ತ ವಿಧಾನಗಳ ಮೂಲಕ ಕಲಿಕೆಯ ಅನುಭವಗಳನ್ನು ನೀಡುತ್ತಾರೆ ಮತ್ತು ಶಿಕ್ಷಕರು ಕಲಿಯುವವರಿಗೆ ಪೂರ್ವನಿರ್ಧರಿತ ವಾತಾವರಣವನ್ನು ನೀಡುತ್ತಾರೆ. ಶಿಕ್ಷಕರು ವಿದ್ಯಾರ್ಥಿಗಳೊಂದಿಗೆ ಸಂವಹನ ನಡೆಸುತ್ತಾರೆ ಇದರಿಂದ ಕಲಿಯುವವರಲ್ಲಿ ಅಪೇಕ್ಷಿತ ಬದಲಾವಣೆಗಳನ್ನು ತರಬಹುದು.

ಆದ್ದರಿಂದ ಪೂರ್ವನಿರ್ಧರಿತ ಗುರಿಗಳನ್ನು ಸಾಧಿಸಲು ಪೂರ್ವನಿರ್ಧರಿತ ದಿಕ್ಕುಗಳಲ್ಲಿ ಕಲಿಕೆಯನ್ನು ನಿರ್ದೇಶಿಸಲಾಗುತ್ತದೆ. ಈ ಪ್ರಕ್ರಿಯೆಯಲ್ಲಿ, ಶಿಕ್ಷಕರು ಕಲಿಯುವವರಿಗೆ ಮೌಖಿಕ ಪ್ರಚೋದನೆಯನ್ನು ಒದಗಿಸುತ್ತಾರೆ.

ಈ ಪ್ರಚೋದನೆಯು ವಿವಿಧ ರೀತಿಯದ್ದಾಗಿರಬಹುದು. ಕೆಲವು ಉದಾ: ಅವುಗಳೆಂದರೆ:-

* ಪ್ರಶ್ನೆಗಳನ್ನು ಕೇಳುವುದು

*ವಿದ್ಯಾರ್ಥಿಗಳ ಪ್ರತಿಕ್ರಿಯೆಯನ್ನು ಆಲಿಸುವುದು

*ಮಾರ್ಗದರ್ಶನ ನೀಡುವುದು

*ವಿವರಣೆಗಳನ್ನು ಮಾಡುವುದು ಇತ್ಯಾದಿ.

ಸಂವಾದಾತ್ಮಕ ಹಂತದಲ್ಲಿ ಬೋಧನೆಯ ಕಾರ್ಯಾಚರಣೆಗಳು:-

ಬೋಧನೆಯ ಈ ಹಂತ:

ತರಗತಿಯನ್ನು ಪ್ರವೇಶಿಸಿದ ನಂತರ ಶಿಕ್ಷಕರು ಬಳಸುವ ಎಲ್ಲಾ ಚಟುವಟಿಕೆಗಳನ್ನು ಒಳಗೊಂಡಿರುತ್ತದೆ. ತರಗತಿಯಲ್ಲಿ ಮಾಡಿದ ನಿಜವಾದ ಬೋಧನೆಯನ್ನು ಒಳಗೊಂಡಿದೆ.

ಕಲಿಯುವವರೊಂದಿಗೆ ಈ ಮುಖಾಮುಖಿಯಲ್ಲಿ. ಇಲ್ಲಿ ಶಿಕ್ಷಕರು ಮೊದಲ ಹಂತದಲ್ಲಿ ಯೋಜಿಸಲಾದ ಕೆಲವು ತಂತ್ರಗಳು, ಸಹಾಯಕಗಳು ಮತ್ತು ವಸ್ತುಗಳನ್ನು ಬಳಸುತ್ತಾರೆ. ಇದು ಈಗಾಗಲೇ ನಿಗದಿಪಡಿಸಿದ ಸಂಬಂಧಿತ ಉದ್ದೇಶಗಳನ್ನು ಸಾಧಿಸಲು ಶಿಕ್ಷಕರಿಗೆ ಸಹಾಯ ಮಾಡುತ್ತದೆ. ಇಲ್ಲಿ ಕೆಳಗಿನ ಕಾರ್ಯಾಚರಣೆಗಳನ್ನು ಶಿಕ್ಷಕರು ಕೈಗೊಳ್ಳುತ್ತಾರೆ.

(1) ವರ್ಗವನ್ನು ಹೊಂದಿಸುವುದು:-

ಇದು ತರಗತಿಯ ಸರಿಯಾದ ಗಾತ್ರವನ್ನು ಗ್ರಹಿಸುವ ಚಟುವಟಿಕೆಯನ್ನು ಸೂಚಿಸುತ್ತದೆ, ಕಲಿಯುವವರ ಮನಸ್ಥಿತಿಯ ಭಾವನೆಯನ್ನು ಪಡೆಯುತ್ತದೆ. ಇಲ್ಲಿ ಶಿಕ್ಷಕರು ತಿಳಿದಿರಬೇಕು

*ಗುಂಪಿನಲ್ಲಿ ಎಷ್ಟು ಮಂದಿ ಗಮನ ಹರಿಸುತ್ತಿದ್ದಾರೆ?

* ಎಷ್ಟು ಮಂದಿ ನಿರ್ಲಕ್ಷ್ಯ ಮತ್ತು ನಿರಾಸಕ್ತಿ ಹೊಂದಿದ್ದಾರೆ?

*ತೀಕ್ಷ್ಣ ರಾದವರು ಯಾರು?

*ಯಾರು ತೊಂದರೆ ಕೊಡುವವರು ಇತ್ಯಾದಿ?

(2) ಕಲಿಯುವವರನ್ನು ತಿಳಿದುಕೊಳ್ಳುವುದು:-

ಕಲಿಯುವವರನ್ನು ತಿಳಿದುಕೊಳ್ಳುವುದು ಎಂದರೆ ಹೊಸ ಕಲಿಯುವವರ ಹಿಂದಿನ ಜ್ಞಾನದ ಬಗ್ಗೆ ತಿಳಿಯುವುದು. ವರ್ಗದ ಗಾತ್ರವನ್ನು ಸಂರಕ್ಷಿಸಿದ ನಂತರ ಇದನ್ನು ಮಾಡಲಾಗುತ್ತದೆ. ಇದಕ್ಕಾಗಿ ಶಿಕ್ಷಕರು ಹೊಸ ಕಲಿಯುವವರ ಸಾಮರ್ಥ್ಯಗಳು, ಆಸಕ್ತಿಗಳು, ವರ್ತನೆಗಳು ಮತ್ತು ಶೈಕ್ಷಣಿಕ ಹಿನ್ನೆಲೆಗಳನ್ನು ತಿಳಿದುಕೊಳ್ಳುವ ಮೂಲಕ ಪ್ರಾರಂಭಿಸಬಹುದು.

(3) ಬೋಧನೆಯನ್ನು ಪ್ರಾರಂಭಿಸುವುದು:-

ಈ ಹಂತದಲ್ಲಿ, ಶಿಕ್ಷಕರು ಕಲಿಸಲು ಪ್ರಾರಂಭಿಸುತ್ತಾರೆ. ವಿಚಾರಣೆಯ ಮೂಲಕ ರೋಗನಿರ್ಣಯದ ನಂತರ ಇದನ್ನು ಮಾಡಲಾಗುತ್ತದೆ. ಇಲ್ಲಿ ಎರಡು ರೀತಿಯ ಚಟುವಟಿಕೆಗಳು ಒಳಗೊಂಡಿರುತ್ತವೆ.

ಎ) ಪ್ರಾರಂಭ & ಬಿ) ಪ್ರತಿಕ್ರಿಯೆ

ಪ್ರಾರಂಭ ಮತ್ತು ಪ್ರತಿಕ್ರಿಯೆಯನ್ನು 'ಮೌಖಿಕ ಸಂವಹನ' ಎಂದು ಕರೆಯಲಾಗುತ್ತದೆ

ಬೋಧನೆಯ ಸಂವಾದಾತ್ಮಕ ಹಂತವು ಶಿಕ್ಷಕ ಮತ್ತು ವಿದ್ಯಾರ್ಥಿಗಳ ನಡುವಿನ ತರಗತಿಯ ಪರಸ್ಪರ ಕ್ರಿಯೆಯಾಗಿದೆ. ಪರಸ್ಪರ ಕ್ರಿಯೆಯು ಮೌಖಿಕ/ಮೌಖಿಕವಾಗಿರಬಹುದು. ಈ ಹಂತದಲ್ಲಿ ಪರಸ್ಪರ ಕ್ರಿಯೆಯು ಅತ್ಯಂತ ಮುಖ್ಯವಾಗಿದೆ. ಇದು ಪ್ರಾರಂಭ/ಪ್ರತಿಕ್ರಿಯೆ ಕಾರ್ಯಾಚರಣೆಗಳ ಮೂಲಕ ಶಿಕ್ಷಕರು ಮತ್ತು ವಿದ್ಯಾರ್ಥಿಗಳ ನಡುವಿನ ವಿನಿಮಯವಾಗಿದೆ. ಈ ಹಂತದಲ್ಲಿ, ಶಿಕ್ಷಕರು ತರಗತಿಗೆ ಪ್ರವೇಶಿಸಿದಾಗ ನಿರ್ವಹಿಸುವ ಎಲ್ಲಾ ಚಟುವಟಿಕೆಗಳನ್ನು ಒಟ್ಟಿಗೆ ಸಂಯೋಜಿಸಲಾಗುತ್ತದೆ. ಈ ಚಟುವಟಿಕೆಗಳು ತರಗತಿಯಲ್ಲಿನ ವಿಷಯದ ಪ್ರಸ್ತುತಿಗೆ ಸಂಬಂಧಿಸಿದೆ.

ಬೋಧನೆಯ ನಂತರದ ಸಕ್ರಿಯ ಹಂತ:

ಇದು ಬೋಧನೆಯ ಮೌಲ್ಯಮಾಪನ ಹಂತವಾಗಿದೆ. ಶಿಕ್ಷಕನು ತರಗತಿಯನ್ನು ತೊರೆದಾಗ ಮತ್ತು ತರಗತಿಯಲ್ಲಿ ಏನಾಯಿತು ಎಂಬುದರ ಕುರಿತು ಹಿಂತಿರುಗಿ ನೋಡಲು ಪ್ರಯತ್ನಿಸಿದಾಗ ಅದು ಉದ್ಭವಿಸುತ್ತದೆ. ಈ ಹಂತವು ಈ ಕೆಳಗಿನ ಚಟುವಟಿಕೆಗಳಿಗೆ ಸಂಬಂಧಿಸಿದೆ.

(ಎ) ಮೌಲ್ಯಮಾಪನ ಚಟುವಟಿಕೆಗಳು: -

ಈ ಚಟುವಟಿಕೆಗಳನ್ನು ವಿವಿಧ ರೀತಿಯಲ್ಲಿ ನಿರ್ವಹಿಸಲಾಗುತ್ತದೆ, ಉದಾ.

* ಪರೀಕ್ಷೆಗಳು / ರಸಪ್ರಶ್ನೆಗಳು

** ಪ್ರಶ್ನೆಗಳಿಗೆ ವಿದ್ಯಾರ್ಥಿಗಳ ಪ್ರತಿಕ್ರಿಯೆಗಳನ್ನು ಗಮನಿಸುವುದರ ಮೂಲಕ

*ಬೋಧನಾ ಸಂದರ್ಭಗಳು ಮತ್ತು ಕಾಮೆಂಟ್‌ಗಳು ಇತ್ಯಾದಿ.

(ಬಿ) ಬೋಧನಾ ಕಾರ್ಯಗಳ ಸಾರಾಂಶ:-

ಒಟ್ಟಾರೆಯಾಗಿ ಹೇಳುವುದಾದರೆ, ಶಿಕ್ಷಕರು ಕಲಿಯುವವರಿಂದ ಪ್ರಶ್ನೆಗಳನ್ನು ಮೌಖಿಕವಾಗಿ/ಲಿಖಿತ ರೂಪದಲ್ಲಿ ಕೇಳುತ್ತಾರೆ. ವಿದ್ಯಾರ್ಥಿಗಳ ಸಾಧನೆಗಳನ್ನು ಮೌಲ್ಯಮಾಪನ ಮಾಡಲು ಅವರ ನಡವಳಿಕೆಯನ್ನು ಸಹ ಅಳೆಯಲಾಗುತ್ತದೆ. ಈ ಎಲ್ಲಾ ಮೌಲ್ಯಮಾಪನ ಚಟುವಟಿಕೆಗಳ ಅನುಪಸ್ಥಿತಿಯಲ್ಲಿ, ಸಂಪೂರ್ಣ ಕಲಿಕೆಯ ಪ್ರಕ್ರಿಯೆಯು ಅಪೂರ್ಣವಾಗಬಹುದು.

ನಂತರದ ಸಕ್ರಿಯ ಹಂತದಲ್ಲಿ ಚಟುವಟಿಕೆಗಳು/ಕಾರ್ಯಾಚರಣೆಗಳು:

(1) ನಡವಳಿಕೆ ಬದಲಾವಣೆಗಳ ನಿಖರ ಆಯಾಮಗಳನ್ನು ನಿರ್ಧರಿಸುವುದು:-

ಇಲ್ಲಿ ಶಿಕ್ಷಕರು ವಿದ್ಯಾರ್ಥಿಗಳಲ್ಲಿನ ನಿಜವಾದ ನಡವಳಿಕೆಯ ಬದಲಾವಣೆಗಳನ್ನು ಅವರ ನಿರೀಕ್ಷಿತ ನಡವಳಿಕೆಯ ಬದಲಾವಣೆಗಳೊಂದಿಗೆ ಹೋಲಿಸುತ್ತಾರೆ. ಗರಿಷ್ಠ ವಿದ್ಯಾರ್ಥಿಗಳಲ್ಲಿ ಅಪೇಕ್ಷಿತ ನಡವಳಿಕೆಯ ಬದಲಾವಣೆಗಳನ್ನು ಗಮನಿಸಿದರೆ, ಬೋಧನಾ ತಂತ್ರಗಳು ತುಂಬಾ ಪರಿಣಾಮಕಾರಿ ಎಂದು ಅರ್ಥ.

(2) ಪರೀಕ್ಷಾ ಸಾಧನಗಳು ಮತ್ತು ತಂತ್ರಗಳ ಆಯ್ಕೆ:-

ಅಪೇಕ್ಷಿತ ಮತ್ತು ನಿಜವಾದ ನಡವಳಿಕೆಯ ಬದಲಾವಣೆಗಳನ್ನು ಹೋಲಿಸಲು, ಶಿಕ್ಷಕರು ಮಾನ್ಯ ಮತ್ತು ವಿಶ್ವಾಸಾರ್ಹವಾದ ಸೂಕ್ತವಾದ, ಪರೀಕ್ಷಾ ಸಾಧನಗಳನ್ನು ಆಯ್ಕೆ ಮಾಡಬೇಕಾಗುತ್ತದೆ. ಈ ಮಾನದಂಡಕ್ಕಾಗಿ, ಕಾರ್ಯಕ್ಷಮತೆ ಪರೀಕ್ಷೆಗಳಿಗಿಂತ ಪರೀಕ್ಷೆಗಳಿಗೆ ಹೆಚ್ಚು ಆದ್ಯತೆ ನೀಡಲಾಗುತ್ತದೆ.

(3) ಪರೀಕ್ಷೆಯ ತಂತ್ರಗಳನ್ನು ಬದಲಾಯಿಸುವುದು:-

ಸೂಚನೆಗಳು ಮತ್ತು ಬೋಧನಾ ತಂತ್ರಗಳ ಪರಿಣಾಮಕಾರಿತ್ವವನ್ನು ಮೌಲ್ಯಮಾಪನ ಮಾಡಲು ವಿದ್ಯಾರ್ಥಿಯ ಪರೀಕ್ಷಾ ಫಲಿತಾಂಶವನ್ನು ಸಹ ಬಳಸಲಾಗುತ್ತದೆ. ಇದು ಬೋಧನೆಯನ್ನು ಸುಧಾರಿಸಲು ಮತ್ತು ಬೋಧನೆಯ ತಂತ್ರಗಳನ್ನು ಬದಲಾಯಿಸಲು ಆಧಾರವನ್ನು ಒದಗಿಸಬೇಕು.

ಬೋಧನೆಯ ವಿವಿಧ ಹಂತಗಳಲ್ಲಿನ ಕಾರ್ಯಾಚರಣೆಗಳ ಪ್ರಾಮುಖ್ಯತೆ:-

• ಇದು ವಿದ್ಯಾರ್ಥಿಗಳಲ್ಲಿ ಅಪೇಕ್ಷಿತ ನಡವಳಿಕೆಯ ಬದಲಾವಣೆಗಳನ್ನು ತರುವುದರ ಮೇಲೆ ಕೇಂದ್ರೀಕರಿಸುತ್ತದೆ.

• ಇದು ಬೋಧನೆಯ ಪರಿಣಾಮಕಾರಿ ಸೂಚನೆಗಳನ್ನು ಅಭಿವೃದ್ಧಿಪಡಿಸಲು ವೈಜ್ಞಾನಿಕ ಆಧಾರವನ್ನು ಒದಗಿಸುತ್ತದೆ.

• ತರಗತಿಯ ಬೋಧನೆ ಮತ್ತು ಪರಸ್ಪರ ಕ್ರಿಯೆಯನ್ನು ಈ ಹಿನ್ನೆಲೆಯಲ್ಲಿ ಪರಿಣಾಮಕಾರಿಯಾಗಿ ಮಾಡಬಹುದು.

• ಬೋಧನಾ ಕಾರ್ಯಾಚರಣೆಗಳು ಅಂತಿಮವಾಗಿ ಅಪೇಕ್ಷಿತ ಗುರಿಗಳನ್ನು ಸಾಧಿಸಲು ಸೂಕ್ತವಾದ ಕಲಿಕೆಯ ಪರಿಸ್ಥಿತಿಗಳನ್ನು ಸೃಷ್ಟಿಸುತ್ತವೆ.

• ಸೂಕ್ತವಾದ ಬೋಧನಾ ಚಟುವಟಿಕೆಯನ್ನು ಬಳಸಿಕೊಳ್ಳುವ ಮೂಲಕ ಬೋಧನೆಯನ್ನು ವಿವಿಧ ಹಂತಗಳಲ್ಲಿ ಪರಿಣಾಮಕಾರಿಯಾಗಿ ಆಯೋಜಿಸಬಹುದು.

ಆದ್ದರಿಂದ ಶಿಕ್ಷಕರು ತರಗತಿಗೆ ಪ್ರವೇಶಿಸುವ ಮೊದಲೇ ಬೋಧನೆಯ ಪ್ರಕ್ರಿಯೆಯು ಪ್ರಾರಂಭವಾಗುತ್ತದೆ ಎಂದು ನಾವು ಹೇಳಬಹುದು. ತರಗತಿಯ ನಂತರವೂ ಇದು ಮುಂದುವರಿಯುತ್ತದೆ. ಮೌಲ್ಯಮಾಪನ, ಪ್ರತಿಕ್ರಿಯೆ ಮತ್ತು ಇತರ ಚಟುವಟಿಕೆಗಳ ರೂಪದಲ್ಲಿ ತರಗತಿಯ ಸಂವಹನದ ನಂತರವೂ ಇದು ಮುಂದುವರಿಯುತ್ತದೆ. ಎಲ್ಲಾ ಮೂರು ಬೋಧನಾ ಹಂತಗಳು ಪರಸ್ಪರ ಸಂಬಂಧ ಹೊಂದಿವೆ ಪ್ರತಿಯೊಂದೂ ಬೋಧನೆಯನ್ನು ಹೆಚ್ಚು ಅರ್ಥಪೂರ್ಣ ಮತ್ತು ಮಹತ್ವಪೂರ್ಣವಾಗಿಸಲು ಇನ್ನೊಂದನ್ನು ಮಾರ್ಪಡಿಸಲು ಸಹಾಯ ಮಾಡುತ್ತದೆ.

4.3 ಕಲಿಕೆಯಮೇಲೆಪರಿಣಾಮಬೀರುವಲಂಶಗಳು- ದೈಹಿಕ, ಮಾನಸಿಕಮತ್ತುಪರಿಸರ

ಕಲಿಕೆಯಮೇಲೆಪರಿಣಾಮಬೀರುವಲಂಶಗಳು:

A. ಶಾರೀರಿಕ ಅಂಶಗಳು:

ಶಾರೀರಿಕ ಅಂಶಗಳೆಂದರೆ ಇಂದ್ರಿಯ ಗ್ರಹಿಕೆ, ದೈಹಿಕ ಆರೋಗ್ಯ, ಆಯಾಸ ಸಮಯ ಮತ್ತು ಕಲಿಕೆಯ ದಿನ, ಆಹಾರ ಮತ್ತು ಪಾನೀಯ, ವಯಸ್ಸು ಮತ್ತು ವಾತಾವರಣದ ಪರಿಸ್ಥಿತಿಗಳು.

1. ಇಂದ್ರಿಯ-ಗ್ರಹಿಕೆ:

ಸಂವೇದನೆ ಮತ್ತು ಗ್ರಹಿಕೆಯು ಎಲ್ಲಾ ಅರಿವಿನ ಕಲಿಕೆಯ ಆಧಾರವಾಗಿದೆ. ಗ್ರಹಿಕೆಯ ಶಕ್ತಿ ದುರ್ಬಲವಾಗಿದೆ, ಕಲಿಕೆಯ ಪ್ರಮಾಣವು ಕಡಿಮೆಯಾಗಿದೆ. ಕುರುಡನು ಸಾಮಾನ್ಯ ವ್ಯಕ್ತಿಗಿಂತ ಕಡಿಮೆ ಕಲಿಯುತ್ತಾನೆ. ಸಂವೇದನಾ ಅಂಗಗಳ ದುರ್ಬಲತೆಯ ಕಲಿಕೆಯ ಪ್ರಕ್ರಿಯೆಯಲ್ಲಿ ಒಂದು ನ್ಯೂನತೆಯಾಗಿದೆ.

2. ದೈಹಿಕ ಆರೋಗ್ಯ:

ಅನಾರೋಗ್ಯವು ಕಲಿಕೆಗೆ ಅಡ್ಡಿಯಾಗುತ್ತದೆ. ಸದೃಢ ಮನಸ್ಸು ಇರುವುದು ಸದೃಢ ದೇಹದಲ್ಲಿ ಮಾತ್ರ. ಉತ್ತಮ ದೈಹಿಕ ಆರೋಗ್ಯವು ದೀರ್ಘ ಶಿಕ್ಷಣಕ್ಕಾಗಿ ಕಲಿಕೆಯ ಚಟುವಟಿಕೆಗಳನ್ನು ಮುಂದುವರಿಸಲು ಚೈತನ್ಯ ಮತ್ತು ಚೈತನ್ಯವನ್ನು ನೀಡುತ್ತದೆ. ಯಾವುದೇ ಮಾನಸಿಕ ಚಟುವಟಿಕೆಗೆ ಅಗತ್ಯವಾದ ಸಾಮಾನ್ಯ ದೈಹಿಕ ಶಕ್ತಿಯಿಂದ ರೋಗಪೀಡಿತ ವ್ಯಕ್ತಿಯು ಅಂಗವಿಕಲನಾಗಿರುತ್ತಾನೆ.

3. ಆಯಾಸ:

ಸ್ನಾಯು/ಸಂವೇದನಾ ಆಯಾಸವು ಮಾನಸಿಕ ಬೇಸರ ಮತ್ತು ಆಲಸ್ಯವನ್ನು ಉಂಟುಮಾಡುತ್ತದೆ. ಮನೆ ಮತ್ತು ಶಾಲೆಯ ಪರಿಸರದಲ್ಲಿನ ಹಲವಾರು ಅಂಶಗಳು ದೈಹಿಕ ಮತ್ತು ಮಾನಸಿಕ ಆಯಾಸವನ್ನು ಉಂಟುಮಾಡಬಹುದು, ಉದಾಹರಣೆಗೆ ವಸತಿ ಕೊರತೆ, ಕೆಟ್ಟ ಆಸನ ವ್ಯವಸ್ಥೆ, ಅನಾರೋಗ್ಯಕರ ಉಡುಪು, ಅಸಮರ್ಪಕ ಗಾಳಿ, ಕಳಪೆ ಬೆಳಕು, ಜನಸಂದಣಿಯ ಮೇಲೆ ಶಬ್ದ, ಮತ್ತು ಶುದ್ಧ ಪೋಷಣೆ. ಸುದೀರ್ಘ ಅಧ್ಯಯನದ ಮನೆಗಳು ಕಲಿಕೆಯ ಸಾಮರ್ಥ್ಯದ ಮೇಲೆ ಪರಿಣಾಮ ಬೀರುವ ಆಯಾಸವನ್ನು ಉಂಟುಮಾಡುತ್ತವೆ.

4. ಕಲಿಕೆಯ ಸಮಯ:

ಬೆಳಿಗ್ಗೆ ಮತ್ತು ಸಂಜೆಯ ಸಮಯವು ಅಧ್ಯಯನದ ಅತ್ಯುತ್ತಮ ಅವಧಿಯಾಗಿದೆ. ಹಗಲಿನಲ್ಲಿ ಮಾನಸಿಕ ಸಾಮರ್ಥ್ಯ ಕ್ಷೀಣಿಸುತ್ತದೆ. ಮಕ್ಕಳ ಮೇಲಿನ ಪ್ರಯೋಗಗಳು ದಿನದ ವಿವಿಧ ಗಂಟೆಗಳಲ್ಲಿ ಕಲಿಕೆಯ ದಕ್ಷತೆಯಲ್ಲಿ ಹೆಚ್ಚಿನ ವ್ಯತ್ಯಾಸಗಳಿವೆ ಎಂದು ತೋರಿಸಿವೆ.

5. ಆಹಾರ ಮತ್ತು ಪಾನೀಯ:

ಸಮರ್ಥ ಮಾನಸಿಕ ಚಟುವಟಿಕೆಗೆ ಪೋಷಣೆ ಕಾರಣವಾಗಿದೆ. ಕಳಪೆ ಪೋಷಣೆಯು ಕಲಿಕೆಯ ಮೇಲೆ ಪ್ರತಿಕೂಲ ಪರಿಣಾಮ ಬೀರುತ್ತದೆ. ಆಹಾರದ ಪ್ರಕಾರವೂ ಸ್ವಲ್ಪ ಪರಿಣಾಮ ಬೀರುತ್ತದೆ. ಆಲ್ಕೋಹಾಲ್‌ಯುಕ್ತ ಪಾನೀಯಗಳು, ಕೆಫೀನ್, ತಂಬಾಕು ಮತ್ತು ಅಂತಹ ವ್ಯಸನಕಾರಿ ವಸ್ತುಗಳು ನರ-ಸ್ನಾಯು ವ್ಯವಸ್ಥೆಯ ಮೇಲೆ ಪ್ರತಿಕೂಲ ಪರಿಣಾಮ ಬೀರುತ್ತವೆ ಮತ್ತು ಪರಿಣಾಮವಾಗಿ ಕಲಿಕೆಯ ಸಾಮರ್ಥ್ಯದ ಮೇಲೆ.

6. ವಾತಾವರಣದ ಪರಿಸ್ಥಿತಿಗಳು:

ಹೆಚ್ಚಿನ ತಾಪಮಾನ ಮತ್ತು ತೇವಾಂಶವು ಮಾನಸಿಕ ದಕ್ಷತೆಯನ್ನು ಕಡಿಮೆ ಮಾಡುತ್ತದೆ. ಕಡಿಮೆ ವಾತಾಯನ, ಸರಿಯಾದ ಬೆಳಕಿನ ಕೊರತೆ, ಶಬ್ದ ಮತ್ತು ದೈಹಿಕ ಅಸ್ವಸ್ಥತೆ (ನಾವು ಕಾರ್ಖಾನೆಗಳು ಮತ್ತು ಕಿಕ್ಕಿರಿದ ಶಾಲೆಗಳಲ್ಲಿ ಕಂಡುಬರುವಂತೆ) ಕಲಿಕೆಯ ಸಾಮರ್ಥ್ಯವನ್ನು ಅಡ್ಡಿಪಡಿಸುತ್ತದೆ. ಎಲ್ಲಾ ರೀತಿಯ ಗೊಂದಲಗಳು ಏಕಾಗ್ರತೆಯ ಶಕ್ತಿ ಮತ್ತು ಪರಿಣಾಮವಾಗಿ ಕಲಿಕೆಯ ದಕ್ಷತೆಯ ಮೇಲೆ ಪರಿಣಾಮ ಬೀರುತ್ತವೆ.

7. ವಯಸ್ಸು:

ಕಲಿಕೆಯ ಸಾಮರ್ಥ್ಯವು ವಯಸ್ಸಿನೊಂದಿಗೆ ಬದಲಾಗುತ್ತದೆ. ಕೆಲವು ವಿಷಯಗಳನ್ನು ಚಿಕ್ಕ ವಯಸ್ಸಿನಲ್ಲಿ ಮತ್ತು ಕೆಲವು ಪ್ರೌಢಾವಸ್ಥೆಯಲ್ಲಿ ಉತ್ತಮವಾಗಿ ಕಲಿಯಬಹುದು. ನಡೆಸಿದ ಪ್ರಯೋಗಗಳ

ಪುರಾವೆಗಳ ಮೇಲೆ. ಮಾನಸಿಕ ಬೆಳವಣಿಗೆಯು 16/18 ಕ್ಕೆ ನಿಲ್ಲುವುದಿಲ್ಲ ಆದರೆ 23 ಕ್ಕೆ ಹೆಚ್ಚಾಗುತ್ತದೆ ಮತ್ತು 40 ರ ನಂತರ ಸ್ಥಗಿತಗೊಳ್ಳುತ್ತದೆ ಎಂದು Thorndike ಹೇಳುತ್ತಾರೆ. ಕಲಿಕೆಯು 18 ಮತ್ತು 20 ರ ನಡುವೆ ವೇಗವಾಗಿ ಮುಂದುವರಿಯುತ್ತದೆ, 25 ರವರೆಗೆ ನಿಶ್ಚಲವಾಗಿರುತ್ತದೆ ಮತ್ತು 35 ರವರೆಗೆ ಕುಸಿಯುತ್ತದೆ. ವಯಸ್ಸು ಮಾನಸಿಕ ಪಕ್ವತೆಯ ಜೊತೆಯಲ್ಲಿ ಬರುತ್ತದೆ. ಆದ್ದರಿಂದ ವ್ಯಕ್ತಿಯು ಸಾಕಷ್ಟು ಪ್ರಬುದ್ಧನಾಗುವವರೆಗೆ ಕೆಲವು ಸಂಕೀರ್ಣ ಸಮಸ್ಯೆಗಳನ್ನು ಪರಿಹರಿಸಲಾಗುವುದಿಲ್ಲ.

ಅಶಿಕ್ಷಿತ ವಯಸ್ಕರು ಕಲಿಯುವುದಕ್ಕಿಂತ ಹೆಚ್ಚು ಸುಲಭವಾಗಿ ಮಕ್ಕಳು ಶಾಲೆಯ ವಿಷಯಗಳನ್ನು ಕಲಿಯುತ್ತಾರೆ. ಪ್ರಾಯಶಃ ಮಕ್ಕಳ ಮನಸ್ಸು ಲೌಕಿಕ ಸಮಸ್ಯೆಗಳಿಂದ ಹೊರೆಯಾಗಿಲ್ಲ ಮತ್ತು ಅವರು ಹೆಚ್ಚು ಹೊಂದಿಕೊಳ್ಳುವ ನರಮಂಡಲವನ್ನು ಹೊಂದಿರುವುದು ಇದಕ್ಕೆ ಕಾರಣವಾಗಿರಬಹುದು. ಆದರೆ 50 ವರ್ಷ ವಯಸ್ಸಿನ ವ್ಯಕ್ತಿ ಸಂಗೀತ, ವಿದೇಶಿ ಭಾಷೆಯಂತಹ ಹೊಸ ವಿಷಯಗಳನ್ನು ಕಲಿಯುವಲ್ಲಿ ಗಮನಾರ್ಹ ಪ್ರಗತಿಯನ್ನು ಸಾಧಿಸಿದ ಉದಾಹರಣೆಗಳಿವೆ. ಮಹಾತ್ಮ ಗಾಂಧಿಯವರು 40 ನೇ ವಯಸ್ಸಿನಲ್ಲಿ ಹಿಂದಿಯನ್ನು ಅಧ್ಯಯನ ಮಾಡಿದರು. ಟ್ಯಾಗೋರ್ ಅವರು 50 ರ ನಂತರವೂ ತಾಜಾ ವೈಜ್ಞಾನಿಕ ವಿಷಯಗಳನ್ನು ಅಧ್ಯಯನ ಮಾಡಲು ಪ್ರಾರಂಭಿಸಿದರು.

B. ಮಾನಸಿಕ ಅಂಶಗಳು:

1. ಮಾನಸಿಕ ಆರೋಗ್ಯ:

ಮಾನಸಿಕ ಒತ್ತಡ, ಸಂಕೀರ್ಣಗಳು, ಸಂಘರ್ಷಗಳು, ಮಾನಸಿಕ ಕಾಯಿಲೆಗಳು ಮತ್ತು ಮಾನಸಿಕ ಕಾಯಿಲೆಗಳು ಕಲಿಕೆಗೆ ಅಡ್ಡಿಯಾಗುತ್ತವೆ. ಅಸಮರ್ಪಕ ಹೊಂದಾಣಿಕೆಯ ಮಗುವಿಗೆ ಏಕಾಗ್ರತೆ ಕಷ್ಟವಾಗುತ್ತದೆ. ಏಕಾಗ್ರತೆಗೆ ಮಾನಸಿಕ ಸಮತೋಲನ ಮತ್ತು ಮಾನಸಿಕ ಸಂಘರ್ಷ/ಸಂಕೀರ್ಣತೆಯ ಅನುಪಸ್ಥಿತಿಯ ಅಗತ್ಯವಿದೆ. ಪರೀಕ್ಷೆಯ ಭಯ ಮತ್ತು ಆತಂಕದ ನರರೋಗದ ಕಾರಣದಿಂದ ಕೆಲವು ವಿದ್ಯಾರ್ಥಿಗಳು ವಿಶ್ವವಿದ್ಯಾಲಯದ ಪರೀಕ್ಷೆಗೆ ತಯಾರಾಗಲು ಕಷ್ಟಪಡುತ್ತಾರೆ. ಶಾಂತ, ಪ್ರಶಾಂತ ಮತ್ತು ಸಮತೋಲಿತ ಮನಸ್ಸು ಕೇಂದ್ರೀಕರಿಸಲು ಮತ್ತು ಉತ್ತಮವಾಗಿ ಕಲಿಯಲು ಅವಳ ಶಕ್ತಿ.

2. ಪ್ರೇರಣೆ ಮತ್ತು ಆಸಕ್ತಿ:

ಯಾವುದೇ ಕಲಿಕೆಯು ಪ್ರೇರೇಪಿಸದಿದ್ದರೆ ನಡೆಯುವುದಿಲ್ಲ. ಉದ್ದೇಶರಹಿತ ಕಲಿಕೆಯು ಕಲಿಕೆಯೇ ಅಲ್ಲ. ಪ್ರತಿ ಮಗು ಹೊಸ ವಿಷಯಗಳನ್ನು ಕಲಿಯಲು ಕೆಲವು ಉದ್ದೇಶಗಳಿಂದ ಪ್ರಚೋದಿಸಲ್ಪಡುತ್ತದೆ. ಪ್ರೇರಣೆಯ ಅನುಪಸ್ಥಿತಿಯಲ್ಲಿ, ಅವನು ಕಲಿಯುವ ಕ್ರಿಯೆಯಲ್ಲಿ ಆಸಕ್ತಿಯನ್ನು ಅನುಭವಿಸುವುದಿಲ್ಲವೇ? ಕಲಿಕೆಯಲ್ಲಿ ಮಗುವಿನ ನಡವಳಿಕೆಯು ಉದ್ದೇಶಗಳಿಂದ ಶಕ್ತಿಯುತವಾಗಿರುತ್ತದೆ, ಉದ್ದೇಶಗಳಿಂದ ಆಯ್ಕೆಮಾಡಲಾಗುತ್ತದೆ ಮತ್ತು ಉದ್ದೇಶಗಳಿಂದ ನಿರ್ದೇಶಿಸಲಾಗುತ್ತದೆ.

(i) ಪ್ರೇರಣೆಗಳ ಶಕ್ತಿಯ ವರ್ತನೆ:

ಹಸಿವು ಮತ್ತು ಬಾಯಾರಿಕೆಯ ಆಹಾರವನ್ನು ಸ್ವಾಧೀನಪಡಿಸಿಕೊಳ್ಳಲು ಪ್ರೇರೇಪಿಸುತ್ತದೆ. ಬಹುಮಾನವು ಮತ್ತಷ್ಟು ಯಶಸ್ಸನ್ನು ಪ್ರೇರೇಪಿಸುತ್ತದೆ. ಶಿಕ್ಷೆ/ವೈಫಲ್ಯವು ಸಾಧನೆಗಾಗಿ ಕ್ರಿಯೆಯನ್ನು ಪ್ರೇರೇಪಿಸುತ್ತದೆ.

(ii) ಉದ್ದೇಶಗಳು ಆಯ್ಕೆ ನಡವಳಿಕೆ:

ಕೆಲವು ಉದ್ದೇಶಗಳಿಂದ ಬೆಂಬಲಿತವಾದ ಕಲಿಕೆಯ ಕಾರ್ಯಗಳನ್ನು ಮಾತ್ರ ಆಯ್ಕೆ ಮಾಡಲಾಗುತ್ತದೆ. ಒಬ್ಬ ಹುಡುಗ ಹಳ್ಳಿಯ ಜಾತ್ರೆಗೆ ಭೇಟಿ ನೀಡುತ್ತಾನೆ. ಅವನಿಗೆ ಆಸಕ್ತಿಯಿರುವ ಆಟಿಕೆಗಳು, ವಸ್ತುಗಳು/ವಸ್ತುಗಳನ್ನು ಮಾತ್ರ ಅವನು ನೋಡುತ್ತಾನೆ.

(iii) ಉದ್ದೇಶಗಳು ನೇರ ನಡವಳಿಕೆ:

ಇವು ವ್ಯಕ್ತಿಯನ್ನು ಸಕ್ರಿಯಗೊಳಿಸುತ್ತವೆ, ಅವನನ್ನು ಹುರಿದುಂಬಿಸುತ್ತವೆ ಮತ್ತು ಬಯಸಿದ ಕ್ರಿಯೆಯನ್ನು ಮಾಡಲು ಪ್ರೇರೇಪಿಸುತ್ತವೆ. ಇವುಗಳು ಅಪೇಕ್ಷಿತ ಕ್ರಿಯೆಯನ್ನು ತಲುಪಲು ಅವನ ಶಕ್ತಿಯನ್ನು ನಿರ್ದೇಶಿಸುತ್ತವೆ. ಇವು ಅವನ ಶಕ್ತಿಯನ್ನು ಬಯಸಿದ ಗುರಿಯನ್ನು ತಲುಪಲು ನಿರ್ದೇಶಿಸುತ್ತವೆ. ಕೊಹ್ಲಾರ್‌ನ ಸುಲ್ತಾನನು ಬಾಳೆಹಣ್ಣುಗಳನ್ನು ತಲುಪಲು ಹಸಿವಿನಿಂದ ನಿರ್ದೇಶಿಸಲ್ಪಟ್ಟನು ಮತ್ತು ಆ ರೀತಿಯಲ್ಲಿ ಅವನು ಶ್ರಮಿಸಿದನು ಮತ್ತು ಮಾರ್ಗವನ್ನು ಕಲಿತನು.

ಶಾಲೆಯ ಸೂಚನಾ ಕಾರ್ಯಕ್ರಮದಲ್ಲಿ ಪ್ರೇರಣೆಯನ್ನು ಸೃಷ್ಟಿಸಲು ಇದು ಅಪೇಕ್ಷಣೀಯವಾಗಿದೆ. ಪ್ರೇರಣೆಯಿಲ್ಲದೆ ಮಕ್ಕಳು ತಮ್ಮ ಅಧ್ಯಯನವನ್ನು ನೀರಸ ಮತ್ತು ನೀರಸವಾಗಿ ಕಾಣುತ್ತಾರೆ. ಆದ್ದರಿಂದ ಕಲಿಕೆಯು ಉದ್ದೇಶಪೂರ್ವಕ ಮತ್ತು ಅರ್ಥಪೂರ್ಣವಾಗಿರಬೇಕು. ಗೇಟ್ಸ್‌ನ ಮಾತಿನಲ್ಲಿ ಹೇಳುವುದಾದರೆ, ಕಲಿಕೆಯ ಅನುಭವಗಳು ಅವನ ಜೀವನದಲ್ಲಿ ಆವಾಹಿಸಿಕೊಂಡಾಗ ಅರ್ಥಪೂರ್ಣವಾಗಿರುತ್ತವೆ, ಅವು ಆ ಸಮಯದಲ್ಲಿ ಉದ್ದೇಶಗಳಿಗೆ ಕೊಡುಗೆ ನೀಡುತ್ತವೆ ಆದರೆ ಭವಿಷ್ಯದಲ್ಲಿ ಹೆಚ್ಚು ಬುದ್ಧಿವಂತ ಹೊಂದಾಣಿಕೆಗಳಿಗೆ ಅವನನ್ನು ಸಕ್ರಿಯಗೊಳಿಸಿದಾಗ, ಅವರು ಔಪಚಾರಿಕ ಡ್ರಿಲ್‌ಗಿಂತ ಹೆಚ್ಚಾಗಿ ಅನ್ವೇಷಣೆ ಮತ್ತು ಸಮಸ್ಯೆ ಪರಿಹಾರವನ್ನು ಆಹ್ವಾನಿಸಿದಾಗ. /ಕೇವಲ ಕಂಠಪಾಠ ಮತ್ತು ಅವು ಸಾಮಾಜಿಕ ಸಂಬಂಧವನ್ನು ತೃಪ್ತಿಪಡಿಸುವಲ್ಲಿ ಕಾರಣವಾದಾಗ." ಶಿಕ್ಷಕರು ಯಾವಾಗಲೂ ಕಲಿಕೆಗೆ ಸುಳ್ಳು ಪ್ರೋತ್ಸಾಹವನ್ನು ನೀಡಬೇಕು ಎಂದು ಅರ್ಥವಲ್ಲ. ಸುಳ್ಳು ಪ್ರೋತ್ಸಾಹಗಳು ದೀರ್ಘಾವಧಿಯಲ್ಲಿ ಹಾನಿಕಾರಕವೆಂದು ಸಾಬೀತುಪಡಿಸುತ್ತದೆ. ಸರಿಯಾದ ಕ್ಷಣದಲ್ಲಿ ಮತ್ತು ಸರಿಯಾದ ರೀತಿಯಲ್ಲಿ ಉದ್ದೇಶಗಳನ್ನು ಪ್ರಸ್ತುತಪಡಿಸುವುದು ಅಗತ್ಯವಾಗಿದೆ.

3. ಯಶಸ್ಸು, ಪ್ರಶಂಸೆ ಮತ್ತು ಆಪಾದನೆ:

ಯಶಸ್ಸಿನಂತೆ ಯಾವುದೂ ಯಶಸ್ವಿಯಾಗುವುದಿಲ್ಲ. Thorndike ನ ಪರಿಣಾಮದ ನಿಯಮವು ಸಾಮಾನ್ಯವಾಗಿ ಅನ್ವಯಿಸುತ್ತದೆ. ಹೊಗಳಿಕೆಯು ಚಿಕ್ಕ ಮಕ್ಕಳನ್ನು ಕೆಲಸ ಮಾಡಲು ಮತ್ತು ಕಲಿಯಲು ಉತ್ತೇಜಿಸುತ್ತದೆ ಎಂದು ಪ್ರಾಯೋಗಿಕ ಪುರಾವೆಗಳು ತೋರಿಸುತ್ತವೆ, ಆದರೂ ಇದು ಉನ್ನತ ಮತ್ತು ಹಿರಿಯ ಮಕ್ಕಳ ಮೇಲೆ ಹೆಚ್ಚು ಪರಿಣಾಮ ಬೀರುವುದಿಲ್ಲ. ಕಿರಿಯ ಮಕ್ಕಳಿಗಿಂತ ಹಿರಿಯ ಮಕ್ಕಳು ಖಂಡನೆ ಮತ್ತು ದೂಷಣೆಗೆ ಹೆಚ್ಚು ಸಂವೇದನಾಶೀಲರಾಗಿದ್ದಾರೆ.

4. ಪ್ರತಿಫಲಗಳು ಮತ್ತು ಶಿಕ್ಷೆ:

ಎಲ್ಲಾ ರೀತಿಯ ಪ್ರತಿಫಲಗಳು ಕಲಿಯಲು ಪ್ರಬಲ ಪ್ರೋತ್ಸಾಹಕಗಳಾಗಿವೆ. ಆದರೆ ಈ ದಿನಗಳಲ್ಲಿ ಭಾರತದಲ್ಲಿ ಶಾಲಾ ಬಹುಮಾನಗಳನ್ನು ಸರಿಯಾಗಿ ಬಳಸುವುದಕ್ಕಿಂತ ಹೆಚ್ಚು ದುರುಪಯೋಗಪಡಿಸಿಕೊಳ್ಳಲಾಗಿದೆ. ಪರೀಕ್ಷೆಯಲ್ಲಿ ವ್ಯತ್ಯಾಸದ ಮೊದಲ ವಿಭಾಗವು ಸುಳ್ಳು ಬಹುಮಾನವಾಗಿದೆ. ಕೆಲಸವು ತನ್ನದೇ ಆದ ಪ್ರತಿಫಲವಾಗಿದೆ. ವಿದ್ಯಾರ್ಥಿಗಳು ಈ ಅಂಶವನ್ನು ಮರೆತುಬಿಡುತ್ತಾರೆ. ಅವರು ಪ್ರತಿಫಲಗಳ ಮೇಲೆ ಹೆಚ್ಚು ಅವಲಂಬಿತರಾಗುತ್ತಾರೆ. ಪ್ರತಿಫಲದ ಯಾವುದೇ ಪ್ರೋತ್ಸಾಹವಿಲ್ಲದೆ ಅವರು ಕೆಲಸ ಮಾಡಲು ನಿರಾಕರಿಸುತ್ತಾರೆ. ಎಲ್ಲಾ ಕಲಿಕೆಯೂ ಆಗಬಾರದು ಮತ್ತು ತಕ್ಷಣವೇ ಪ್ರತಿಫಲ ನೀಡಲಾಗುವುದಿಲ್ಲ.

ಶಿಕ್ಷೆಗಳು, ನಿರೀಕ್ಷೆಯಲ್ಲಿ ಭಯವನ್ನು ಹುಟ್ಟುಹಾಕುವುದು, ಕೆಲಸ ಮಾಡಲು ಮತ್ತು ಕಲಿಯಲು ಶಿಷ್ಯನನ್ನು ಪ್ರಭಾವಿಸಬಹುದು, ಆದರೆ ಎಲ್ಲಾ ಸಂದರ್ಭಗಳಲ್ಲಿ ಅಲ್ಲ. ಕೆಲವೊಮ್ಮೆ ಶಿಕ್ಷೆಯು ಕೆಟ್ಟ ಪ್ರತಿಕ್ರಿಯೆ, ಪ್ರತೀಕಾರ, ದ್ವೇಷ ಮತ್ತು ಅಸಹ್ಯವನ್ನು ಉಂಟುಮಾಡುತ್ತದೆ. ಪ್ರಾಯೋಗಿಕ ಅಧ್ಯಯನಗಳು ಶಿಕ್ಷೆಯು ಸಂಕೀರ್ಣವಾದ ಕಲಿಕೆಯ ಚಟುವಟಿಕೆಗಳಲ್ಲಿ ಹಸ್ತಕ್ಷೇಪ ಮಾಡುತ್ತದೆ ಎಂದು ತೋರಿಸುತ್ತದೆ, ಶಿಕ್ಷೆಗಳು ಆಗಾಗ್ಗೆ ಆಗುತ್ತವೆ. ಶಿಕ್ಷೆಯ ಅನುಪಸ್ಥಿತಿಯು ಶಿಷ್ಯನ ಕಡಿಮೆ ಚಟುವಟಿಕೆಯ ಆಧಾರವಾಗಿದೆ.

ಭಯದ ಅನುಪಸ್ಥಿತಿಯಲ್ಲಿ, ಅವರು ಅವಿಧೇಯರಾಗುತ್ತಾರೆ ಮತ್ತು ಸಮಯವನ್ನು ವ್ಯರ್ಥ ಮಾಡುತ್ತಾರೆ.

C. ಪರಿಸರದ ಅಂಶಗಳು:

1. ಕೆಲಸದ ಪರಿಸ್ಥಿತಿಗಳು:

ಗೊಂದಲ, ಶಬ್ದ, ಕಳಪೆ ಬೆಳಕು, ಕೆಟ್ಟ ವಾತಾಯನ, ಜನದಟ್ಟಣೆ, ಕೆಟ್ಟ ಆಸನ ವ್ಯವಸ್ಥೆ ಮತ್ತು ಮನೆಯಲ್ಲಿ ಮತ್ತು ಶಾಲೆಯಲ್ಲಿ ಅನಾನುಕೂಲ ವಾಸ್ತವ್ಯದಂತಹ ಕೆಟ್ಟ ಕೆಲಸದ ಪರಿಸ್ಥಿತಿಗಳಿಂದ ಕಲಿಕೆಯು ಅಡ್ಡಿಯಾಗುತ್ತದೆ. ಶಾಲೆಯ ಸ್ಥಳ, ಆಂತರಿಕ ವ್ಯವಸ್ಥೆ, ವಸತಿ, ಅಲಂಕಾರ ಮತ್ತು ಆರೋಗ್ಯಕರ ಮತ್ತು ನೈರ್ಮಲ್ಯ ಪರಿಸ್ಥಿತಿಗಳು ಸಮರ್ಥ ಕಲಿಕೆಗೆ ಬಹಳ ಮುಖ್ಯ.

2. ಸಾಂಸ್ಥಿಕ ಸೆಟಪ್:

ಶಾಲೆಯ ಸಾಂಸ್ಥಿಕ ವ್ಯವಸ್ಥೆಯು ಕಲಿಕೆಯ ಮೇಲೆ ಪ್ರಭಾವ ಬೀರುತ್ತದೆ.

(i) ಮಾನಸಿಕ ತತ್ವಗಳಿಗೆ ಅನುಗುಣವಾಗಿ ಸಮಯ-ಕೋಷ್ಟಕವನ್ನು ಎಳೆಯಬೇಕು. ಇದು ಆಯಾಸ ಮತ್ತು ಬೇಸರವನ್ನು ತಪ್ಪಿಸಬೇಕು. ಕಷ್ಟಕರವಾದ ವಿಷಯಗಳನ್ನು ಬೆಳಿಗ್ಗೆ ಕಲಿಸಬೇಕು. ಕೆಲವು ಅವಧಿಗಳ ನಂತರ ಮಧ್ಯಂತರ ಇರಬೇಕು.

(ii) ಪ್ರಜಾಸತ್ತಾತ್ಮಕ ಸಂಸ್ಥೆಯು ಕಲಿಕೆಗೆ ಆರೋಗ್ಯಕರ ವಾತಾವರಣವನ್ನು ಉತ್ತೇಜಿಸುತ್ತದೆ.

(iii) ಶಿಕ್ಷಕ-ಶಿಷ್ಯ ಸಂಬಂಧಗಳು ಆರೋಗ್ಯಕರವಾಗಿರಬೇಕು, ಇದರಿಂದ ಮಾನಸಿಕ ಸಹಕಾರ ಇರುತ್ತದೆ ಮತ್ತು ವಿದ್ಯಾರ್ಥಿಗಳು ಕಲಿಯಲು ಪ್ರೇರೇಪಿಸಲ್ಪಡುತ್ತಾರೆ.

(iv) ಕೆಲವು ರೀತಿಯ ಸ್ಪರ್ಧೆ ಇರಬೇಕು. ಅಂತರ-ವರ್ಗ/ಅಂತರ-ಮನೆ ಸ್ಪರ್ಧೆಗಳು ಇತರರನ್ನು ಮೀರಿಸುವ ಸಲುವಾಗಿ ಹೆಚ್ಚು ಕೆಲಸ ಮಾಡಲು ವಿದ್ಯಾರ್ಥಿಗಳನ್ನು ಉತ್ತೇಜಿಸುತ್ತದೆ. ಆದಾಗ್ಯೂ, ಪೈಪೋಟಿ ಮತ್ತು ಅಸೂಯೆಯನ್ನು ತಪ್ಪಿಸಬೇಕು. ಗುಂಪಿನ ಅನುಕರಣೆಯನ್ನು ಬಲಪಡಿಸಬೇಕು.

(v) ವಿದ್ಯಾರ್ಥಿಗಳ ಭಾಗವಹಿಸುವಿಕೆ ಸಕ್ರಿಯವಾಗಿರಬೇಕು. ವಿದ್ಯಾರ್ಥಿಯು ನಿಷ್ಕ್ರಿಯ ಕಲಿಯುವವನಂತೆ ವರ್ತಿಸಬಾರದು.

(vi) ವಿದ್ಯಾರ್ಥಿಗಳ ವಯಸ್ಸು ಮತ್ತು ಸಾಮರ್ಥ್ಯ ಮತ್ತು ಯೋಗ್ಯತೆಗೆ ಅನುಗುಣವಾಗಿ ವಿಷಯಗಳು ಮತ್ತು ಚಟುವಟಿಕೆಗಳ ಆಯ್ಕೆಯಲ್ಲಿ ಮಾರ್ಗದರ್ಶನವನ್ನು ಒದಗಿಸಬೇಕು. ಮಾರ್ಗದರ್ಶನವಿಲ್ಲದ ಮಕ್ಕಳು ಒಂದು ವಿಷಯದಿಂದ ಇನ್ನೊಂದಕ್ಕೆ ಆಂದೋಲನಗೊಳ್ಳಬಹುದು ಮತ್ತು ಹೀಗಾಗಿ ಯಾವುದೇ ದ್ರವ್ಯರಾಶಿಯನ್ನು ಸಂಗ್ರಹಿಸುವುದಿಲ್ಲ.

D. ಸೂಚನೆಗಳ ವಿಧಾನ:

1. ವಸ್ತುವಿನ ಪ್ರಸ್ತುತಿ ಮತ್ತು ಸಂಘಟನೆ:

ಕಲಿಕಾ ಸಾಮಗ್ರಿಯನ್ನು ಸರಿಯಾಗಿ ಯೋಜಿಸಬೇಕು ಮತ್ತು ಆಯೋಜಿಸಬೇಕು. ಅದನ್ನು ವಿದ್ಯಾರ್ಥಿಗಳ ಮಾನಸಿಕ ಮಟ್ಟಕ್ಕೆ ತಕ್ಕಂತೆ ಶ್ರೇಣೀಕರಿಸಬೇಕು. ಇದನ್ನು ಅರ್ಥಪೂರ್ಣ ಮತ್ತು ಆಸಕ್ತಿದಾಯಕ ರೀತಿಯಲ್ಲಿ ಪ್ರಸ್ತುತಪಡಿಸಬೇಕು.

2. ಮಾಡುವುದರ ಮೂಲಕ ಕಲಿಕೆ:

ಅಭ್ಯಾಸವು ಮನುಷ್ಯನನ್ನು ಪರಿಪೂರ್ಣನನ್ನಾಗಿ ಮಾಡುತ್ತದೆ. ಕಲಿಕೆಗೆ ಪುನರಾವರ್ತನೆ ಮತ್ತು ಅಭ್ಯಾಸ ಮುಖ್ಯ. ಚಟುವಟಿಕೆಯ ಮೂಲಕ ಕಲಿಯಲು ವಿದ್ಯಾರ್ಥಿಗಳನ್ನು ಪ್ರೋತ್ಸಾಹಿಸಬೇಕು. ಸೈದ್ಧಾಂತಿಕ ಬೋಧನೆಯನ್ನು ಜ್ಞಾನದ ಪ್ರಾಯೋಗಿಕ ಅಪ್ಲಿಕೇಶನ್, ಪ್ರಯೋಗ ಮತ್ತು ವೈಯಕ್ತಿಕ ಅನ್ವಯದಿಂದ ಬದಲಾಯಿಸಬೇಕು. ವೈಯಕ್ತಿಕ ಅನುಭವದ ಮೂಲಕ ಮಕ್ಕಳು ಉತ್ತಮವಾಗಿ ಕಲಿಯುತ್ತಾರೆ. ಮೌಖಿಕತೆಯನ್ನು ಕನಿಷ್ಠಕ್ಕೆ ಇಳಿಸಬೇಕು.

3. ಕಲಿಕೆಯ ವಿಶೇಷ ವಿಧಾನಗಳು:

ಕೆಲವು ವಿಶೇಷ ವಿಧಾನಗಳು ಉತ್ತಮ ಫಲಿತಾಂಶಗಳನ್ನು ನೀಡುತ್ತವೆ ಎಂದು ಕಂಡುಬಂದಿದೆ. ಕವನದ ತುಣುಕನ್ನು ಕಲಿಯುವಾಗ, ಸಂಪೂರ್ಣ ವಿಧಾನದಿಂದ ಮತ್ತು ಭಾಗ ವಿಧಾನದಿಂದ ಕಲಿಯುವುದನ್ನು ಪ್ರತಿಪಾದಿಸಲಾಗಿದೆ. ಕೆಲವೊಮ್ಮೆ ಕಲಿತದ್ದನ್ನು ನೆನಪಿಸಿಕೊಳ್ಳಲು ಮತ್ತು ನೆನಪಿನ ಮೂಲಕ ಪರಿಸಲು ಸಹಾಯವಾಗುತ್ತದೆ. ಗೆಸ್ಟಾಲ್ಟ್ ಮನಶ್ಯಾಸ್ತ್ರಜ್ಞರು 'ಟ್ರಯಲ್ & ಎರರ್ ಲರ್ನಿಂಗ್' ಅನ್ನು ಅನುಮೋದಿಸುವುದಿಲ್ಲ. ಅವರು ಒಳನೋಟದಿಂದ ಕಲಿಕೆಯನ್ನು ಪ್ರತಿಪಾದಿಸುತ್ತಾರೆ. ಅವರು ಅರ್ಥಮಾಡಿಕೊಳ್ಳದೆ ಯಾಂತ್ರಿಕ ಪುನರಾವರ್ತನೆಗಳನ್ನು ನಿರುತ್ಸಾಹಗೊಳಿಸುತ್ತಾರೆ.

4. ಸಮಯೋಚಿತ ಪರೀಕ್ಷೆ:

ಪರೀಕ್ಷೆಗಳ ಮೂಲಕ, ಕಲಿಯುವವರು ತಮ್ಮ ನಿಖರವಾದ ಸಾಧನೆಯನ್ನು ತಿಳಿದುಕೊಳ್ಳುತ್ತಾರೆ ಮತ್ತು ಅತಿಯಾದ ಅಂದಾಜು/ಕಡಿಮೆ ಅಂದಾಜುಗೆ ಯಾವುದೇ ಅವಕಾಶವಿಲ್ಲ. ಸಾಂದರ್ಭಿಕ ಮತ್ತು ನಿಯತಕಾಲಿಕ ಪರೀಕ್ಷೆಯು ವಿದ್ಯಾರ್ಥಿಯನ್ನು ತನ್ನ ಅಧ್ಯಯನದಲ್ಲಿ ನಿಯಮಿತವಾಗಿರಲು ಪ್ರೇರೇಪಿಸುತ್ತದೆ.

4.4 ತರಗತಿ, ಶಾಲೆಮತ್ತುಸಮುದಾಯದಲ್ಲಿಶಿಕ್ಷಕರಿಗೆನಾಯಕತ್ವದಪಾತ್ರ

ನಮ್ಮ ಶಾಲೆಗಳಲ್ಲಿ ಶಿಕ್ಷಕರ ಪಾತ್ರ:

ಶಿಕ್ಷಕರು ನಮ್ಮ ವಿದ್ಯಾರ್ಥಿಗಳು ಮತ್ತು ನಮ್ಮ ಸಮುದಾಯಗಳ ಮೇಲೆ ಅಗಾಧವಾದ ಪ್ರಭಾವವನ್ನು ಬೀರುತ್ತಾರೆ. ಮಕ್ಕಳ ಮನಸ್ಸನ್ನು ರೂಪಿಸುವುದು ಸಣ್ಣ ಮಾತಲ್ಲ. ಕೆಲವು ಶಿಕ್ಷಕರು ಶಿಕ್ಷಕ ನಾಯಕರಾಗುವ ಮೂಲಕ ಒಂದು ಹೆಜ್ಜೆ ಮುಂದೆ ಬೋಧಿಸಲು ತಮ್ಮ ಭಕ್ತಿಯನ್ನು ತೆಗೆದುಕೊಳ್ಳುತ್ತಾರೆ. ಶಿಕ್ಷಕ ನಾಯಕರು ವಿವಿಧ ಪಾತ್ರಗಳನ್ನು ವಹಿಸುತ್ತಾರೆ. ಅವರು ಹಲವಾರು ಇತರ ಜವಾಬ್ದಾರಿಗಳ ನಡುವೆ ಸಹಯೋಗ, ಸಂಶೋಧನೆ, ನಾವೀನ್ಯತೆ, ಮಾರ್ಗದರ್ಶಕರು ಮತ್ತು ಸಲಹೆ ನೀಡುತ್ತಾರೆ. ಶಿಕ್ಷಕರ ನಾಯಕತ್ವವು ಹಲವು ರೂಪಗಳನ್ನು ಪಡೆದರೂ, ಒಂದು ವಿಷಯ ನಿಶ್ಚಿತ: ಶಿಕ್ಷಕರ ನಾಯಕರು ನಮ್ಮ ಶಾಲೆಗಳು ಮತ್ತು ಸಮುದಾಯಗಳಲ್ಲಿ ಕಾಂಕ್ರೀಟ್ ಬದಲಾವಣೆಯನ್ನು ಮಾಡುತ್ತಿದ್ದಾರೆ.

ಶಿಕ್ಷಕರ ನಾಯಕತ್ವ ಎಂದರೇನು?

ಅವರ ಆಗಾಗ್ಗೆ-ವೈವಿಧ್ಯಮಯ ವೃತ್ತಿಜೀವನದ ಉದ್ದಕ್ಕೂ, ಹೆಚ್ಚಿನ ಶಿಕ್ಷಕರು ಅನೇಕ ನಾಯಕತ್ವದ ಪಾತ್ರಗಳನ್ನು ನಿರ್ವಹಿಸುತ್ತಾರೆ. ಕೆಲವರು ವಿದ್ಯಾರ್ಥಿಗಳ ನಡುವೆ ಇದ್ದರೆ, ಇತರರು ಸಹ ಶಿಕ್ಷಕರು ಮತ್ತು ಸಮುದಾಯದ ಮೇಲೆ ಪ್ರಭಾವ ಬೀರುತ್ತಾರೆ. ಇತ್ತೀಚಿನ ವರ್ಷಗಳಲ್ಲಿ, ಶಿಕ್ಷಕರ ನಾಯಕತ್ವವು ಹೆಚ್ಚು ವಿಶಿಷ್ಟವಾದ ಪಾತ್ರವಾಗಿದೆ, ಅದನ್ನು ಶಿಕ್ಷಕರು ತುಂಬಬೇಕು. ಸಮಗ್ರ ಶಾಲಾ ಸುಧಾರಣೆ ಮತ್ತು ಸುಧಾರಣೆ ಕೇಂದ್ರವು ಶಿಕ್ಷಕರ ನಾಯಕತ್ವವನ್ನು ಹೀಗೆ ವ್ಯಾಖ್ಯಾನಿಸಿದೆ, "ಶಿಕ್ಷಕರು, ವೈಯಕ್ತಿಕವಾಗಿ/ ಸಾಮೂಹಿಕವಾಗಿ, ತಮ್ಮ ಸಹೋದ್ಯೋಗಿಗಳು, ಪ್ರಾಂಶುಪಾಲರು ಮತ್ತು ಶಾಲಾ ಸಮುದಾಯಗಳ ಇತರ ಸದಸ್ಯರ ಮೇಲೆ ಪ್ರಭಾವ ಬೀರುವ ಪ್ರಕ್ರಿಯೆಯು ವಿದ್ಯಾರ್ಥಿಗಳ ಕಲಿಕೆಯನ್ನು ಹೆಚ್ಚಿಸುವ ಉದ್ದೇಶದಿಂದ ಬೋಧನೆ ಮತ್ತು ಕಲಿಕೆಯ ಅಭ್ಯಾಸಗಳನ್ನು ಸುಧಾರಿಸಲು ಮತ್ತು ಸಾಧನೆ."

ಶಿಕ್ಷಕ ನಾಯಕರು ತಮ್ಮ ಪರಿಣತಿಯನ್ನು ದೊಡ್ಡ ವೇದಿಕೆಗೆ ತರಲು ತರಗತಿಯ ಹೊರಗೆ ಹೆಜ್ಜೆ ಹಾಕುತ್ತಾರೆ, ಅವರ ಸಮುದಾಯಗಳಲ್ಲಿ ಶೈಕ್ಷಣಿಕ ಸಂಸ್ಕೃತಿ, ಅಭ್ಯಾಸ ಮತ್ತು ಬೆಳವಣಿಗೆಯ ಮೇಲೆ ಪ್ರಭಾವ ಬೀರುತ್ತಾರೆ. ಅವರು ಇತರ ಶಿಕ್ಷಕರಿಗೆ ವಿದ್ಯಾರ್ಥಿಗಳಿಗೆ ಸೂಚನೆ ನೀಡುವ ಸಾಮರ್ಥ್ಯವನ್ನು ಸುಧಾರಿಸಲು ಸಹಾಯ ಮಾಡಬಹುದು/ಅವರು ವಿದ್ಯಾರ್ಥಿಗಳು, ಶಾಲೆ ಮತ್ತು ಸಮುದಾಯದ ಅಗತ್ಯಗಳನ್ನು ಉತ್ತಮವಾಗಿ ಪೂರೈಸಲು ತಂಡಗಳನ್ನು ಮುನ್ನಡೆಸಬಹುದು. ಕೆಲವರು ತಮ್ಮ

ಮಕ್ಕಳೊಂದಿಗೆ ಪೋಷಕರ ಉತ್ತಮ ಕೆಲಸಕ್ಕೆ ಸಹಾಯ ಮಾಡುವಲ್ಲಿ ಹೆಚ್ಚಿನ ಸಮಯವನ್ನು ಕೇಂದ್ರೀಕರಿಸುತ್ತಾರೆ, ಆದರೆ ಇತರರು ರಾಜಕೀಯ ವಿಧಾನಗಳ ಮೂಲಕ ಸುಧಾರಣೆಗೆ ಒತ್ತಾಯಿಸುತ್ತಾರೆ. ಸಂಕ್ಷಿಪ್ತವಾಗಿ, ಶಿಕ್ಷಕ ನಾಯಕರು ತೆಗೆದುಕೊಳ್ಳುವ ಜವಾಬ್ದಾರಿಗಳ ಪಟ್ಟಿ ತೋರಿಕೆಯಲ್ಲಿ ಅಂತ್ಯವಿಲ್ಲ.

ಶಿಕ್ಷಕ ನಾಯಕನಿಗೆ ಯಾವಾಗಲೂ ಗೆಳೆಯರ ಮೇಲೆ ಅಧಿಕಾರ ಇರುವುದಿಲ್ಲ. ವಾಸ್ತವವಾಗಿ, ಅವರು ಮಾಡದಿದ್ದರೆ ಅದು ಉತ್ತಮವಾಗಬಹುದು. ಸಮಗ್ರ ಶಾಲಾ ಸುಧಾರಣೆಯ ಕೇಂದ್ರವು ಹೀಗೆ ಹೇಳಿದೆ, "ಶಿಕ್ಷಕರ ಇನ್ಪುಟ್ ಇಲ್ಲದೆ ನಿರ್ವಾಹಕರಿಂದ ಶಿಕ್ಷಕ ನಾಯಕನ ನೇಮಕ, ಶಿಕ್ಷಕ ನಾಯಕನ ಅನಿಶ್ಚಿತತೆ ಮತ್ತು ನಾಯಕತ್ವದ ಪ್ರಮುಖ ಡೊಮೇನ್‌ಗಳು ಮತ್ತು ಅಸಮರ್ಪಕ ಸಂವಹನ ಮತ್ತು ಶಿಕ್ಷಕ ನಾಯಕರು, ಪ್ರಾಂಶುಪಾಲರು ಮತ್ತು ಸಿಬ್ಬಂದಿಗಳ ಪ್ರತಿಕ್ರಿಯೆಗಳು ಸಂಘರ್ಷಕ್ಕೆ ಕಾರಣವಾಗಬಹುದು." ನಾಯಕತ್ವವು ಸಾವಯವವಾಗಿದ್ದಾಗ ಶಿಕ್ಷಕರ ನಾಯಕತ್ವವು ಅತ್ಯುತ್ತಮವಾಗಿರುತ್ತದೆ, ಶಿಕ್ಷಕ ನಾಯಕನನ್ನು ಗೌರವಿಸಲಾಗುತ್ತದೆ ಆದರೆ ಭಯಪಡುವುದಿಲ್ಲ, ಮತ್ತು ಅವರು ಜಾರಿಗೊಳಿಸುವ ಬದಲು ಸಹಕರಿಸುತ್ತಾರೆ ಮತ್ತು ಪೋಡಿಸುತ್ತಾರೆ.

ಈ ವಿಶಿಷ್ಟ ಮತ್ತು ಪ್ರಮುಖ ಪಾತ್ರವನ್ನು ವಿವರಿಸಲು ವಿಭಿನ್ನ ಹೆಸರುಗಳನ್ನು ಬಳಸಿಕೊಂಡು ಪದವಿ ಕಾರ್ಯಕ್ರಮಗಳು ಮತ್ತು ಪ್ರಮಾಣೀಕರಣ ಕಾರ್ಯಕ್ರಮಗಳೊಂದಿಗೆ ಶಿಕ್ಷಕರ ನಾಯಕರ ಮಾನದಂಡಗಳು ಮತ್ತು ವ್ಯಾಖ್ಯಾನಗಳು ರಾಜ್ಯದಿಂದ ರಾಜ್ಯಕ್ಕೆ ಭಿನ್ನವಾಗಿರುತ್ತವೆ. ಕೆಂಟುಕಿ ಶಿಕ್ಷಣ ವೃತ್ತಿಪರ ಗುಣಮಟ್ಟ ಮಂಡಳಿಯು ಈ ಮಾನದಂಡಗಳನ್ನು ಹೊಂದಿದೆ:

೦ ಸಹಕಾರಿ ಸಂಸ್ಕೃತಿಯನ್ನು ಪೋಡಿಸಿ.

ಅಭ್ಯಾಸ ಮತ್ತು ವಿದ್ಯಾರ್ಥಿಗಳ ಕಲಿಕೆಯನ್ನು ಸುಧಾರಿಸಲು ಸಂಶೋಧನೆಯನ್ನು ಬಳಸಿ.

೦ ವೃತ್ತಿಪರ ಕಲಿಕೆಯನ್ನು ಉತ್ತೇಜಿಸಿ.

೦ ಬೋಧನೆ ಮತ್ತು ವಿದ್ಯಾರ್ಥಿಗಳ ಕಲಿಕೆಯಲ್ಲಿ ಸುಧಾರಣೆಗಳನ್ನು ಸುಗಮಗೊಳಿಸುವುದು.

೦ ಮೌಲ್ಯಮಾಪನಗಳು ಮತ್ತು ಡೇಟಾದ ಬಳಕೆಯನ್ನು ಉತ್ತೇಜಿಸಿ.

೦ ಕುಟುಂಬಗಳು ಮತ್ತು ಸಮುದಾಯದೊಂದಿಗೆ ಸಂಪರ್ಕ ಮತ್ತು ಸಹಯೋಗವನ್ನು ಸುಧಾರಿಸಿ.

ವಿದ್ಯಾರ್ಥಿ ಕಲಿಕೆ ಮತ್ತು ವೃತ್ತಿಗಾಗಿ ವಕೀಲರು.

ಶಿಕ್ಷಕರ ನಾಯಕರು ನಮ್ಮ ಶಾಲೆಗಳು ಮತ್ತು ಸಮುದಾಯದಲ್ಲಿ ತುಂಬಲು ದೊಡ್ಡ ಪಾತ್ರವನ್ನು ಹೊಂದಿದ್ದಾರೆ, ಅದು ಬಹಳಷ್ಟು ಜವಾಬ್ದಾರಿಗಳನ್ನು ವ್ಯಾಖ್ಯಾನಕ್ಕೆ ಮುಕ್ತವಾಗಿ ಬಿಡುತ್ತದೆ. ವಿದ್ಯಾರ್ಥಿಗಳು, ಶಿಕ್ಷಕರು, ಶಾಲೆಗಳು ಮತ್ತು ಕುಟುಂಬಗಳಿಗೆ ಪ್ರಯೋಜನವಾಗುವ ರೀತಿಯಲ್ಲಿ ಪ್ರಚಾರ ಮಾಡಲು ಮತ್ತು ಸಮರ್ಥಿಸಲು ಅವರು ತಮ್ಮ ಉತ್ತಮ ವಿವೇಚನೆಯನ್ನು ಬಳಸಬೇಕು.

ಶಿಕ್ಷಕರ ನಾಯಕತ್ವದ ಪ್ರಾಮುಖ್ಯತೆ:

ಶಿಕ್ಷಕರು ಯಾವಾಗಲೂ ತಮ್ಮ ಶಾಲೆಗಳು ಮತ್ತು ಸಮುದಾಯಗಳಲ್ಲಿ ಅನೌಪಚಾರಿಕ ನಾಯಕತ್ವದ ಪಾತ್ರಗಳನ್ನು ವಹಿಸಿಕೊಂಡಿದ್ದರೂ, ಈಗ ಶಿಕ್ಷಕರ ನಾಯಕತ್ವವನ್ನು ವ್ಯಾಖ್ಯಾನಿಸುವುದು ಮತ್ತು ಪ್ರೋತ್ಸಾಹಿಸುವುದು ಎಂದಿಗಿಂತಲೂ ಹೆಚ್ಚು ಮುಖ್ಯವಾಗಿದೆ. ಅಸೋಸಿಯೇಷನ್ ಫಾರ್ ಅಸೋಸಿಯೇಷನ್ ಫಾರ್ ಅಂಡ್ ಕರಿಕ್ಯುಲಮ್ ಡೆವಲಪ್‌ಮೆಂಟ್, "ಶಾಲೆಗಳ ಪಾತ್ರವು ಸಂಸ್ಥೆಯಾಗಿ ಬದಲಾಗುತ್ತಿದೆ ಮತ್ತು ಅವು ಸಮಾಜಕ್ಕೆ ತರುವ ಮತ್ತು ಒದಗಿಸುವ ಮೌಲ್ಯದಲ್ಲಿ ಬದಲಾಗುತ್ತಿದೆ. ಇನ್ನು ಮುಂದೆ ಕೇವಲ ಉದ್ಯೋಗ/ವ್ಯಾಪಾರಕ್ಕೆ ಮೆಟ್ಟಿಲುಗಳಲ್ಲ, ಶಾಲೆಗಳು ನಮ್ಮ ಯುವಕರನ್ನು ನಾಗರಿಕರಾಗಿ ಮತ್ತು ಸಮಾಜದ ತೊಡಗಿಸಿಕೊಂಡಿರುವ ಸದಸ್ಯರಾಗಿ ಬೆಳೆಯಲು ಮತ್ತು

ಅಭಿವೃದ್ಧಿಪಡಿಸಲು ಸಹಾಯ ಮಾಡುವ ಪ್ರಮುಖ ಸಂಸ್ಥೆಗಳಾಗಿ ಕಾರ್ಯನಿರ್ವಹಿಸುತ್ತವೆ.

ಈ ದೊಡ್ಡ ಕೆಲಸವು ತರಗತಿಯ ಒಳಗೆ ಮತ್ತು ಹೊರಗೆ ಮಾರ್ಗದರ್ಶನ ಮಾಡಲು, ಪ್ರೋತ್ಸಾಹಿಸಲು, ಸಲಹೆ ನೀಡಲು ಮತ್ತು ತಿಳಿಸಲು ನಾಯಕರ ಅಗತ್ಯವಿದೆ. ಪ್ರತಿಯೊಬ್ಬ ಶಿಕ್ಷಕರು ಮುನ್ನಡೆಸಬಹುದು ಮತ್ತು ಪ್ರಭಾವ ಬೀರಬಹುದು, ಅದರ ಅರ್ಥವನ್ನು ವ್ಯಾಖ್ಯಾನಿಸಿದ ಚೌಕಟ್ಟನ್ನು ಶಿಕ್ಷಕ ನಾಯಕರು ಯಶಸ್ವಿಯಾಗಲು ಸಹಾಯ ಮಾಡುತ್ತದೆ. ಈ ಪ್ರಮುಖ ಪಾತ್ರಕ್ಕೆ ಇತರ ಶಿಕ್ಷಕರಿಂದ ಬೆಂಬಲ ಮತ್ತು ಖರೀದಿಯ ಅಗತ್ಯವಿದೆ.

ನಿರ್ವಾಹಕರ ಪಾತ್ರ ಎಂದು ಒಮ್ಮೆ ಯೋಚಿಸಿದರೆ, ಅನೇಕ ಅಧ್ಯಯನಗಳ ಪ್ರಕಾರ, ತರಗತಿಯ ಬೋಧನೆಯ ದೈನಂದಿನ ಜಂಜಾಟದಲ್ಲಿ ಇನ್ನೂ ತೊಡಗಿಸಿಕೊಂಡಿರುವವರಿಂದ ನಾಯಕತ್ವವು ಬರಬೇಕು. ASCD ಹೇಳಿದೆ, "ನಾವು ನುರಿತ ಶಿಕ್ಷಕರನ್ನು ತರಗತಿಯಿಂದ ಮತ್ತು ಮುಂಭಾಗದ ಕಚೇರಿಗೆ ಸ್ಥಳಾಂತರಿಸುವ ಅಭ್ಯಾಸವನ್ನು ಕೊನೆಗೊಳಿಸಬೇಕು ಮತ್ತು ಆ ಶಿಕ್ಷಕರ ನಾಯಕತ್ವವನ್ನು ಕರೆಯಬೇಕು. ಈಗ ಹಿಂದೆಂದಿಗಿಂತಲೂ ಹೆಚ್ಚಾಗಿ, ನುರಿತ ತರಗತಿಯ ಶಿಕ್ಷಕರು ತಮ್ಮ ಕೌಶಲ್ಯವನ್ನು ಅಭಿವೃದ್ಧಿಪಡಿಸಬೇಕು, ಇತರರಿಗೆ ಮಾರ್ಗದರ್ಶನ ನೀಡಬೇಕು ಮತ್ತು ತರಗತಿಯೊಳಗೆ ಒಂದು ಪಾದವನ್ನು ದೃಢವಾಗಿ ಇರಿಸಿಕೊಂಡು ವೃತ್ತಿಪರವಾಗಿ ಬೆಳೆಯಬೇಕು. ವಿದ್ಯಾರ್ಥಿಗಳು ಮತ್ತು ಇತರ ಶಿಕ್ಷಕರೊಂದಿಗೆ ಪ್ರತಿದಿನ ಇರುವವರು ಅವರ ಹೋರಾಟಗಳು ಮತ್ತು ಅಗತ್ಯಗಳನ್ನು ನೋಡುತ್ತಾರೆ. ಶಿಕ್ಷಕ ನಾಯಕರು ಶಾಲೆಗಳು ಮತ್ತು ಸಮುದಾಯದಲ್ಲಿ ಬೋಧಕರು ಮತ್ತು ವಿದ್ಯಾರ್ಥಿಗಳಿಗೆ ಸಲಹೆ ನೀಡಲು ಉತ್ತಮ ಸ್ಥಾನದಲ್ಲಿದ್ದಾರೆ. ತಮ್ಮ ಅಭ್ಯಾಸಗಳನ್ನು ಉತ್ತಮಗೊಳಿಸಲು ಮತ್ತು ವಿದ್ಯಾರ್ಥಿಗಳ ಸಾಧನೆಯನ್ನು ಹೆಚ್ಚಿಸಲು ಸಹಕರಿಸಲು ಮತ್ತು ವಿಚಾರಗಳನ್ನು ಚರ್ಚಿಸಲು ಸಹ ಶಿಕ್ಷಕರಿಂದ ಅವರನ್ನು ಸ್ವಾಗತಿಸಲಾಗುತ್ತದೆ.

ಶಾಲೆಯಲ್ಲಿ ಶಿಕ್ಷಕರ ನಾಯಕತ್ವದ ಪಾತ್ರ:

ಶಿಕ್ಷಕರ ನಾಯಕತ್ವವು K-12 ಶಾಲೆಗಳಲ್ಲಿ ತರಗತಿಯ ಶಿಕ್ಷಕರಿಗೆ ಬಳಸಲಾಗುವ ಪದವಾಗಿದೆ, ಅವರು ದೊಡ್ಡ ಶಾಲಾ ವ್ಯವಸ್ಥೆಯ ಕಾರ್ಯಗಳಲ್ಲಿ ಸಹಾಯ ಮಾಡಲು ತಮ್ಮ ತರಗತಿಯ ಹೊರಗೆ ಆಡಳಿತಾತ್ಮಕ ಪಾತ್ರಗಳನ್ನು ಏಕಕಾಲದಲ್ಲಿ ತೆಗೆದುಕೊಳ್ಳುತ್ತಾರೆ. ಶಿಕ್ಷಕರ ನಾಯಕತ್ವದ ಕಾರ್ಯಗಳು ಒಳಗೊಂಡಿರಬಹುದು ಆದರೆ ಇವುಗಳಿಗೆ ಸೀಮಿತವಾಗಿರುವುದಿಲ್ಲ: ಬೋಧನೆ, ಕಲಿಕೆ ಮತ್ತು ಸಂಪನ್ಮೂಲ ಹಂಚಿಕೆಯನ್ನು ನಿರ್ವಹಿಸುವುದು. ನಾಯಕತ್ವದ ಪಾತ್ರಗಳಲ್ಲಿ ತೊಡಗಿರುವ ಶಿಕ್ಷಕರು ಸಾಮಾನ್ಯವಾಗಿ ಅನುಭವಿ ಮತ್ತು ಅವರ ಕ್ಷೇತ್ರದಲ್ಲಿ ಗೌರವಾನ್ವಿತರಾಗಿದ್ದಾರೆ, ಅದು ಅವರನ್ನು ಸಶಕ್ತಗೊಳಿಸುತ್ತದೆ ಮತ್ತು ಗೆಳೆಯರ ನಡುವೆ ಸಹಯೋಗವನ್ನು ಹೆಚ್ಚಿಸುತ್ತದೆ.

ಈ ರೀತಿಯ ಶಾಲಾ ಪರಿಸರದಲ್ಲಿ, ಶಿಕ್ಷಕರು ನೇರವಾಗಿ ವಿದ್ಯಾರ್ಥಿಗಳೊಂದಿಗೆ ಮಾಡುವ ಕೆಲಸದ ಆಧಾರದ ಮೇಲೆ ನಿರ್ಧಾರಗಳನ್ನು ತೆಗೆದುಕೊಳ್ಳಲು ಸಾಧ್ಯವಾಗುತ್ತದೆ. ಶಾಲಾ ವ್ಯವಸ್ಥೆಯು ಶಿಕ್ಷಕರ ಮೇಲೆ ನಿರ್ಧಾರವನ್ನು ತೆಗೆದುಕೊಳ್ಳುವಾಗ, ಪ್ರಾಂಶುಪಾಲರ ಮೇಲೆ ಎರಡು/ಹೆಚ್ಚು ಮಟ್ಟಗಳ ಬದಲಿಗೆ ನಿರ್ಧಾರಗಳಿಂದ (ಸಾಮಾನ್ಯವಾಗಿ ವಿದ್ಯಾರ್ಥಿಗಳು ಮತ್ತು ಶಿಕ್ಷಕರು) ಹೆಚ್ಚು ನಿಕಟವಾಗಿ ಪ್ರಭಾವ ಬೀರುವ ಜನರಿಗೆ ಒಂದು ಹಂತ ಹತ್ತಿರವಾಗಿದೆ. , ಸೂಪರಿಂಟೆಂಡೆಂಟ್/ಶಾಲಾ ಮಂಡಳಿಯ ಮಟ್ಟ. ಶಿಕ್ಷಕ ನಾಯಕರು ಹೆಚ್ಚುವರಿ ಪಾತ್ರಗಳನ್ನು ಅಳವಡಿಸಿಕೊಳ್ಳುವ ಪ್ರಮಾಣವು ಪದವಿ ಮತ್ತು ವಿವರಣೆಯಲ್ಲಿ ಬದಲಾಗುತ್ತದೆ:

ಆಡಳಿತ ನಾಯಕತ್ವ (ಸಾಂಪ್ರದಾಯಿಕ ಶಾಲಾ ನಾಯಕತ್ವ/ಶೈಕ್ಷಣಿಕ ನಾಯಕತ್ವ):

ಆಡಳಿತ ಸಿಬ್ಬಂದಿ ಹೆಚ್ಚಿನ ನಾಯಕತ್ವದ ಕರ್ತವ್ಯಗಳನ್ನು ನಿರ್ವಹಿಸುತ್ತಾರೆ.

ಶಿಕ್ಷಕರ ನೆಟ್‌ವರ್ಕ್‌ಗಳು (ವೃತ್ತಿಪರ ಕಲಿಕಾ ಸಮುದಾಯ/ವೃತ್ತಿಪರ ಸಮುದಾಯ/ನೆಟ್‌ವರ್ಕ್ ಸುಧಾರಣಾ ಸಮುದಾಯಗಳು/ ಅಭ್ಯಾಸದ ಸಮುದಾಯ/ವಿತರಣಾ ನಾಯಕತ್ವ):

ಎಲ್ಲಾ ಶಿಕ್ಷಕರು ಒಟ್ಟಾಗಿ ಪಠ್ಯಕ್ರಮ ಮತ್ತು ಶಾಲಾ ವಾತಾವರಣದ ಬಗ್ಗೆ ನಿರ್ಧಾರ ತೆಗೆದುಕೊಳ್ಳುವ ಪಾತ್ರಗಳನ್ನು ತೆಗೆದುಕೊಳ್ಳುತ್ತಾರೆ. ಈ ಅಭ್ಯಾಸವನ್ನು ಆಡಳಿತಾತ್ಮಕ ನಾಯಕರೊಬ್ಬರು ಸುಗಮಗೊಳಿಸಿದ್ದಾರೆ ಮತ್ತು ಬೆಂಬಲಿಸುತ್ತಾರೆ.

ಶಿಕ್ಷಕ ನಾಯಕರು (ಬೋಧನಾ ನಾಯಕತ್ವ/ಬೋಧನಾ ತರಬೇತುದಾರರು):

ಕೆಲವು ಶಿಕ್ಷಕರು ಶಾಲಾ ನಿರ್ವಾಹಕರ ನೇತೃತ್ವದಲ್ಲಿ ಶೈಕ್ಷಣಿಕ ಅಭ್ಯಾಸಗಳ ಮೇಲೆ ನೇರವಾಗಿ ಪರಿಣಾಮ ಬೀರುವ ವೈಯಕ್ತಿಕ ನಾಯಕತ್ವದ ಪಾತ್ರಗಳನ್ನು ತೆಗೆದುಕೊಳ್ಳುತ್ತಾರೆ.

ಶಿಕ್ಷಕರ ಸಹಕಾರಗಳು (ಶಿಕ್ಷಕ-ಚಾಲಿತ ಶಾಲೆಗಳು/ಶಿಕ್ಷಕರ ನೇತೃತ್ವದ ಶಾಲೆಗಳು/ಕಾರ್ಮಿಕರ ಸಹಕಾರಿ/ವೃತ್ತಿಪರ ಪಾಲುದಾರಿಕೆಗಳು/ಶಿಕ್ಷಕರು):

ಎಲ್ಲಾ ಶಿಕ್ಷಕರು ಸಾಮೂಹಿಕವಾಗಿ ನಾಯಕತ್ವ ಮತ್ತು ಆಡಳಿತಾತ್ಮಕ ಕಾರ್ಯಗಳನ್ನು ತೆಗೆದುಕೊಳ್ಳುತ್ತಾರೆ, ಇದನ್ನು ಸಾಂಪ್ರದಾಯಿಕವಾಗಿ ಪ್ರಧಾನ/ಆಡಳಿತ ತಂಡದಿಂದ ಮಾಡಲಾಗುತ್ತದೆ.

ಸಮುದಾಯದಲ್ಲಿ ಶಿಕ್ಷಕರ ನಾಯಕತ್ವದ ಪಾತ್ರ:

ಶಿಕ್ಷಕರ ನಾಯಕತ್ವದಲ್ಲಿ ಪಾತ್ರಗಳು ಬಹಳವಾಗಿ ಬದಲಾಗುತ್ತವೆ. ಎಲ್ಲಾ ಶಿಕ್ಷಕ ನಾಯಕರು, ಪ್ರಮಾಣೀಕರಣ ಮತ್ತು ಉದ್ಯೋಗ ಶೀರ್ಷಿಕೆಯ ಮೂಲಕ ನಾಯಕರಾಗಿ ಗೊತ್ತುಪಡಿಸಿದ್ದರೂ/ತಮ್ಮ ಶಾಲೆಯಲ್ಲಿ ಸಮುದಾಯದಲ್ಲಿ ಬದಲಾವಣೆಯನ್ನು ಮಾಡುವುದರಿಂದ, ಶಿಕ್ಷಣವನ್ನು ಮುಂದಕ್ಕೆ ಚಾಲನೆ ಮಾಡಿ. ಅವರು ವಹಿಸಬಹುದಾದ ಕೆಲವು ಪಾತ್ರಗಳು ಇಲ್ಲಿವೆ:

ಬೋಧನಾ ತಜ್ಞರು:

ಬೋಧನಾ ತಜ್ಞರು ಶಿಕ್ಷಕರಿಗೆ ಬೋಧನಾ ತಂತ್ರಗಳನ್ನು ಸುಧಾರಿಸಲು ಮತ್ತು ಹೊಸ ಸೂಚನಾ ಕಲ್ಪನೆಗಳನ್ನು ತಮ್ಮ ತರಗತಿಯಲ್ಲಿ ಅಳವಡಿಸಲು ಸಹಾಯ ಮಾಡುತ್ತಾರೆ. ಬೋಧನಾ ತಜ್ಞರು ಉತ್ತಮ ಅಭ್ಯಾಸಗಳು ಮತ್ತು ಹೊಸ ಅಧ್ಯಯನಗಳನ್ನು ಸಂಶೋಧಿಸಲು ಸಾಕಷ್ಟು ಸಮಯವನ್ನು ಕಳೆಯುತ್ತಾರೆ ಇದರಿಂದ ಅವರು ತಮ್ಮ ತರಗತಿಗಳಲ್ಲಿ ಇತ್ತೀಚಿನ ಮತ್ತು ಅತ್ಯಂತ ಪರಿಣಾಮಕಾರಿ ಪಾಠಗಳು ಮತ್ತು ಸಂಪನ್ಮೂಲಗಳನ್ನು ಬಳಸಬಹುದು. ಬೋಧನಾ ತಜ್ಞರು ಸಾಮಾನ್ಯವಾಗಿ ಶಿಕ್ಷಕರಾಗಿರುತ್ತಾರೆ. ಅವರು ತಮ್ಮ ಶಾಲೆಯ ಒಟ್ಟಾರೆ ಶೈಕ್ಷಣಿಕ ಗುಣಮಟ್ಟವನ್ನು ಉತ್ತಮಗೊಳಿಸಲು ಮತ್ತು ಅವರ ಸಹ ಶಿಕ್ಷಕರಿಗೆ ಬೆಳೆಯಲು ಸಹಾಯ ಮಾಡಲು ಈ ಹೆಚ್ಚುವರಿ ಪಾತ್ರವನ್ನು ತೆಗೆದುಕೊಳ್ಳುತ್ತಾರೆ.

ಮಾರ್ಗದರ್ಶಕರು:

ಶಿಕ್ಷಕರು ಶಾಲೆ, ಪಠ್ಯಕ್ರಮ, ಅಭ್ಯಾಸಗಳು ಮತ್ತು ಸಂಸ್ಕೃತಿಯೊಂದಿಗೆ ತಮ್ಮನ್ನು ತಾವು ಪರಿಚಿತರಾಗಲು ಸಹಾಯ ಮಾಡಲು ಅನೇಕ ಶಿಕ್ಷಕ ನಾಯಕರು ಮಾರ್ಗದರ್ಶಕರ ಪಾತ್ರವನ್ನು ವಹಿಸುತ್ತಾರೆ. ಮಾನದಂಡಗಳನ್ನು ಸಂವಹನ ಮಾಡಲಾಗಿದೆ ಮತ್ತು ಯುವ ಶಿಕ್ಷಕರು ಶಾಲಾ ಸಮುದಾಯಕ್ಕೆ ಸ್ವಾಗತಿಸುತ್ತಿದ್ದಾರೆ ಎಂದು ಖಚಿತಪಡಿಸಿಕೊಳ್ಳಲು ಮಾರ್ಗದರ್ಶಕರು ಅಮೂಲ್ಯರಾಗಿದ್ದಾರೆ. ಮಾರ್ಗದರ್ಶಕರ ಅಗತ್ಯವಿರುವ ಹೊಸ ಶಿಕ್ಷಕರಿಗೆ ಮಾತ್ರವಲ್ಲ. ಮಾರ್ಗದರ್ಶಕರು ಸ್ಥಾಪಿತ ಶಿಕ್ಷಕರು ಬೆಳೆಯಲು ಸಹಾಯ ಮಾಡಬಹುದು/ಪೋಷಕರು ತಮ್ಮ ಮಕ್ಕಳನ್ನು ತರಗತಿಯ ಹೊರಗೆ ಹೇಗೆ ಪ್ರೋತ್ಸಾಹಿಸಬೇಕು ಎಂಬುದನ್ನು ಅರ್ಥಮಾಡಿಕೊಳ್ಳಲು

ಸಹಾಯ ಮಾಡಬಹುದು.

ಸ್ಪೀಕರ್‌ಗಳು ಮತ್ತು ಬ್ಲಾಗರ್‌ಗಳು:

ಕೆಲವು ಶಿಕ್ಷಕ ನಾಯಕರು ತಮ್ಮ ಪರಿಣತಿಯ ಕ್ಷೇತ್ರದ ಬಗ್ಗೆ/ತಮ್ಮ ಶಾಲೆಯ ಪ್ರತಿನಿಧಿಯಾಗಿ ವೃತ್ತಿಪರ ಸಮ್ಮೇಳನಗಳು ಮತ್ತು ಸಮುದಾಯ ಸಭೆಗಳಲ್ಲಿ ಮಾತನಾಡುವುದನ್ನು ಆನಂದಿಸುತ್ತಾರೆ. ಇತರರು ಬ್ಲಾಗ್‌ಗಳು/ಪ್ರಕಟಣೆಗಳಿಗಾಗಿ ತುಣುಕುಗಳನ್ನು ಬರೆಯುತ್ತಾರೆ. ಈ ಶಿಕ್ಷಕ ನಾಯಕರು ಶಾಲೆಗಳು ಮತ್ತು ಸಮುದಾಯಗಳನ್ನು ಗಮನದಲ್ಲಿಟ್ಟುಕೊಳ್ಳಲು ಸಹಾಯ ಮಾಡುತ್ತಾರೆ ಮತ್ತು ಕೇವಲ ಒಂದು ಶಾಲೆಯ ಆಚೆಗೆ ತಮ್ಮ ಪ್ರಭಾವವನ್ನು ಹರಡುತ್ತಾರೆ. ಅನೇಕ ಸಮುದಾಯಗಳಲ್ಲಿ ಅನೇಕ ಶಿಕ್ಷಕರನ್ನು ಮುನ್ನಡೆಸಲು ಬ್ಲಾಗಿಂಗ್ ಮತ್ತು ಮಾತನಾಡುವುದು ಉತ್ತಮ ಮಾರ್ಗವಾಗಿದೆ.

ಡೇಟಾ ತರಬೇತುದಾರರು:

ಬೋಧನೆಯಲ್ಲಿ ಡೇಟಾವು ದೊಡ್ಡ ಪಾತ್ರವನ್ನು ವಹಿಸುತ್ತದೆ, ಆದರೆ ಪ್ರತಿ ಶಿಕ್ಷಕರಿಗೆ ಅದರ ದೊಡ್ಡ ಪ್ರಮಾಣದಲ್ಲಿ ಏನು ಮಾಡಬೇಕೆಂದು ತಿಳಿದಿಲ್ಲ. ಡೇಟಾ ತರಬೇತುದಾರರು ಸೂಚನೆಗಳನ್ನು ಸುಧಾರಿಸಲು ಡೇಟಾವನ್ನು ವಿಶ್ಲೇಷಿಸಲು ಮತ್ತು ಅನ್ವಯಿಸಲು ತಮ್ಮ ಗೆಳೆಯರಿಗೆ ಮಾರ್ಗದರ್ಶನ ನೀಡಲು ಸಹಾಯ ಮಾಡುತ್ತಾರೆ. ಸಂಖ್ಯೆಗಳ ಜಾಣ್ಮೆ ಹೊಂದಿರುವ ಶಿಕ್ಷಕರು ಈ ನಾಯಕತ್ವದ ಪಾತ್ರದಲ್ಲಿ ನಿಜವಾಗಿಯೂ ಪ್ರವರ್ಧಮಾನಕ್ಕೆ ಬರುತ್ತಾರೆ ಮತ್ತು ಶಾಲೆಯಲ್ಲಿ ಶಿಕ್ಷಣ ಅಭ್ಯಾಸಗಳನ್ನು ಮುಂದಕ್ಕೆ ಓಡಿಸಲು ಸಹಾಯ ಮಾಡುತ್ತಾರೆ.

ರಾಜಕೀಯ ವಕೀಲರು:

ಶಿಕ್ಷಕರು ಮತ್ತು ವಿದ್ಯಾರ್ಥಿಗಳು ಅತ್ಯುತ್ತಮವಾಗಿ ಕಾರ್ಯನಿರ್ವಹಿಸಲು ಸರ್ಕಾರದಲ್ಲಿ ಪ್ರಾತಿನಿಧ್ಯದ ಅಗತ್ಯವಿದೆ. "ಶಿಕ್ಷಕರ ವೇತನ, ಹೆಚ್ಚು ಯೋಜನಾ ಸಮಯ ಮತ್ತು ಶಿಕ್ಷಣ ನೀತಿಗಳಲ್ಲಿ ಸಾಮಾನ್ಯ ಜ್ಞಾನಕ್ಕಾಗಿ ಸಲಹೆ ನೀಡುವುದು ಶಿಕ್ಷಕರ ನಾಯಕತ್ವದ ಮಹತ್ವದ ಅಂಶವಾಗಿದೆ" ಎಂದು ರಾಷ್ಟ್ರೀಯ ಮಂಡಳಿ-ಪ್ರಮಾಣೀಕೃತ ಶಿಕ್ಷಕ ಮತ್ತು ಬ್ರೆವಾರ್ಡ್ ಫೆಡರೇಶನ್ ಆಫ್ ಟೀಚರ್ಸ್ ಉಪಾಧ್ಯಕ್ಷ ಆಂಥೋನಿ ಕೊಲುಸಿ ಹೇಳಿದರು. ಶಿಕ್ಷಕ ನಾಯಕರು ತಮ್ಮ ಶಾಲೆಗಳು ಮತ್ತು ಸಾರ್ವಜನಿಕ ರಂಗದಲ್ಲಿ ಸಹ ಶಿಕ್ಷಕರ ಪರವಾಗಿ ಅನುಭವದ ಸ್ಥಾನದಿಂದ ಮಾತನಾಡಬಹುದು. ಈ ಉದ್ಯೋಗಗಳು ಭಿನ್ನವಾಗಿದ್ದರೂ, ಎಲ್ಲರೂ ಶಿಕ್ಷಕರನ್ನು ಒಟ್ಟುಗೂಡಿಸುವ ಗುರಿಯನ್ನು ಹೊಂದಿದ್ದಾರೆ, ಅವರು ಉತ್ತಮವಾಗಲು ಸಹಾಯ ಮಾಡುತ್ತಾರೆ ಮತ್ತು ಉತ್ತಮ ಅಭ್ಯಾಸಗಳಿಗಾಗಿ ಸಲಹೆ ನೀಡುತ್ತಾರೆ.

ಶಿಕ್ಷಕರ ನಾಯಕರಾಗುವುದು ಹೇಗೆ:

ಅನೇಕ ಶಿಕ್ಷಕರ ನಾಯಕತ್ವದ ಗುಣಗಳು ಅವರಿಗೆ ಯಶಸ್ವಿಯಾಗಲು ಸಹಾಯ ಮಾಡುತ್ತದೆ. ಶಿಕ್ಷಕ ನಾಯಕನಾಗುವುದು ಇತರರಿಗೆ ಶಿಕ್ಷಣ ನೀಡಲು ಇಷ್ಟಪಡುವ ಮೂಲಕ ಪ್ರಾರಂಭವಾಗುತ್ತದೆ. ಸಹೋದ್ಯೋಗಿಗಳು ಮತ್ತು ಸಮುದಾಯದೊಂದಿಗೆ ನಿಮಗೆ ತಿಳಿದಿರುವುದನ್ನು ಹಂಚಿಕೊಳ್ಳಲು ತರಗತಿಯ ಹೊರಗೆ ಆ ಪ್ರೀತಿಯನ್ನು ತೆಗೆದುಕೊಳ್ಳಲು ನೀವು ಸಿದ್ಧರಾಗಿರಬೇಕು. ಅವರು ನಿರಂತರವಾಗಿ ಕಲಿಯುವ ಉತ್ಸಾಹವನ್ನು ಹೊಂದಿರಬೇಕು. ಎಲ್ಲಕ್ಕಿಂತ ಮುಖ್ಯವಾಗಿ, ಮಹಾನ್ ಶಿಕ್ಷಕ ನಾಯಕರು ಅನೇಕ ಪಕ್ಷಗಳ ಗೌರವವನ್ನು ಗಳಿಸುತ್ತಾರೆ, ಸಹ ಶಿಕ್ಷಕರಿಂದ ಪೋಷಕರಿಂದ ರಾಜಕೀಯ ನಾಯಕರವರೆಗೆ.

ನಿಮ್ಮ ಶಿಕ್ಷಣವನ್ನು ವಿಸ್ತರಿಸಲು ಮತ್ತು ಶಿಕ್ಷಕರ ನಾಯಕರಾಗಲು ನೀವು ಬಯಸಿದರೆ, ಶೈಕ್ಷಣಿಕ ನಾಯಕತ್ವದಲ್ಲಿ ಆನ್‌ಲೈನ್ ಮಾಸ್ಟರ್ಸ್ ಅನ್ನು ಪರಿಗಣಿಸಿ. ಕ್ಯಾಂಪ್‌ಬೆಲ್‌ನಲ್ಲಿ ವಿಶ್ವವಿದ್ಯಾನಿಲಯದ ಮಾಸ್ಟರ್ ಆಫ್ ಆರ್ಟ್ಸ್ ಇನ್ ಎಜುಕೇಶನ್ ಟೀಚರ್ ಲೀಡರ್ ಪ್ರೋಗ್ರಾಂ ಸಹ ಶಿಕ್ಷಕರನ್ನು

ಮುನ್ನಡೆಸಲು ಮತ್ತು ಮಾರ್ಗದರ್ಶನ ಮಾಡಲು ನಿಮ್ಮನ್ನು ಸಿದ್ಧಪಡಿಸುತ್ತದೆ.

ಹೊಸ ಪೀಳಿಗೆಯ ನಾಯಕತ್ವದಲ್ಲಿ ಶಾಲೆಗಳು ಹುಡುಕುತ್ತಿರುವ ಕೌಶಲ್ಯಗಳು ಮತ್ತು ಪರಿಕರಗಳನ್ನು ನೀವು ಕಲಿಯುವಿರಿ. ನಮ್ಮ ಆನ್‌ಲೈನ್ ಶೈಕ್ಷಣಿಕ ನಾಯಕತ್ವ ಕಾರ್ಯಕ್ರಮವನ್ನು ಬೋಧಿಸುವವರು ಕೆಂಟುಕಿಯ ಸಾರ್ವಜನಿಕ ಶಾಲೆಗಳಲ್ಲಿ ಬೋಧನೆಯ ಅನುಭವವನ್ನು ಹೊಂದಿದ್ದಾರೆ, ಆದ್ದರಿಂದ ಅವರು ನಿಮ್ಮ ಬೋಧನಾ ವೃತ್ತಿಜೀವನದ ಮುಂದಿನ ಹಂತವನ್ನು ಪ್ರವೇಶಿಸುವಾಗ ನಿಮ್ಮ ಅಗತ್ಯತೆಗಳು ಮತ್ತು ಸವಾಲುಗಳನ್ನು ಗುರುತಿಸಲು ಸಿದ್ಧರಾಗಿದ್ದಾರೆ.

ವಿಶೇಷ ಶಿಕ್ಷಣ ವಿದ್ಯಾರ್ಥಿಗಳಿಗೆ ಸಹಾಯ ಮಾಡುವಲ್ಲಿ ನಿಮ್ಮ ಉತ್ಸಾಹ ಇದ್ದರೆ, ಕ್ಯಾಂಪ್‌ಬೆಲ್ಸ್‌ವಿಲ್ಲೆ ವಿಶ್ವವಿದ್ಯಾಲಯವು ನಿಮಗಾಗಿ ನಿರ್ದಿಷ್ಟವಾಗಿ ಕಾರ್ಯಕ್ರಮವನ್ನು ನೀಡುತ್ತದೆ. ಶಿಕ್ಷಕರ ನಾಯಕತ್ವವನ್ನು ಕೇಂದ್ರೀಕರಿಸುವ ವಿಶೇಷ ಶಿಕ್ಷಣದಲ್ಲಿ ನಮ್ಮ ಆನ್‌ಲೈನ್ ಮಾಸ್ಟರ್‌ಗಳು ಭಾವನಾತ್ಮಕ, ನಡವಳಿಕೆ ಮತ್ತು ಕಲಿಕೆಯ ಅಸ್ವಸ್ಥತೆಗಳೊಂದಿಗೆ ವಿದ್ಯಾರ್ಥಿಗಳು ಮತ್ತು ಅವರೊಂದಿಗೆ ಕೆಲಸ ಮಾಡುವ ಶಿಕ್ಷಕರ ಅನನ್ಯ ಸವಾಲುಗಳನ್ನು ಎದುರಿಸಲು ನಿಮಗೆ ಸಹಾಯ ಮಾಡುತ್ತದೆ.

ಉಲ್ಲೇಖಗಳು:

1. ಅಮೀನ್, ಎನ್. (2002), ಎಲಿಮೆಂಟರಿ ಸ್ಕೂಲ್ ಚಿಲ್ಡ್ರನ್ನ ಅರಿವಿನ ಬೆಳವಣಿಗೆಯ ಮೌಲ್ಯಮಾಪನ: ಎ ಸೈಕೋಮೆಟ್ರಿಕ್ ಅಪ್ರೋಚ್, ಜೈನ್ ಬುಕ್ ಏಜೆನ್ಸಿ, ನವದೆಹಲಿ.

2. ಕಿಂಗ್-ಸಿಯರ್ಸ್, E.M. (1994). ವಿಶೇಷ ಶಿಕ್ಷಣದಲ್ಲಿ ಪಠ್ಯಕ್ರಮ ಆಧಾರಿತ ಮೌಲ್ಯಮಾಪನ.

3. ಪಂಚ್, ಆರ್. (2013), ಶೈಕ್ಷಣಿಕ ಮನೋವಿಜ್ಞಾನ: ಬೋಧನೆ ಮತ್ತು ಕಲಿಕೆಯ ದೃಷ್ಟಿಕೋನ. ಮೆಕ್‌ಗ್ರಾ ಹಿಲ್ ಎಜುಕೇಶನ್ (ಭಾರತ) ಪ್ರೈವೇಟ್ ಲಿಮಿಟೆಡ್, ನವದೆಹಲಿ.

4. ವಿಟ್‌ಕಂಬ್, ಎಸ್., & ಮೆರೆಲ್, ಕೆ.ಡಬ್ಲ್ಯೂ. (2012) ಮಕ್ಕಳು ಮತ್ತು ಹದಿಹರೆಯದವರ ವರ್ತನೆಯ, ಸಾಮಾಜಿಕ ಮತ್ತು ಭಾವನಾತ್ಮಕ ಮೌಲ್ಯಮಾಪನ, ರೂಟ್ಲೆಡ್ಜ್, ನ್ಯೂಯಾರ್ಕ್.

5. ಬ್ಲಾಕ್, ಪಿ., & ವಿಲಿಯಮ್, ಡಿ. (1998). ಮೌಲ್ಯಮಾಪನ ಮತ್ತು ತರಗತಿಯ ಕಲಿಕೆ. ಶಿಕ್ಷಣದಲ್ಲಿ ಮೌಲ್ಯಮಾಪನ, 5(1), 7-74.

6. ವೈಸ್‌ಬರ್ಗ್, ಆರ್., ಪಾಲ್, ಎಲ್., ಮತ್ತು ಬುಬಿಯರ್, ಜೆ.ಎಲ್. (2007). ಚಿಕ್ಕದಾಗಿ ಮತ್ತು ಸಿಹಿಯಾಗಿರಿಸುವುದು: ಸಂಕ್ಷಿಪ್ತ, ವರ್ಗೀಕರಿಸದ ಬರವಣಿಗೆ ಕಾರ್ಯಯೋಜನೆಯು ಕಲಿಕೆಯನ್ನು ಸುಲಭಗೊಳಿಸುತ್ತದೆ. ಮನೋವಿಜ್ಞಾನದ ಬೋಧನೆ, 34 (3), 172-176.

7. ವ್ಯಾನ್ ಝ್ಯುಂಡರ್ಟ್, ಎಮ್., ಸ್ಲುಯಿಜ್ಸ್‌ಮನ್ಸ್, ಡಿ., ಮತ್ತು ವ್ಯಾನ್ ಮ್ಯಾರಿನ್‌ಬೋಯರ್, ಜೆ. (2010). ಪರಿಣಾಮಕಾರಿ ಪೀರ್ ಮೌಲ್ಯಮಾಪನ ಪ್ರಕ್ರಿಯೆಗಳು: ಸಂಶೋಧನಾ ಸಂಶೋಧನೆಗಳು ಮತ್ತು ಭವಿಷ್ಯದ ನಿರ್ದೇಶನಗಳು. ಕಲಿಕೆ ಮತ್ತು ಸೂಚನೆ, 20(4), 270-279.

8. ಸ್ಟಿನಿಕಿ, M. D. (2004). ಅಧಿಕೃತ ಮೌಲ್ಯಮಾಪನ: ವಾಸ್ತವದಲ್ಲಿ ಪರೀಕ್ಷೆ. ಬೋಧನೆ ಮತ್ತು ಕಲಿಕೆಯಲ್ಲಿ ಹೊಸ ನಿರ್ದೇಶನಗಳು, 100, 23-29.

9. ಸ್ಯಾಡ್ಲರ್, D. R. (1989). ರಚನಾತ್ಮಕ ಮೌಲ್ಯಮಾಪನ ಮತ್ತು ಸೂಚನಾ ವ್ಯವಸ್ಥೆಗಳ ವಿನ್ಯಾಸ. ಬೋಧನಾ ವಿಜ್ಞಾನ, 18(2), 119-144.

10. ನಿಕೋಲ್, ಡಿ.ಜೆ., ಥಾಮ್ಸನ್, ಎ., & ಬ್ರೆಸ್ಲಿನ್, ಸಿ. (2014). ಉನ್ನತ ಶಿಕ್ಷಣದಲ್ಲಿ ಪ್ರತಿಕ್ರಿಯ ಅಭ್ಯಾಸಗಳನ್ನು ಮರುಚಿಂತನೆ: ಪೀರ್ ವಿಮರ್ಶೆ ದೃಷ್ಟಿಕೋನ. ಉನ್ನತ ಶಿಕ್ಷಣದಲ್ಲಿ ಮೌಲ್ಯಮಾಪನ ಮತ್ತು ಮೌಲ್ಯಮಾಪನ, 39(1), 102-122.

www.ingramcontent.com/pod-product-compliance
Lightning Source LLC
Chambersburg PA
CBHW071332150726
47997CB00002B/690